विश्वमित्र भारत

एस. जयशंकर हे मे २०१९ पासून भारताचे परराष्ट्रमंत्री म्हणून आणि सध्या गुजरात राज्यामधून राज्यसभेत खासदार म्हणून कार्यरत आहेत. २०१५ ते २०१८ ह्या कालावधीत त्यांनी भारताचे परराष्ट्र सचिव हे पद भूषवले. भारताच्या परराष्ट्र सेवेतील चार दशकांच्या कालावधीत ते अमेरिका, चीन आणि झेक रिपब्लिकचे राजदूत तसेच सिंगापूरचे उच्चायुक्त म्हणून कार्यरत राहिले आहेत. ह्याआधी २०२० साली त्यांचे 'The India Way: Strategies for an Uncertain World', हे पुस्तक प्रकाशित झाले आहे.

D9900056

विश्वमित्र भारत

एस. जयशंकर

अनुवाद : विभावरी बिडवे

RUPA

विश्वमित्र भारत

(Why Bharat Matters ह्या मूळ इंग्रजी पुस्तकाचा मराठी अनुवाद)

रूपा पब्लिकेशन्स इंडिया प्रायव्हेट लिमिटेड ७/१६, अन्सारी रोड, दरियागंज, नवी दिल्ली ११०००२ यांनी प्रथम प्रकाशित केले.

लेखक: एस. जयशंकर

अनुवाद : विभावरी बिडवे

विक्री केंद्रे

बेंगळुरू, चेन्नई, हैदराबाद, जयपूर, काठमांडू, कोलकाता, मुंबई, प्रयागराज

प्रथमावृत्ती : २०२४
लेखकाचा नैतिक हक्क प्रतिपादन केला आहे.
भारतात छापले गेले.

अनुक्रमणिका

इंग्रजी शब्दविस्तार

AI	Artificial Intelligence
APEC	Asia Pacific Economic Co-operation
ARF	ASEAN Regional Forum
ASEAN	Association of South-East Asian Nations
AU	African Union
BJP	Bharatiya Janata Party
BIMSTEC	Bay of Bengal Initiative for Multi-Sectoral Technical and Economic Cooperation
BRI	Belt and Road Initiative
BRICS	Brazil, Russia, India, China, South Africa
CARICOM	Caribbean Community
CDRI	Coalition for Disaster Resilient Infrastructure
CELAC	Community of Latin American and Caribbean States
CEPA	Comprehensive Economic Partnership Agreement
CET	Critical and Emerging Technologies
CM	Chief Minister
CPEC	China-Pakistan Economic Corridor
CTC	Counter-Terrorism Committee
EAM	External Affairs Minister
ECTA	Economic Cooperation and Trade -greement
EU	European Union
FDI	Foreign Direct Investment
FIPIC	Forum for India-Pacific Islands Cooperation
FTA	Free Trade Agreement

GCC	Gulf Cooperation Council
GDP	Gross Domestic Product
HADR	Humanitarian Assistance and Disaster Relief
I2U2	India, Israel, the United Arab Emirates, the United States of America
IAFS	India Africa Forum Summit
IBSA	India, Brazil, South Africa
ICWF	Indian Community Welfare Fund
IFF	Identification, Friend or Foe
IGN	InterGovernmental Negotiations
IMEEC	India-Middle East-Europe Economic Corridor
IPMDA	Indo-Pacific Partnership for Maritime Domain Awareness
IOC	Indian Ocean Commission
IPOI	Indo-Pacific Oceans Initiative
IORA	Indian Ocean Rim Association
IPEF	Indo-Pacific Economic Forum
ISA	International Solar Alliance
IT	Information Technology
IUU	Illegal, Unreported and Unregulated
LiFE	Lifestyle for Environment
LAC	Line of Actual Control
LWE	Left Wing Extremism
MMPA	Migration and Mobility Partnership Agreement
NSG	National Security Guard
ODA	Official Development Assistance
O-RAN	Open Radio Access Networks
OSOWOG	One Sun One World One Grid
PIF	Pacific Islands Forum
PLA	People's Liberation Army
PLI	Production-Linked Incentive
POK	Pakistan-Occupied Kashmir
PRAGATI	Proactive Governance and Timely Implementation
PRC	People's Republic of China
PM	Prime Minister

RCEP	Regional Comprehensive Economic Partnership
RIC	Russia, India, China
SARC	South Asian Association for Regional Cooperation
SAGAR	Security and Growth for All in the Region
SCO	Shanghai Cooperation Organization
SCRI	Supply Chain Resilience Initiative
SDG	Sustainable Development Goals
SME	Small and Medium Enterprise
SOP	Standard Operating Procedure
SPICE	Smart, Precise Impact, Cost-Effective
SR	Special Representative
UAE	United Arab Emirates
UK	United Kingdom
UNCLOS	United Nations Convention on the Law of the sea
UNFCCC	United Nations Framework Convention on Climate Change
UNGA	United Nations General Assembly
UN	United Nations
UNSC	United Nations Security Council
US	United States of America
USSR	Union of Soviet Socialist Republics
WHO	World Health Organization
WTO	World Trade Organization

प्रस्तावना

गेल्या दशकभरात मी परराष्ट्र धोरण ठरविण्याची प्रक्रिया केवळ जवळून पाहिली असे नव्हे, तर त्या प्रक्रियेत प्रत्यक्ष सहभागी होण्याचे भाग्यही परराष्ट्र मंत्री म्हणून मला लाभले. परराष्ट्र मंत्री (EAM) म्हणून आणि यापूर्वी परराष्ट्र सचिव आणि अमेरिकेतील राजदूत या नात्याने या धोरणांचे विश्लेषण करणे, विचार विनिमय करणे आणि या काळातली रणनीती आखणे अश्या गोष्टींमध्ये मी सखोलतेने सहभागी झालो आहे. ह्या आठवणी लिहिणे हा आत्ता माझा हेतू नाही; या जबाबदाऱ्या सध्या पार पाडत असताना तर नक्कीच नाही. परंतु हे युगच परिवर्तनाचे युग आहे आणि त्यामुळे या बदलांचे वस्तुनिष्ठ स्पष्टीकरण समाजाला देणेही गरजेचे आहे. या धोरणांचे विश्लेषण करणारे जग आपल्या जुन्याच मान्यतांमध्ये अडकून पडलेले दिसते आणि त्यांच्या अपेक्षांच्या साच्यात न बसणाऱ्या घडामोडी समजून घेण्यासाठी ते धडपड करतानाही दिसते. राजकीय आखाडा तर कमालीचा वादग्रस्त बनला असून, काही पक्ष स्वतःच्या मूळ धारणांपासून फारकत घेताना दिसत आहेत. त्या अर्थाने संवाद साधण्याची जबाबदारी या प्रक्रियेत प्रत्यक्ष सहभागी झालेल्यांवरच पडते. ह्यापूर्वीही मी माझे विचार पुस्तकातून मांडले असल्याने, हे आव्हान स्वीकारावे असे मला वाटले. हीच या पुस्तकाच्या लेखनामागची माझी विचारप्रक्रिया आहे.

मुत्सद्दी म्हणून कार्यरत असण्याचे हे माझे पाचवे दशक चालू आहे. माझी ही पार्श्वभूमी मला जागतिक परिदृश्य, त्या पटलावरील आव्हाने आणि गुंतागुंत यांचे वस्तुनिष्ठ चित्र समोर ठेवण्यासाठी त्याचे भारतावर होणारे परिणाम आणि सुचवलेली कृतीयोजना सांगण्यासाठीही प्रवृत्त करत आहे. इतकी वर्षे मी हेच काम माझे व्यावसायिक कर्तव्य आणि नैतिक जबाबदारीचा भाग म्हणून केले

आहे. यात कोणत्याही व्यक्तींना वगळावे अथवा परस्परसंबंधांना टाळावे किंवा त्यांना कमी लेखावे असे नाही. याउलट, मुत्सद्देगिरी ही परस्परनात्यातील रसायन आणि विश्वासार्हतेशी इतकी निगडित असते की अचूक निर्णय करण्यासाठी 'मानवीय घटक' हे नेहमीच केंद्रस्थानी असतात. परंतु सामान्यतः मोठ्या संख्येने वस्तुनिष्ठता आणि व्यक्तिनिष्ठता यांची सरमिसळ होऊन त्याचे एक निराळेच स्वतंत्र वृत्तीचे मिश्रण तयार होते.

या विशेष प्रयत्नात, मी असे जग डोळ्यासमोर ठेवले जे आर्थिक अडथळे, कोविड साथ, युक्रेन संघर्ष आणि तीव्र सत्ता स्पर्धेशी झगडत आहे. आणि अशा अस्थिर परिस्थितीतही जागतिक क्रमवारीत उन्नत होण्याच्या भारताच्या संभाव्यतेचे मूल्यमापन करण्याचा मी प्रामाणिक प्रयत्न करत आहे. त्या प्रयत्नांमुळे मागील वर्षांत आपण किती प्रगती केली आहे आणि २०१४ च्या तुलनेत आता आपल्याकडे पाहण्याचा दृष्टीकोन किती बदलला आहे, ह्याची मी नोंद घेतली आहे. भारताने आज अनेक देशांबरोबर विविध मुद्द्यांवर संपूर्ण आत्मविश्वासाने संबंध निर्माण करून अलिप्ततावादी भूमिकेपासून फारकत घेतली आहे. देश आज उपाययोजनांसाठी योगदान देत आहे. मग ते प्रादेशिक असोत वा जागतिक. त्यामुळे भारताचा – प्रत्येक वर्षी परिस्थितीत सकारात्मक बदल घडवून आणणारा जगाचा भागीदार अर्थात 'विश्व मित्र' म्हणून उदय होत आहे. नवी दिल्ली जी–२० शिखर परिषदेने आंतरराष्ट्रीय कार्यसूची तयार करण्याच्या आपल्या क्षमतेवर शिक्कामोर्तब तर केलेच, शिवाय इतर राष्ट्रे आपल्याबरोबरच्या संबंधांना किती महत्त्व देतात, हेही अधोरेखित केले.

संपूर्णपणे तटस्थ राहून परीक्षण करण्यामध्ये येणारी समस्या म्हणजे या संपूर्ण परिवर्तनाचा आवाका कवेत घेऊ शकत नाही. पण तरीही ते अपरिहार्य असल्याने त्यातून वैचारिक ताकद आणि नेतृत्वाचे महत्त्व यांकडे दुर्लक्ष केले असेदेखील वाटू शकते. त्यामुळे आपल्या वाटचालीचे आणि आपल्यासाठी खुल्या होणाऱ्या संभाव्यतांचे यथार्थ आकलन होण्यासाठी व्यक्तिगत चित्रणदेखील आवश्यक आहे. त्यातील काही मुत्सद्देगिरीचे सूक्ष्म पैलू आहेत; पण पंतप्रधान नरेंद्र मोदी यांच्या वैयक्तिक दृष्टीकोनामुळे आणि विचारांतून ज्या अनेक गोष्टी साध्य झाल्या आहेत, त्याही त्यामध्ये आहेत. त्यामुळे धोरणे कशी तयार केली गेली आणि

परिवर्तन कसे झाले याची झलक वाचकांना मिळेल. ह्याच हेतूने प्रस्तावनेची जोड ह्या पुस्तकाला देण्याचे थोड्या दुविधेवर मात करून मी ठरविले.

२०११ मध्ये मी चीनमध्ये राजदूत असताना आणि नरेंद्र मोदी गुजरातच्या मुख्यमंत्री पदावर कार्यरत असताना त्यांच्याशी माझा वैयक्तिक परिचय झाला. त्यांच्या दौऱ्याची तयारी करत असताना तयारीतील सूक्ष्म बारकावे आणि चीनच्या विविध क्षेत्रांतील प्रगतीचे मूल्यमापन करण्याची त्यांची तत्परता पाहून मी भारावून गेलो. भारत आणि चीन या दोन्ही देशांतील घडामोडींची कल्पना त्यांनी सांस्कृतिक पुनरुत्थानाच्या दृष्टीने केली होती, हे तेव्हाही माझ्या नजरेतून सुटले नाही. परदेशभेटीतही राष्ट्रीय भूमिकांपासून फारकत घ्यायची नाही ह्या तत्त्वाने, राजकीय माहिती घेण्याची त्यांची तळमळही ठळकपणे दिसून आली. आपल्या संबंधांचा अजेंडा पाहता दहशतवाद आणि सार्वभौमत्वावर भर देण्यात आला होता.

तपशीलवार माहिती आणि सातत्याने अभिप्राय घेण्यावर भर देणाऱ्या मोदींच्या कार्यशैलीचा हा माझा पहिलाच अनुभव होता. प्रखर राष्ट्रवाद, कमालीची हेतुपूर्णता आणि तपशिलाकडे सखोल लक्ष, अशा एकत्रित ठशाने मी प्रभावित झालो. इतरांच्या कल्पना आणि अनुभवांबद्दलचा त्यांचा मोकळेपणाही दिसून येत होता. एकत्र घालवलेल्या त्या काही दिवसांमुळे मला आशियातील तुलनात्मक आधुनिकीकरणावर माझे स्वतःचे विचार व्यक्त करता आले आणि त्यांचे स्वतःचे विचारही जाणून घेता आले. जपानच्या आर्थिक आणि तंत्रज्ञानाच्या प्रगतीने तर ते प्रभावित झालेच, परंतु त्यांच्या सामाजिक एकात्मता आणि सांस्कृतिक अभिमानानेदेखील ते तितकेच भारावून गेले. ली कुआन यू यांच्या नेतृत्व गुणवत्तेबद्दल त्यांनी गौरवपूर्वक उद्गार काढल्याचेही मला स्मरते. त्यानंतर २०१५ मध्ये ते ली कुआन यू यांच्या अंत्यविधीसाठी उपस्थित राहिले यात नवल नाही. अधूनमधून या लेखनात पंतप्रधान नरेंद्र मोदींबरोबर झालेल्या माझ्या या पहिल्या भेटीबद्दल तपशील येत राहतील, कारण त्यामध्ये दहशतवादाविषयी त्यांची ठाम मते, राष्ट्रीय प्रश्न मांडण्याची त्यांची स्पष्ट शैली आणि सामाजिक-आर्थिक प्रगतीवर त्यांनी केंद्रित केलेले लक्ष ह्या संदर्भात अनेक मुद्दे आहेत. २०१४ नंतर सांस्कृतिक पुनर्संतुलनाच्या प्रयत्नांना चालना देणाऱ्या विचारसरणीची झलकही यातून मला दिसून आली.

२०१४ च्या सार्वत्रिक निवडणुकांच्या वेळी झालेली दुसरी भेट अप्रत्यक्ष होती. मतमोजणीपूर्वीच भारतीय जनता पक्ष विजयी होईल, असा अंदाज वर्तवला जात होता. वॉशिंग्टन डीसीमधील राजदूत या नात्याने सर्व आपत्कालीन परिस्थितीचे नियोजन करणे हे माझे कर्तव्य होते. त्यानुसार राष्ट्राध्यक्ष ओबामा आणि भारताचे संभाव्य पंतप्रधान यांच्यामध्ये फोनवर त्वरेने चर्चा व्हावी, यासाठी जय्यत तयारी करण्यात आली होती. या विशिष्ट घटनेत, केवळ लॉजिस्टिक आणि प्रोटोकॉल या मुद्द्यांपेक्षा अधिक सजगतेने पाहण्यासाठी अजून बरेच काही होते. भूतकाळातील घटनांचे मागे राहिलेले धागेदोरे ही अमेरिकेच्या बाजूने चिंतेची बाब होती. या कार्यक्रमात हे प्रभावीपणे मांडण्यात आले, पण देशहिताला प्राधान्य देण्याची पंतप्रधान मोदींची प्रवृत्ती या प्रसंगातून समोर आली आणि भविष्यातील महत्त्वाच्या भागीदाराकडे धोरणात्मक दृष्टीकोन ठेवण्याचा विचारही त्यातून पुढे आला.

या कालखंडाचे समग्र आकलन करून घेत असताना २०१४ मधील मॅडिसन स्क्वेअर गार्डन कार्यक्रमाचा संदर्भ वगळून चालणारच नाही. फक्त कार्यक्रमानंतरच असे नाही, तर त्याने परदेशातील अनिवासी भारतीयांशी (डायस्पोरा) संपर्क साधण्याचा आणि जाहीर कार्यक्रमांचा जो प्रघात सुरू केला तो आजही चालू आहे. पंतप्रधान मोदींसोबतच्या पहिल्या भेटीत, परदेशात भारताची प्रतिमा घडवण्यात डायस्पोराची काय भूमिका असावी, या संदर्भात ही कल्पना पुढे आली होती. मला मुळात असे सांगण्यात आले होते की, न्यूयॉर्कमध्ये अशा प्रकारे संमेलन आयोजित केले गेले पाहिजे की त्याचे पडसाद आधी वॉशिंग्टन डीसीपर्यंत उमटतील आणि नंतर जगभर आपसूकच त्याचा प्रसार होईल. या अनुभवानंतर, मोदींच्या मुत्सद्देगिरीचा हा एक वैयक्तिक वैशिष्ट्यपूर्ण पैलू म्हणून उदयास आला आणि तो विविध खंड आणि अनेक देशांमध्ये यशस्वीपणे पोहोचला. लोकशाही जगतातील नेते साहजिकच ह्या प्रक्रियेने भारावून गेले आणि आता अनेकदा ते यामध्ये स्वत: सहभागी होण्यास उत्सुक असतात. डेन्मार्क आणि जपानपासून आफ्रिका आणि ऑस्ट्रेलियापर्यंत हा कार्यक्रम एखाद्या राजकीय रॉक कॉन्सर्टसारखा दिसतो.

हे कार्यक्रम व अशा प्रकारे साधला गेलेला संवाद हे अनिवासी भारतीयांसाठी एकाच वेळी प्रेरणा देणारे आणि स्वत:ची ओळख निर्माण करणारे ठरले. सातत्याने आणि नाविन्याने उत्साहवर्धक करत 'इंडिया स्टोरी' पूर्ण जगाला सांगण्यासाठी, तो एक हाय-प्रोफाईल प्लॅटफॉर्म म्हणून उदयास आला आहे. डायस्पोराचे हे महत्त्व खुद्द अनेक बाबींच्या सरमिसळीने आहे. अशा कार्यक्रमांत भारताच्या कल्याणासाठी परदेशातील भारतीयांनी दिलेल्या निरंतर योगदानाबद्दल गौरवउद्गार काढून त्यांना सन्मानित केले जाते. त्याचवेळी, त्यांना उत्तेजन देण्याने तेथे वास्तव्यास असलेल्या समाजाच्या मनात भारताबद्दल अधिक स्वारस्य निर्माण व्हावे ह्यासाठी केलेल्या प्रयत्नांना प्रोत्साहन मिळते. पण त्याचवेळी, भारतीयांना संपूर्ण जगात कोठेही काम करण्यास सक्षम बनवणे हासुद्धा एक अधिक गहन मुद्दा ह्यामध्ये आहे. यासाठी त्यांची गतिशीलता तसेच परदेशात राहणे सुलभ करणे, विद्यार्थी, व्यावसायिक इत्यादींच्या विशिष्ट अडचणींचे निराकरण करणे आणि सर्वात महत्त्वाचे म्हणजे संकटाच्या वेळी त्यांच्या पाठीशी उभे राहणे आवश्यक आहे. इतर क्षेत्रांमधील कामगिरीप्रमाणेच येथेही फक्त पोकळ वल्गना न करता प्रत्यक्ष अंमलबजावणीची जोड दिली गेली आहे. पंतप्रधानांनी अशा आपत्कालीन परिस्थितीसाठी ऑनलाईन पोर्टल, कल्याणकारी निधी आणि प्रतिसाद प्रणाली स्थापन करण्यात विशेष पुढाकार घेतला आहे.

मुत्सद्देगिरीबद्दल आवर्जून उल्लेख करण्याजोग्या बऱ्याच गोष्टी आहेत; विशेषत: नेतृत्व स्तरावर! आपल्या आंतरराष्ट्रीय सहकाऱ्यांशी योग्य सहसंबंध प्रस्थापित करण्याची हातोटी ही पंतप्रधान मोदींची एक लक्षणीय कामगिरी आहे. पाश्चिमात्य नेत्यांपासून आखाती राज्यकर्त्यांपर्यंत, लोकशाही राजकारण्यांपासून ते आडमार्गाने सत्तेत आलेल्या आणि भारताच्या नजीक असलेल्यांपासून आणि अगदी विरुद्ध विचारसरणीच्या राजकारण्यांपर्यंत ही क्षमता वेगवेगळ्या रितीने काम करते. तिला कोणतेही निश्चित असे सूत्र नाही, परंतु अनुभवांची देवाणघेवाण आणि कर्तृत्वाचा सार्थ आदर यांतून अनेक संबंध उदयास आल्याचे दिसून येते. कोणत्याही स्पर्धात्मक क्षेत्राप्रमाणेच, येथेही जे लोक चांगली कामगिरी करतात, मग ते लोकप्रियतेचे मानांकन असो, कल्पनांचे नाविन्यपूर्ण स्रोत असोत किंवा प्रशासकीय कार्य असो, साहजिकच त्यांचे स्वागत होते आणि ते कौतुकास पात्र

होतात. पण हे सर्व अधिक वैयक्तिक किंवा सांस्कृतिकदेखील असू शकते. उदाहरणार्थ, २०१४ च्या अमेरिका दौऱ्यात आणि त्यानंतरही पंतप्रधान मोदींची उपवासाची शिस्त हा चर्चेचा विषय ठरला होता. त्यातून त्यांच्या मूलगामी दृष्टीकोनाविषयीही बरीच उत्सुकता निर्माण झाली. त्याचप्रमाणे त्यांचा 'योग' प्रचार आणि स्वत:ची योगसाधना हा अनेकदा त्यांचा त्यांच्या सहकारी नेत्यांशी संभाषणाचा विषय असायचा आणि त्याचबरोबर खाण्यापिण्याच्या सवयी आणि पारंपरिक औषधांपासून संस्कृती, वारसा किंवा इतिहासापर्यंत कोणत्याही गोष्टींचे त्यांना वावडे नव्हते. या आणि अशा अनेक प्रसंगांनी मोदींच्या कामकाजाचा ठसा उमटला. परदेश तसेच भारतातही ह्याने सर्वांची मने भारून टाकली.

त्यानंतर, पंतप्रधान मोदींनी समकालीन मुद्द्यांवर अनेकदा मांडलेल्या कल्पनांचा आणि विचारांचा जगावर सखोल प्रभाव झाला. २०१५ मध्ये पॅरिसमध्ये झालेली संयुक्त राष्ट्रांची हवामान बदल परिषद (COP-21) ही त्यापैकीच एक घटना होती, जिथे त्यांनी सौर ऊर्जेच्या कळकळीने केलेल्या समर्थनाने अनेकांना आश्चर्यचकित केले होते. खरेतर काही पाश्चिमात्य नेते दूषित पूर्वग्रह घेऊन त्यांना ह्यासाठी भेटायला आले होते की, त्यांना हवामानविषयक कारवाईसाठी बराच वादविवाद करावा लागेल. मात्र अनेकदा त्यांना भारत आपल्यापेक्षाही पुरोगामी दृष्टीकोन ठेवून वाटचाल करतो आहे, हे समजले. विशेष म्हणजे या क्षेत्रात गेल्या दशकातील अनेक नवनवीन कल्पना ह्या स्वतः पंतप्रधान मोदींकडून आल्या आहेत, ज्यात २०२१ मधील ग्लासगो सीओपी –२६ चा समावेश आहे.

अजून एक विशेष प्रासंगिक पैलू म्हणजे त्यांच्या तंत्रज्ञानावर भर देण्याने जगभरात नातेसंबंध निर्माण करण्यात हातभार लागला आहे. प्रथम, २०१४ च्या मोहिमेला तंत्रज्ञानाच्या प्रयोगाने कसा आकार देण्यात आला, याविषयी जागतिक स्तरावर उत्सुकता निर्माण झाली आणि लवकरच तंत्रज्ञानाचा विस्तार प्रशासकीय कार्यपद्धती आणि धोरणचालकांपर्यंत झाला. डिजिटल तंत्रज्ञानाने समाजकल्याण किंवा कोविड व्यवस्थापनामध्ये ज्या पद्धतीने काम केले त्याची दखल आंतरराष्ट्रीय स्तरावर नक्कीच घेतली गेली. गळती ही काही विशिष्ट भारतापुरतीच समस्या नाही, याची मला वारंवार आठवण करून दिली जात असे. सेमीकंडक्टर आणि ड्रोनपासून विमान तंत्रज्ञानाकडे वाटचाल करत असताना,

तंत्रज्ञानाभिमुख पंतप्रधानांनी जगभरात भारताची विश्वासू सहकारी अशी ओळख निर्माण करण्यात हातभार लावला आहे.

असे काही मुद्दे आहेत ज्यांची मूलभूत विषयांमध्ये वर्गवारी केली जाऊ शकते. दहशतवादाविरोधात उभं राहणं हे त्यामध्ये प्राधान्याने येतं. २०११ मध्ये बीजिंगमधल्या माझ्या सुरुवातीच्या अनुभवानंतर, योग्य त्या प्रत्येक प्रसंगी, आम्ही कोणत्याही परिस्थितीत सीमेपलीकडील दहशतवादाचे सरसकटीकरण होऊ देणार नाही, हे स्पष्ट करण्यात आले होते. २०१६ मध्ये जेव्हा उरीची घटना घडली तेव्हा आम्ही योग्य पद्धतीने प्रत्युत्तर देऊ याबद्दल आमच्यामध्ये अंतर्गत शंका नव्हती. २०१९ मध्ये बालाकोटच्या वेळी मी सरकारमध्ये नव्हतो, पण एवढंच सांगू शकतो की, ते आपल्या वृत्तीला अनुसरूनच होतं. त्यामुळे संयुक्त राष्ट्रसंघात (यूएन) आम्ही दहशतवाद्यांना शासन करण्याचा जोरदार आग्रह धरला आणि इतरांनी जेव्हा जेव्हा काही राजकीय हेतूने ते थोपविण्याचा प्रयत्न केला आहे, तेव्हा त्याबद्दल आवाज उठविण्यात आम्हाला भीड वाटली नाही. ऑक्टोबर २०२२ मध्ये संयुक्त राष्ट्र सुरक्षा परिषदेचा (यूएनएससी) सदस्य म्हणून आम्ही मुंबईत २६/११ च्या दहशतवादी हल्ल्याच्या एका ठिकाणी दहशतवादविरोधी समितीची (CTC) बैठक आयोजित केली होती. 'नो मनी फॉर टेरर' सारख्या उपक्रमांचाही भारत जोरदार समर्थक आहे. परराष्ट्र धोरणाच्या दृष्टीकोनातून स्पष्ट ध्येय आणि निश्चित सूचना असल्यावर काम करणे अर्थातच फायद्याचे ठरते, हे सिद्ध झाले आहे. कलम ३७०च्या मुद्द्यावर जगाचे लक्ष वेधून घेण्याबाबतही हेच झाले. राष्ट्रहितवादी दृष्टीकोन स्वाभाविकपणे राष्ट्रहितवादी मुत्सद्देगिरी निर्माण करतोच आणि जगाने हे सवयीचे करून घ्यायला हवे.

देशांतर्गत आर्थिक प्राधान्य हे नेहमीच परदेशातील धोरणांना सशक्ततेने उत्तेजना देणारे घटक असतील. संसाधनांचा ओघ बळकट करणे आणि सर्वोत्तम कार्यपद्धती आत्मसात करणे, ह्यांना अलीकडच्या वर्षांत मोठ्या प्रमाणात प्राधान्य दिले जात आहे. पंतप्रधान मोदींनी नावीन्यपूर्णता आणि कौशल्यांना प्रोत्साहन देण्यासाठी उद्योजकांना गुंतवून ठेवत, तंत्रज्ञानाच्या स्त्रोतांना भेटी देण्यासारख्या अनेक पद्धतींनी आघाडी घेतली आहे. या सगळ्यात रोजगारनिर्मिती आणि उपजत प्रतिभेला प्रोत्साहन देण्यावर त्यांचा भर असतो. त्यांच्या परदेश

दौऱ्यांमध्ये अनेकदा भारताच्या मुख्य राष्ट्रीय कार्यक्रमांशी संबंधित असलेल्या संस्था आणि उपक्रमांना भेटी दिल्या जातात. भारताच्या विकासाला गती देण्याचा आणि सर्वव्यापक राष्ट्रीय शक्ती निर्माण करण्याचा दृढ निर्धार आपल्याला जाणवतो. मात्र काही प्रसंगी, याचा अर्थ रूढीवादी विचारसरणी आणि जागतिक संकेतांच्या विरोधात जाणे असा होऊ शकतो. असेच एक उदाहरण म्हणजे २०१९ मध्ये प्रादेशिक व्यापक आर्थिक भागीदारीमध्ये (Regional Comprehensive Economic Partnership - RCEP) सामील होणे, जिथे बराच दबाव असूनही पंतप्रधान मोदींनी ते न स्वीकारण्याचे धाडसी आवाहन केले. तेव्हापासून भूराजकीय घडामोडींद्वारे या निर्णयाला अधिकच पुष्टी मिळाली आहे. इतर व्यापार आणि आर्थिक वाटाघाटींमध्ये प्रत्येकाने आपापल्या समस्या मांडल्या आहेत. आपली भूमिका ही स्पष्ट आणि अचूक आडाखे आणि सामाजिक परिणामांबद्दलच्या योग्य अंतःप्रेरणांद्वारे निर्देशित केली गेली आहे.

यावरून मोदी सरकारला बचावात्मक भाषेत मांडणे ही घोडचूक ठरेल. याउलट जागतिक भांडवल आणि तंत्रज्ञान आकर्षित करण्यासाठी आपल्या इतिहासात ह्यापूर्वी क्वचितच इतके भगीरथ प्रयत्न झाले असतील. जिथे जिथे आमच्या भागीदारांनी वाजवी अटी समोर ठेवल्या आणि आमचे राष्ट्रीय हित जपले, तिथे बऱ्याचदा विशेष तत्परतेने वाटाघाटी केल्या गेल्या आहेत. जागतिक अर्थव्यवस्थेच्या गुंतागुंतीला, विशेषतः त्याच्या गुंतागुंतीच्या पुरवठा साखळीला सर्वत्र खूप नावाजले गेले आणि आपल्या दृष्टीकोनाचा आंतरराष्ट्रीय–हित– सहकार्यवाद निर्विवादपणे सिद्ध केला गेला आहे, जसे लसीच्या बाबतीतली लस मैत्री असो, सर्वप्रथम प्रतिसाद देणारे मैत्रीपूर्ण व्यवहार असोत किंवा विस्तारित विकास भागीदारी.

भारताची मुत्सद्देगिरी आता अधिक वेगवान आणि सर्जनशील वाटत असेल, तर त्यात मोदींचा सिंहाचा वाटा आहे, ज्यामुळे जाणीवपूर्वक ती अधिक समकालीन आणि उत्तरदायी बनविण्यासाठी प्रयत्न झाले. २०१४च्या शपथविधी सोहळ्यामधून आणि त्यांच्या वैयक्तिक अनुभवातून संपूर्ण 'शेजारधर्म प्रथम' (Neighbourhood first) विचारसरणी विकसित झाली. अपारस्परिक आणि उदार धोरणाची ही कल्पना नोकरशाहीला आत्मसात करायला वेळ लागला,

पण शेवटी ती पूर्णत्वाला गेली. सागर (Security and Growth for all in the Region) दृष्टीकोन हा अगदी परराष्ट्र मंत्रालयातही दीर्घकाळापासून चालत आलेला अपसमज मोडून काढण्याचा एक प्रयत्न होता. आखाती देशांचा विचार केला, तर त्यांच्यात रस नसल्याबद्दल भारतात अनेक दशकांपासून निष्क्रिय गृहीतके प्रचलित होती, ती दूर करणे आवश्यक होते. इस्रायल आणि पॅलेस्टाईनच्या बाबतीत आपण स्वत:च पूर्वी त्यांचा एकत्र जोडून विचार करत होतो, मात्र तेच आपल्याला लागू केल्यावर आपल्याला चीड आली. आफ्रिकेत नवीन दूतावास उघडण्यावर भर देणे आणि अधिक सखोल संबंध प्रस्थापित करणे म्हणजे बऱ्याच काळापासून नुसत्याच उपदेशापुरत्या मर्यादित असलेल्या गोष्टी आचरणात आणणे. पॅसिफिकबद्दल बोलायचे झाले तर २०१४ पर्यंत ते खरोखरच आपल्या क्षितिजापलीकडे होते. या सर्व बदलांचा एकूण आढावा एकत्रित जागतिक विश्लेषणासोबत घेतल्यास खरोखरच निराळे चित्र समोर येते.

धोरणाची अंमलबजावणी करणे हे रोजचे काम असले तरी वेळोवेळी घेतले जाणारे असे काही निर्णय असतात जे एखाद्या राष्ट्राच्या उत्कर्षात निर्णायक ठरतात. साहजिकच या मुद्द्यावर भारताला स्वत:च्या अनेक परीक्षा आणि आव्हानांना सामोरे जावे लागले आहे आणि कठीण परिस्थितीत घेतलेल्या अशा निर्णयांनीच भारताची मान प्रगतीने उंचावली आहे. कोविड लॉकडाऊनच्या काळात चीनला लागून असलेल्या सीमावर्ती भागात मोठ्या प्रमाणात सैन्य तैनात करण्याचा निर्णय असाच लक्षणीय होता. हजारो सैनिकांना त्यांच्यासोबतच्या साधनसामग्रीसह वेगाने हवाई मार्गाने नेण्यात आले. दोन देशांमधील दीर्घकालीन करारांचे उल्लंघन करणाऱ्या चिनी लष्करी हालचालींना प्रत्युत्तर म्हणून हे करण्यात आले आणि हे तेव्हा घडले जेव्हा भारतामध्ये कोविड लॉकडाऊन चालू होते. इतकेच नव्हे, तर त्यानंतर आपल्या संबंधांतील विसंगती सातत्याने जागतिक पटलावर मांडण्यासाठी मुत्सद्दी पवित्रा घेणे ही काही छोटी गोष्ट नव्हती.

त्यानंतर, क्वाडची स्थापना आणि प्रोटोकॉलच्या अटी आणि अजेंडा या दोन्ही बाबतीत सातत्याने वाढ झाली. हे रोखण्यासाठीसुद्धा प्रचंड दबाव असतानाही ते काम पुढे नेण्यात आले. बँकॉकमध्ये आरसीईपीमध्ये सामील न होण्याच्या आवाहनाचा संदर्भ मी यापूर्वीच दिला आहे. जेव्हा रशियाकडून तेल

खरेदीचा प्रश्न आला, तेव्हा ज्यांनी स्वत:वर होणारे परिणाम सौम्य केले होते, त्यांच्याकडून भारतावर जाहीर दबाव आणला जात होता. यातील प्रत्येक निर्णय भारताच्या हिताला प्राधान्य देऊन घेण्यात आला.

याचवेळी जागतिक पातळीवर आत्मपरीक्षणाचेही प्रसंग आले. एक म्हणजे भारतात लसीकरण सुरू असतानाही दक्षिण जगताला (ग्लोबल साऊथ) लसींचा पुरवठा करण्याचा निर्णय घेणे. दुसरे म्हणजे भारताने श्रीलंकेच्या आर्थिक गरजा पूर्ण करण्याचे प्रमाण आणि वेग. विशेष म्हणजे, जेव्हा भारत, इस्रायल, संयुक्त अरब अमिराती आणि अमेरिकेचा समावेश असलेला I2U2 आणि भारत – मध्य पूर्व – युरोप आर्थिक कॉरीडॉर उपक्रमांचे प्रस्ताव मांडले, तेव्हा आपण आपल्या प्रतिसादाच्या वेगामुळे आपल्या इतर भागीदारांना अक्षरशः आचंबित केले, कारण या प्रदेशाच्या आपल्या एकूण विश्लेषणामुळे हे उपक्रम होणार हे अपेक्षितच होते.

जगाने भारताविषयीचा दृष्टीकोन बदलावा, हा मोदी सरकारमधील सुरुवातीचा आग्रह होता याचा अर्थ व्यापक क्षेत्रांमध्ये क्षमता निर्माण करणे आणि ती प्रदर्शित करणे होय. त्यासाठी महत्त्वाच्या जागतिक मुद्द्यांशी सुसंगत धोरणे असणे, तसेच समस्येपेक्षा तिच्या निराकरणाचा स्रोत म्हणून आपल्याकडे बघितले जाणे आवश्यक होते. आणखी एक अपेक्षा अशी होती की भारत मोठ्या जबाबदाऱ्या स्वीकारेल आणि लक्षणीय योगदान देईल. आपल्या समाजपरिवर्तनाचे विविध आयाम अधिक चांगल्या प्रकारे समजून घेण्याचा प्रयत्न आम्ही आमच्याकडून केला. भारताला अधिक विश्वसनीय आणि विश्वासू भागीदार म्हणून प्रस्थापित करण्याचा आमचा प्रयत्न होता. आंतरराष्ट्रीय संबंधांच्या ह्या वैशिष्ट्यपूर्ण प्रभावाच्या रस्सीखेचात ह्यातील प्रत्येक घटक इनपुट बनला. या सर्वांचा एकत्रित वापर म्हणजे भविष्याचे प्रतिपादन करताना वर्तमानाचा विचार करून एक वेगळे कथन (narrative) निर्माण करणे. न्यू इंडियाचा संदेश देण्यासंदर्भात ही एक मध्यवर्ती संकल्पना आहे.

एखाद्या मोठ्या देशाची मुत्सद्देगिरी अत्यंत खडतर असते; जेव्हा ती एक उदयोन्मुख शक्ती असते तेव्हा तर अधिकच. जेव्हा कणखर नेतृत्व आणि वैचारिक स्पष्टता असते, तेव्हा अंमलबजावणी करणे तुलनेने सोपे होऊ शकते. परंतु सर्वसमावेशक दृष्टीकोन ठेवून सातत्याने तो उत्साहवर्धक ठेवणे हे सोपे

काम नाही. गेल्या दशकभरात आपली आंतरराष्ट्रीय प्रतिमा अधिक उजळ झाली असेल, तर ती अनेक धोरणे, निर्णय आणि उपक्रमांचा परिणाम आहे. प्रत्यक्ष साकार होण्यापूर्वी दृष्टी आणि उद्दिष्टांचीही रणनीती आखणे आवश्यक आहे. याचा अर्थ संवाद, गुंतवणूक आणि संदेश ह्यावर शाश्वत पद्धतीने भर देणे हा होय. किनाऱ्यावरून बघताना सुंदर आकर्षक विहार करणारा राजहंस प्रत्यक्षात पाण्याखाली प्रचंड आवेशाने पाय मारत असतो.

पंतप्रधान मोदींच्या कार्यशैलीचे सर्वात लक्षणीय वैशिष्ट्य म्हणजे सूक्ष्म तपशील असलेले एक विशाल चित्र उभे करण्याची क्षमता. ते चिप वॉर किंवा ऊर्जेच्या भवितव्याबाबतच्या ब्रीफिंगमध्ये जितके मग्न असू शकतात तितकेच बचाव कार्ये हाताळण्यात किंवा सर्वोत्तम कार्यपद्धतीच्या मूल्यात तरबेज असू शकतात. त्यांच्या प्रत्येक भेटीला, प्रत्येक भाषणाला, प्रत्येक व्यस्ततेला अर्थ असतो. ते सर्व एका मोठ्या मोझॅकचा एक भाग म्हणून असतात. काही चर्चा आणि निर्णय हे अनेकदा तात्कालिक घटनांच्या मागण्यांमधून उमटलेले प्रतिसाद असतात. पण धोरणात्मक वाटचाल ठरवणे आणि ती आपल्या काळाच्या अनिश्चिततेशी जुळवून घेणे, हे अधिक चिकाटीने करण्याचे कार्य आहे. गेल्या दशकभरात ह्या मोठ्या प्रक्रियेत वेळ आणि मेहनत यांची किती गुंतवणूक झाली हे जाणून अनेकांना आश्चर्य वाटेल. लोकांना वरवर पाहता हे मोहक चित्र नैसर्गिक आणि काही वेळा उत्स्फूर्त आहे असे वाटू शकते; पण सातत्यपूर्ण नियोजन आणि अंमलबजावणी हे खरेतर त्यामागील वास्तव आहे.

मोदींच्या परराष्ट्र धोरणाच्या बाबतीत 'काय' आणि 'कसे' हे सर्वांसमोर आहे. पण 'का' हा अधिक कळीचा मुद्दा आहे, जो बहुधा लोकांना अंतप्रेरणेने जाणवतो. अधिक चांगल्या जगासाठी भारताच्या योगदान देण्याच्या क्षमतेवर खोलवर रुजलेल्या विश्वासामध्ये ह्याची मुळे रुजलेली आहेत. ज्याच्यासाठी जागतिक समुदाय एक कुटुंबच आहे असा जगाचा एक हितचिंतक ह्या निर्माण झालेल्या जाणिवेमध्ये हा विश्वास जपला जातो. ही अर्थातच पूर्वीपेक्षा खूप जास्त आत्मविश्वासपूर्ण अशी भूमिका आहे, पण राष्ट्रीय पुनरुज्जीवन आणि संस्कृतीच्या पुनरुत्थानासाठी असलेल्या सखोल बांधिलकीचा तो केवळ एक पैलू आहे. देशांतर्गत त्याचे स्वरूप, क्षमता निर्माण करणे, सुधारणांसाठी प्रयत्न

करणे आणि प्रशासनाची गुणवत्ता वाढविणे असे बनते. परदेशात, त्याचे स्वरूप जागतिक कृती–कार्यक्रमांवर प्रभाव टाकण्याची उच्चतम क्षमता असे आहे. पुरोगामी विचारसरणी आणि तंत्रज्ञानाचा स्वीकार ह्यांच्याबरोबर भारताच्या परंपरा आणि अस्सलतेशी सहजपणे जुळवून घेण्यासाठी हा दृष्टीकोन उपयोगी आहे आणि असा दृष्टीकोन, देशांतर्गत राष्ट्रवाद व्यक्त करताना परदेशात आंतरराष्ट्रीयवादाचा प्रचार करण्यात अडथळा ठरत नाही. मोठ्या व्यासपीठावर सहभागी होण्याचा निर्धार केलेला, आपले हितसंबंध पुढे नेण्यासाठी गरज असेल तेथे व्यासपीठच बदलण्याचा निर्धार केलेला हा भारत आहे. त्याची देशांतर्गत असलेली प्रेरणादायी शक्ती, सीमेपलीकडे जगाच्या जाणिवा वाढविण्याच्या इच्छेशी अगदी समांतर आहे.

हे पुस्तक एकूण ११ लेखांचा संच आहे. हे सर्व लेख एकमेकांशी संलग्न आहेत आणि काही एकमेकांना व्यापणारेही आहेत. त्यामध्ये जागतिक परिदृश्याच्या विश्लेषणापासून भारताच्या संधींना ओळखण्यापर्यंतचे विषय अंतर्भूत आहेत. हे एक व्यापक चित्रण आहे पण जगातील खऱ्या व्यावहारिक बाबीही त्यामध्ये आहेत. महत्त्वाच्या संबंधांची तपशीलात नोंद घेतली आहे पण पूर्ण जागतिक संरचनाही सादर केली आहे. काही विषय आपल्याला भूतकाळात नेतात तर काही भविष्यात. एकंदर हे सर्व लेख एक परिवर्तनाचे दशक विशद करून सांगतात.

जागतिक क्रमवारीत उन्नत होण्याचा भारताचा प्रयत्न हा एक संतत प्रवास आहे. परंतु आपण केलेल्या प्रगतीचा आढावा घेत असताना आणि पुढील आव्हानांचा अंदाज घेत असताना, हे निश्चितच आश्वासक आहे की हा प्रवास प्रखर राष्ट्रीय बांधिलकी आणि आत्मविश्वासाने प्रेरित आहे. स्वतःच्या वारसा आणि संस्कृतीतून बळ मिळवणारा असो किंवा लोकशाही आणि तंत्रज्ञानाच्या आशावादाने आव्हानांना सामोरे जाणारा असो, हा नक्कीच नवा भारत आहे. स्वतःचे हितसंबंध ठरवू शकणारा, स्वतःची भूमिका स्पष्ट करणारा, स्वतःचे उपाय स्वतः शोधू शकणारा आणि स्वतःचे मॉडेल पुढे नेणारा भारत. थोडक्यात, भारत जो अधिक 'भारत' आहे.

■ ■ ■

१

जागतिक दृष्टीकोनाचे चित्रण

आडाखे, संस्कृती आणि स्पष्टता

तीन वर्षांपूर्वी 'द इंडिया वे' (The India Way : Strategies for an Uncertain World) ह्या माझ्या आधीच्या पुस्तकात लिहिताना, मी असा आग्रह धरला होता की, अमेरिकेला गुंतवून ठेवण्याची, चीनचे व्यवस्थापन करण्याची, युरोपची जोपासना करण्याची, रशियाला आश्वस्त करण्याची, जपानला मैदानात आणण्याची, शेजाऱ्यांना आकर्षित करण्याची, शेजाराचा आणि पारंपरिक समर्थकांचा विस्तार करण्याची ही वेळ आहे. मागील काही कालखंडात यामध्ये बरीच प्रगती झाली आहे, पण साहजिकच सर्वच आघाड्यांवर समान झाली नाहीय. काहींची प्रगती सुरळीत झाली आहे; काही बाबी अपेक्षेपेक्षा अधिक गुंतागुंतीच्या झाल्या आहेत. दरम्यानच्या काळात जगाचेच मूलगामी परिवर्तन झाले आहे. कोविड साथ आणि युक्रेन संघर्षाच्या एकापाठोपाठ झालेल्या परिणामांमुळे, जागतिक व्यवस्थेची संक्रमण अवस्थेतील आव्हाने वाढली आहेत.

हे जग आता खूप कणखर झाले आहे यात शंका नाही. विशेषतः भारतासाठी ही वाटचाल सोपी नव्हती. अनेक मोठ्या प्रश्नांचा भारतावर थेट परिणाम झाला आहे. विशेषतः सीमेवर चीनची बदललेली भूमिका हा भारताच्या धोरणात्मक नियोजनातील एक प्रमुख मुद्दा आहे. परंतु या दृश्यामध्ये आपले ठाम नेतृत्व आणि सहकार्य करणारा समाज हे या अशांत काळातून मार्ग काढण्यात मदत करीत आहेत. उदयोन्मुख शक्तींना सर्वात जास्त स्थैर्य हवे

असते; त्यामुळे भारताने अतीव अनिश्चिततेच्या काळातदेखील वृद्धिंगत होण्याची योजना आखली पाहिजे.

जागतिकीकरण, पुनर्संतुलन, बहुध्रुवीयता, तंत्रज्ञानाचा प्रभाव आणि विविध राष्ट्रांनी खेळलेले नेहमीचे डावपेच अशा पाच घटनांनी गेल्या पंचवीस वर्षांतील आंतरराष्ट्रीय संबंधांवर वर्चस्व गाजवले आहे. परावलंबित्व निर्माण करणाऱ्या जागतिकीकरणाच्या पूर्वीच्या प्रस्थापित मॉडेलला, जरी वाढत्या आव्हानांना तोंड द्यावे लागले तरी ते आता अधिक प्रभावी होणार आहे. जागतिकीकरणामुळे जागतिक क्रमवारीतील भागीदारांच्या शक्तींचे पुनर्संतुलन साधण्यात यश आले आहे. सुरुवातीला ते अर्थकारणात घडले, तरी त्याचे राजकीय आणि सांस्कृतिक पैलू आता जाणवू लागले आहेत. जसजसे जागतिकीकरण इतर मुद्द्यांवर आपला आवाका वाढवत जाईल, तसतसे हे पुनर्संतुलन बहुध्रुवीयता निर्माण करेल. आणखी अनेक अनुषंगिक शक्ती स्वतंत्ररीत्या आकारास येऊन १९४५ पासून प्रबळ असलेल्या शक्तींमध्ये सामील होतील. हे काम अजूनही प्रगतिपथावर आहे, असेही सुरुवातीच्या टप्प्यात म्हणता येईल. सत्ता कशा आणि कोणत्या सामाईक मुद्द्यांवर एकत्र येतात, यावर बरेच काही अवलंबून असेल.

तंत्रज्ञानही पूर्वीच्या तुलनेत गेम चेंजर ठरले आहे. दैनंदिन दिनचर्येवर परिणाम करण्याची त्याची क्षमता अधिक खोल आहे. तसेच आपल्या सामान्य व्यवहारांचा, गरजांचा आणि संसाधनांचा शस्त्र म्हणून वापर करण्याची त्यामध्ये नक्कीच क्षमता आहे. किंबहुना ह्या वेगाने असा एक टप्पा गाठला आहे की, आपल्याला 'टेकेड्स'च्या (टेक-युग) दृष्टीने विचार करायला भाग पाडले जात आहे आणि त्याच्या जोडीला वैयक्तिक किंवा कधीकधी गटांमधील स्पर्धात्मक राजकारणाद्वारे व्यक्त होणारे, राष्ट्रे खेळत असलेले बारमाही डावपेच आहेतच. यातील प्रत्येक घटना समकालीन भारतीय परराष्ट्र धोरणाच्या मांडणीत, स्वतंत्ररीत्या आणि एकत्रितरीत्याही एक महत्त्वाचा घटक आहे. आज अर्थकारण तसेच तंत्रज्ञानाचे केंद्रीकरण झाले आहे. भारताला फक्त त्याला सुधारणाऱ्या पुनर्जागतिकीकरणासाठीच तयारी करायची नाही, तर त्या संधीचा सर्वंकष राष्ट्रीय सत्ता बळकट करण्यासाठी वापर करायाचा आहे.

जागतिक राजकारणात जेवढे सातत्य आहे, तेवढेच ते प्रवाहीही आहे, हे लक्षात घेता आपण पारंपरिकतेवर आपली फार भिस्त ठेवू नये हे स्पष्टच आहे. अर्थात, संरचनात्मक चौकट आणि पूर्वानुभव हे पारंपरिकतेचे महत्त्वाचे आधार असतात. पण त्याचबरोबर आपल्या सध्याच्या अस्तित्वाला सातत्याने आकार देणाऱ्या वर वर्णन केलेल्या प्रक्रियांना पूर्ण मान्यता देण्याची गरज आहे. राज्या–राज्यांमधील आणि राज्यान्तर्गत सत्तेतील महत्त्वाचे बदलसुद्धा एकूण आडाख्यांशी सुसंगत आहेत. त्यातला बराचसा भाग अमेरिका ह्या देशाभोवती केंद्रित आहे, मात्र त्याचे वर्चस्व पूर्वीसारखे राहिले नाही. त्यात बदल झाला आहे, हे निर्विवाद आहे; त्याची निष्पत्ती काय हा अजूनही चर्चेचा विषय असेल आणि त्याच्या क्षमतेला किंवा प्रभावाला कमीही लेखता कामा नये, हे अलीकडच्या घटनांनी सिद्ध केले आहे. परंतु त्याच्या नवीन भूमिकेचे योग्य आकलन हे मुळात एक आव्हान आहे, विशेषतः जेव्हा तो अधिक अप्रत्यक्ष किंवा दुरून आपल्या प्रभावाचा वापर करत आहे. विविध प्रदेशांत त्याची किती गुंतवणूक आहे, हा स्वाभाविक प्रश्न आहे, तो इतर राष्ट्रांच्या, विशेषतः चीनच्या वाढत्या उपस्थितीशी निगडित आहे.

समाजातील राजकीय ध्रुवीकरण हाही एक घटक आहे जो राज्यांच्या मुत्सद्देगिरीच्या धोरणाने विचारात घेणे आवश्यक आहे. चीनप्रमाणेच अमेरिकेतल्या देशांतर्गत बदलांमुळे, काही देशांना, त्यानुसार आपली भूमिका बदलण्यास भाग पाडले जात आहे. भू–राजकीय आखाड्यात पश्चिम आशिया आणि युरोप हे स्पर्धेचे मध्यवर्ती केंद्र मानण्याची जगाला सवय होती. पण जग त्याऐवजी आता अधिकाधिक इंडो–पॅसिफिककडे पाहत आहे. त्यामुळे दूरवरच्या देशांनाही आपापली इंडो–पॅसिफिक भूमिका आखणे भाग पडले आहे. युक्रेन संघर्ष आणि त्याचे ऊर्जेचे परिणाम कितीही महत्त्वाचे असले, तरी त्यामुळे विकासाला खीळ बसण्याची शक्यता नाही.

हा प्रत्येक कल भारतीय परराष्ट्र धोरणावर आपापले सहस्पंदन उमटवत होता. ही अस्थिरता प्रभावीपणे हाताळण्यासाठी सखोल रणनीती आखणे आणि सुनियोजित समायोजन करणे या दोन्हींची आवश्यकता आहे. आपल्या देशांतर्गत धोरणांनी केवळ कोविड साथीतून सावरण्याची खात्री दिली असे

नाही, तर त्यानंतर ती कोविड– मुत्सद्देगिरीचा आधार बनली. युक्रेनच्या संदर्भात, राजकीय भूमिकेने केवळ ऊर्जा आणि अन्न सुरक्षेच्या आवश्यकतांचीच दखल घेतली नाही, तर युरेशियाची व्यापक गतिशीलतादेखील विचारात घेतली गेली. चीनच्या बाबतीत प्रचंड सैन्य तैनात करण्याबरोबरच सहकार्य करण्यावरही जाणीवपूर्वक बंधने घालण्यात आली. क्वाड भागीदारांसह, आपण अशा मोजक्या देशांपैकी एक होतो ज्यांनी पाठोपाठचे परंतु एकमेकांहून भिन्न असे प्रशासनांमधील संक्रमण सोपे केले. परंतु क्वाडला अद्ययावत करणे, I2U2 तयार करणे आणि भारत–मध्य पूर्व–युरोप आर्थिक कॉरिडॉर (IMEC) तयार करणे यासह योग्य वेळी अनेक महत्त्वपूर्ण राजकीय निर्णय घेण्यात आले.

अनेक आघाड्यांवर कार्यरत राहण्याच्या आणि स्पर्धात्मक संबंधांचा सतत समतोल साधण्याच्या क्षमतेचीही याच काळात चाचपणी करण्यात आली. त्यातही युरोपशी सहकार्य वाढविण्यासाठी एवढी गुंतवणूक केल्यामुळे त्याचा आणि आपला रशियाशी पारंपरिक संबंध टिकवून ठेवण्याचा मेळ घालणे सोपे नव्हते. उत्तर–दक्षिण दरी अधिक रुंद होताच जी–२० अध्यक्षीय कार्यक्रमापूर्वी 'व्हॉइस ऑफ द ग्लोबल साऊथ' शिखर परिषद आयोजित करणे हे वेळीच उचललेले पाऊल होते आणि जेव्हा बहुध्रुवीयता निर्माण होत गेली, तेव्हा भारताच्या संबंधांच्या विस्ताराचा वेग वाढवण्याचा प्रयत्न केला गेला.

राष्ट्रांच्या निवडीला चालना देणाऱ्या मुद्द्यांमध्येही गेल्या काही वर्षांत आमूलाग्र बदल झाले आहेत. सत्तेची प्रगती मोजण्यासाठी लष्करी आणि आर्थिक असे पारंपरिक निकष वापरणे हा प्रस्थापित मार्ग होता. आम्ही संभाव्य संधींचे मूल्यमापनही देशांबरोबरच्या भागीदारींवर अधिक आधारभूत ठेवत होतो. तथापि, सुरक्षिततेचे मूल्यमापन करण्यासाठी आणि नफ्याची गणना करण्यासाठी अलीकडील अनेक घटनांनी आणखी बरेच मापदंड सादर केले आहेत आणि आपला दृष्टीकोन, मग तो थेट आर्थिक असला किंवा अधिक व्यापकपणे राष्ट्रीय सुरक्षा असला तरी, त्या मापदंडांनुसार जुळवून घ्यायला हवा. जागतिक अर्थव्यवस्थेची जोखीम कमी करणे ही आता एक प्रमुख पूर्वतयारी आहे. बाजार अर्थव्यवस्था आणि लोकशाही राज्यव्यवस्थेसाठी, ही तयारी अधिक लवचिक आणि विश्वासार्ह अशी पुरवठा साखळी स्थापित करण्यावर भर देते. डिजिटल

क्षेत्रातही आपण विश्वासार्हता आणि पारदर्शकतेच्या मूल्यांना सर्वाधिक जपले. सध्याच्या आर्थिक समस्येवर सर्वात व्यवहार्य उपाय म्हणून अधिक विकेंद्रित जागतिक अर्थव्यवस्था वाढत्या प्रमाणात सर्वमान्य झाली आहे. तांत्रिक चढाओढ तीव्र झाल्याने आर्थिक केंद्रीकरणाच्या विरोधात अशा भावना प्रबळ होणे शक्यच आहे. आंतरराष्ट्रीय शांतता आणि सुरक्षिततेसाठी परस्पर–अवलंबित्व हा नेहमीच खात्रीशीर उपाय ठरेल असे ठामपणे म्हणता येत नाही, हेही आपण मान्य केले पाहिजे. खुल्या अनिश्चित तंत्राधिष्ठीत युगात पुनर्जागतिकीकरण झाल्यास एक प्रकारच्या विश्वासार्ह सहकार्यांची आवश्यकता असेल, जो आपल्या सर्वांसाठी एक नवीन अनुभव असेल.

उदयोन्मुख शक्तीची गाथा

भारत आणि जग दोघेही चिंतन आणि मूल्यनिर्धारण करत असताना समोर हे असे चित्र आहे. आपण अस्थिरता आणि उलथापालथीच्या दिशेने जात आहोत, जिथे सौम्यीकरण आणि मार्गक्रमण सोबतच होत आहे. किंबहुना ज्या परिवर्तनाची आपण फार पूर्वीपासून कल्पना करत होतो, ते आता प्रत्यक्षात आपल्या उंबरठ्यापर्यंत येऊन ठेपले आहे. देशाबाहेर, भारत आपली वेगळी ओळख टिकवून ठेवूनही समविचारी राष्ट्रांशी जुळवून घेण्याची मूल्ये शोधत आहे. तर त्याचा देशांतर्गत प्रवास, त्याला भागीदारांच्या वाढत्या वर्गाला गुंतवणुकीच्या नवीन अटी प्रस्तावित करण्यास सक्षम करीत आहे. सर्वाधिक लोकसंख्या असलेला आणि सध्या पाचव्या क्रमांकाची अर्थव्यवस्था असलेला देश म्हणून जी-२० चे अध्यक्षपद तो ज्या पद्धतीने पार पाडत आहे, त्यावरून त्याचे महत्त्व अधोरेखित होते. बदलता भारत आणि सध्याचे अधिक गतिमान जग या दोघांसाठीही त्यांच्यातील संवाद स्पष्टपणे नवा आहे. अशा स्थितीत भारताच्या नेतृत्वाची गुणवत्ता अत्यंत प्रभावी ठरणार आहे. मी जगातील अत्याधिक तणावाखाली घडलेल्या विविध घडामोडी टिपण्याचा आणि त्या प्रवृत्ती म्हणून सादर करण्याचा प्रयत्न केला आहे. त्यावर आधारित आम्ही भारताच्या भवितव्याचे विश्लेषण करतो. माझ्या आधीच्या प्रयत्नाप्रमाणेच याचाही हेतू तंटेखोर समाजात सुरू असलेल्या चर्चेमध्ये योगदान देण्याचा आहे.

जगावर प्रभाव पाडणारी प्रमुख राष्ट्रे एखाद्या निर्णायक घटनेनंतर तसा प्रभाव पाडतात. अशा घटना म्हणजे संघर्ष असू शकतो, क्रांती असू शकते किंवा मोठा आर्थिक बदल असू शकतो. या सर्वांमागे क्षमतांचा आवाका वाढल्याने त्यांनी घेतलेली मोठी झेप आणि त्या स्तरावरील नव्या खेळाडूची गुणवैशिष्ट्ये या दोन्ही गोष्टी असतात. भारताच्या बाबतीत, त्याची आधीची मुत्सद्देगिरी त्याच्या क्षमतेमुळे मर्यादित झाली. राष्ट्रीय सुरक्षा आणि राजकीय आव्हानांमध्ये ती दिसून आली असली तरी प्रत्यक्षात सामाजिक–आर्थिक आणि तांत्रिक क्षेत्रातील मर्यादित प्रगतीचा तो एकत्रित परिणाम होता. पण कुठेतरी ते एका महान संस्कृतीचे अपुरे सादरीकरणही होते. भारताची प्रगती आपल्या सहकारी गटातील इतर देशांपेक्षा अधिक अडखळत झाली आहे. तरीही आज भारत अनेक आघाड्यांवर स्वबळावर वाटचाल करत असताना ह्या सर्व घटकांचा उपयोग केला जात आहे. राजकारण, अर्थकारण, लोकसंख्याशास्त्र, संस्कृती आणि विचार हे एक प्रभावी मिश्रण आहे. व्यापक क्षेत्रांत झालेले हे समूळ बदल नव्या भारताच्या निर्मितीत योगदान देत आहेत.

गेल्या दशकात भारताच्या अवकाश कार्यक्रमाची क्षितिजे विस्तारत आहेत आणि त्याच्या आंतरराष्ट्रीय आलेखात वाढ झाली आहे. मुत्सद्देगिरीच्या 'मंडला'ने आता स्पष्ट रूप धारण केले आहे. अगदी 'नेबरहुड फर्स्ट'नेही खोलवर पाय रोवले आहेत आणि विस्तारित शेजार सर्व दिशांनी पुढे सरकला आहे. पॅसिफिक आणि कॅरिबियन देशांप्रमाणेच आफ्रिका आणि लॅटिन अमेरिकेतही दिसून आल्याप्रमाणे आपली जागतिक उपस्थिती विस्तारत आहे. प्रमुख सत्ताकेंद्रांशी एकाच वेळी अनेक पातळ्यांवर आपले संबंध बळकट झाले आहेत; अर्थात त्यात आव्हानेही आलीच! 'फर्स्ट रिस्पॉन्डर ऑपरेशन्स'ने आमच्या आंतरराष्ट्रीय बांधिलकीवर जसा प्रकाश टाकला तसे 'लस मैत्री'ने दक्षिणेकडील चॅम्पियन म्हणून आमच्या विश्वासार्हतेवर शिक्कामोर्तब केले. 'कावेरी', 'गंगा' आणि 'देवी शक्ती' ह्यासारख्या मोहिमांनी परदेशातील भारतीय अडचणीच्या वेळी आपल्या सरकारवर अवलंबून राहू शकतात हे अधोरेखित केले आणि 'योग'च्या समर्थनाने सुरु झालेले दशक, श्रीअन्न अर्थात भरडधान्याचा पुरस्कार केलेला पाहत आहे. हा प्रवास सुरूच राहील, पण आपण काय बदल घडवून

आणला याचा आढावा घेण्याची आणि मूल्यमापन करण्याची ही वेळ आहे. आणि या योगदानामुळे आपण जगासाठी का जास्त महत्त्वाचे आहोत हे नक्कीच समोर येईल.

शेवटी, परराष्ट्र धोरण म्हणजे जागतिक परिदृश्याचे वस्तुनिष्ठ मूल्यमापन करणे आणि एखाद्याच्या संभाव्य प्रगतीचे ठोस मूल्यनिर्धारण करणे. जागतिक विशाल पटाचा अचूकपणे अभ्यास केला तरच कोणत्याही कामातील धोके आणि फायद्यांचे मूल्यमापन करता येईल. पण कोणतेही राष्ट्र अंधारात तीर मारत नाही, समोर काही नसताना योजना आखत नाही किंवा कृती करत नाही. राष्ट्राला स्वत:ची दृष्टी असावी लागते, मनात एक आराखडा असावा लागतो आणि साध्य करण्यासाठी उद्दिष्टे असावी लागतात. व्यावहारिक आणि सांस्कृतिक अश्या दोन्ही मर्यादांमुळे, हे कायमच स्पष्टपणे नमूद केले जाऊ शकत नाही. पण जागतिक स्थितीचे विश्लेषण करून, प्रक्रियांचे वर्णन करून आणि उपाययोजना सुचवून त्यांची रूपरेषा समजून घेता येते. त्या दृष्टीने आकलन करून घेण्याचे हे प्रकरण आहे.

भारताचे जी-२० अध्यक्षपद हे सध्याच्या जागतिक राजकारणामध्ये कसे मार्गक्रमण करावे याविषयी विचार देणारे आहे. दक्षिण जगताच्या प्रश्नांना सातत्याने वाचा फोडून आम्ही ह्याची हमी दिली की, जी-२० आंतरराष्ट्रीय वृद्धी आणि विकासाला चालना देण्याच्या त्याच्या मूलभूत कार्यादिशाकडे परत येईल. त्यादृष्टीने प्राधान्यक्रम ठरविणे आणि सामूहिक उपाययोजना करणे ही उद्दिष्टेही बऱ्याच अंशी साध्य झाली. पूर्व-पश्चिम ध्रुवीकरण आणि उत्तर-दक्षिण विभाजन या समांतर आव्हानांना सामोरे जाताना एकाचा उपयोग दुसरी समस्या कमी करण्यासाठी केला गेला. अंतरिम फलितांसाठी नव्या पद्धतींचा अंगीकार करणाऱ्या दृढ राजनैतिक धोरणामुळे खरोखर महत्त्वाच्या प्रसंगी एकमत होऊ शकले. आफ्रिकन युनियनला कायमस्वरूपी सदस्यत्व मिळावे यासाठी आपण घेतलेला हा पुढाकार केवळ लक्षणीयच नव्हे, तर तो आपल्या व्यापक कथनाला बळकटी देण्यास उपयुक्त ठरला.

अजेंडा जेवढा महत्त्वाकांक्षी असेल, तितकेच इतरांना विघ्नसंतोषीपणा करणे अवघड जाईल, हे या परिषदेतून प्रामुख्याने अधोरेखित झाले. त्याचप्रमाणे,

काळाच्या ओघात, महत्त्वाचे संबंध जोपासत, सर्व सहभागींनी भारताच्या यशात आपला हितभाग विकसित केला. मुत्सद्देगिरीची ही पद्धत असो किंवा नसो, जी–२० परिषदेत आपली संस्कृती आणि वारसा ह्यांचे सादरीकरण केले गेले किंवा लोकसहभागाला प्रोत्साहन दिले गेले. जी–२० च्या उपक्रमात भारतीय ठसा उमटला हे नक्की.

मुत्सद्देगिरीशी दीर्घकाळ संबंधित राहिल्यामुळे मी या पुस्तकाच्या माध्यमातून दोन जबाबदाऱ्या पार पाडू इच्छितो. एक म्हणजे उदयोन्मुख शक्तीचा विचार अशा जगासमोर मांडणे ज्या जगाला ह्या उदयाची वाढती जाणीव झाली आहे. दुसरं म्हणजे जागतिक घडामोडी अचूकपणे समजून घेण्याची गरज आपल्याच लोकांपर्यंत पोहोचवणं. तरच आपला देश आपल्यासमोर असलेल्या संधींचा वापर करू शकेल आणि आव्हानांना ओळखू शकेल. हे दुहेरी कार्यक्रम मात्र, त्यांच्या सांस्कृतिक पायावरच एकसंध आहेत. शेवटी, हा पाया आपल्या समाजाच्या बहुलतावादी आणि सल्लामसलत करण्याच्या स्वरूपावर जसा प्रभाव टाकतो त्याचप्रमाणे तो जगाकडे एक कुटुंब म्हणून पाहायला आपल्याला शिकवतो. सांस्कृतिक आधार जसे आपल्या लोकशाही निवडींना प्रोत्साहन देतात, तसेच आपल्या राजकीय मूल्यांनाही घडवतात. ज्या पद्धतीने विचारविनिमय केले जातात, निर्णय घेतले जातात आणि भूमिका मांडल्या जातात, त्या सर्वांवर आपल्या संस्कृतीचा ठसा असतो. पण सर्वात महत्त्वाचे म्हणजे आपल्या सामूहिक व्यक्तित्वाच्या मुळाशी असलेली मूल्ये आणि नैतिकता ते समोर आणतात.

राष्ट्रांची महाकाव्ये लोकांच्या कल्पनाशक्तीने विकसित होत असली तरी ती चातुर्य, श्रद्धा आणि सवयी यांचा लसावि असतात. इतिहासाच्या कठीण काळात ज्यांच्या संस्कृती आणि परंपरा दबावाखाली आल्या, त्यांच्यासाठीही ती अत्यंत प्रेरक असतात. खरोखर महान असणाऱ्या सांस्कृतिक गाथा, एक दृष्टीकोन विकसित करतात ज्या सीमांच्या पलीकडे आपला प्रभाव पसरविण्यास आणि आपल्याला इतरांना द्यायच्या संदेशांचा प्रसार करण्यास मदत करतात. त्यामुळे समकालीन जगाला लागू करता येतील असे धडे त्यांच्याकडून घेण्याचा मोह होतो. विशेषतः संघर्षाच्या खडतर काळी, त्यातील प्रकरणे आणि तात्पर्य

हे मार्गदर्शन करू शकतात, समान मूल्ये देऊ शकतात आणि आपला आत्मविश्वास मजबूत करू शकतात. महाकाव्ये कोणत्याही कालखंडातील घडामोडींकडे पाहण्याचा एक उद्बोधक मार्ग म्हणून काम करीत असल्याने ती नक्कीच चिरंतन प्रासंगिक राहतात.

भारताच्या रामायण आणि महाभारत या दोन प्रमुख महाकाव्यांपैकी, महाभारत सामान्यतः राज्यशास्त्र आणि मुत्सद्देगिरीशी संबंधित आहे, या समजुतीची अनेक कारणे आहेत. त्यांपैकी एक कारण म्हणजे त्याचे कथानकच आहे. पण तीही समजूत ह्यावरून झाली आहे की, ही दोन महाकाव्ये वेगवेगळ्या युगात मांडली गेली आहेत, ज्यामध्ये प्रत्येकाच्या आपापल्या वर्तनविषयक काही अपेक्षा आहेत. रामायण, जे आधीचे आहे, त्यामध्ये विचारांची शुद्धता आणि आचरणातील उदात्तता हा मध्यवर्ती संदेश आहे. याउलट, महाभारत मानवी दुर्बलता आणि महत्त्वाकांक्षेच्या पाठपुराव्याचा इतिहास अधिक आहे. आजच्या परिभाषेत आपण एकाकडे नियम आणि मूल्यांचे पालन करण्याचा उद्देश म्हणून पाहू, तर दुसऱ्याचे मूल्यमापन एक वास्तववादी राजनीती (रियल पोलिटिक) म्हणून करू. आंतरराष्ट्रीय व्यवस्था अनियंत्रित स्पर्धेवर उभी राहू शकत नसल्याने मूल्ये प्रस्थापित करण्याचा आणि टिकवण्याचा ध्यास नेहमीच प्रासंगिक राहिला आहे. जग एवढे खळबळजनक आणि अस्थिर अवस्थेत असताना हे कदाचित आज अधिकच समर्पक ठरते. नियमाधारित व्यवस्था निर्माण करण्याचे गुण आणि आव्हाने अशी दोन्ही अधोरेखित करून रामायणाचा त्या दृष्टीकोनातून अभ्यास केला जाऊ शकतो.

रामायणाची नैतिक परिमाणे विलक्षण ताकदीची आहेत, केवळ महाभारताशी तुलना केल्यावरच नाही तर इतर संस्कृतींतील महाकाव्यांच्या तुलनेतही. त्याचे समूळ आकलन म्हणजे ती वाईटाविरुद्ध चांगल्याची स्पष्ट लढाई आहे. म्हणूनच आशिया खंडातील बहुतांश भागांमध्ये सण आणि बोधकथांच्या माध्यमातून ती कथा तशाच पद्धतीने साजरी केली जाते. पण या आकृतिबंधातही धोरणात्मक रणनीतीच्या विद्यार्थ्याला शिकण्यास आवश्यक असणारी गुंतागुंत, दुविधा आणि अनिवार्यता त्यात आहे. सद्भावना कशी साधली जाते, आश्वासने कशी दिली जातात, युती कशी केली जाते किंवा निवडी कशा केल्या जातात हे सर्व या

कथानकातून सुस्पष्ट रेखाटले गेले आहे. बहुतेक प्रकरणांमध्ये, घेतलेले निर्णय स्पष्टरीत्या दिसतात; तरीही, महत्त्वाच्या घटनांना एक उपकथानक आहे ज्याशिवाय आपल्याला त्याचा आवाका कवेत घेता येत नाही.

थोडक्यात, रामायण ही जगाला दुष्टतेपासून मुक्त करण्यासाठी मानवी अवतार धारण करणाऱ्या एका दैवी शक्तीची गाथा आहे. त्या प्रक्रियेत दैवी अवतार वैयक्तिक आचरणाचे निकषही ठरवतो आणि सुशासनाला चालना देतो. त्या कारणास्तव, आपण त्याच्या राजवटीकडे नियम–आधारित व्यवस्थेचे प्रतीक म्हणून पाहू शकतो, ज्याला आपण रामराज्य म्हणून ओळखतो. हे कथानक जसजसे उलगडत जाते, तसतसे ते केवळ या सिद्धांतांपेक्षा अधिक गुंतागुंतीचे होत जाते. त्याची सुरुवात बलस्थाने निर्माण करण्यापासून आणि क्षमता प्राप्त करण्यापासून होते; जी त्याचा प्रमुख नायक प्रभू रामाला प्रचंड प्रतिष्ठा देते. विविध परीक्षांना सामोरे जाताना तो त्या कौशल्याने हाताळण्यास सक्षम असतो. त्या परीक्षा त्याला अंतिम आव्हानासाठी तयार करतात. सावत्र भाऊ लक्ष्मणाशी त्याचे नाते विशेष घनिष्ठ असले, तरी भरत आणि शत्रुघ्न या इतर दोन भावंडांचेही त्याला प्रेम लाभते. ही कथा राजकीय षड्यंत्राची आहे, कारण त्याची सावत्र आई कैकेयी त्याचे वडील दशरथ यांनी दिलेल्या वरदानांचा वापर करते. ती रामाच्या राज्याभिषेकाच्याच वेळी त्याच्या वनवासाचा आग्रह धरते. वनवासाच्या काळात राक्षसराजा रावणाने श्रीरामाची पत्नी सीतेचे केलेले अपहरण ही ह्यातील एक महत्त्वाची घटना आहे जिच्याभोवती इतर प्रसंग फिरतात.

राम तिला परत आणण्यासाठी मोहीम राबवत असताना, अनेक गोष्टी घडत जातात ज्या विविध लोककथांमध्ये आढळतात. जी दहा दिवसांची लढाई राम अखेरीस जिंकतो, ती लढाई तीव्र चिंतांनी व्यापलेली आहे. आपला भक्त, दूत, माहितगार आणि सल्लागार म्हणून हनुमानाची भूमिका विशेष उल्लेखनीय आहे. पण विश्वासार्ह मित्रांचे महत्त्व असो, युती निर्माण करण्याची आव्हाने असोत, खुल्या वचनांमधील जोखीम असो, धोरणात्मक आत्मसंतुष्ट राहण्याचे धोके असोत, प्रभावी मुत्सद्देगिरीचे मूल्य असो आणि माहितीपूर्ण युद्धाची गरज असो, या काळातून आजचे जग बरेच काही शिकू शकते.

सर्वात महत्त्वाचे म्हणजे, प्रभू रामाची कथा ही एका उदयोन्मुख शक्तीची गाथा आहे जी जगाचे हित साधण्याच्या वचनबद्धतेशी आपले विशिष्ट हितसंबंध साधण्याचा मेळ घालण्यास सक्षम आहे. ज्या परीक्षांना प्रभू रामाला सामोरे जावे लागते त्या त्याच्या धोरणात्मक सर्जनशीलतेला प्रोत्साहन देतात. अनेक निर्णायक मुद्दे हे तात्त्विक असतात आणि निवडलेले पर्याय परिणामी, कमी संदिग्ध असतात. पण परीक्षेचेही प्रसंग येतात, जिथे एखाद्या गरजेपोटी एखाद्या कृतीचे समर्थन केले जाते. वानर–राजे वाली व सुग्रीव यांच्यातील युद्धात प्रभू रामाने केलेला हस्तक्षेप, ज्याचे नंतर सविस्तर विवेचन केले आहे, हे त्याचं साक्षात उदाहरण आहे. अर्थात हे नैतिक मूल्यांशिवाय आहे असे नाही; इतकेच की नैतिकतेचे आकलन त्याच्या रूढीवादी पूर्वकल्पनांपेक्षा वेगळे आहे.

आयुष्य ही क्वचितच कृष्ण वा धवल अशी निवड असते आणि निर्णयप्रक्रियेतील गुंतागुंत समजून घेणे हा आंतरराष्ट्रीय संबंध समजून घेण्याचा एक अविभाज्य भाग आहे. एखाद्या मोठ्या उदयोन्मुख सत्तेला जागतिक परिदृश्याचे योग्य विश्लेषण आणि त्यावर आधारित कार्यरत राहण्याची क्षमता ह्याहूनही अधिक काही गरजेचे असते. सर्वप्रथम त्याने त्याची मूल्ये आणि मान्यता ह्यावर ठामपणे विश्वास ठेवायला हवा आणि आपली धोरणे त्या निष्ठांवर आधारभूत ठेवायला हवीत. ही धोरणे राष्ट्राची संस्कृती, वारसा आणि परंपरा यांच्या साकल्यातूनच घडतील. त्यामुळेच भारताचा उत्कर्ष तो जेव्हा खऱ्या अर्थाने 'भारत' असेल तेव्हाच होऊ शकतो.

■ ■ ■

२.

परराष्ट्र धोरण आणि आपण

आपल्या दैनंदिन जीवनात बदल घडवून आणताना

भारत आणि जग दोन्ही एकमेकांसाठी महत्त्वाचे असू शकतात. पण याचा अर्थ असा नाही की आपण भारतीयांनी स्वतःसाठी सावध राहू नये. ह्या राष्ट्रीय दृष्टीकोनातून 'चांगले' परराष्ट्र धोरण म्हणजे काय? आपण आपल्या हितसंबंधांचा विवेकबुद्धीने पाठपुरावा करत असतो. पण कदाचित त्याचा गुंतागुंतीच्या फॉर्म्युलेशन्सबरोबर संभ्रम निर्माण करून उत्तर अधिक गुंतागुंतीचे करतो. म्हणून, पारिभाषिक शब्दांच्या पलीकडे जाऊन अंतःप्रेरणेनी उत्तरे शोधणे महत्त्वाचे आहे.

एक चांगले परराष्ट्र धोरण आपल्याला वैयक्तिकरीत्या उपयुक्त ठरले पाहिजे. त्यातून जगाकडून आपल्याला अपेक्षित असणाऱ्या दैनिक गरजा भागवल्या गेल्या पाहिजेत. एक देश म्हणून आपण सामूहिक आहोत, त्यामुळे आपली राष्ट्रीय सुरक्षा सुनिश्चित झाली पाहिजे. तसे होत असताना आपल्या आकांक्षांचा पाठपुरावा सुकर झाला पाहिजे. परराष्ट्र धोरण हा बाह्य जगाशी जोडणारा दुवा असल्याने आपल्याला जे हवे आहे ते साध्य करता आले पाहिजे. अशा हव्या असलेल्या काही गोष्टी म्हणजे तंत्रज्ञान, भांडवल, कामकाजाच्या सर्वोत्तम पद्धती किंवा कामाच्या संधी असतील आणि साहजिकच आपणा सर्वांना शक्तिशाली व्हायला आवडतं, चांगलं दिसायला आवडतं आणि आपण कौतुकपात्र ठरावं असंही वाटतं.

अखेरीस, चांगल्या परराष्ट्र धोरणाला जागतिक कल कुठे आहे याचे चांगले आकलन व्हायला हवे आणि आपल्या देशासाठी आणि लोकांसाठी काय संभाव्यता आहेत, ह्याचा अंदाज करता यायला पाहिजे. जेव्हा अनपेक्षित घटना घडते, तेव्हा त्याने त्याला शांतपणे आणि प्रभावीपणे प्रतिसाद देणे गरजेचे आहे. त्याचबरोबर त्याने आपले हेतू स्पष्टपणे सर्वांपर्यंत पोहोचवायला हवेत आणि आपली प्रतिमा सकारात्मकपणे सादर करायला पाहिजे. ही उद्दिष्टे साध्य करणाऱ्या कोणत्याही प्रयत्नांचे अनेक फायदे असतात. हे प्रयत्न स्वीकार्य होण्यासाठी ते फार जास्त छान वाटावे ह्याची गरज नाही ; ते प्राथमिक स्तरावर वाजवी वाटले तरी पुरेसे आहे.

२४ फेब्रुवारी २०२२ रोजी युक्रेनमध्ये असलेल्या एका भारतीय विद्यार्थ्याच्या भूमिकेत एकदा शिरून बघा. शैक्षणिक संधींवर लक्ष केंद्रित केल्याने तुम्ही आता गंभीर संघर्षामध्ये अडकला आहात. फक्त तुम्हीच नाही तर तुमचे हजारो सह–नागरिकही आहेत ; लाखो युक्रेनियन आहेत जे एकाच वेळी देशाबाहेर जाण्याचा प्रयत्न करत आहेत. अंतर्गत प्रवास हाही मुळात धोकादायक आणि गुंतागुंतीचा आहे. अतिगर्दी आणि कोंडीमुळे सीमा अधिकच बिकट झाल्या आहेत. संघर्षग्रस्त शहरांमध्ये गोळीबार आणि हवाई हल्ल्यांमुळे बाहेर मोकळ्यावर असुरक्षित जागी येण्याचा शारीरिक धोकाही आहे.

हीच ती वेळ असते जेव्हा तुम्ही आपल्या सरकारकडे मदतीसाठी आणि सुरक्षितपणे बाहेर काढण्याच्या अपेक्षेने पाहत असता आणि खरोखरच, त्याच वेळी आपल्या देशाची संपूर्ण परराष्ट्र धोरण यंत्रणा कार्यान्वित होते, जशी ती 'ऑपरेशन गंगा' ह्या मोहिमेअन्वये झाली. रेल्वे आणि बसद्वारे वाहतुकीची सोय करून तिने हे काम केले. रशिया आणि युक्रेनमध्ये सर्वोच्च पातळीवर हस्तक्षेप करून ह्या मोहिमेने सुरक्षित प्रवासासाठी युद्धविरामाची खात्री केली. सीमा ओलांडणे सक्षम करण्यासाठी सीमा अधिकाऱ्यांना त्या कामी सक्रिय केले गेले आणि सुमी शहरासारख्या काही अत्यंत गंभीर ठिकाणी ह्या यंत्रणेच्या प्रतिनिधींनी आपल्या सुरक्षित वाहतुकीची निश्चिती करण्यासाठी संघर्षक्षेत्रेदेखील पार केली. आणि एकदा तुम्ही युक्रेनमधून बाहेर पडल्यानंतर, तिने रोमानिया, पोलंड, हंगेरी आणि स्लोव्हाकियामधील शेजारच्या सरकारांबरोबर ट्रान्झिट कॅम्प्स उभारण्यासाठी,

हवाई क्षेत्रांचा वापर करण्यासाठी आणि मायदेशी परतण्यासाठी आवश्यक त्या उड्डाणांचे आयोजन करण्यासाठी कार्य केले. हे सर्व घडवून आणण्यासाठी विविध पातळ्यांवर केलेले प्रयत्न, हस्तक्षेप आणि नातेसंबंधांचा क्षणभर विचार करा.

त्यानंतर पुन्हा १५ ऑगस्ट २०२१ रोजी काबूलला भेट द्या. कल्पना करा की जेव्हा तालिबानने अचानक शहराचा ताबा घेतला तेव्हा कोणत्याही कारणास्तव तुम्ही स्वत: तिथे अडकला आहात. तालिबानी चेकपोस्टस्च्या नियंत्रणाखालील शहरातून मार्गक्रमण करण्याबरोबरच एकूणच मायदेशी परतणं हे किती कठीण असू शकतं हे तुम्हीच तुम्हाला एकदा विचारा. तर नक्कीच ह्यासाठी भारत सरकारला अतिशय प्रयत्न करावे लागले आहेत. हताश अफगाणी आणि संशयित तालिबान्यांनी वेढलेल्या एका टोकाला असलेल्या, आपण मिळवलेल्या अमेरिकन एअरबेसपर्यंत पोहोचणे, त्वरित प्रतिसादासाठी ताजिक रेअर सपोर्ट वापरणे, अल्पावधीत इराणच्या हवाई हद्दीत प्रवेश करणे आणि गुपचूप कतारी सुविधेचा वापर करणे ह्या सर्वांइतकंच ते आव्हानात्मक होतं! अमेरिका, फ्रान्स, युके किंवा संयुक्त अरब अमिरातीने चालवलेल्या विमानांमध्ये अतिशय कौशल्याने वाटाघाटी करून मिळवलेल्या जागांचे काहीजण लाभार्थी होते. खरेतर विलक्षण गुंतागुंतीचे लॉजिस्टिक्स हे इतकेच होते असे वाटू शकते. पण ते त्याहूनही अधिक होते; त्यामागे वर्षानुवर्षांचे नातेसंबंध होते जे खरोखरच गरजेच्या वेळी उपयोगी पडले. तितकेच महत्त्वाचे म्हणजे ह्याने बहुविध स्तरावर कार्यरत राहण्याच्या लवचिक आणि व्यावहारिक भारतीय धोरणाची परिणामकारकता दाखवून दिली.

काबूलहून येणारी 'देवी शक्ती' मोहिमेची विमाने अत्यंत तणावपूर्ण असली तरी त्यांचे अल्प मुदतीतच नियोजन करता आले. संख्यात्मक विचार करता भारताने कोविड साथीतून निर्माण झालेल्या गरजांना दिलेला प्रतिसाद हा खूप मोठा होता. 'वंदे भारत मोहीम' जिने हवाई, समुद्र आणि जमिनीमार्गे अनेक देशांतील लाखो भारतीयांना मायदेशी आणले ती नागरिकांना सोडवून आणण्याची आजपर्यंतच्या इतिहासातील सर्वात मोठी विक्रमी मोहीम आहे. लोकांचे स्थलांतरण हे फक्त हिमनगाचे टोक होते. ते करणे – करवून घेणे हा एक क्लिष्ट आणि

गुंतागुंतीचा उपक्रम होता ज्यात नियोजन, जमवाजमव, चाचणी, निवास आणि परत पाठविले जाण्याच्या प्रतीक्षेत असलेल्यांची अन्नपाण्याची सोय करणे हेदेखील समाविष्ट होते.

प्रथम ह्या कामाची सुरुवात आपण वुहानपासून केली आणि नंतर इटली आणि त्यापलीकडे गेलो, यात स्थानिक, प्रांतीय आणि राष्ट्रीय अधिकाऱ्यांशी सखोल संवाद साधणे अंतर्भूत होते. ह्या सोडवून आणण्याच्या मोहिमेत पर्यटक आणि विद्यार्थ्यांपासून ते व्यावसायिक आणि कामगारांपर्यंत, अगदी यात्रेकरू, मच्छीमार आणि नाविकांपर्यंत सर्वांचा समावेश होता. ते केवळ भारतीयांना परत आणण्यापुरते मर्यादित ठेवले गेले नाही. जसे की, परदेशात, आखाती देशांमध्ये राहणाऱ्या अनेकांनाही थेट किंवा स्थानिक सरकारांबरोबर मध्यस्थी करून मदत करण्यात आली. इथेही राजकीय नेते आणि मुत्सद्दी यांनी जे रुजवले होते त्याचे फळ मिळाले.

अजून एक ताजे उदाहरण म्हणजे एप्रिल २०२३ मध्ये सुदानमधील सशस्त्र नागरी संघर्षात अडकलेल्या भारतीय समुदायाचे. गेल्या वर्षभरात जरी तेथील तणाव सातत्याने वाढत असला, तरी प्रत्यक्षात सर्वात वाईट घटना घडेपर्यंत तेथील स्थलांतरित लोक सहसा बाहेर पडण्यास टाळाटाळ करतात. हा प्रसंग जेव्हा उद्भवला तेव्हा सुमारे ४००० भारतीय नागरिक अचानक धोक्यात आले. भारतीय यंत्रणेने रातोरात घरातच कमांड सेंटर स्थापन करून त्याला तत्काळ प्रतिसाद दिला ज्याला ऑपरेशन कावेरी असे म्हटले. त्याचवेळी सौदी अरेबियात अगदी अल्पसूचनेवर भारतीय विमाने उड्डाणांसाठी तैनात करण्यात आली होती, तर नौदलाची जहाजे लाल समुद्रात पाठवण्यात आली होती. बाहेर काढण्याची प्रक्रिया विश्वास बसणार नाही इतकी गुंतागुंतीची होती कारण आपले नागरिक एका मोठ्या क्षेत्रात लहान संख्येने विखुरलेले होते. ह्या यादवी युद्धाच्या परिस्थितीत कायदा व सुव्यवस्था पूर्णपणे कोलमडली होती आणि मूलभूत जीवनावश्यक वस्तूही मिळणे कठीण झाले होते. तरीही भारतीय दूतावासाने सर्वात आव्हानात्मक परिस्थितीत काम केले, ज्या आव्हानामध्ये युद्धखोर पक्षाने दूतावासाच्या परिसरावर कब्जा करणे हेसुद्धा एक गंभीर आव्हान होते. यावर उपाय होता तो म्हणजे शक्य तितक्या सुरक्षितपणे, गुपचूप आणि वेगाने बाहेर

पडणे – ह्या तीन उद्दिष्टांचा विशेषत: वैयक्तिक आणि राजकीय दबावामुळे अनेकदा संघर्ष झाला.

तरीही, ही एक अशी कारवाई होती जी पूर्णपणे यशस्वी झाली कारण ती प्रत्यक्ष जमिनीवर काम करणाऱ्या निष्ठावान अधिकाऱ्यांची उपस्थिती, शेजारील राष्ट्रांसोबतची कुशल मुत्सद्देगिरी आणि वर्षानुवर्षे धार लावत तयार केलेल्या तपशिलाची एसओपी या सर्वांचे एकत्र संधान होते. आपले मुत्सद्दी आणि लष्करी कर्मचारी यांनी अनेकदा अत्यंत गंभीर असे वैयक्तिक धोके पत्करत उत्कृष्ट कामगिरी केली. सौदी, इंग्रज आणि इजिप्शियन यांसारख्या भागीदारांनीही मदत करण्यासाठी नेहमीपेक्षा अगदी वेगळे मार्ग पत्करलेले आपण पाहिले. या तणावाच्या अनुभवांमध्ये जर एक समान धागा असेल तर तो म्हणजे आपल्या व्यक्तिगत जीवनावर परिणाम करणारे मोठे धोके आणि खरं तर संपूर्ण मानवी इतिहासात ही एक दुर्दशाच आहे.

ऋषींनी जेव्हा पहिल्यांदा राम आणि लक्ष्मण यांना दुष्ट राक्षसांपासून आश्रम मुक्त करण्यासाठी नेले, तेव्हा त्या चकमकीचे त्यांच्या आयुष्यात काय प्रयोजन होते किंवा तो कशाचा संकेत होता ह्याची त्यांना अगदी थोडीशीच जाणीव होती. असुरी शक्तींशी त्यांचा हा पहिलाच सामना होता ज्या शक्तींचा पूर्ण अंदाजही त्यांना नव्हता. प्रभू राम ज्या मारीचाला प्रथम निष्प्रभ करतात तोच नंतरच्या वनवासात त्यांना फसवण्यासाठी सोनेरी हरणाचं रूप घेऊन परत येतो. अनेक वर्षांनंतर, वनवासाच्या सुरुवातीच्या टप्प्यात, तो पुन्हा शरभंगाच्या ऋषींचे रक्षण करण्याची प्रतिज्ञा करतो, कदाचित हे सर्व आपल्याला कुठे घेऊन जाणार आहे हे माहीत नसताना हे घडते.

वानर-राजा वालीचे वा गरूड-राजा जटायूचे भवितव्य असो, गुंतागुंतीच्या घटनांच्या मालिकेने भविष्य ठरविले जाण्याची अनेक उदाहरणे आहेत. मारिचासारख्या काहींना ते जाणवते, पण तरीही नशिबाची वाटचाल थांबवण्याइतकी ताकद त्यांच्याकडे नसते. किंबहुना संपूर्ण घटनाक्रमातील कळीचा मुद्दा म्हणजे राजा दशरथाची वचने जे स्वतः एक निरुद्देशपणे घेतलेल्या निर्णयाचे उदाहरण आहे. ज्यामुळे अनपेक्षित घटनांची मालिकाच सुरू होते. किंवा रावणाला महाराणी सीतेच्या अपहरणाचे अंतिमतः काय परिणाम होतील ह्याची कल्पनाही करता येत नाही ह्यानेही हे दर्शवून देता येते.

आपल्या आधुनिक जगात आपणही अनिश्चितता आणि अस्थिरतेसह जगत आहोत. कुठलाही अंदाज आपल्याला पूर्णपणे तयार राहण्यास मदत करू शकत नाही. तरीदेखील, आपण कायम मूल्यमापन करत राहिले पाहिजे, योजना आखल्या पाहिजेत आणि प्रतिसाद देण्यासाठी तयार राहिले पाहिजे. नागरिकांच्या कल्याणाचाच विचार सदोदित मनात ठेवणारे विवेकी सरकार साहजिकच अनपेक्षित आपत्कालीन परिस्थितीसाठी नियम, कायदे, यंत्रणा आणि कार्यपद्धती तयार करेल. तसेच अनुभवांच्या आधारे त्यांच्यामध्ये सातत्याने सुधारणाही करत राहील. गेल्या दशकभरात नेमके हेच बदलले आहे आणि मागे वळून पाहिले तर आपल्या सर्वसामान्य नागरिकांच्या आयुष्यात त्याने किती फरक पडला आहे, हे लक्षात येते.

आपले जागतिक अस्तित्व हाताळताना

याच काळातील सार्वजनिक आरोग्यासंदर्भातील समांतर उदाहरणही तितकेच उद्बोधक आहे. २०२० मध्ये जेव्हा कोविडची पहिली लाट भारतात आली तेव्हा पीपीई किटस्, मास्क आणि व्हेंटिलेटर मिळवण्यासाठी आपण

संपूर्ण जग घुसळून काढलं. पुरवठ्यापेक्षा मागणी खूप जास्त असल्याने विक्री बाजारात विक्रेत्यांचा वरचष्मा राहिला. गरजा अधिकच वाढत असलेल्या फार्मास्युटिकल उद्योगासाठीच्या घटकद्रव्यांनाही मोठ्या प्रमाणात मागणी होती. अनेक देशांमध्ये पसरलेल्या हजारो कंपन्यांकडून लसींसाठी संसाधने येत होती आणि ती स्थानिकांच्या मागण्यांना प्राथमिकता देण्याच्या अधीन होती. अशा परिस्थितीत व्यापार ही गोष्ट केवळ पुरेशी नव्हती; संसाधने परिणामकारकरीत्या प्राप्त करून घेता यावीत तसेच विविध नियामक मंजुऱ्या जलद मिळाव्यात ह्यासाठी संपर्कांची आवश्यकता होती. २०२१ मध्ये कोरोनाच्या दुसऱ्या लाटेत परदेशातून ऑक्सिजन आणि विशेष औषधांच्या मागणीत अशीच वाढ झाली होती. पुरवठा शोधणे, वाटाघाटी करणे आणि करार करणे हे भारतीय मुत्सद्देगिरीचे प्राधान्याचे काम बनले आणि ते पूर्णत्वाला नेण्यासाठी प्रयत्नांची पराकाष्ठा केली गेली. ही चार उदाहरणे असाधारण परिस्थितीची अपत्ये असू शकतात, पण ती वादातीत वास्तव काय आहे हे स्पष्ट करतात आणि हे वास्तव म्हणजे आपल्या दैनंदिन जीवनावर इतरत्र काय घडते याचा अधिकाधिक प्रभाव पडत असतो, मग त्या समस्या असोत किंवा उपाययोजना असोत.

त्यामुळे पुढच्या वेळी जेव्हा तुम्ही परदेश दौरा आखत असाल, एखाद्या महत्त्वाच्या परराष्ट्र संबंधावरील चर्चा ऐकत असाल किंवा परदेशातील हितसंबंधांविषयीची चर्चा वाचत असाल, तेव्हा ती गांभीर्याने घ्या. लक्षात ठेवा की याचा थेट परिणाम आपल्या कल्याणावर होऊ शकतो. परराष्ट्र धोरण हे केवळ संकटाच्या परिस्थितीतच महत्त्वाचे नसते. ते अक्षरशः आपली सुरक्षा, आपली नोकरी, आपल्या जीवनाची गुणवत्ता आणि नुकत्याच आपल्याला कोविड अनुभवातून लागलेल्या शोधाप्रमाणे, आपले आरोग्यदेखील ठरवू शकते. ते अभिमान, मूल्ये, प्रतिष्ठा आणि प्रतिमा यांसारख्या आपल्याला प्रिय असलेल्या गोष्टींना आकार देते. या सर्व आणि इतरही अनेक कारणांसाठी तुम्ही जगात अधिक रस घेणे आणि तुमच्या शक्यतांसाठी याचे काय औचित्य असू शकते हे समजून घेणे महत्त्वाचे आहे.

तुमच्या लेखी वैयक्तिकरीत्या परराष्ट्र धोरणाला काय अर्थ असतो हे जाणून घेऊया. जर तुम्ही भारतीय विद्यार्थी असाल तर व्हिसा मिळणे सोपे

होणे, कोविडच्या काळात प्रवास करण्याची क्षमता आणि कदाचित शिक्षणानंतर नोकरी व्यवसाय मिळू शकतो. जर तुम्ही व्यावसायिक असाल तर परराष्ट्र धोरण परदेशी बाजारपेठांमध्ये प्रवेश करण्यात, नियम आणि पद्धतींबद्दल माहिती मिळविण्यात आणि तशीच परिस्थिती निर्माण झाल्यास समस्या सोडविण्यासाठी मदत करू शकते. व्यावसायिक आणि कामगारांसाठी, ते योग्य रोजगार करार, संरक्षणाची प्रबळ भावना आणि अडचणीच्या वेळी कल्याणकारी उपायांची निश्चिती करण्यात दिसू शकते. अडकलेल्या पर्यटकांसाठी सहानुभूतीपूर्ण दूतावास अत्यंत आवश्यक मदत आणि आधार देतो आणि अधिक धोकादायक परिस्थितीत, अगदी निर्वातनदेखील करतो.

पण परराष्ट्र धोरणाची गरज भासण्यासाठी परदेशात असण्याची गरज नाही; देशांतर्गतही ते तेवढंच महत्त्वाचं आहे. जेव्हा बाह्य किंवा अंतर्गत सुरक्षेचा प्रश्न येतो तेव्हा मुत्सद्देगिरी प्रतिबंधात्मक, गंभीर परिस्थिती सौम्य करणारी किंवा समस्या सोडविणारी असू शकते. ती सामायिक धोक्याबद्दल जागरूकता वाढविण्यास मदत करू शकते तशीच ती समान धोक्यांना सामोरे जावे लागत असलेले समान सहकारी शोधू शकते. त्यामुळे जर तुम्ही आपल्या सीमेचे रक्षण करणारे सैनिक असाल किंवा दहशतवादाशी झुंजणारे पोलीस असाल तर चांगले परराष्ट्र धोरण तुमचे जीवन थोडे सोपे करते आणि मग अर्थव्यवस्था, त्यासोबत गुंतवणूक, तंत्रज्ञान आणि सर्वोत्तम पद्धतींचा शोध हे सगळे आहे ज्यांना केवळ परराष्ट्र धोरणाने कार्यान्वित करता येते.

या प्रत्येक क्षेत्रात परराष्ट्र संबंध भारताच्या प्रगतीला गती देऊ शकतात आणि एकत्रितपणे ते जे काही करतात ते म्हणजे रोजगार वाढविणे आणि आपले जीवनमान सुधारणे. आयात केलेल्या स्वयंपाकाच्या तेलाची किंमत असो किंवा सहयोगाने उत्पादित केलेला स्मार्टफोन असो, एका मोठ्या धोरणात्मक निर्णयामुळे तुमच्या व्यक्तिगत खर्चामध्ये थोडा फरक पडला आहे. किंबहुना ह्या मुद्द्यावर काही शंका असेल तर युक्रेन संघर्षाच्या पार्श्वभूमीवर येणारे दडपण आणि प्रतिसाद यामुळे त्या शंकेला पूर्णविराम मिळाला आहे.

पण आपल्या काळातील काही गंभीर मुद्दे – साथीचे रोग, दहशतवाद आणि हवामान बदल – आपल्या अस्तित्वावर किती परिणाम करतात याचाही

क्षणभर विचार करा आणि स्वतःला विचारा की उपायांच्या शोधात आपलेही मोठे योगदान का असू नये का? इतर राष्ट्रे भारताबद्दल, आपल्या संस्कृतीबद्दल आणि आपल्या जीवनशैलीबद्दल काय विचार करतात हेदेखील आपल्या सर्वांसाठी महत्त्वाचे आहे. शेवटी, जी-२० अध्यक्षपद जगाला भारताचा अधिक परिचय करून देण्यासाठी आणि आपल्या स्वतःच्या लोकांना परदेशातील संधींचा शोध घेण्यासाठी एक अनोखी संधी प्रदान करते. मग आपण आपल्या प्रतिमेला आकार देऊन प्रभावी नॅरेटिव्ह स्थापन करायला नको का? त्याचवेळी आपल्या राष्ट्रीय वादविवादात आणि विकासात बाह्य शक्तींना हस्तक्षेप करण्याची संधी न देता हे करणे हे एक आव्हान आहे. अधिकाधिक जोडल्या गेलेल्या जगात इतरांचा दृष्टीकोन, समजुती आणि आवडीनिवडी कशा समर्पक आहेत, याची ही उदाहरणे आहेत. त्यांचे व्यवस्थापन करायचे असेल तर आणि लाभ घ्यायचा असेल तर परराष्ट्र धोरण खरोखरच महत्त्वाचे आहे, याची देशांतर्गत प्रकर्षाने जाणीव होणे अधिक गरजेचे आहे.

मुत्सद्देगिरी आणि राष्ट्रीय सुरक्षा

सर्व समाजांच्या प्राधान्यक्रमात सुरक्षेला अग्रक्रम आहे. कारणे स्पष्ट आहेत: याचा आपल्या सामूहिक स्वभावावर परिणाम होतो. याला जसा प्रादेशिक पैलू असतो तशी सुरक्षा, कायदा व सुव्यवस्था आणि कल्याणाचीही एक बाजू असते. हे पैलू एकमेकांशी संलग्न असतात कारण ते एकत्रितपणे राष्ट्रीय भावना आणि राष्ट्रीय जीवन निश्चित करतात. भारतासमोरच्या आव्हानांमध्ये बाह्य आव्हानांचा वाटा जास्त आहे, कारण आपल्या अनेक सीमा पूर्णपणे निश्चित झालेल्या नाहीत. परिणामी होणाऱ्या चढाओढी अर्थातच कठोर निर्धार आणि संसाधने या दोन्हींची आवश्यकता नमूद करतात. आधी पाकिस्तानसोबत आणि अलीकडेच चीनसोबत आपण हे अनुभवलं होतं. पण वाटाघाटींमध्ये आणि प्रत्यक्ष जमिनीवरही इष्टतम स्थिती सुनिश्चित करण्यावर लक्ष केंद्रित करावे, अशी त्यांची तितकीच मागणी असते. अशा मतभेदांचे गंभीर पडसाद लक्षात घेता, शांतता आणि स्थैर्य सुनिश्चित करणेदेखील खूप औचित्याचे आहे.

मुत्सद्देगिरी ही संरक्षणाची नैसर्गिक भागीदार आहे. बहुतेक वेळा, मुत्सद्देगिरी प्राधान्याचा पर्याय असतो; तर काही प्रसंगी तो बॅकअपही असतो. शेवटी, बहुतेक लष्करी प्रसंग कॉन्फरन्स टेबलवर संपतात! आपल्या शेजारी स्थैर्य देण्यामध्ये परराष्ट्र धोरणाने मिळवलेले यश हाच देशांतर्गत प्रगतीचा आणि विकासाचा पाया आहे.

जग आज जसं आहे त्या जगात आपले शेजारी आणि इतरांच्याही वागणुकीचा अंदाज लावण्यासाठी स्वहित आणि संमिलन ह्या आधारांवर पूर्णपणे मोजदाद करता येत नाही. त्यांच्या महत्त्वाकांक्षा आणि भावनांचा तसेच त्यांच्या धोके पत्करू शकण्याच्या प्रवृत्तीचाही नेहमीच अंदाज लावता येत नाही. भारताच्या चीनसोबतच्या मागच्या तीन वर्षांतील मंदावलेल्या संबंधांच्या तीव्रतेचा अंदाज फार कमी लोकांना आला असेल. त्यामुळे कुठलीही विवेकी राज्यव्यवस्था आपल्या भूमिकेचे समर्थन पूर्ण क्षमतेने आणि प्रतिकाराने करते.

अशा आपत्कालीन परिस्थितीसाठी व्यापक पर्याय निर्माण करणे ही भारतीय मुत्सद्देगिरीची मोठी जबाबदारी आहे. संरक्षण उपकरणे खरेदी करणे आणि इतर साहाय्यक उपाययोजना करणे हे त्यामध्ये अंतर्भूत असू शकते. किंवा आंतरराष्ट्रीय समुदायाला आमच्या धोरणांचे आणि कृतिकार्यक्रमांचे यथायोग्य आकलन होण्यासाठी प्रयत्नशील असणे आणि त्यासाठी चिंताजनक परिस्थितीला सौम्य करणे किंवा निराकरण करणे हेसुद्धा त्यामध्ये येते. गेल्या काही वर्षांत हे सर्व कसे केले गेले आहे ते पाहूया.

२०१५ मध्ये बांगलादेशाबरोबर भूसीमा करार करून त्याची अंमलबजावणी करणे हे मोदी सरकारचे उल्लेखनीय यश होते. सागरी मतभेदांच्या सोडवणुकीबरोबरच पूर्वेकडील सुरक्षेच्या स्थितीवर याचा सकारात्मक परिणाम झाला. त्याहीपेक्षा संपूर्ण उपक्षेत्रासाठी आर्थिक सहकार्य आणि कनेक्टिव्हिटीच्या संधी खुल्या झाल्या आहेत. त्याचे लाभार्थी केवळ व्यापार आणि प्रवासासंदर्भात भारत आणि बांगलादेश किंवा नेपाळ आणि भूतानच नव्हे तर भारतातील ईशान्येकडील राज्येदेखील अगदी लक्षणीय प्रमाणात आहेत.

पाकिस्तानच्या संदर्भात आपल्या पश्चिम सीमेवर एक वेगळंच आव्हान उभं राहिलं आहे. त्या आघाडीवर मुत्सद्देगिरीचे सुरुवातीचे उद्दिष्ट पाकिस्तानचा

खरा चेहरा जगासमोर उघड करणे आणि त्याचा सीमेपलीकडील दहशतवाद अवैध ठरवणे हे होते. प्रत्युत्तराची गरज जेव्हा पडली, जशी ती २०१६ मध्ये उरी आणि २०१९ मध्ये बालाकोटमध्ये निर्माण झाली होती, तेव्हा प्रभावी मुत्सद्देगिरीद्वारे भारताच्या कृतींविषयी जगाला योग्य आकलन होईल याची खात्री केली गेली.

चीनबाबत बोलायचे झाले तर मे २०२० पासून लष्करी तणावाला समांतर राजनैतिक वाटाघाटी चालूच आहेत. त्यावरून परराष्ट्र आणि संरक्षणविषयक धोरणे खऱ्या अर्थाने जोडली गेली आहेत, हे स्पष्ट होते. इथेही जागतिक पाठिंबा मिळण्याचे आणि त्याच्याकडून दखल घेतली जाण्याचे मूल्य स्वयंसिद्ध आहे. आपल्या संरक्षण दलांना शस्त्रास्त्रे आणि तंत्रज्ञानाच्या ज्या गरजा असतात त्या भागवण्यासाठी आपण बहुध्रुवीय जगाचा लाभ करून घेतल्याचे विशेषतः दिसून आले आहे. अमेरिकेकडून एमएच-६० हेलिकॉप्टर किंवा पी-८ विमान, रशियाकडून एस-४०० क्षेपणास्त्र प्रणाली आणि इस्रायलकडून स्पाइस बॉम्ब यांच्याप्रमाणे त्याच निर्धारित वेळेत फ्रान्सकडून राफेल विमानांची खरेदी होऊ शकते, हे आपल्या चपळाईचे द्योतक आहे. ह्याला जोडून बऱ्याचदा लष्करी सराव आणि धोरणात्मक देवाणघेवाणीही होतात, त्यामुळे अधिक धोरणात्मक आश्वासकता लाभते. थोडक्यात, मुत्सद्देगिरी राष्ट्रीय सुरक्षेच्या प्रयत्नांना पाठबळ देते तसेच सशक्त करते आणि चालनाही देते.

यातील काही गोष्टी कमी प्रमाणात का होईना पण तरी देशांतर्गत बाजूलाही घडतात. शेजारच्या अनेक बंडखोर गटांनी देशांतर्गत शांतता अनेकदा बिघडवली आहे. कुशल मुत्सद्देगिरीने मात्र आपल्या शेजाऱ्यांना अशा गटांना आसरा किंवा आधार देण्यापासून प्रभावीपणे परावृत्त केले आहे. वेळोवेळी हवे तसे परिणाम साध्य करण्यासाठी थोड्या अधिक प्रयत्नांची गरज भासली आहे आणि त्याची ठाम समर्थनीय कारणेही आहेत.

अभिव्यक्ती स्वातंत्र्याच्या संरक्षणाचा गैरवापर करून फुटीरतावाद, हिंसाचार आणि मूलतत्त्ववादाचा प्रसार दूरवरून केला जात आहे. कॅनडा आणि ब्रिटन या दोन्ही देशांनी अशा घटना अनुभवल्या आहेत. यालादेखील जोरदार आणि सातत्याने प्रतिकार करणे गरजेचे आहे, कारण काहींना इतरांविरुद्ध हिंसेचा प्रचार करणे लोकशाही अधिकारांशी विसंगत वाटत नाही. जिथे युक्तिवाद आणि

पाठपुरावा यांचा फारसा परिणाम होत नाही, तेथे इतर मुत्सद्दी पावले टाकण्याची आवश्यकता असू शकते. भारत आता यापुढे इतरांच्या राजकारणात सॉफ्ट टार्गेट राहणार नाही, असा संदेश आमची एकंदर भूमिका देत आहे.

युक्तिवाद तर्काच्या आधारावर करता येतात, परंतु वादविवाद नक्कीच आवेशपूर्ण उत्तरांनीच निपटावे लागतात. अतिरेकवाद किंवा प्रशासनाला असलेल्या इतरही आव्हानांना नागरी समाजाच्या किंवा अस्मितेच्या नावाखाली उत्तेजना मिळत असते. अशा आव्हानांचा जोरदार प्रतिवाद करणे गरजेचे असते. सीमाविरहित राजकारणाचे जगही स्वतःच्या अशा चिंता निर्माण करते जे जगाला प्रभावित करण्याच्या मोहिमेच्या परंपरेला साजेसे असते. लोकशाही निवडींची पायमल्ली करणाऱ्या स्वतंत्र अजेंड्याच्या प्रबळ शक्ती अस्तित्वात आहेत. कुठल्याही वेगळ्या गोष्टीबद्दलची त्यांची असहिष्णुता इतर विचारांना अवैध ठरवण्याच्या प्रयत्नांतून दिसून येते. प्रस्थापित वृत्तपत्रे जेव्हा त्यांच्या ओपिनियन पेजवर संयुक्त राष्ट्रांनी मान्यता दिलेल्या व्यक्तींना त्यांची मते प्रदर्शित करण्यासाठी जागा देतात किंवा नामवंत ब्रॉडकास्टर्स जेव्हा विद्वेषी राजकीय कामे करतात, तेव्हा ते मानसिकता आणि उद्दिष्ट हे दोन्ही दाखवून देत असते. तंत्रज्ञानाची ताकद आणि नागरी संस्थांचा प्रभाव यांसह अनेक प्रभावी साधने ह्या खेळात असतात. ह्यामुळे हे आव्हान भयावह बनते. राजकारणाचा विचार केला तर नॅरेटिव्हजची लढाई ही एक दिवसरात्र करण्याची कसरत असते. आपल्या राष्ट्रहिताचा पाठपुरावा हा जागतिक हिताच्या पाठपुराव्याशी सुसंगत आहे, हे भारताने संयमाने मांडले पाहिजे. उत्तरांचा मोठा भाग युक्तिवादाच्या जगात आणि संवादाच्या परिणामकारकतेत दडलेला आहे. त्यामुळे मुत्सद्देगिरीला राज्यव्यवस्थेची ढाल आणि तलवार अशी दुहेरी जबाबदारी असते.

अलीकडच्या भारताविषयीच्या जागतिक चर्चेचा आपल्या सुरक्षेवर परिणाम होत आहे. खरंतर विलक्षण वैविध्याची संघराज्यव्यवस्था म्हणून संघाची जोपासना करण्याच्या आपल्या प्रयत्नाचे सर्वाधिक कौतुक व्हायला हवे. तरीही असं दिसून येतं की, राष्ट्रीय एकता, सार्वभौमत्व आणि अखंडता बळकट करण्याच्या आपल्या प्रयत्नांना अनेकदा वस्तुस्थितीचा विपर्यास करून कमकुवत केले जाते. आश्चर्याची बाब म्हणजे प्रशासनातील सुधारणा, तंत्रज्ञानाचा वापर आणि दीर्घकाळ प्रलंबित

असलेल्या मुद्द्यांवर झालेली प्रगती स्वातंत्र्यासाठी घातक असल्याचे चित्रण केले जाते आणि अनेक नामांकित संस्थाही आपल्या उद्देशाच्या पाठपुराव्यात चुकीची माहिती देतात. इतिहासाचा विपर्यास केला जातो आणि प्रतिकूल घटनांकडे सोयीस्कर दुर्लक्ष केले जाते. या प्रक्रियेत राजकीय व्होट बँक ही गोष्ट केवळ देशांतर्गतच अस्तित्वात आहे असे नाही तर एखाद्या अजेंड्याला पाठींबा देणारी व्होट बँक आपल्या सीमांपलीकडेही अस्तित्वात आहे, हे एक वास्तव आहे, हे आता आपल्या लक्षात आले आहे. अशा अवहेलनेपासून देशाचे कणखरपणे रक्षण करण्यासाठी आपण कटिबद्ध असले पाहिजे.

हा केवळ वादविवाद असता, तर कदाचित तो तितकासा महत्त्वाचा ठरला नसता. पण हे एक कटू वास्तव ह्या खेळात आहे. त्यातील काही भाग विचारधारांचा असू शकतो; पण आंतरराष्ट्रीय संबंधांचे स्पर्धात्मक स्वरूपही तितकेच दखलपात्र आहे. स्पष्ट सांगायचे झाले तर मजबूत आणि अखंड भारताच्या विरोधात नेहमीच प्रतिकूल हितसंबंध उभे राहिले आहेत. पूर्वी धर्म, भाषा, वांशिकता किंवा सामाजिक स्तर या आपल्या समाजातील प्रत्येक भेदरेषेचा त्यांनी गैरफायदा घेतला. आज वेगळ्या वेशात आणि नवनवीन युक्तिवाद घेऊन ते पूर्वीपेक्षाही अधिक सक्रिय झाले आहेत. भारतातील फुटीरतावादाला परदेशातील गटांमध्ये नियमित पाठिंबा का मिळतो, असा प्रश्न आपल्यापैकी अनेकांनी स्वतःला विचारण्याची गरज आहे. किंवा त्याच धर्तीवर आपल्याकडे रोख असलेल्या दहशतवादाला सातत्याने कसे कमी लेखले जाते किंवा तो तर्कशुद्धही आहे अशी भलामण कशी केली जाते, हेसुद्धा प्रश्न उपस्थित केले पाहिजेत. किंवा काही परकीय व्यासपीठे आपल्या रेकॉर्डची आणि कर्तृत्वाची बदनामी करण्यास अगदी सहजतेने का हातभार लावतात. जेव्हा अशा गणितांना आणि षडयंत्रांना सामोरे जावे लागते तेव्हा परराष्ट्र धोरणाचे काम स्वतःचे नॅरेटिव्ह पुढे नेत त्यांचे नॅरेटिव्ह नेस्तनाबूत करणे हेही असते.

राष्ट्रीय विकासाला चालना देताना

समृद्धीसाठीची मोहीम हा सर्व समाजांचा अविरत प्रयास असल्याने धोरण निर्मितीही याच ध्येयाला वाहिलेली असणे स्वाभाविक आहे. व्यापार

आणि गुंतवणुकीला चालना देणे ही त्याची सर्वांत स्पष्ट अभिव्यक्ती आहे. बाजार नेहमीच स्वत: काही काम करत नाही; प्रत्यक्षात, जवळपास प्रत्येकजण त्यातील प्रोत्साहन आणि सोयीसुविधांचा वापर करतो. ज्यांनी भूतकाळातील उणिवा अनुभवल्या आहेत, त्यांना त्याचे महत्त्व माहीत आहे आणि त्यांच्याकडे ह्या सोयीसुविधा वा प्रोत्साहनाचा फायदा करून घेण्याचे आणखी भक्कम कारण आहे. आपण अजूनही औद्योगिकीकरण, तंत्रज्ञान संपादन आणि स्पर्धात्मकता ह्या बाबतीत इच्छित पातळी गाठण्याचा प्रयत्न करत आहोत आणि अजून काही काळ करत राहू.

मात्र, केवळ देशांतर्गत क्षमता निर्माण करणे पुरेसे ठरणार नाही. परदेशात व्यवसाय मिळवण्यासाठी माहिती, नेटवर्किंग आणि प्रवेश आवश्यक आहे. इथे एक सद्गुणचक्र कायम फिरत राहते, ज्यामुळे वाढता व्यापार आणि आर्थिक क्रियाकलाप देशांतर्गत कौशल्ये, क्षमता आणि रोजगार अधिक मजबूत करतात आणि ते चक्र त्या बदल्यात, आपल्या क्षमतांना अद्ययावत करत राहते आणि त्यांना वेळोवेळी जोखतही राहते. अनेक अर्थांनी परराष्ट्र धोरण ही स्पर्धात्मकतेची प्रक्रिया आहे; आणि त्याची आर्थिक बाजू एका विशिष्ट क्षेत्राचे प्रतिबिंब.

गेल्या काही वर्षांत भारताने निर्यातीची, अगदी अलीकडील काळापर्यंत अवास्तव वाटत होती अशी महत्त्वाकांक्षी उद्दिष्टे साध्य केली. आता, ही फक्त आपल्या आकांक्षांमध्येच लक्षणीय वाढ झालीय असे नाही तर जागतिक अर्थव्यवस्था अजूनही कोविड साथीतून सावरत असतानाही झालेली ही खरे म्हणजे आकांक्षांची पूर्ती आहे. या आत्मविश्वासाचा पाया उत्पादन, कामगार, वित्त, कौशल्य आणि व्यापार प्रोत्साहन अशा एका व्यापक पल्ल्यातील सुधारणा हा आहे आणि त्यात भर पडली आहे ती व्यवसाय सुलभतेत सातत्याने सुधारणा केल्याची. आंतरराष्ट्रीय व्यावसायिक धोरणाच्या माध्यमातून बाजारामध्ये प्रवेश मिळवण्यासाठी आणि व्यापारातील अडथळे कमी करण्यासाठी कार्य केले जात आहे. हे पूर्वापार चालत आलेल्या पद्धतीनेही करता आले असते परंतु फ्रीट्रेड ॲग्रीमेंटस् आणि जागतिक पुरवठा साखळीसह, वाटाघाटी करून केलेल्या करारांमुळे त्याला अधिक वेगवान करता येते. हे स्वतःच एक उद्दिष्ट असते; रोजगार आणि समृद्धीसाठी त्याचे वाढते महत्त्व स्पष्ट आहे.

देशांतर्गत नव्या क्षमता निर्माण होण्यास परराष्ट्र धोरणाचा हातभार लागतो. आशिया खंडातील सर्व आधुनिकीकरण झालेल्या अर्थव्यवस्थांनी परदेशातून भांडवल, तंत्रज्ञान आणि सर्वोत्तम कार्यपद्धती मिळविण्याविषयी एकविचाराने बाहेरील देशांशी सुसंवाद साधण्यावर भर दिला आहे. मेईजी युगात जपान याचा प्रणेता होता, तर प्रमाणाचा विचार केला तर डेंग शियाओपिंगनंतरचा चीन सर्वात यशस्वी होता. गेल्या काही वर्षांत भारतानेही ही मानसिकता स्वीकारली आहे. उद्योग स्तरावर किंवा राष्ट्रीय प्रकल्पांच्या माध्यमांतून लोकांना होणाऱ्या फायद्यांची उल्लेखनीय उदाहरणे आमच्याकडे आहेत. आयटी असो वा ऑटो मॅन्युफॅक्चरिंग, अन्न उत्पादन असो किंवा अन्न प्रक्रिया, मेट्रो असो किंवा बुलेट ट्रेन, अंतराळ क्षमता असो किंवा अणुऊर्जा; परकीय सहकार्यामुळे मिळालेली फळे सर्वांसमोर आहेत.

हरित वाढ आणि हवामान कृती यांसारख्या नवीन आव्हानांमुळे शक्यतांची आणखी दारे उघडू लागली आहेत. जुन्या औद्योगिक अर्थव्यवस्थांपासून ते अधिक नावीन्यपूर्ण अर्थव्यवस्थांपर्यंत सर्वांशी आपली भागीदारी झाली आहे. हे सर्व अनेक क्षेत्रांमध्ये आपण निर्माण केलेल्या, परदेशात आवडीच्या संधी ओळखण्याच्या, गुंतविण्याच्या, वाटाघाटी करण्याच्या आणि त्याचा फायदा घेण्याच्या आपल्या क्षमतेमुळे होते. सर्वात प्रभावी परराष्ट्र धोरण तेच आहे जे विकासावर लक्ष केंद्रित करते आणि तो प्रत्यक्ष घडवूनही आणते.

परदेशी सहकार्याद्वारे लाभलेली संसाधने आणि संधी देशांतर्गत अर्थव्यवस्थेच्या नैसर्गिक वाढीस गती देतात. तथापि, असे सहकार्य जरी बहुमोल असेल, तरी ते देशांतर्गत सखोल क्षमतांची सातत्याने जोपासना करण्याचा पर्याय होत नाही. आपल्याला अनुभवातून हे समजलं आहे की, ह्या मुद्द्यावर जर घोळ केला तर त्याचे अत्यंत हानिकारक परिणाम होऊ शकतात.

तीन दशकांपूर्वी भारताने अत्यंत आवश्यक अश्या सुधारणा केल्या आणि आपली अर्थव्यवस्था खुली केली. असे केल्याने होणारे फायदे निर्विवाद आहेत. मात्र, कार्यक्षमता आणि आधुनिकतेच्या नावाखाली आपल्या लघू व मध्यम उद्योगांची (SMEs) किंमत मोजून सोपे पर्याय स्वीकारण्यात आले. देशांतर्गत प्रभावी पुरवठा साखळी तयार करण्याऐवजी, आपण अधिक फायदेशीर

आणि कमी कष्टाचा असा केवळ विविध घटकांना एकत्र करण्याचा आणि उत्पादनाची गुणवत्ता वाढवण्याचा पर्याय निवडला. आपल्याच उद्योगासाठी ज्ञान, कौशल्ये आत्मसात करण्याचा कोणताही प्रयत्न न करता पायाभूत सुविधा प्रकल्प इतरांना देण्यात आले. अल्पकालीन फायद्याच्या पाठपुराव्यामुळे आपण महत्त्वाकांक्षा गमावून बसलो आणि त्याबरोबर रणनीतीची जाणीवही गमावून बसलो. परिणामी, आर्थिक विकासासाठी रोजगार, कौशल्ये, सामर्थ्य आणि क्षमतांमध्ये पाहिजे तितक्या प्रमाणात वाढ झाली नाही.

गेल्या दशकभरात आपल्याला ही जाणीव झाली आहे की, जागतिकीकरणाचा मंत्र, जर बेफिकीरीने लागू केला तर खरेखुरे नुकसान होऊ शकते. एवढेच नव्हे, तर आर्थिक निवडी धोरणात्मक संदर्भ लक्षात न घेता केल्या गेल्या तर त्या देशाला अत्यंत धोकादायक मार्गावर नेऊ शकतात. खरा वाद हा खुली अर्थव्यवस्था असावी की संरक्षित असावी हा नाही. तर खरा वाद हा आपण रोजगारकेंद्री आणि क्षमतेवर चालणारा समाज आहोत की केवळ बाजार म्हणून समाधानी असणारा, नफ्याने झपाटलेला समाज आहोत, हा आहे. ह्यापूर्वी जागतिकीकरणवादी विचारसरणीचा आव आणत असुरक्षिततेबरोबरच आपल्या परावलंबी मानसिकतेलाही तर्कसंगत केले गेले. इतरांच्या भवितव्याचा केवळ एक भाग होण्यापेक्षा भारताचे भवितव्य नक्कीच खूप मोठे आहे. खरी वाढ ही केवळ जीडीपी वाढीपुरती नसते; ती पायाभूत सुविधा, पुरवठा साखळी, कौशल्ये, वित्त आणि सामाजिक–आर्थिक प्रगती यांचीही तेवढीच असते. जेव्हा आपण जीडीपीसाठी ह्या इतर गोष्टींचा त्याग करतो, तेव्हा आपल्या दीर्घकालीन संधी धोक्यात येतात. आपण नकळत स्ट्रॅटेजिक लॉक-इनमध्ये जाऊ शकतो. परराष्ट्र धोरण निश्चितच आपल्या धोरणात्मक वाटचालीला पुढे नेण्याचे साधन आहे; तितकेच ते आपले व्यापक दृश्य योग्य आहे ना याची हमी देणारे आहे.

सर्व राष्ट्रे, अधिक परस्पर अवलंबन आणि परस्पर प्रवेशाच्या युगात, त्यांच्या राष्ट्रीय सीमांच्या पलीकडे आपले स्वतःचे ज्यावर प्रभुत्व आहे अशा प्रभाव क्षेत्रांचा विस्तार करण्याचा प्रयत्न करतील अशीही अपेक्षा आहे. पूर्वी व्यापार, वित्त, लष्करी कारवाया आणि स्थलांतर ही असा विस्तार करण्याची काही साधने होती. हल्ली कनेक्टिव्हिटी आणि सामाजिक–आर्थिक सहकार्याची

भूमिका अधिक ठळक झाली आहे. फाळणीमुळे ज्या देशाची पोहोच मर्यादित झाली होती, त्या भारतासारख्या राष्ट्राला हे लक्षात येणे महत्त्वाचे आहे. जसजसे आपण वेगवेगळ्या आयामांमध्ये प्रगतिशील होत जातो, तसतसा आपला धोरणात्मक भाव सुचवतो की आपली समृद्धी केवळ आपल्यासाठी नाही तर संपूर्ण क्षेत्रासाठीच एक मोठे प्रोत्साहन म्हणून कार्य करते. हे लक्षात घेऊनच मोदी सरकारने शेजाऱ्यांशी कनेक्टिव्हिटी आणि सहकार्यात्मक उपक्रमांचा लक्षणीय विस्तार केला आहे. त्याचे परिणाम नवीन रस्ते आणि रेल्वे कनेक्शन, जलमार्ग, बंदर प्रवेश आणि परिवहन हक्क, पॉवर ग्रीड्स व इंधन प्रवाह आणि विशेषतः लोकांच्या गतिशीलतेत दिसून येतात.

सर्व भागीदारांच्या फायद्याला सारखेच प्रोत्साहन देत आणि परस्परांच्या पाठिंब्याच्या आधारावर दक्षिण आशिया खऱ्या अर्थाने परिवर्तनातून जात आहे. परिवर्तनाच्या ह्या आव्हानांचा 'नेबरहूड फर्स्ट' धोरण आपल्या आसपासच्या परिसरात सामना करते त्याप्रमाणे त्यासारखीच इतर समांतर धोरणे विस्तारित शेजारला प्रोत्साहित करतात. भारताची हीच विचारसरणी त्याने कोविड काळात शेजाऱ्यांना दिलेल्या पाठिंब्यामध्येही दिसून आली.

तथापि, परस्परावलंबित्वाला स्वतःची नकारात्मक बाजू आहे आणि जेव्हा जागतिक नीतीनियम धुडकावले जातात तेव्हा त्याचा गैरफायदा घेतला जाऊ शकतो. त्यामुळे स्पर्धात्मक राजकारणावर सातत्याने लक्ष ठेवण्याची गरज आहे. इतर सर्वजण नियमांनुसार खेळतील, असे आपण नेहमीच गृहीत धरू शकत नाही. त्यामुळे जगाचा अर्थ उलगडून सांगणारी मुत्सद्देगिरी हा म्हणूनच एक दक्षतेचा आवाजही आहे. ती समाजाला संधी तर दाखवून देतेच पण त्याचवेळी ती जोखीम आणि तोटे यांचीही माहिती देत असते. पद्धतशीर आणि संघटित पद्धतीने हे करणे हा रणनीती आखण्याचा एक भाग आहे. परराष्ट्र धोरण आपल्या स्वाभाविक गुणधर्मानुसार एक व्यापक दृष्टीकोन विकसित करते आणि इतर व्यापार, तंत्रज्ञान, शिक्षण किंवा पर्यटन यासारख्या अनेक क्षेत्रांना मार्गदर्शन करू शकते. त्यामुळे विशेषतः सध्याच्या काळात नातेसंबंधांकडे पाहण्याचा सर्वांगीण दृष्टीकोन बाळगणे आवश्यक आहे.

कामासाठी विश्वसंचार

भारताला प्रचंड मानवी भांडवल लाभले असेल. पण आपल्या त्रुटींपैकी एक म्हणजे त्या भांडवलाचा पुरेपूर वापर करता न येणे. मात्र सध्या आयुष्याच्या इतर अनेक पैलूंप्रमाणे हेसुद्धा बदलत चालले आहे. २०१४ नंतर सुरू करण्यात आलेल्या अनेक राष्ट्रीय मोहिमांद्वारे लैंगिक भेदभाव आणि आरोग्यापासून ते शिक्षण, कौशल्य आणि रोजगारापर्यंतच्या अनेक सामाजिक–आर्थिक आव्हानांवर उपाययोजना केल्या जात आहेत. या काळात प्रगतिशील धोरणनिर्मितीमुळे जवळपास प्रत्येक क्षेत्रात बदल झाला आहे. पायाभूत सुविधांचा विकास, उत्पादन विस्तार, स्मार्ट शहरे आणि कामगार कायदे ही त्याची उल्लेखनीय उदाहरणे आहेत. पाणी, वीज, घरे आणि आरोग्य यांच्या समावेशाने आपण आपली मूलभूत गरजांची व्याख्या बदलली आहे. याचा परिणाम केवळ आपल्या राष्ट्रीय महत्त्वाकांक्षेवरच होतो असे नव्हे, तर संपूर्ण जागतिक समाजावरही होतो.

कमी लोकसंख्येमुळे विकसित जगावर परिणाम होत असताना, जगाचा 'कार्यस्थळ' म्हणून वापर करत कार्यरत होण्यासाठी भारतीयांना मोठा फायदा होण्याची प्रत्यक्ष शक्यता आहे. आत्तापर्यंत हे नैसर्गिकरीत्या होत होते आणि धोरणकर्ते या घटनेवर निश्चित मत व्यक्त करू शकत नव्हते. तथापि, आपले मानवी भांडवल जागतिक पटलावर आणण्याचा जाणीवपूर्वक प्रयत्न केल्यास वेगळ्या फलनिष्पत्तींची एक मालिका निर्माण होऊ शकते.

अमेरिका, कॅनडा, ऑस्ट्रेलिया आणि युरोपमध्ये शिकणाऱ्या भारतीय विद्यार्थ्यांच्या रोजगाराच्या संधी आता आमच्या अजेंड्यावर प्रामुख्याने आहेत. पोर्तुगाल, युके, ऑस्ट्रेलिया, फ्रान्स आणि जर्मनी यांच्याबरोबर स्थलांतर आणि गतिशीलता भागीदारी करार पूर्ण झाले आहेत, तर इतर युरोपियन राष्ट्रेही त्याचे अनुसरण करू लागली आहेत. किंबहुना कोविडमुळे निर्माण झालेल्या अनिश्चिततेच्या काळात विद्यार्थ्यांचे शैक्षणिक हित हा एक विशेष लक्ष द्यावा असा विषय बनला आहे.

कौशल्याच्या संदर्भात अमेरिका, कॅनडा, ओशिनिया आणि युरोपमध्ये भारतीय प्रतिभावंतांना भेदभावरहित वागणूक मिळावी यासाठी आम्ही प्रयत्नशील आहोत. जिथे ते आधीपासूनच राहतात, तेथील समुदायाचे कल्याण आणि

सांस्कृतिक प्रश्नांकडेही आपण लक्ष देत आहोत. ह्याची सर्वात जास्त गरज असणारी सर्वात मोठी भारतीयांची संख्या अर्थातच आखाती देशांमध्ये आहे. त्यांच्या क्षेमकल्याणाला सर्वोच्च प्राधान्य आहे आणि त्याचे संपूर्ण प्रतिबिंब निर्णय प्रक्रियेत उमटले आहे. भारतीय समुदाय कल्याण निधीच्या (Indian Community Welfare Fund - ICWF) होत असलेल्या उदार वापरावरून दिसून येते की आपली त्यांच्याप्रती जबाबदारीची भावना अधिक दृढ आहे. तसेच रोजगार प्रशिक्षण आणि संकटग्रस्तांसाठी सुविधा निर्माण करण्याचे कार्यक्रमदेखील ही जबाबदारी दाखवून देतात. घरगुती कामगारांच्या हक्कांबाबतचा कुवेतबरोबर केलेला करार हा परदेशात चांगले कार्यक्षेत्र सुनिश्चित करण्याच्या आमच्या वचनबद्धतेचे अजून एक उदाहरण आहे. परदेशात केलेली सामाजिक सुरक्षा देयके परत मिळवण्याचा प्रयत्न हाही आणखी एक प्रयत्न आहे. खरंतर, व्हिसा मिळविणे सोपे करणे हे आमच्या राजनैतिक प्रयत्नांतील अधिक केंद्रस्थानी असलेले काम ठरले आहे.

खरेतर ही मानसिकता घरबसल्या पासपोर्ट मिळवणं किती सोपं आहे हे वाटण्याच्या टप्प्यापासूनच सुरू झाली होती. निर्गम–केंद्रांच्या चौपट विस्तारामुळे आणि पडताळणी प्रक्रिया सोपी केल्याने परदेशात जाण्याच्या आणि काम करण्याच्या क्षमतेत आमूलाग्र बदल झाला आहे. आज जपान, युरोप, आखाती देश किंवा रशिया असो, वाटाघाटींद्वारे केलेल्या करारांमुळे भारतीय कौशल्यांसाठी संधींची नवी दालने उघडत आहेत. परराष्ट्र धोरणामुळे सामान्य भारतीयांसाठी जग अधिक सुगम होण्यास मदत होत आहे. आणि अडचणीच्या वेळी आम्ही त्यांच्या पाठीशी आहोत ह्या भावनेने ते पूर्वीपेक्षा कितीतरी अधिक आत्मविश्वासाने बाहेर पडत आहेत. आपले कामगार असोत की विद्यार्थी, नाविक असोत की पर्यटक, कोविडच्या लाटेत लाखो भारतीयांना परत आणणारे 'वंदे भारत मिशन' हे जितके क्षमतेचे उदाहरण होते तितकेच बांधिलकीचेही होते.

अलीकडेच परदेशात पाऊल ठेवलेल्यांच्या संख्येत वाढ झाली असावी. परंतु आत्ताचे स्थलांतरित हे ऐतिहासिक काळापासून गेलेल्या प्रस्थापित समुदायांमध्ये सामील होऊन जगातील सर्वात मोठा डायस्पोरा तयार करतात हे विसरता कामा नये. परराष्ट्र धोरणाशी त्यांचे कल्याण आणि हितसंबंध समूळ

जोडलेले असणे हे स्वाभाविकच आहे. भारत म्हणून जागतिक स्तरावर प्रतिष्ठा वाढल्यामुळे त्यांनाही साहचर्याचा फायदा झाला आहे. आपल्या मायदेशात हक्काने अभिमान बाळगता येईल अशा अनेक गोष्टी असतात, मात्र हे सर्व अशा वादातीत कर्तृत्वापेक्षा बरेच वेगळे आहे. अधिक जागतिकीकरण झालेल्या जगात भारतीय डायस्पोरा अटळपणे भारताला अधिक प्रभावीपणे सांधणारा सेतू म्हणून उदयास आला आहे. त्याचबरोबर आत्मविश्वासपूर्ण भारतानेही त्यांच्या यशाचा अभिमान बाळगला आणि त्यांच्याशी असलेलं दृढ नातं तोडून टाकलं नाही.

काही अर्थांनी भारतीय डायस्पोरा अगदी अद्वितीय आहे कारण, इतर समाजांच्या तुलनेत, त्याचे स्थलांतरण देशांतर्गत अशांततेमुळे झाले नव्हते. उलटपक्षी एका अधिक सच्च्या प्रतिनिधीच्या उदयाने भारतमातेशी असलेले त्याचे नाते भावनिकदृष्ट्या जास्तच घट्ट झाले आहे. मॅडिसन स्क्वेअर गार्डनमधील २०१४ च्या कार्यक्रमामुळे डायस्पोरा कनेक्टिव्हिटीचे नवे पर्व सुरू झाले आहे. दोन्ही बाजूंसाठी ह्या जोडले जाण्याच्या भावनेचे महत्त्व लक्षणीयरीत्या वाढले आहे. परराष्ट्र धोरणासाठी, ह्या काही अतिरिक्त जबाबदाऱ्या असू शकतात परंतु असे उपक्रम निश्चितच पाठिंब्याचे अधिक स्रोत प्रदान करतात. परिणामी, डायस्पोराशी संबंधित उपक्रमांमध्ये वाढच होत आहे, जेणेकरून अनिवासी भारतीयांचे भारताशी असलेले नाते अधिक दृढ होईल.

विवेकी परराष्ट्र धोरणांना साहजिकच रोजीरोटीचा प्रश्न सोडवावा लागतो. तथापि, विशेषत्वाने मोठ्या राष्ट्रांनी विचार करण्यासारखे अजून अनेक मोठे प्रश्नही आहेत. तातडीने लक्ष घालण्याजोगी जागतिक चिंतेची तीन समकालीन उदाहरणे म्हणजे साथीचे रोग, दहशतवाद आणि हवामान बदल. अशा आव्हानांबाबत अनभिज्ञ किंवा उदासीन राहणे कोणत्याही देशाला परवडणारे नाही. अगदी छोट्या राज्यांनाही याचा फटका बसतो; मोठ्यांना तर अधिकच बसतो. भारतासारख्या राष्ट्राने त्यांचे थेट परिणाम मांडण्याबरोबरच जागतिक चर्चेची दिशाही ठरविण्याची गरज आहे. त्यामुळे प्रभाव निर्माण करण्याइतकाच हा जबाबदारीचाही उपक्रम ठरतो.

या संदर्भातील अलीकडच्या रेकॉर्डचे निरीक्षण केल्यास त्यातून काही बोध मिळतो. दहशतवादाला प्रत्युत्तर देण्यासंदर्भात जागतिक चर्चेत भारत

कायम पुढे राहिला आहे. जगाला जर त्या धोक्यांची पुरेशी जाणीव झाली असेल किंवा दहशतवादी कृत्यांसाठी फार सहनशीलता राहिली नसेल, तर आमच्या प्रयत्नांनी पुष्कळ फरक पडला आहे, असे म्हणता येईल. हवामान बदलाबाबत भारताने २०१५ मध्ये पॅरिसमध्ये सर्वांची सहमती साध्य होण्यासाठी मदत तर केलीच, पण इतर अनेक राष्ट्रांच्या तुलनेत भारत आपल्या वचनांवर ठाम राहिला आहे. २०२१ मध्ये ग्लासगो येथे ही चर्चा आणखी उच्च पातळीवर नेण्यात आली. आयएसए आणि सीडीआरआय ही हवामान कृतीतील भारताच्या उत्तम नेतृत्वाची दोन उल्लेखनीय उदाहरणे आहेत. साथीच्या रोगांबाबत, औषधे आणि लसींचा पुरवठा करणे आणि परदेशात साहाय्यकारी पथके तैनात करणे हे भारताच्या आंतरराष्ट्रीयवादाचे द्योतक आहे.

मागच्या सरलेल्या दशकात भारताच्या उपक्रमांमधील नवचैतन्य अगदी स्पष्ट दिसत आहे, विशेषत: पंतप्रधान मोदींची स्वतःची व्यस्त कार्यक्रमपत्रिका बघितली तर ते अगदी सिद्ध आहे. द्विपक्षीय दौरे, सामूहिक शिखर परिषदा, विकास भागीदारी किंवा दूतावास सुरू करणे असो; भारतीय मुत्सद्देगिरीत आमूलाग्र बदल झाला आहे. भारतातील प्रत्येक वर्गातील नागरिकांना त्यांना भेडसावणाऱ्या समस्यांचे निराकरण होईल आणि त्यांचे हितसंबंध जपले जातील याची आता अधिकाधिक खात्री झाली आहे.

परदेशात अधिक सक्रिय दृष्टीकोन ठेवल्याचे फायदे देशांतर्गतही तितकेच दिसून येतात. विविध मार्गांनी जागतिक स्तरावर भारताची समर्पकता किती मोठी आहे हे प्रत्यक्ष निदर्शनास आणून दिले जात आहे. विशेषतः दहशतवाद, काळा पैसा इत्यादींवरील चर्चांमधून आणि अजेंड्यामधून ते सिद्ध होत होतेच. विशेषतः पॅरिस आणि ग्लासगो येथील हवामान बदलावरील चर्चेअंती झालेल्या निष्पत्ती आणि तद्नंतरच्या उपक्रमांमध्येही हे दिसून आले. आपत्ती निवारणाच्या परिस्थितीत किंवा कोविडच्या आव्हानाला सामोरे जाण्याच्या आमच्या तयारीचे आंतरराष्ट्रीय समुदायानेही कौतुक केले आहे. लोकशाही असो, नवकल्पना असो, योग असो, भरडधान्य असो किंवा आयुर्वेद असो, आपल्या राष्ट्रीय व्यक्तित्वाला जगभरात मान्यता मिळाली आहे. गेल्या काही वर्षांत आपण सातत्याने फर्स्ट रिस्पॉन्डर,

जगाची फार्मसी, प्रतिभेचे भांडार, हवामान कृती नेतृत्व, विकसन भागीदार आणि सांस्कृतिक शक्तिकेंद्र अशी प्रतिमा तयार केली आहे.

आपल्या प्रजासत्ताक दिनाला दहा आसियान किंवा पाच मध्य आशियाई नेते उपस्थित असतात, सत्तावीस युरोपीय देश आपल्याला एका बैठकीत सहभागी करून घेतात, किंवा एक्केचाळीस आफ्रिकन नेते शिखर परिषदेसाठी भारतात येतात, ह्याचा अर्थ नक्कीच चांगल्या दिशेने परिवर्तन झाले आहे. जगाचे तीव्र ध्रुवीकरण होत असताना आणि आजही ते चालूच असताना जी–२० चे अध्यक्षपद स्वीकारणारा हाच भारत आहे. या अध्यक्षपदाच्या संधीचा उपयोग भारताने केवळ अनेक भागीदारांबरोबर गुंतून राहण्याच्या भूमिकेचे समर्थन करण्यासाठीच नव्हे तर ग्लोबल साऊथचा आवाज होण्यासाठीदेखील केला आहे.

आपल्या समकालीन जगाचे वैशिष्ट्य असलेल्या व्यापक पुनर्संतुलनात आपल्या मुळांशी आणि संस्कृतीशी अधिक सच्चा असणारा सशक्त आणि अधिक सक्षम भारत हा एक महत्त्वाचा घटक आहे. जगाच्या पाठीवर आज अनेक सत्ताकेंद्रे अस्तित्वात असताना, बहुध्रुवीय व्यवस्थेत आपले स्थान अधिक आश्वासक आहे. अधिक जागतिकीकरण झालेल्या युगात, आपल्या प्रतिभा, क्षमता आणि योगदानाला उर्वरित जगासाठी वाढते मूल्य आहे. आपण स्वातंत्र्याची ७५ वर्षे साजरी करत असताना, आपल्या भवितव्याबद्दल आत्मविश्वास बाळगण्यासाठी आपल्याला चांगले सबळ कारण आहे. पण असे भवितव्य साकार होण्यासाठी सध्या जगामधून मिळणाऱ्या संधी आणि आव्हानांची पूर्ण जाणीव असणेही तितकेच गरजेचे आहे आणि परराष्ट्र धोरण आपल्यासाठी खरोखरच महत्त्वाचे आहे हे लक्षात आल्यावर ते नक्कीच होईल.

■ ■ ■

३.

जगाची स्थिती

जागतिक चित्र समजून घेताना

सप्टेंबर २०२२ मध्ये जेव्हा पंतप्रधान मोदींनी समरकंदमध्ये घोषणा केली की 'हे युग युद्धाचे नाही' तेव्हा या विधानाच्या तात्कालिक संदर्भामुळे ते स्वाभाविकरीत्या जगभर गाजले. पण या संदेशाने आपल्या जगाच्या परस्परावलंबित्वाचाही वेध घेतला, ज्या अवलंबित्वामुळे संघर्ष ही गोष्ट प्रत्येकासाठी अतिशय धोकादायक झाली आहे. एका अर्थाने, जे आपल्या पर्यायांवर चिंतन करीत असतील त्यांच्यासाठी ही एक सावधगिरीची सूचना होती. तशी घोषणा मुळात करावी लागली, हे सध्याची जागतिक व्यवस्था किती नाजूक आहे ह्याचे प्रतिबिंबच आहे. तिचे संक्रमण चालू होते हे आधीच समजले होते. पण आज ती प्रक्रिया आपण आज तिचं जे रूप पाहत आहोत ते रूप धारण करू शकते, याचा अंदाज फार कमी लोकांना आला होता.

२०२० मध्ये, जेव्हा मी 'द इंडिया वे' लिहिले तेव्हा जग आधीच अनिश्चित आणि अंदाज न बांधता येण्याजोगे दिसत होते. त्यावेळी आपल्याला माहीत नव्हते की आपण अजून काहीच पाहिले नाहीय. गेल्या काही वर्षांत आपण कोविड साथीने हैराण झालो आहोत, युक्रेन संघर्षामुळे बाधित झालो आहोत, हवामान बदलांच्या वारंवार होणाऱ्या घटनांमुळे त्रस्त झालो आहोत आणि गंभीर आर्थिक तणावाला सामोरे गेलो आहोत. ह्या सर्व घटनांनी पूर्व–पश्चिम ध्रुवीकरण आणि उत्तर–दक्षिण दरी वाढवली आहे. माझ्या आधीच्या

लेखनापासून सातत्य राखणारी कोणती गोष्ट असेल तर ती म्हणजे, विविध राष्ट्रसत्ता जागतिकीकरणाच्या समस्या कश्या हाताळतात त्या घडामोडींना अधोरेखित करणे, ज्या आजही आंतरराष्ट्रीय संबंधांमधला कळीचा मुद्दा आहेत. हे मुख्य संदेशालाही लागू होते: हे जग आपल्यापैकी प्रत्येकासाठी पूर्वी कधी नव्हते तेवढे महत्त्वाचे आहे. याचा विचार करता, समकालीन युगात आपली मूल्य, प्रतिष्ठा आणि संभाव्यता काय आहेत, हा प्रश्न प्रत्येक भारतीयाला भेडसावत आहे. तांत्रिक, आर्थिक आणि सामाजिक बदलांचा वेग इतका वाढला आहे की नजीकच्या भविष्यात काय आहे हे न कळूनही आपण त्या गतीचा भाग होतो. हा आता अधिक बदलत्या गोष्टी विचारात घेण्याचा मुद्दा राहिलेला नाही; आपण खरोखरच अनोळखी प्रदेशात जात आहोत. साहजिकच, अशा क्षणी आपले पूर्वज त्यांच्या युगातील अनिश्चिततेला कसे सामोरे गेले, याचा विचार करण्याजोगा आहे आणि त्या संदर्भात भूतकाळातील साम्यस्थळे नक्कीच काही मार्गदर्शन करतात.

भारतीय परंपरेत मुत्सद्देगिरीशी सर्वाधिक संबंधित असलेल्या दोन व्यक्तिरेखा म्हणजे रामायणातील हनुमान आणि महाभारतातील श्रीकृष्ण. एक कोणत्याही अडथळ्यांना न जुमानता आपले कर्तव्य पार पाडणारा, सेवाभावाचं आदर्श प्रतीक मानला जातो. तर दुसरा रणनीतीकार आणि समुपदेशक, कठीण प्रसंगी गरजेचा असणारा ज्ञानाचा स्रोत अशा अर्थाने अधिक मान्यता पावला आहे. प्रत्येकास संदर्भानुसार आपापल्या अनिवार्यता आहेतच आणि त्यातही अनिश्चितता आणि कठीण अडचणींना सामोरे जाणारा हनुमान हा अधिक प्रासंगिक ठरतो. एखाद्या राष्ट्राच्या उदयाची प्रक्रिया त्या कठीण मोहिमांहून वेगळी नाही ज्यांनी हनुमान आणि श्रीकृष्णाला आपल्या

जाणीव-नेणिवांमध्ये खोलवर रुजवले आहे. किंबहुना हे मोहिमेपेक्षा अधिक काही आहे; संभाव्यतांचा विस्तार करण्याचा हा एक अनंतकाळ चालणारा कार्यक्रम आहे आणि त्यासाठी हनुमानाप्रमाणेच खरे श्रद्धावंत आणि अथक कार्यरत राहून अडचणींवर उपाय शोधणारे आवश्यक आहेत.

श्रीरामाचे लंकेतील दूत या नात्याने, शत्रूविषयी बारकाईची माहिती मिळवण्यामधील हनुमानाची हुशारी आणि बंदिस्त असलेल्या माता सीतेपर्यंत पोहोचणे या महत्त्वाच्या घडामोडी होत्या. ह्याव्यतिरिक्त, तो आपल्या शेपटीला आग लावणाऱ्या राक्षसांच्या ह्या गैरवर्तनाचा फायदा उठवत त्यांचे शहरच जाळून अपरिमित नुकसान करतो. इतकेच नाही तर रावणाबद्दल, त्याच्या स्वभावाबद्दल आणि त्याच्या सल्लागारांबद्दलही तो अंतर्गत गोष्टी जाणून घेतो. रावणाचा भाऊ विभीषणाबद्दलची त्याची निर्णयशक्तीही तितकीच महत्त्वाची आहे, विभीषणाला न्यायालयासमोर आणले गेल्यावर तो एकटाच त्याच्या बाजूने उभा राहतो. हनुमान विभीषणाच्या प्रामाणिकपणाबद्दल रामप्रभूला प्रमाणपत्र देतो आणि म्हणूनच पुढे विभीषण रावणापासून स्वतंत्र झाल्यावर, राम त्याचे स्वागत करतो. सर्वसाधारणपणे, मुत्सद्देगिरीकडे लोक केवळ मध्यस्थी म्हणून बघतात. परंतु प्रत्यक्षात, यात स्पर्धक, मैत्री आणि जागतिक परिदृश्य योग्यरीत्या वाचण्याची क्षमता यासह आणिक बरेच काही असते.

हनुमान आपल्या चिकाटीसाठीदेखील ओळखला जातो, हा गुण तो तेव्हा दाखवतो जेव्हा त्यांचे सहकारी वानर, सीतेचा शोध घेणे सोडून द्यायचा विचार करत असतात. एकच जीवरक्षक वनस्पती परत आणण्यासाठी तो संपूर्ण डोंगर उचलतो, तेव्हा एखाद्या प्रसंगी तातडीने सुधारणा करण्याची आणि समस्या सोडवण्याची त्याची क्षमताही तितकीच सिद्ध होते. युद्ध संपल्यावर त्याला, भरताला युद्धाच्या निष्पत्तीची माहिती देण्याच्या आणि प्रभू रामाच्या अयोध्येतील पुनरागमनाचे तो खरोखरच स्वागत करेल का, याचे मूल्यमापन करण्याच्या नाजूक मोहिमेवर पाठवले जाते. यातील प्रत्येक गुण आज यशस्वी मुत्सद्दीचा मौल्यवान गुण आहे.

मुत्सद्देगिरीमध्ये एक अंतर्भूत गुंतागुंत असते, तिचे वेगळे उदाहरण वानर- राजकुमार अंगद याच्याकडून पाहायला मिळते. त्यालाही राम लंकेतील रावणाच्या दरबारात पाठवतो आणि तो हुशारीने आपल्या सामर्थ्यानुसार वर्तन करतो. त्याचे पाय अक्षरशः एकदा जमिनीवर घट्ट रोवल्यानंतर हलवता

येत नसतात. ह्याला आव्हान म्हणून रावणाच्या दरबारात त्याचे पाय हलवण्याचा जे अयशस्वी प्रयत्न करतात, त्यांना तो खजील करतो. शेवटी तो खुद्द रावणाचाच अपमान करतो. जेव्हा रावण त्याच्या आव्हानासाठी त्याच्यापर्यंत पोहोचतो तेव्हा त्याचा मुकुट खाली पडतो, जो अंगद उचलतो आणि प्रभू रामाकडे पुन्हा फेकतो. दूत या नात्याने तो रावण करत असलेल्या खुशामतीचा प्रतिकार तर करतोच, पण आपले मुद्दे प्रभावीपणे मांडण्यासाठी त्वरित आवश्यक बदलही करतो. असं म्हटलं जातं की, त्याला हक्काची जागा नाकारल्यावर तो आपली शेपूट लांबवून स्वत:साठी आसन निर्माण करत स्वत:ला रावणाच्या आसनाच्या बरोबरीने बसवतो. शेवटी, माईंड गेम हा मुत्सद्देगिरीचा एक महत्त्वाचा घटक आहे.

अंगदाची आई आणि प्रभू रामाने यापूर्वी वध केलेल्या वानर-राजा वाली ह्याची पत्नी तारा ही एक वेगळ्या प्रकारचे कौशल्य दाखवते. हनुमान आणि अंगद अहंकारी आणि दुराराध्य अशा शत्रूशी - रावणाशी झुंजत होते. माहिती मिळवणे आणि विरुद्ध बाजूचे मनोबल खच्ची होईल असे मानसिक आघात देणे हे त्यांचे ध्येय होते. ताराच्या बाबतीत तिला राम आणि लक्ष्मण या जोडीच्या क्रोधाचा सामना करावा लागला होता. तिचा आत्ताचा राजा सुग्रीव हा वालीनंतर सिंहासनावर विराजमान झाल्यानंतर माता सीतेला शोधण्याचे वचन पूर्ण करण्यात अपयशी ठरला होता. त्यानंतर लक्ष्मण त्याच्या आक्रमणाचा संदेश देण्यासाठी धनुष्यबाणाचा टणत्कार करत किष्किंधेमध्ये आला. तेव्हा त्याच्याशी चर्चा करण्यासाठी तारालाच पुढे पाठवले गेले. चणाक्षपणे डावपेच टाकून तिने सुरुवातीलाच सुग्रीवाच्या चंचलतेची कबुली दिली आणि लक्ष्मणाचा अनुनय केला. असे केल्यानंतर तिने त्याच्या रामाप्रति असलेल्या भक्तीचे गुणगान गायले, त्याच वेळी सीतेचा शोध सुरू झाला असल्याचे स्पष्ट करून हकिकतीला एक छानशी झालर लावली. खरंतर जरी ह्याचा अर्थ तपशिलामध्ये थोडी मोकळीक घेणे असा होतो तरी तिचा, राम लक्ष्मण भावंडे आणि वानर यांच्यातील संघर्ष मिटवण्याचा हा प्रयत्न यशस्वी झाला. तारा ठळकपणे उठून दिसत असेल तर त्याचं कारण हेही आहे की ती तिच्या सगेसोयऱ्यांचं वैशिष्ट्ये असलेल्या आत्मकेंद्रितपणाला अपवाद आहे.

उद्दिष्टे किंवा हाताळणीच्या अनुषंगाने ही तीन प्रकरणे एकमेकांपेक्षा भिन्न असू शकतात. पण त्यांना एकत्र आणणारी गोष्ट म्हणजे त्यांच्यासमोरील

भव्य कामगिरीबद्दल त्यांची असलेली समान समज. त्यांना समोर उभ्या ठाकलेल्या धोक्याचे गांभीर्य समजून घ्यावे लागते आणि उपायांचा शोध घेण्यासाठी सक्रिय योगदान द्यावे लागते. व्यापक हेतूने कार्यरत राहताना आवश्यक असलेली संवेदनशीलता तिथे जशी असते, तशी स्वतःच्या पेच प्रसंगाची जाणीवदेखील आहे. धोरणात्मक निवडी नैसर्गिकरीत्या प्रगत व्हायला हव्यात, पण कुशलतापूर्वक धूर्त पद्धतीने. वचनबद्धतेचा आदर करणे आणि तत्त्वांचे पालन करणे आवश्यक आहेच; परंतु तेदेखील इष्टतम करून घ्यावे लागते. उपलब्ध अवकाश आणि धोरणांची आखणी ह्यामधील गुंतागुंतीची गतिशीलता हा मुत्सद्देगिरीमध्ये एक कायमस्वरूपी मुद्दा असतो. त्या दोघांचेही संतुलन साधणे ही यशाची पूर्वअट आहे.

अनिश्चित, असुरक्षित भविष्याच्या दिशेने

आपल्या काळातील गुंतागुंतीचा विचार करताना, आपल्याला सुरुवातच अशी करावीशी वाटते की, दूरवरील चीनच्या एका शहराला घेरणारा साथीचा रोग नंतर दोन वर्षांपेक्षा जास्त काळ आपले जीवन पूर्णपणे कसे व्यापून जातो. किंवा एक अख्खा खंड दूर असलेल्या युरोपमध्ये सुरू असलेल्या संघर्षाचा परिणाम आता आपल्या दैनंदिन जीवनावर आणि त्याच्या किमतींवर कसा आणि का होत आहे. आणि त्याचबरोबर, ज्याला आपण खूपच गृहीत धरतो अशा हवामानातील घटनांचा अनेक गोष्टींवर होणारा परिणाम किंवा आपल्यापैकी कोणी दहशतवादी कृत्यात किंवा बाह्यप्रेरित हिंसाचारात अडकले, तर तो एक वेगळ्या प्रकारचा आघात असू शकतो. जसे युक्रेनमध्ये अडकलेले विद्यार्थी किंवा कोविडदरम्यान अडकलेल्या प्रवाशांना आपण पाहिले, तशा काही प्रकरणांमध्ये आपण आपल्या देशाबाहेर असतो तेव्हा तणाव उद्भवू

शकतो. पण इतर वेळी कोविड असो, संघर्ष असो, दहशतवाद असो किंवा नैसर्गिक आपत्ती असो, अशा घडामोडी थेट आपल्या उंबऱ्यापर्यंत, कधी कधी आपल्या घरातही येऊ शकतात. जागतिकीकरणाच्या आजच्या युगात जगापासून सुटका नाही.

याचा अर्थ असा होत नाही की आपण जागतिक घडामोडींबद्दल धास्ती बाळगून असायला हवे, किंवा आपण बचावात्मक दृष्टीकोन ठेवायला हवा. परस्परावलंबित्वाची दुसरी बाजू म्हणजे तेच जग अनेक शक्यतांनीही भरलेले आहे. आपण कोविड दरम्यान ७ दशलक्षाहून अधिक भारतीयांना 'वंदे भारत मिशन'द्वारा परत आणले ते हेच दर्शविते की, आजचा भारत खुलेपणाने संपूर्ण जगाला आपले कार्यक्षेत्र मानून त्याचा मोठ्या प्रमाणात वापर करतो. हे ह्या गोष्टीमुळेही तितकेच खरे आहे की आपल्या प्रतिभा आणि कौशल्यांनी आता जागतिक नवकल्पना, उत्पादन आणि सेवांमध्ये एक अविभाज्य स्थान मिळवले आहे. यावरून किती भारतीय वैयक्तिक किंवा व्यावसायिक कारणांसाठी प्रवास करतात, हेही स्पष्ट होते. खरे तर हेच मुद्दे आता भारतीय मुत्सद्देगिरीच्या प्राधान्यक्रमात केंद्रस्थानी आहेत. आम्ही आमच्या प्रतिभेला अधिक चांगली वाट, आमच्या कामगारांसाठी मजबूत संरक्षण, आमच्या विद्यार्थ्यांसाठी अधिक संधी आणि आमच्या व्यवसायांसाठी वाजवी बाजारपेठ ह्याची हमी देण्याचा प्रयत्न करतो.

पण हे जग केवळ गतिशीलता आणि स्थलांतराबद्दल नाही. हे सर्व पक्षांना उपयुक्त असणाऱ्या भागीदारी, करार आणि समेट यांबद्दलही तितकेच आहे. खरे तर, ह्यातील मुळापासून सक्रिय सहभागाने आपल्या राष्ट्रीय विकासाला गती मिळेल, अधिक बाजारपेठांचा शोध घेता येईल, संसाधने मिळवता येतील, आपले जीवनमान सुधारेल, रोजगार वाढेल आणि किमान आपल्या पृथ्वीचे भवितव्य निश्चित करणाऱ्या महत्त्वपूर्ण जागतिक मुद्द्यांना आपल्याला आकार देता येईल.

जग आपल्यासाठी काय आहे याचे अचूक मूल्यमापन करायचे असेल तर सर्वप्रथम आपण ज्या जागतिकीकरणाच्या युगात राहतो ते एक दुधारी अस्तित्व आहे हे लक्षात घेतले पाहिजे. परावलंबित्वामधून दुबळेपण किंवा फायद्यांमधून जोखीम हे वेगळे करणे कठीण आहे. ज्या गतिशीलतेमुळे कोविड

आमच्या घरात पोहोचला तीच गतिशीलता अनेकांच्या उपजीविकेचा मोठा मार्ग होता. जेव्हा पुरवठा साखळ्या कार्यान्वित राहिल्या नाहीत तेव्हा अडथळे निर्माण झाले. त्या सुरू झाल्या तेव्हा खऱ्या अर्थाने वरदान ठरल्या. त्यांची गुंतागुंत आत्ता वर्णन करणे कठीण आहे, त्याचप्रमाणे आपल्या जीवनाच्या अनिवार्य गोष्टींसाठी त्यांचे महत्त्वदेखील. पण कोविड काळाने आपल्याला दाखवून दिले की आपण सर्वजण वस्तू आणि सेवांच्या सीमेपलीकडील ओघावर किती अवलंबून आहोत.

ह्यामध्ये भारताने योगदान दिले आणि तो लाभार्थीही होता, यात नवल नाही. आम्ही जवळपास शंभर देशांना लसी पाठवल्या. पण त्यातील अनेक देशांकडून आम्हाला घटकद्रव्ये आणि आवश्यक सामग्रीही मिळाली. आखाती देशांतील राष्ट्रे आपल्या दैनंदिन वापराच्या गरजांसाठी भारतीय निर्यातीवर अवलंबून होती आणि ती विनाअडथळा चालू राहिली कारण या गरजेची आपापसातील समजूत व्यवस्थित होती. २०२१ मध्ये जेव्हा वैद्यकीय ऑक्सिजनची आणीबाणी निर्माण झाली, तेव्हा याच देशांनी आम्हाला सुरळीत वैद्यकीय ऑक्सिजनचा पुरवठा करून याचा दाखला दिला.

खरंतर कोविडच्या अनुभवातून जागतिकीकरण झालेल्या अर्थव्यवस्थेला जर एक मोठा धडा मिळाला असेल तर तो म्हणजे अधिक क्षमता आणि अधिक पर्यायांचा. मर्यादित भूभागामध्ये केंद्रित असलेल्या 'जस्ट इन टाइम' दृष्टीकोनाने जग संकटात किती असुरक्षित असू शकते हे दाखवून दिले. जागतिक अर्थव्यवस्थेला जोखीम कमी करण्यासाठी आता अधिक वेगवेगळ्या उत्पादनासह 'जस्ट इन केस' दृष्टीकोन आवश्यक आहे. भारताच्या बाबतीत ही आपण पूर्वी काही वेळा गमावलेली उत्पादनांच्या क्षेत्रात उतरण्याची आणखी एक संधी आहे. व्यापारातील सुलभता (ease of doing business) दृष्टीकोन आणि उत्पादनाशी निगडित प्रोत्साहन (production-linked incentives) प्रस्ताव नेमका ह्याचीच हमी देण्यासाठी आहे.

मागील काही वर्षांनी, आपणां सर्वांना अधिक डिजिटल होण्यासाठी प्रोत्साहित केले आहे. भारताने सर्वांकडून आदर लाभेल असा एक खूप चांगला विक्रम केला आहे. आपल्या डिजिटल डिलिव्हरीचे प्रमाण – मग ते

अन्न, वित्त, आरोग्य, पेन्शन किंवा सामाजिक लाभ कुठलेही असो – जगात चर्चेचा विषय आहे. इथेही त्या कायापालटाच्या प्रत्यक्ष दिसत असलेल्या यशाबरोबरच, त्याबरोबरच्या डेटा प्रायव्हसी आणि डेटा सिक्युरिटीच्या संबंधित जोखमींचाही विचार करण्यात येतो. आपला डेटा कोठे असतो आणि कोण तो उपसतो ह्याचे एक वाढते महत्त्व आहे. असा डेटा जिथे संग्रहित असतो त्याचं किंवा त्याच्या प्रक्रियेचे (data process) राजकीय समाजशास्त्र आता असंबद्ध राहिलेले नाही.

परिणामी, डिजिटल निर्णय प्रक्रियेत विश्वास आणि पारदर्शकता हे महत्त्वाचे मार्गदर्शक घटक बनले आहेत. कृत्रिम बुद्धिमत्तेच्या वाढत्या जगात प्रवेश करत असताना ते अधिकच महत्त्वाचे आहेत. गंभीर आणि उदयोन्मुख तंत्रज्ञान (critical and emerging technologies - CET) संभाव्यतांचेही स्वतःचे असे काही प्रश्न आहेत. हवामान बदलामुळे असो किंवा धोरणात्मक चिंतांमुळे, देश ऊर्जा आणि गतिशीलतेच्या हरित आणि स्वच्छ स्रोतांकडे वळले आहेत. त्यांच्याशी निगडित संसाधने, तंत्रज्ञान आणि उत्पादन ह्या प्रत्येकाचे आपापले केंद्रीकरण होत राहते. त्यामुळे त्यासोबत एक अनुषंगिक कमकुवतपणा येतो. परिणामी, राष्ट्रांनी आपल्या राष्ट्रीय क्षमतेसाठी तसेच सहयोगी प्रयत्नांसाठी सीईटीला प्राधान्य दिले आहे.

पुरवठा साखळीतील गुंतागुंत आणि डेटा हार्वेस्टिंगच्या असुरक्षिततांच्या पलीकडे आंतरराष्ट्रीय घडामोडींमध्ये मोठे बदल होत आहेत. हे आत्तापर्यंत मुळात सौम्य मानल्या जाणाऱ्या सेवा आणि उपक्रमांच्या एका मोठ्या परिक्षेत्राचा शस्त्र म्हणून वापर करण्यातून होतात. अलीकडच्या काळात व्यापार, दळणवळण, कर्ज, संसाधने आणि अगदी पर्यटन हे राजकीय दबावाचे मुद्दे कसे झाले आहेत, हे आपण पाहिले आहे. युक्रेन संघर्षामुळे ह्या मुद्द्यांवर लाभ करून घेण्याची व्याप्ती आणि तीव्रता नाट्यमयरीत्या वाढली आहे. आर्थिक उपाययोजना, तंत्रज्ञान नियंत्रण, सेवा निर्बंध आणि मालमत्ता जप्तीचे प्रमाण खरोखरच स्तिमित करणारे आहे.

त्याचबरोबर जागतिक नियम, राजवटी आणि कार्यपद्धतींना अनेक दशकांपासून राष्ट्रीय फायद्यासाठी वापरले जात होते, हेही निर्विवाद सत्य आहे.

अशा परिस्थितीत, 'अनिर्बंध अर्थकारणा'समोर 'तुलनात्मक फायद्या'ला काही वावच नव्हता. मागील युगामधील आत्मसंतुष्ट राहण्याची सवय आता निर्णायकपणे संपली आहे आणि आता प्रत्येक प्रश्न अत्यंत अस्वस्थ करणारे वास्तव समोर आणत आहे. महासत्तेची स्पर्धा तीव्र झाल्यामुळे विविध क्षेत्रांमध्ये ताणतणावाचे घटक अपरिहार्यतेने वाढत आहेत आणि केवळ आपलं निहित स्वारस्य आणि राजकीय शुद्धता साधण्यासाठी देश त्यांना झाकून ठेऊ इच्छितात म्हणून ते संपणार नाहीत. त्यांचे संधीत रूपांतर करता येईल का, हे आव्हान भारतासह अनेक देशांसमोर आहे.

आपण धोरणाची अंमलबजावणी करण्याच्या दृष्टीकोनातून किंवा असुरक्षितता कमी करण्याच्या दृष्टीने विचार केला तरी, एका क्षणी, आजची अनिश्चित परिस्थिती आंतरराष्ट्रीय सहभागाबद्दल अधिक सावधगिरी निर्माण करते. भारतासाठी जरी हे दोन्ही मुद्दे चिंतेचे असले तरी एका मर्यादेपलीकडे, अशा सहभागापासून पूर्णपणे अलिप्त राहता येणार नाही, कारण आपल्या पूर्ण अस्तित्वाचेच आता अतिजागतिकीकरण झाले आहे. आता प्रत्येक राष्ट्रासाठी, विशेषत: प्रमुख देशांसाठी, जोखीम आणि फायदे ह्यांचे योग्य समीकरण साधणारा उत्तरांचा एक संच शोधावा लागेल.

यामुळे धोरणात्मक स्वायत्ततेमध्ये पुन्हा एकदा स्वारस्य निर्माण झाले आहे. ह्या स्वायत्ततेला आता प्रमुख आणि संवेदनशील क्षेत्रांमध्ये राष्ट्रीय क्षमता सुनिश्चित करणारी म्हणून नव्याने परिभाषित केले गेले आहे. जागतिक परस्परसंवादाच्या वेगळ्या आधारस्तंभांशी जुळवून घेण्याच्या या प्रक्रियेने साहजिकच तिचा स्वतःचा असा एक दृष्टीकोन निर्माण केला आहे. आपल्याच देशांतर्गत विमर्शामध्ये, आपण त्याला 'आत्मनिर्भर भारत' म्हणून ओळखतो. डिजिटल डोमेनमध्येही अशाच गरजांचे स्वतःचे वैविध्य दिसून आले आहे. २०२० मधील घटनांमुळे भारतात अनेक दशकांपासून सुरू असलेल्या जागतिक सहभागाबद्दल जागरूकता वाढली आहे. परिणामी, सुरक्षित ॲप्स चळवळ आणि विश्वासार्ह पुरवठादार (trusted providers) आणि विश्वासार्ह प्रदेश (trusted geographies) यांसारख्या संकल्पनांचा स्वीकार ही त्याची निष्पत्ती आहे.

तंत्रज्ञानाच्या प्रगतीबद्दल आणि विज्ञानाच्या आश्वासनांबद्दल आपण बोलत असताना जागतिक राजकारण प्रत्यक्षात 'back to the future' जात आहे, हा अनेक अर्थांनी विरोधाभास आहे. जागतिकीकरणाबद्दलच्या अपेक्षा अतिआशावादी ठरल्याने यातील काही गोष्टी उद्भवतात. याचा अर्थ असा नाही की आर्थिक परस्परावलंबित्व चांगल्या रीतीने स्थापित झालेले नाही. पण समाजा–समाजांमधील आणि समाजांतर्गत भेद वाढवून आणि नवी जागतिक समीकरणे निर्माण करून त्यांच्याविरुद्ध इतर शक्तींना उभे करण्यात आले आहे. त्या रचनेतील आव्हाने स्पष्टपणे मांडणे सुरू झाले तेव्हा, त्या रचनेचे नेमकेपणाने समर्थन करणे सोपे नव्हते कारण त्याच्या फायदे वाटपात खूप तफावत होती.

जागतिकीकरणाच्या राजकीय अभिव्यक्तीने, स्वतःचे असे पडसाद उमटविले आहेत. सुधारणांसाठी स्वतःच स्वतःची नेमणूक करणारे जेव्हा लोकशाही पद्धतीने निवडून आलेल्या लोकप्रतिनिधींऐवजी स्वतःच न्यायनिवाडा द्यायला बसतात तेव्हा, आपल्यालाही आव्हान देणारे सामोरे येऊ शकतात हे त्यांना अपेक्षित नसते. विशेषतः तेव्हा, जेव्हा त्यांच्या पसंतीच्या निष्पत्तीमध्ये त्यांचा स्वतःचा स्पष्ट हितसंबंध असतो. त्यात भर म्हणून काही देश परदेशात स्वतःच्या मॉडेलचे मुद्दे उदाहरण म्हणून पुढे नेत आहेत. एकूणच, यामुळे आर्थिक स्वरूपाच्या बाबींचा जो देशांमध्ये ओघ असतो त्यांच्याशी अंगभूत असणारा तणाव निर्माण करत राजकीय आणि सामाजिक अस्मिता पुन्हा प्रकर्षाने उफाळून आल्या आहेत. त्यात अनेक बाबी बदलणाऱ्या असल्याने हा पेचप्रसंग सोडविणे सोपे नसते.

परिणामी, प्रत्येक बाबतीत कारणे वेगवेगळी असली तरी योग्य समतोल साधण्यासाठी वेगवेगळी राष्ट्रे धडपडत आहेत. काही जण सत्तेच्या सुरक्षेकडे लक्ष देण्याचा प्रयत्न करतात; इतर त्यांचे तंत्रज्ञानाचे शोध किंवा जीवनशैलीचे रक्षण करण्यासाठी धडपडत असतात आणि तरीही बरेचजण त्यांचे जागतिक पातळीवरील अस्तित्व मर्यादित करून आपले क्षमता संवर्धन करू इच्छितात. स्पर्धेचे हे नवे प्रकार आपल्या काळातील राजकारणाच्या मूलभूत वैशिष्ट्यांपैकी एक असण्याची शक्यता आहे. आपले जागतिकीकरण झालेले जग काही बाबतीत

खंडित होण्याची शक्यता आहे आणि विशिष्ट तंट्यांच्या बाबतीत स्वतःहून अलिप्तदेखील होण्याची शक्यता आहे. या काही अपरिहार्यता आहेत ज्यासाठी भारताने सुज्ञतेने नियोजन करणे आवश्यक आहे.

विश्लेषण आणि धोरण उत्साहवर्धक करताना

वरील उदाहरणे आजकालचे कल दाखवून देतात, परंतु जुन्या पद्धतीचे राष्ट्रीय वैमनस्यही अजूनही कायम आहे, हे विसरून चालणार नाही. विशेषतः २००८ नंतर जगात पुन्हा मोठा समतोल साधला गेला आहे आणि बहुध्रुवीयतेचा एकसारखा उदय होत आहे. गेल्या दशकभरात अमेरिका जगाबरोबरच्या परस्पर संबंधांच्या आपल्या अटी बदलत आहे ही एक महत्त्वाची घडामोड आहे. अफगाणिस्तानातील 'कायमचे युद्ध' संपुष्टात येण्याने अमेरिकेचे आपली सुरक्षा सुनिश्चित करण्याचे आणि स्वतःचे हितसंबंध जोपासण्याचे वेगवेगळे मार्ग समोर आले. पण ज्या पद्धतीने ते केले त्यावरून तसा त्याचा उद्देश नव्हता तरी त्यातून कमकुवतपणाचे संकेत मिळाले. तेही आता अनुकूल करून घेण्याच्या प्रक्रियेतून जात आहे.

चीनचा उदय ही तितकीच गहन घटना आहे, ज्याचे जागतिक परिणाम अधिकाधिक स्पष्ट होत आहेत. प्रस्थापित रचनेच्या बाहेर इतक्या गोष्टी घडत आहेत, जी परिस्थिती धोरणकर्ते आणि विश्लेषक या दोघांनाही वैचारिकदृष्ट्या आव्हानात्मक आहे. एकूण गोळाबेरीज शून्य होण्याऐवजी, या घडामोडींमुळे इतर खेळाडूंसाठीदेखील मैदान खुले झाले आहे, काही मूलतः प्रादेशिक आणि इतर काही भरपूर क्षमता असलेल्या खेळाडूंसाठी! साहजिकच जगाला भारत हा क्षमता असणाऱ्यांपैकी वाटतो. हे सर्व घडत असताना युक्रेन संघर्षाने युरोपची धोरणात्मक तयारी अधोरेखित केली आणि रशियाचे महत्त्व लक्षात आणून दिले. ही समीकरणे आधीच गुंतागुंतीची आहेत असं वाटत असेल, तर विकसनशील जगावर विविध आर्थिक आव्हानांचा परिणाम झाल्याने अस्थिरता आणखी वाढली आहे, आधीपासून अस्तित्वात असलेल्या आणि दुर्लक्षित असलेल्या अनेक समस्यांमध्ये याचीही भर पडली आहे. म्हणजे एकूणच जग अधिक अनिश्चित आणि असुरक्षित भविष्याकडे पाहत आहे.

अशा शक्यतांकडे बघता, अधिक राजनैतिक ऊर्जा आणि राजकीय कल्पकतेची गरज असते. राष्ट्रहिताचा पाठपुरावा करत असताना त्याची सामूहिक हिताच्या जबाबदारीशी सांगड घालणे आता अधिकच गरजेचे झाले आहे. जिथे लोकसंख्येचा इतका मोठा भाग असुरक्षित आहे, अशा भारतासारख्या देशासाठी याचा अर्थ सर्वप्रथम प्रमुख नकारात्मक प्रवृत्तींचा प्रभाव कमी करणे असा आहे. हे करताना आपण केवळ स्वतःच्या कल्याणासाठी उभे राहत नाही, तर दक्षिण जगताच्या वतीनेही आवाज उठवतो. किंबहुना, जो देश देशांतर्गत सर्वसमावेशक विकासाचे जोरदार समर्थन करतो, त्याचा स्वाभाविकरीत्या परदेशातही असाच दृष्टीकोन दाखविण्याकडे कल असतो. त्याचबरोबर अतितप्त जागतिक राजकारण शांत करण्यात उर्वरित दक्षिण जगताप्रमाणेच आपल्यालाही स्वाभाविकपणे स्वारस्य आहे. साहजिकच हे एका रात्रीत घडणार नाही; तरीही आपण चिकाटीने कार्यरत राहिले पाहिजे.

तात्कालिक अनिवार्यतांच्या पलीकडे सध्याच्या जागतिक व्यवस्थेची संरचनात्मक आव्हानेही आपल्यासमोर आहेत. त्यातील बहुतेक दुसऱ्या महायुद्धाचे परिणाम आणि १९४५ मधील आंतरराष्ट्रीय संरचनेच्या उभारणीतून आलेली आहेत. पण ती काही शतकांच्या पाश्चिमात्य वर्चस्वानेही निर्माण झाली आहेत, ज्या वर्चस्वाच्या बौद्धिक आणि सांस्कृतिक पैलूंना अजूनही फारच प्रतिष्ठा आहे. मुत्सद्देगिरीच्या अभ्यासातील सर्वात जुनी युक्ती म्हणजे आपल्या फायद्यासाठी तो क्षण गोठवणे. घटना आणि परिणामांची आपल्याला हवी तशी फायदेशीर निवड करणे आणि त्यांना 'सामान्य' म्हणून चित्रित करणे ह्यामध्ये त्याचे प्रतिबिंब दिसून येते. किंवा अपरिवर्तनीय म्हणून सादर करायच्या यंत्रणा आणि संकल्पना तयार करण्यामध्येही हे दिसून येते. खरेतर गेल्या आठ दशकांपासून काही देशांनी हेच यशस्वीपणे केले आहे. त्यामुळे बहुपक्षीय क्षेत्रात सुधारणा घडवून आणणे आणि जागतिक निर्णयप्रक्रियेत लोकशाही मूल्ये जपण्याची खात्री करणे, हा काही कमी महत्त्वाचा प्रयत्न नाही.

भूतकाळाचा विचारांवर प्रभाव पडू देणे हा काही असा दोष नाही जो फक्त इतरांना लागू असतो. कधीकधी, ही एक पूर्वकल्पना असते जी आपण बाळगत राहतो, कारण एखाद्या विशिष्ट अनुभवाचे पडसाद हे कायमच उमटत

राहतात. त्यामुळे १९६२ च्या चीनबरोबरच्या युद्धामुळे सहा दशकांनंतरही जनमानसात त्या देशाविषयी संशय निर्माण होतो. त्याचप्रमाणे पाश्चिमात्य देशांविषयीचा आपला डळमळीतपणा हा १९४८, १९६५ आणि १९७१च्या संघर्षांच्या आठवणींमधून निर्माण होतो. हे सकारात्मक बाबतीतही लागू पडते. उदाहरणार्थ, १९९१ च्या आर्थिक सुधारणा इतक्या पुरेश्या परिणामकारक होत्या की, त्या वाढवण्याच्या गरजेला अलीकडच्या काळापर्यंत प्राधान्य दिले गेले नाही. ह्या आत्मसंतुष्टतेने दशकभरापूर्वीपर्यंत उत्पादन बळकट करणे, तंत्रज्ञान विकसित करणे आणि आपले सामाजिक निर्देशांक सुधारणे या कामकाजाबाबत एक अनास्था निर्माण केली.

आपल्या उदयाच्या या टप्प्यावर भारताने आपल्या भूतकाळाचा पुनर्विचार करण्याचे आणि त्यातून देशाप्रमाणेच परदेशातही योग्य धडे घेण्याचे धाडस केले पाहिजे. हे खरेतर वस्तुनिष्ठ परीक्षण असताना काही वेळा राजकीय अलिप्तता म्हणून याचा चुकीचा अर्थ लावला जातो. आपण आपल्या अनुभवांमध्येच गुंतून राहणे तर धोक्याचे आहेच, पण त्याहीपेक्षा त्यांना आदर्शात्मक बनवणे अधिक धोक्याचे आहे. आपल्याकडे आता जागतिक परिदृश्याला अधिक अर्थपूर्ण स्वरूप देण्याची क्षमता आहे आणि ती वारंवार वापरली पाहिजे. इंडो-पॅसिफिक, क्वाड किंवा I2U2 सारख्या यंत्रणा किंवा इंटरनॅशनल सोलर अलायन्स ह्या उपक्रमांसारख्या नव्या संकल्पनांमधून त्याची आधीच अभिव्यक्ती होत आहे. सीमेवरील पायाभूत सुविधांकडे पूर्वी केलेले दुर्लक्ष विसरून आणि तैनाती कायम ठेवूनच चीनच्या आव्हानाला तोंड देता येईल आणि नक्कीच, जागतिक गतिशीलतेने लाभणाऱ्या शक्यतांचा वापर करून. आर्थिक आघाडीवर, आपल्याला एफटीए आणि आपले खरे हित साधणाऱ्या संरचानांची निवड करताना, विवेक जागृत ठेवणे आवश्यक आहे. खळबळीच्या जगात विश्लेषण आणि धोरण या दोन्हीला उत्साहवर्धक करण्याची गरज वाढेल.

सातत्य आणि बदल

कोणत्याही राज्यव्यवस्थेसाठी राष्ट्रीय सुरक्षा हा निर्विवादपणे प्राधान्याचा मुद्दा असतो. गेल्या ७५ वर्षांत तिला अनेकदा आव्हान देण्यात आल्याने

भारतीय इतरांपेक्षा अधिक जागरूक आहेत. खरेतर, जेव्हा आपण नेतृत्वाच्या गुणवत्तेचे मूल्यमापन करतो, तेव्हा ते संकटांना तोंड देण्याची क्षमता आणि प्रत्यक्ष कामगिरीची हमी या निकषांवर केले जाते. आपल्या परराष्ट्र धोरणाचा बराचसा भाग सुरक्षेच्या धोक्यांसाठी तयारी करणे, धोके टाळणे, ते कमी करणे आणि त्यांना प्रतिसाद देण्यासाठी वाहिलेला असतो. आता निर्विवादपणे अशी वेळ आली आहे की स्पर्धात्मक जग त्यांच्या फायद्यासाठी आपल्या ज्या दीर्घकालीन कमकुवत बाबींना वापरत आला आहे त्याकडे आपण निर्णायकपणे लक्ष दिले पाहिजे. ऑगस्ट २०१९ मध्ये कलम ३७० चा मुद्दा ठामपणे निकाली निघाला हे कदाचित एक राजकीय आश्चर्य असेल. पण वस्तुस्थिती अशी आहे की, जम्मू–काश्मीरला मुख्य प्रवाहात आणणे हे फार पूर्वीपासून प्रलंबित होते आणि त्यात केवळ स्वार्थी लोकच अडथळा ठरत होते.

'व्हायब्रंट व्हिलेजेस'ला उत्तेजना देण्यासह आपल्या सीमा प्रभावीपणे सुरक्षित करण्याच्या कठीण कार्यात आपण स्वतःला तितकेच झोकून देण्याची आवश्यकता आहे. त्याचबरोबर आपल्या दैनंदिन जगण्यात जग अधिक तीव्रतेने शिरत असताना 'नॉर्मल'मुळे निर्माण होणाऱ्या समस्यांविषयी जागरूकता आणि त्यावरील प्रतिसाद विकसित व्हायला हवा. हे सर्व दैनंदिन जीवनातील डिजिटल, आर्थिक, वैचारिक किंवा अगदी गतिशीलतेचेही धोके आहेत. ज्याप्रमाणे आंतरराष्ट्रीय अर्थकारण नवीन पद्धतींच्या आव्हानांना सामोरे जात आहे, त्याचप्रमाणे राष्ट्रीय सुरक्षेनेही समकालीन धोक्यांकडे लक्ष देणे आवश्यक आहे.

आपल्या जीवनाच्या अनेक पैलूंवर प्रभाव पाडणाऱ्या परराष्ट्र धोरणाचे अतिशय खोलवर वैयक्तिक परिणाम होतात. असे परिणाम आपली सुरक्षा, आपले कल्याण, आपल्या शक्यता किंवा आपल्या संधी ह्यांवर होऊ शकतात. परराष्ट्र धोरणाचे विशेषतः आर्थिक आणि तंत्रज्ञान क्षेत्रामध्ये परस्पर व्यवहार आणि परस्पर सहकार्याच्या अनुषंगाने अनेक गर्भितार्थ आहेत. अर्थात बदलाच्या नियमाला समांतर असे सातत्याचे धागेही आहेत. परराष्ट्र धोरण हे कायमच राष्ट्रीय किंवा सामूहिक उद्देशांकारिता सामर्थ्य आणि प्रभाव निर्माण करण्याचे अविरत काम आहे. हे म्हणजे एक कल्पना, मूल्ये किंवा संस्कृतीची स्पर्धा असू शकते, एकत्रितपणे जे आपल्या भविष्यासाठी दूरदृष्टी ठेवते. ह्याचे नवे जुने सर्व

पैलू सहअस्तित्वाने उपस्थित असतात, परस्परावलंबनाच्या आणि एकमेकांच्या व्यवहारात शिरकाव करण्याच्या काळामध्ये तर कदाचित अधिकच जोमाने. आंतरराष्ट्रीय संबंधांचा पूर्वीपेक्षा अधिक क्षेत्रांमध्ये आणि अधिक एकात्मतेने वापर केला जात आहे. पण नेमकेपणे सांगायचे तर, त्याचा आपल्यावर इतका सर्वव्यापी परिणाम होत असतो की राष्ट्रांच्या ह्या खेळांमध्ये रस घेणे आज आपल्यापैकी प्रत्येकाचे कर्तव्य आहे.

निर्बंध, अडथळे, सवयी आणि अनपेक्षित घटनांवर मात करत असताना आता जग भारताकडे कसे पाहते हे तरुण पिढीने समजून घेणे विशेष गरजेचे आहे. गेल्या काही वर्षांतील अनेक समस्या आपण ज्या पद्धतीने सोडवल्या त्या पद्धतीने सोडविण्याचे श्रेय आपल्याला नक्कीच मिळाले आहे. भारताचे राजकीय स्थान, आर्थिक वजन, तंत्रज्ञान क्षमता, सांस्कृतिक प्रभाव आणि डायस्पोराचे यश यांची सांगड देशाला एका उच्च कक्षेत नेत आहे. अजून बरेच काम बाकी आहे, हे मान्यच आहे. पण तरीही अखेरीस भारत प्रगती करत आहे अशी ओळख जगात वाढत चालली आहे. काही निरीक्षकांनी म्हटले आहे की, ज्याचा पूर्वी अंदाजही लावता आला नसता अशा प्रकारे पंतप्रधान मोदी भारतात बदल घडवून आणण्यात यशस्वी झाले आहेत.

त्याचप्रमाणे भारताच्या योगदानाशिवाय किंवा सहभागाशिवाय आपल्या काळातील मोठे प्रश्न सुटू शकत नाहीत, याची जाणीवही जगाला आहे. हाच क्षण आहे जेव्हा भारत जगाबरोबर आपल्या परस्परसंबंधांच्या अटी पुन्हा ठरवू शकतो. ही एक अशीही वेळ आहे जेव्हा आपण मोठ्या जबाबदाऱ्या स्वीकारण्याची तयारी ठेवली पाहिजे. जी-२० च्या अध्यक्षीय सूत्रांनी जगाला ते दाखवून देण्याची महत्त्वाची संधी दिली. नवीन कल्पना मांडून, अजेंडा तयार करून, एकमताची खात्री करून, कृती आराखडा तयार करून आणि जी-२० विस्ताराला प्रोत्साहन देऊन भारताने त्याचा नक्कीच पुरेपूर फायदा करून घेतला.

जे ह्या क्षेत्रामध्ये काही सुरुवात करत आहेत, त्यांच्यासाठी मी एवढेच सांगेन की त्यांच्याकडे अधिक आत्मविश्वास बाळगण्याची सर्व कारणे आहेत. भारताकडे आज जागतिक स्तरावर आपले स्थान उंचावण्याचा निर्धार आहे, दूरदृष्टी आहे, तसेच चिकाटी आहे. जे अधिक अनुभवी आणि गेल्या ७५

वर्षांच्या आमच्या प्रवासाचा भाग आहेत, ते चालू असलेल्या परिवर्तनाचे कौतुक करतील आणि झालेल्या परिणामांचा आदर करतील. पण आज जग अशांततेच्या नव्या युगात प्रवेश करत असले तरी आपण अधिक महत्त्वाचे आहोत, असा विश्वास त्या सर्वांमध्ये नक्कीच असेल. योग्य नेतृत्वाने आपण येणाऱ्या वादळांना नक्कीच तोंड देऊ शकतो आणि आपल्या संधींचा जास्तीत जास्त फायदा घेऊ शकतो. ज्या आत्मविश्वासाने आपण हे सर्व पूर्णत्वाला नेऊ तो आत्मविश्वास भारताच्या स्वतःच्या विशिष्ट अंगभूत गुणधर्मांपैकी एक आहे.

■ ■ ■

४.

बॅक टू द फ्युचर

राष्ट्रीय सुरक्षा जेव्हा जागतिकीकरणाला संतुलित ठेवते

२०१४ पर्यंत उर्वरित जगाप्रमाणेच बराचसा भारत जागतिकीकरणाच्या सुखद अंगाईने मोहनिद्रित झाला होता. त्यामध्ये सर्वप्रथम जागतिकीकरणाच्या युरोपियन प्रयोगासमोर ब्रेक्झिट आणि त्याचे आव्हान आले. त्यानंतर लगेचच डोनाल्ड ट्रम्प निवडून आले आणि 'अमेरिका फर्स्ट'ची घोषणा झाली. वरवर केवळ डावपेचात्मक वाटणारा चीन–अमेरिका संघर्ष काळाच्या ओघात खऱ्या अर्थाने गंभीर होत गेला. आर्थिक आणि तंत्रज्ञानाच्या केंद्रीकरणामुळे निर्माण झालेल्या असुरक्षिततेची जाणीव प्रत्येकच घटनेने अधिक तीव्र करत नेली. त्यानंतर कोविडची साथ आली, ज्याने केवळ जागतिक कार्यक्षमता ह्या उद्देशाने तयार झालेल्या अनेक अर्थव्यवस्थांची अवस्था कशी पाचोळ्यासारखी झाली हे जगाच्या निदर्शनास आणून दिले. लवचिक आणि विश्वासार्ह पुरवठा साखळीचे महत्त्व तसेच डिजिटल विश्वासार्हता आणि पारदर्शकता यावर एक नवीन मतैक्य उदयास येऊ लागले. दरम्यान, अफगाणिस्तानातून घाईघाईने अमेरिकी सैन्य माघारी गेल्याने एक जुनाट प्रश्न अचानक संपुष्टात आला. त्यानंतर युक्रेन संघर्ष झाला ज्याच्या जागतिक प्रभावाने आपण सर्वजण किती मुळापासून एकमेकांशी घट्ट जोडले गेलो आहोत हे सिद्ध केलं आणि त्यातच भर म्हणजे अत्यंत ज्वलनशील अशा पश्चिम आशियाने संघर्षाची टोकाची भीती एका आगडोंबीत प्रत्यक्षात उतरलेली बघितली.

त्यामुळे जागतिक राजकारणातील ज्या नकारात्मक बाबींना अलीकडील काळापर्यंत अराजक मानले जात होते, त्या सर्व नकारात्मक गोष्टी पुनरुज्जीवित होताना दिसत आहेत. आपल्याला खरंच त्या घडताना दिसल्या नाहीत का? आपण त्या नाकारण्याच्या मनःस्थितीत होतो का? कदाचित ह्या दोन्ही विचारांना, आत्यंतिक स्वार्थ, आंतरराष्ट्रीय समुदायाला निद्रित करण्याची त्यांची क्षमता आणि केवळ चांगल्याचीच कामना करण्याची मानवी प्रवृत्ती यामुळे खतपाणी मिळाले असावे. जागतिकीकरणाबद्दल आशावादी असणारे लोक अशा समजात होते की ह्या गोष्टी आपण मागे सोडून आलो आहोत, परंतु असे दिसते की या समस्या सातत्याने डोके वर काढत आहेत. जागतिक राजकारण आज सुरक्षा, सार्वभौमत्व, गोपनीयता आणि मूल्यांच्या प्रचंड अनिवार्यतांबरोबर, तंत्रज्ञान, वित्त, व्यापार आणि संसाधनांच्या तीव्र परस्परावलंबित्वाशी झगडत आहे. तंत्रज्ञान, वित्त, व्यापार आणि संसाधने आपल्यामध्ये जवळचे संबंध विकसित करतात तर सुरक्षा, सार्वभौमत्व, गोपनीयता आणि मूल्ये ह्या गोष्टी आपल्या पुढ्यात किती आव्हाने वाढून ठेवली आहेत त्याबद्दल आपल्याला सावध करतात. या विरोधाभासांतून मार्ग काढणे आपल्या कल्पनाशक्तीला नक्कीच आव्हानात्मक आहे, कारण सध्या असलेले तणाव आता भविष्यातील संभाव्यतांशी भिडतात. त्याच्या गोंधळजनक परिणामांमधून आंतरराष्ट्रीय सहकार्याची एक वेगळी रचना उदयास येऊ शकते, जी रोजगार आणि संस्कृतीइतकीच मूल्ये आणि हितसंबंधांबद्दलही संवेदनशील असेल.

२१ व्या शतकाची सुरुवात पूर्णतः आशावादी वाटावी अशी नक्कीच झाली नाही. अगदी सुरुवातीलाच न्यूयॉर्कमधील ९/११ च्या हल्ल्याने एकूण जागतिक दिशाच बदलली. त्यानंतर त्याच्या अपरिहार्य परिणामांनी पुढील दोन दशके जगाला ग्रासून टाकले. एका सत्तेची पूर्वसक्रियता, दुसऱ्या शक्तीला चालना देण्यास कशी मदत करू शकते, यासह जे काही घडले त्याचा तेव्हा अंदाज बांधता आला नसता. त्यानंतर लगेचच इराकमधील अनावश्यक संघर्षामुळे जगावर आणखी अनपेक्षित परिणाम झाले. आशियाई आर्थिक संकटातून सावरलेले जग दशकभरातच जागतिक पातळीवरील आर्थिक संकटात सापडले.

२००१ मध्ये चीनच्या जागतिक व्यापार संघटनेतील (WTO) प्रवेशाने जागतिकीकरणाचे एक मॉडेल तयार केले ज्याचे अनेक समाजांमध्ये सखोल राजकीय आणि सामाजिक पडसाद उमटणार होते. त्या मॉडेलच्या सामर्थ्याचे प्रमाण, त्याचे स्वरूप ह्यांमुळे किंवा एवढ्या मोठ्या सबसिडीज्च्या समोर काहीजण स्पर्धा करू शकले नाहीत. अशी उतरती कळा लागण्याचे जे परिणाम झाले त्यांनी कालांतराने स्वतःचे राजकारण निर्माण केले.

हे मोठे ट्रेंड्स समोर येत गेले, तसतसे वेगवेगळी क्षेत्रे आणि देश आपापल्या वैयक्तिक आव्हानांना आणि संधींना सामोरे गेले. रोजगाराप्रति अधिक संवेदनशीलता, तंत्रज्ञानाचे संरक्षण आणि डिजिटल जगात डेटाचे संरक्षण ही लक्षणीय आव्हाने आ वासून उभी होती. जगाबरोबर अधिक सांधलेल्या अवस्थेत असल्यामुळे, त्यांच्या देशांतर्गत मंथनाचे प्रतिबिंब जागतिक मंचावर अधिकच प्रकर्षाने पडू लागले.

दुसरे दशक संपता संपता हे स्पष्ट झाले होते की जागतिक व्यवस्थेची मूलभूत तत्त्वे बदलत चालली आहेत. विविध कल-प्रवृत्तींची वाटचाल आपल्या आरामदायी गृहीतकांना फाटा देत, अधिक अशांतता आणि मोठ्या सत्ता संघर्षाच्या दिशेने होत असलेली दिसली. आधीच त्रस्त असलेल्या जगाला साथीच्या रूपाने शतकात एखादाच बसणारा धक्का बसेल, अशी कुणालाही अपेक्षा नव्हती. जेव्हा आपण त्याकडे अफगाणिस्तान आणि युक्रेनचे परिणाम यांच्या पार्श्वभूमीवर पाहतो तेव्हा भविष्य अधिकच अनिश्चित दिसते. हे नक्कीच एक नवीन जग आहे; आणि नक्कीच हे तेवढे साहसी नाही.

महासत्तांमधील तीव्र चढाओढ

आपल्या विचारसरणीला आकार देणाऱ्या आधारकांपैकी प्रमुख म्हणजे सध्याच्या आंतरराष्ट्रीय व्यवस्थेत अमेरिकेचे केंद्रस्थान. मात्र, अफगाणिस्तान आणि इराकमधील दोन 'कायमच्या युद्धां'चा त्या राज्यव्यवस्थेवर मोठा परिणाम झाला आहे हे स्पष्ट आहे. एक युद्ध वैचारिक गोंधळाने भरलेले होते आणि दुसरे पूर्णपणे टाळता येण्याजोगे होते हा मुद्दा बाजूलाच ठेवला आहे. अजूनही ज्यांना

ह्यामध्ये स्वारस्य आहे ते या दोन्ही संघर्षांच्या संयुक्ततेवर चर्चा सुरू ठेवूच शकतात. पण जे झाले आहे ते झाले आहे आणि अमेरिका त्याच्यासाठी अधिकच वाईट ठरली आहे.

याच काळात समांतरपणे आर्थिक दबावही वाढत होता. विरोधाभास म्हणजे अमेरिकेने तो स्वतःच स्वतःवरच निर्माण केला होता. अनेक अमेरिकन्सनी जागतिकीकरणाच्या ज्या मॉडेलचे इतक्या तळमळीने समर्थन केले, त्याच मॉडेलचा त्यांच्या स्वतःच्याच सामर्थ्यावर आणि क्षमतेवर घातक परिणाम झाला आहे. ते तरीही तसेच कार्यरत ठेवण्याचे एक क्षीण समर्थन म्हणजे त्याने स्वतःच निर्माण केलेल्या अवलंबितांचे महत्त्व. पण अमेरिकेच्या उत्पादन क्षमतेवर आणि तंत्रज्ञानाच्या आघाड्यांवर होणारे परिणाम व्यक्त होण्याइतपत दिसून आले. प्रथम ते राजकीय प्रतिक्रिया म्हणून आणि नंतर राष्ट्रीय सुरक्षेचे आव्हान म्हणून दिसले. ट्रम्प यांच्या अध्यक्षपदाचा कार्यकाळ निश्चितच एक टर्निंग पॉईंट ठरला, परंतु बायडन प्रशासनाच्या काळात अनेक चर्चा अधिक प्रगल्भ झाल्या आणि एक पद्धतशीर भूमिका म्हणून उदयास आल्या. या घडामोडींचा निव्वळ परिणाम म्हणजे अमेरिकेची धोरणात्मक उत्क्रांती झाली. परदेशातील त्यांच्या बदलत्या भूमिकेतून आणि जगाला प्रस्तावित केलेल्या व्यवहाराच्या वेगळ्या अटींमध्ये तिचे प्रतिबिंब दिसते.

ही परिस्थिती रातोरात निर्माण झाली नाही. याउलट सार्वजनिक वक्तव्ये कितीही प्रभावी वाटली तरी, २००८ पासून अमेरिकेच्या शक्ती प्रदर्शनामध्ये वाढती सावधगिरी आपण पाहिली आहे. त्यासाठी त्याचा अतिरेक दूर करण्यासाठी जाणीवपूर्वक प्रयत्न सुरू आहेत. किंबहुना, या बाबतीत तीन प्रशासनांमध्ये एक सुसंगती आहे, जी ते स्वतः सहजासहजी मान्य करणार नाहीत. जागतिक उपस्थिती असो, सहभागाची व्याप्ती असो किंवा उपक्रमांचे स्वरूप असो, आपण एक निराळीच अमेरिका पाहत आहोत आणि ही अमेरिका अधिक किफायतशीर मार्गाने जागतिक उद्दिष्टे साध्य करण्याचा प्रयत्न करीत आहे. त्यामुळेच स्वतःसंदर्भात आणि जगासंदर्भातही अधिक वास्तववादाच्या दिशेने वाटचाल करीत आहे. अधिक

क्षेत्रांमध्ये जोखमी न वाढवता प्रभाव कायम राहील अश्या दूरस्थ पद्धतीने (ऑफ - शोर बॅलन्सर) अमेरिका व्यापक भूमिका घेऊ शकते. याला निरनिराळे आयाम आहेत, त्यातील महत्त्वाचे म्हणजे देशांतर्गत पुनरुज्जीवन आणि देशाबाहेरील जबाबदाऱ्या यांच्यात उत्तम समतोल साधण्याचा प्रयत्न करणे.

नव्याने उदयास येत असणारी बहुध्रुवीयता आणि वाढती धोरणात्मक स्वायत्तता ही सध्याच्या काळाची वैशिष्ट्ये आहेत. यामुळे जुने नातेसंबंध दृढ करतानाही नव्या पर्यायांचा शोध सुरू होतो. अमेरिकेला आपल्या स्थानाला कोणती आव्हाने आहेत ह्याचे प्रखर भान तर आहेच, पण ही आव्हाने बरीच वाढली आहेत, याची जाणीवही आहे. खरा प्रश्न अमेरिकेच्या स्वतःचे पुनर्मूल्यांकन आणि पुनर्शोध घेण्याच्या क्षमतेचा आहे. जगासाठी याचा अर्थ म्हणजे एक नवीन प्रकारची मुत्सद्देगिरी आहे, जिला आपल्या मर्यादांची प्रकर्षाने जाणीव आहे. आणि परिणामी, जिला अधिकाधिक समकालीन भागीदारीच्या मूल्याचीही जाणीव आहे.

हे सर्व घडत असतानाच चीनचा उदयही जग पाहत आहे. खरे तर दोन्ही देशांच्या भवितव्याचा हा परस्पर संबंध वादातीत आहे. जागतिक स्तरावर एखाद्या शक्तीचा उदय होणे ही कोणत्याही परिस्थितीत अनन्य घटना आहे. वैचारिक आणि सांस्कृतिकदृष्ट्या ही 'वेगळ्या' प्रकारची राज्यव्यवस्था आहे हा मुद्दा - परिवर्तनाची आशा वाढवतो. यूएसएसआर आणि चीनमध्ये काही सारखेपणा असू शकतो, परंतु आज चीनचे जागतिक अर्थव्यवस्थेत जे महत्त्व आहे ते त्याचे पूर्वी कधीच नव्हते. त्यामुळे १९४५ नंतरच्या परिस्थितीपेक्षा खूप वेगळ्या परिस्थितीतून आपण जात आहोत.

चीनच्या वाढत्या क्षमतांचे परिणाम विशेष गंभीर आहेत कारण त्याच्या देशांतर्गत एकविधतेचा देशाबाहेरही विस्तार होतो आहे. परिणामी कनेक्टिव्हिटी असो, तंत्रज्ञान असो वा व्यापार, त्याचे सत्तेचे आणि प्रभावाचे बदललेले स्वरूप सध्या चर्चेत आहे. शिवाय, आशिया खंडात प्रादेशिक मुद्द्यांवरून तणाव वाढल्याचेही आपण पाहिले आहे. पूर्वीच्या काळातील करार आणि सलोख्यांनी आता प्रश्नचिह्ने धारण केलेली दिसतात. विशेषतः

२०२० मध्ये सीमेवरील परिस्थितीसंदर्भात भारताने स्वतः अनुभव घेतले आहेत.

अर्थात काळच अधिक उत्तरे देईल. पण बहुध्रुवीय जगाचा पाया म्हणून बहुध्रुवीय आशियाची स्थापना करणे आता पूर्वीपेक्षा अधिक आवश्यक आहे, हे स्पष्ट आहे. साहजिकच सत्तेच्या तीव्र स्पर्धेच्या पार्श्वभूमीवर हे बरेचसे घडणार आहे आणि त्यामुळे ते कसे घडू शकते, हे समजून घेणे महत्त्वाचे आहे. ह्याबद्दलही रामायणात काही उद्बोधक ज्ञान आहे.

रामायणातील उपकथांमध्ये दोन ऋषींची विशेष उद्बोधक अशी स्पर्धा येते. एकांना उदयोन्मुख शक्ती आणि एकांना प्रस्थापित झालेली शक्ती मानता येईल. राजा कौशिक वसिष्ठ ऋषींची एक दुभती गाय बळजबरीने ताब्यात घ्यायचा प्रयत्न करतो आणि त्यांच्यामध्ये वैमनस्य निर्माण होते. त्यानंतरच्या लढाईत कौशिकाची सर्व मुले व त्याचे संपूर्ण सैन्य मारले जाते. राजा कौशिक नंतर तपश्चर्येद्वारे भयंकर शस्त्रे प्राप्त करतो, परंतु वसिष्ठ ऋषींवरील आक्रमणात तो पुन्हा अयशस्वी होतो. आता तो अधिकच घोर तपश्चर्या करतो व ऋषीमुनींचा दर्जा प्राप्त करून घेतो. पण या प्रक्रियेत त्याला कळतं की सर्वोच्च स्थानावर पोहोचणं हे इतकं सोपं काम नाही. शिवाय, त्याचा क्रोध आणि चिथावणी दिल्यास तत्काळ प्रचंड ऊर्जा खर्च करण्याची प्रवृत्ती ही त्याची दुर्बलता आहे आणि अशा इतरही अनेक दुर्बलता आहेत, काही वसिष्ठांशी असलेल्या वैरभावाने निर्माण झाल्या आहेत, तर काही मुद्दाम त्याला विचलित करण्यासाठी त्याच्या मार्गावर ठेवल्या गेल्या आहेत. ब्रह्मदेवाने 'राजर्षी' म्हणून मान्यता दिली तरी त्याला समाधान वाटत नसते आणि अखेरीस स्वतःला 'ब्रह्मर्षी' हे सर्वोच्च पद मिळवण्यासाठी तो धडपडतो. पण इथेही

कौशिकाला स्वत: वसिष्ठांच्या मुखातून स्वतःची ही ओळख ऐकल्याशिवाय समाधान होत नाही.

दोन ऋषीमुनींची ही कथा सध्याच्या जागतिक घडामोडींशी साधर्म्य दर्शवते. उदयोन्मुख शक्ती सतत प्रस्थापित शक्तींच्या निकषांशी जुळवून घेण्यासाठी सरसावत असतात. अपमानाचे प्रसंग येऊनही काही शक्ती आत्मसंतुष्ट राहिल्या तरी; काही मानभंगाच्या आठवणींनी प्रेरित होतात. पुनर्रचना (रिऑर्डर) करण्याच्या या प्रक्रियेत, केवळ स्पर्धकांकडून मानसन्मान मिळविणे इतकेच पुरेसे नसते. त्यासोबतच तुल्यबळ म्हणून औपचारिकरीत्या मान्यता मिळावी, अशीही तितकीच तीव्र इच्छा असते. इप्सित साध्य करून देणारी अंतःप्रेरणाच काहीही झालं तरी जिंकण्याच्या मानसिकतेला उत्तेजना देणारी असते आणि आज नियमाधारित व्यवस्था प्रस्थापित करण्याला हे सर्वात मोठे आव्हान आहे. त्याचवेळी हे विसरता कामा नये की, वसिष्ठ ऋषींसारख्या शक्तींचा खोलवर प्रभाव आहे, ज्यावर सहजासहजी मात करता येत नाही.

इतिहासात अव्याहतपणे चालत आलेले आणखी कुठले एक वैशिष्ट्य असेल तर ते म्हणजे राजकीय संशयी वृत्ती. कितीही नाकारले, तरी जवळचे भागीदारही परस्परांकडे समोरचा आपल्याविरुद्ध काही विपरीत तर करत नाही ना, ह्याच्या संकेतांकडे बारीक लक्ष ठेवून असतात. प्रभू रामाच्या राज्याभिषेकाच्याच दिवशी स्वतःचा पुत्र भरत अनुपस्थित असल्याने राणी कैकेयीच्या त्याच्या (आणि तिच्या) भवितव्याविषयीच्या चिंतेत भर पडली का, हा एक वादाचा प्रश्न आहे. अर्थात या विचारांना तिची दुष्ट मोलकरीण मंथराने धार चढवली असेल, ज्यामुळे पतीने दिलेल्या दोन वरदानांचा वापर करून तिला अवाजवी मागण्या करण्यास उद्युक्त केले असेल. त्याच अनुषंगाने, एखादा लहान खेळाडू स्वतःचा अजेंडा घेऊन मोठ्या खेळाडूच्या असुरक्षिततेचा कसा फायदा घेऊ शकतो, याचे हे एक उत्तम उदाहरण आहे. आपल्याच आजूबाजूला असे घडताना आपण पाहू शकतो.

पण व्यक्तिरेखा बाजूला ठेवल्या तर आंतरराष्ट्रीय संबंधांचा पाया असणारे प्रखर वास्तव म्हणजे स्पर्धा आणि फायदा हे आहे. जागतिकीकरणाच्या आणि सामूहिक हिताच्या सर्व चर्चांसाठी हेच खरे आहे की, राष्ट्रे अजूनही आपल्या विशिष्ट फायद्याचे काय आहे याचा निष्ठुरपणे हिशोब करतात.

जागतिक परिवर्तनाच्या लाटेत, काही गोष्टी मात्र अविचल असतात आणि त्या तशाच राहतात.

वेस्टफॅलियन राजकारणाच्या पलीकडे

अमेरिका आणि चीनशी संबंधित घडामोडींची जोडूनच कल्पना करणे साहजिक असले, तरी त्यांच्याकडे झिरो-सम गेमप्रमाणे पाहणे हे त्याचे सुलभीकरण केल्यासारखे होईल. सर्वप्रथम, ते जगात होत असलेल्या मोठ्या पुनर्संतुलनाचा एक भाग आहेत. निश्चितच, त्यांचा एकमेकांवर परिणाम झाला आहे आणि त्याचा कार्यकारणसंबंध आहे. अमेरिकेने केलेल्या कपातीमुळे चीनला आपला प्रभाव वाढवायला अधिक संधी मिळाली आहे, त्यामुळे त्याने अनेक क्षेत्रे व्यापली आहेत. बव्हंशी सगळ्या जगाने वसाहतवादी कालखंड मागे टाकल्याने आर्थिक घडामोडींची नवी केंद्रे अपरिहार्यपणे अस्तित्वात आली आहेत. अर्थात, विशेषत्वाने अमेरिकेच्या राजकीय निर्णय आणि निवडींमुळे या परिवर्तनाचा वेग आणि गुणवत्ता ह्यांना आकार आला आहे.

गेल्या शतकातील भू-राजकारणाचा चीनला विशेष फायदा झाला असावा. पण वस्तुस्थिती अशी आहे की, आज अमेरिकेच्या खात्यावरील तूट चीनच्या वाढत्या क्षमतांनी सहजासहजी भरून काढता येणार नाही. अमेरिकेचा निव्वळ विस्तार आणि आंतरराष्ट्रीय व्यवस्थेवरील त्याची व्यापक पकड ह्यावरून त्यातील काही गोष्टी प्रतिबिंबित होतात. पण दोन्ही राज्यव्यवस्थांच्या स्वरूपातही महत्त्वाचा फरक आहे.

अमेरिकेला आपल्या जागतिकतेचा अभिमान आहे आणि त्यांनी जाणीवपूर्वक ही वैशिष्ट्ये जोपासली आहेत. याउलट चीन स्वतःला एकटा

समजतो आणि त्याच्या जागतिकीकरणाचे सार्वत्रीकरणात सहजासहजी रूपांतर होत नाही. त्यामुळे प्रत्येकजण आपापल्या ताकदीनुसार सहभाग नोंदवेल. गंमत म्हणजे, त्यांचा एकप्रकारे परस्परविरोधी पद्धतीचा अभ्यास करता येईल. एकाकडून जागतिक गुणवत्तेला आकर्षित करण्याची आपली अनन्य क्षमता निर्माण करताना आपल्या खुलेपणाचा आणि वैविध्याचा जास्तीत जास्त फायदा घेतला जाईल. दुसऱ्याने विस्मयकारकरीत्या विविध गोष्टींचे एकीकरण करून स्वतःच्या स्वायत्त क्षमता विकसित करत असतानाही जगाचासुद्धा लाभ घेऊन प्रचंड शक्ती वाढवली आहे. विरोधाभास असा की, याच गुणांचा दुसऱ्याकडून गैरफायदा घेतला जाणार नाही, याची काळजी घेण्याचे आव्हान या दोघांसमोर आहे.

आपल्यासाठी महत्त्वाचा मुद्दा म्हणजे त्यांच्या जागतिक विचारधारेतील साधर्म्य कमी होणे, हा होय. त्याने जागतिक घडामोडींमध्ये अनिश्चितता, मर्यादा आणि कलहाचा काळ निर्माण होईल. पुरवठा साखळी आणि डेटा प्रवाह यांसारख्या जागतिक संबंधांवर तसेच सागरी सुरक्षा, महामारी किंवा दहशतवाद यांसारख्या आव्हानांमध्ये हे सर्वात अधिक समोर येईल. शेवटी परिस्थिती अशी आहे की, बदल केवळ सत्तेच्या वाटपातच झालेला नाही, तर त्याबरोबरच आता जे प्रभाव जास्त वापरतील त्यांचे गुणधर्मही बदलले आहेत. एकत्र काम करण्याच्या त्यांच्या क्षमतेच्या बरोबरीने, प्रबुद्ध स्वहिताकडे ते कसे पाहतील आणि जागतिक सामायिक उपलब्धींच्या रक्षणासाठी ते किती सहभाग देतील, हे प्रश्न, उत्तरांच्या प्रतीक्षेत आहेत.

इंडो-पॅसिफिकमध्ये भारत केवळ पूर्वेकडेच वेगळीच परिस्थिती अनुभवत आहे, असे नाही. अमेरिका अफगाणिस्तानातून बाहेर पडल्यामुळे पश्चिमेला भारताच्या जवळच्या क्षेत्रांच्या राजकारणातही बदल होत आहेत. दहशतवाद आणि कट्टरतावाद, महिला आणि अल्पसंख्याकांना मिळणारी वागणूक, प्रवासाचे स्वातंत्र्य आणि सर्वसमावेशक प्रशासन या संदर्भात संयुक्त राष्ट्रसंघातील मुत्सद्द्यांनी आंतरराष्ट्रीय समुदायाच्या चिंता व्यक्त केल्या असतील. पण या भागाची जाण असलेल्या रणनीतीकारांनाही त्याच्या संभाव्यता किती अनिश्चित झाल्या आहेत, हे समजून घ्यावे लागेल. मूल्ये, विचारसरणी आणि हितसंबंध यांचा समतोल सर्व संबंधित पक्षांकडून काळजीपूर्वक तपासला जात आहे.

त्याहीपलीकडे अमेरिकेच्या प्रशासनातील स्थित्यंतर आणि इराणच्या अणूकार्यक्रमाच्या वाटाघाटी आणि प्रादेशिक प्रभाव ह्यांमधून आणखी एक बदल घडत असलेला दिसत आहे. त्याची परिणती ज्यामध्ये होईल ती काही लहानसहान गोष्ट नसेल. पश्चिम आशियाने पूर्वीच्या राजकीय युद्धरेषांपासून तसेच त्या प्रखर करण्यापासून संपूर्णपणे फारकत घेतलेली दिसत आहे. अब्राहम कराराच्या आशावादावर हमासच्या इस्रायलवरील हल्ल्यांनी प्रतिवाद केला आहे. परिणामी संतुलन कितीही तात्पुरते असेल तरी अजून ते स्पष्ट नाही. ठामपणे काय म्हणता येईल तर ते म्हणजे ह्या घडीला पश्चिम आशियातील राजकारणाच्या आधारस्तंभांमध्ये बदल घडत आहेत.

स्वतंत्रपणे, पाश्चिमात्य उदारमतवादी राजकारणाचे काही देशांतील सत्ताधाऱ्यांशी असलेले मतभेद शिगेला पोहोचत आहेत. यामुळे पुनर्मूल्यांकन करण्यास चालना मिळाली आहे जी जागतिक गतिशीलतेमुळे अधिकच वाढीस लागली आहे. त्याच अनुषंगाने अब्राहम करार हे केवळ त्यांच्या दृढ भूमिकांपासून वेगळी भूमिका घेण्यासाठीच नव्हे, तर विशेषत: आर्थिक आणि दळणवळणाच्या मुद्द्यांवर त्यांनी नमूद केलेल्या आश्वासनांसाठी उल्लेखनीय आहेत. I2U2 या नव्या गटात अधिकाधिक भारतीय सहभाग कसा होईल हे सुचवणाऱ्या कल्पनांचा समावेश आहे आणि ही काही एकमेव संधी नाही. सौदी अरेबियाने आशियावर अधिक लक्ष केंद्रित केल्याने भारताला नव्या संधी उपलब्ध झाल्या आहेत. कनेक्टिव्हिटी, लॉजिस्टिक्स आणि ऊर्जा क्षेत्रात सहकार्याची शक्यता असलेल्या आयएमईसी (भारत – मध्य पूर्व – युरोप आर्थिक कॉरिडॉर) उपक्रमाचा यात समावेश आहे. भारत आणि युरोप यांच्यातील अरबस्तानातून केल्या गेलेल्या संपर्काची चालू ठेवलेली परंपरा 'इतिहासाचे पुनरागमन' दर्शवते. अंतिमतः दृढपणे स्थापित झालेले राजकारण आणि उदयोन्मुख अर्थकारण ह्यांचे संतुलनच जगभरात एखाद्या प्रदेशाची समर्पकता किती आहे हे ठरवेल.

युरोपचा विचार केला तर युक्रेनच्या धक्क्यापूर्वीच तो आपल्या बंदिस्त आणि बचावात्मक मानसिकतेतून बाहेर पडू लागला होता. पण या संघर्षाच्या थेट परिणामामुळे जागतिक स्तरावर आपल्या धोरणात्मक हितसंबंधांबाबत तो अधिक जागृत झाला आहे. इंडो–पॅसिफिक आणि कनेक्टिव्हिटीबाबत युरोपियन

युनियनने (EU) धोरणांचा अवलंब करणे हा स्वत: एक स्पष्ट संकेत आहे. तथापि, युक्रेन संकटाच्या भीषणतेने आणि त्याच्या तात्कालिक परिणामांनी देशांच्या वैयक्तिक आणि सामूहिक, सुरक्षेविषयक दृष्टीकोनात आमूलाग्र बदल घडवून आणला. विशेष म्हणजे, युरोपनेच त्या संरचनेत परिणाम आणि प्रतिसादांना मांडणे सुरू केल्याने धोरणात्मक जागतिकवादाला वेगाने पुढे नेले. तरीही 'व्यापाराद्वारे बदल' यावर ठाम विश्वास ठेवणारा आणि आपल्या हितसंबंधांविषयी अत्यंत वस्तुनिष्ठ असणारा हा खंड आता जगाचा पाठिंबा आणि सहमती मिळवण्यासाठी प्रयत्न करत आहे. विकसनशील देशांसाठी अत्यंत कठोर आणि दुष्कर उपाययोजनांचे पर्याय मांडताना, त्याने स्वत:ला मात्र हालअपेष्टांपासून अलगद दूर ठेवले आहे, यामुळे हे काम अधिकच कठीण झाले. हे व्यापाराच्या इतर बाबींपर्यंतही पोहोचलेले असले तरी रशियाकडून होणाऱ्या ऊर्जा आयातीच्या बाबतीत ठळकपणे दिसून आले.

वातावरणातील गढूळता काहीशी कमी झाली असली तरी अटलांटिक पलीकडील देशांशी आणि युरल्सशी युरोपचे बदललेले संबंध हे भारतासाठी खूप महत्त्वाचे ठरतील. हे बदललेले दोन्हीही संबंध भारताला, भारताच्या आशियामधील सहभागाचे पुनर्मूल्यांकन करण्यास भाग पाडण्याची शक्यता आहे. दोन दशकांहून अधिक काळ अतिशय जिद्दीने उभारलेल्या जर्मनीच्या भूमिकेचे भवितव्य हा यक्ष प्रश्न आहे आणि त्याच्या दुविधेचा फायदा इतर घेण्याचा प्रयत्न करतील का, हासुद्धा एक प्रश्न आहे. जिथे आशियाचा प्रश्न आहे, तेथे युरोपची भूमिका अमेरिकेपेक्षा वेगळी असेल कारण तो आता जागतिक वर्चस्वाचे समर्थन करीत नाही. त्याचवेळी, त्याची अलीकडच्या वर्षांत जोखीमेबाबतची जागरूकता नक्कीच वाढली आहे. अनेक प्रकारे, ह्याची जी फलितं असतील ती तात्कालिक अनिवार्य गरजा आणि भविष्यातील दीर्घकालीन आडाखे यांच्यातील तडजोड असेल.

मात्र, सध्याच्या काळातील अव्वलस्थानी असलेली सत्ताच महत्त्वपूर्ण बदलांची किंवा घडामोडींची भविष्यसूचक आहे. अमेरिकेतील मातब्बरांनी असा युक्तिवाद केला आहे की, जागतिक पातळीवर कमी प्रभावी अमेरिकेला पूर्वीची आर्थिकदृष्ट्या उदार भूमिका परवडणारी नाही. त्यांचे आक्षेप आता केवळ मुक्त

विश्वमित्र भारत

व्यापार करारांपुरते मर्यादित राहिलेले नाहीत, तर जागतिक पुरवठा साखळीच्या स्वरूपापर्यंतही विस्तारलेले आहेत. परिणामी, देशांतर्गत वास्तवाबद्दल संवेदनशील असलेल्या परदेशातील आर्थिक व्यवहारांना अधिक सशक्त करण्यासाठी अधिक नावीन्यपूर्ण प्रयत्न केले जातात. याचे उदाहरण म्हणजे इंडो–पॅसिफिक इकॉनॉमिक फोरम (IPEF), ज्याची मुहूर्तमेढ टोकियो येथे २०२२ मध्ये क्वाड शिखर परिषदेच्या निमित्ताने झाली. आणि २०२३ च्या आशिया पॅसिफिक आर्थिक सहकार्य (APEC) बैठकीपर्यंत त्याची वाटचाल झाली.

केवळ अमेरिका संधींचा वेगळ्या पद्धतीने वापर करू पाहत आहे असे नाही. युक्रेन संघर्षाच्या संदर्भात अमेरिकेने आखलेल्या रणनीतीनेही आपल्या काळातील दुर्बलतांना अधोरेखित केले आहे. किंबहुना हा सगळा खेळ असा झाला आहे की कोणता पक्ष दुसऱ्या पक्षावर आपली पकड अधिक फायदेशीररीत्या वाढवू शकतो, ह्यावर त्याचे यश अवलंबून आहे. एकाचवेळी अनेक मोठ्या आव्हानांना सामोरे जाण्याची अमेरिकेची क्षमता हा महत्त्वाचा प्रश्न आहे आणि अर्थात, नेमकी हीच गोष्ट आपल्या काळातील वर्चस्व असणाऱ्या ह्या शक्तीला इतरांहून वेगळी सिद्ध करते. धोरणात्मक स्पर्धेबद्दल अमेरिका अत्यंत जागरूक आहे तसेच विविध महत्त्वाच्या बाबींची बांधणी आणि त्यांचे संरक्षण ह्यांचा देशांतर्गत दबावही जोडीला आहे. या घडामोडींची एकूण गोळा बेरीज – काही घडामोडी घडण्यास दीर्घ काळ आणि काही अधिक तात्कालिक – ज्या खरोखरच परिवर्तनशील आहेत.

सध्या आपण जे अनुभवत आहोत त्याला वेस्टफॅलियन राजकारणातील रूढीवादी मान्यतांच्या पलीकडे जाणाऱ्या चिंता आकार देत आहेत. मान्य आहे की, शीतयुद्धात आपली मूल्ये दुसऱ्यापेक्षा वरचढ आहेत हे सिद्ध करण्याच्या उद्देशाने पद्धतशीर स्पर्धा झाली. पण वसाहतोत्तर व्यवस्थेत प्रखर सार्वभौमत्वाची जी भावना जागृत झाली त्यामुळे याचा समतोल साधला गेला. दरम्यान, एक व्यापक तडजोड करण्यात आली जिथे काही गंभीर प्रकरणी अपवाद वगळता, देशांतर्गत बाबींचा आदर केला गेला. त्या तडजोडींमध्येही धोरणात्मक विचारांनी हस्तक्षेप केला होता; अपेक्षित मान्यतांहून वेगळी भूमिका ठेवलेल्या सर्वांना समान पद्धतीने वागणूक दिली गेली नाही.

अर्थशास्त्राचा विचार केला तर व्यवहारवाद खूप मोठा होता आणि समाजाची घडण जाणून न घेता त्याला विशिष्ट परिणाम देणाऱ्या ब्लॅक बॉक्ससारखी वागणूक दिली जात असे. स्थूल पातळीवर, आर्थिक निवडींमध्ये वैयक्तिक निवडींना वाव नव्हता; तो फक्त व्यवसाय होता. समाजाच्या आंतरिक पातळीवर काय घडत होतं, हा खरंतर आमचा चिंतेचा विषय नव्हता. पण आज जागतिकीकरणामुळे समाजात शिरकावाला अधिकाधिक चालना मिळत गेली आहे, ज्याला तेवढ्याच प्रमाणात आत्ममग्न राहण्याने खारीज करता येणार नाही. आपण आपल्या जीवनात जे खूप वेगळ्या पद्धतीने विश्वास ठेवतात, विचार करतात, वागतात अशा देशांना शिरकाव करू दिला. हा फक्त त्यांची उत्पादने आयात करण्याचा विषय नव्हता, उलट ते आता आपल्या प्रदेशात कार्यरत होते आणि हे काही बाबतीत प्रत्यक्ष असेल, परंतु डिजिटल युगाने ह्याची खात्रीच पटते की कृत्रिम बुद्धिमत्ता (एआय) आपल्या चिंतांच्या यादीत पहिल्या क्रमांकावर आहे.

अशा प्रकारच्या खुलेपणामुळे साहजिकच पारदर्शकता आणि विश्वासाबद्दल चिंता निर्माण झाली आहे. निर्बंध आणि फायरवॉल जे आपले आदर्श आहेत ते त्यांचे नसतात तेव्हा साहजिकच आपल्याला त्रास होतो. एवढेच नव्हे, तर जागतिक घडामोडींमधील बदलत्या वर्तणुकीचा परिणाम जागतिक रचनेवरच होऊ लागला. अधिक आशावादी काळात, आपण प्रामुख्याने कार्यक्षमता आणि स्पर्धात्मकतेवर लक्ष केंद्रित केले. तथापि, जसजसा बाजारपेठेतील वाटा आणि परस्परावलंबित्वाचा धोरणात्मक बाबींसाठी वापर करणे सुरू झाले, तसतसे आपल्या एक्सपोजरचे प्रमाणदेखील राष्ट्रीय सुरक्षेची चिंता म्हणून पुढे आले. ह्या गोष्टी पूर्वी अस्तित्वात होत्याच; मात्र इतकेच की त्यांच्यात पूर्वीइतक्या मोठ्या प्रमाणावर फायद्यासाठी वापरून घेण्यासाठी छेडछाड केली गेली नव्हती. मुत्सद्देगिरीची कमी निर्बंध आणि जास्त सक्ती असलेली एक वेगळी संस्कृती आपण जगत आहोत, यात शंका नाही. गेल्या दशकातील महत्त्वाच्या घडामोडींपैकी एक म्हणजे रोजच्या जगण्यातील सर्वसामान्य बाबींचा शस्त्र म्हणून वापर करणे होय. अशा बाबी म्हणजे

व्यापार, पर्यटन, कनेक्टिव्हिटी किंवा फायनान्स असू शकते. परिणामी, आता प्रत्येक गोष्टीला कुंपण घालून संरक्षित करण्याची गरज निर्माण झाली आहे. अशा चिंतांमुळे पुरवठा साखळीच्या प्रश्नांमध्येही भर पडली आहे. राजकीय अज्ञेयवादाचे युग प्रभावीपणे संपले आहे.

ह्यात उपहास असा आहे की अफगाणिस्तानातील घडामोडी उलट दिशेने वळण घेत आहेत असा अर्थ काढता येऊ शकतो. अनेकांसाठी तिथली खरी समस्या अशी होती की त्या देशात परकीयांची उपस्थिती घुसखोरी करणारी होती आणि त्यामुळे राष्ट्रउभारणीच्या ध्येयावरच टीकेची झोड उठली. ९/११ च्या हल्ल्यानंतर अफगाणिस्तानात परकीयांची उपस्थिती कुठलेही नकारात्मक परिणाम न घडवता मर्यादित राहू शकली असती का, हा एक विवादाचा प्रश्न आहे. पण अशी चर्चाही केवळ व्यर्थ आहे. खरे आव्हान ध्येयाच्या महत्त्वाकांक्षेचे नव्हते तर, तर एकूण समग्र अवकाशाच्या आकलनाबाबत होते. दोन दशके अमेरिका या विरोधाभासाशी झगडत होती की, जो देश आपल्याविरोधातील लढाईला चालना देत होता, तोच देश आपल्या लष्करीवाहतूक पुरवठ्यासाठीही महत्त्वाचा आहे. हा पेच इतका तीव्र होता की, ओसामा बिन लादेनची पाकिस्तानातील उपस्थितीही त्यावर अचूक तोडगा काढू शकली नाही. पाकिस्तानी लष्कराने ज्या धूर्तपणे डावपेच टाकले आणि अमेरिकन लष्करी आणि राजकीय नेत्यांच्या एका फळीला विस्कळीत 'आयएफएफ सिस्टीम्स'च्या आधारावर अक्षरशः वाऱ्यावर सोडून दिले, हे त्यांचे श्रेय हिरावून घेता कामा नये!

आज मात्र जग याच्या विरुद्ध विचार करत आहे. अफगाण समाजात कितीही घडामोडी घडल्या तरी बाहेर त्याचे कोणतेही नकारात्मक परिणाम होणार नाहीत, अशी आशा आता जग बाळगून आहे. काही देश दहशतवाद आणि कट्टरतावादाच्या संदर्भात त्याची व्याख्या करतात. इतरांना निर्वासित बाहेर पडण्याच्या किंवा महिलांना दिल्या जाणाऱ्या वागणुकीबद्दल अधिक चिंता आहे. काहीही झाले तरी सत्य हे आहे की, आंतरराष्ट्रीय संबंध अधिक घट्ट अशा एकात्मिक जगात अत्यंत विभिन्न संस्कृतींचा मेळ कसा घालावा ह्या समस्येशी असमाधानकारकपणे झगडत आहेत.

'इतरां'चे आगमन

सध्याच्या परिस्थितीतील काही संघर्षजन्य मुद्द्यांनी हितसंबंध कसे उत्तमरीत्या पुढे नेता येतील याविषयीच्या चर्चेला तोंड फोडले आहे. धोरणात्मकतेचा अभाव असणाऱ्या काळातील परिणामांना सुधारण्याच्या प्रयत्नात, डी-कपलिंगचे (de-coupling) फायदे आणि व्यवहार्यता यांबद्दल चर्चा चालू आहे. इतर संकल्पनांप्रमाणेच इथेही टोकाचे स्पष्टीकरण टाळणे शहाणपणाचे ठरते.

जागतिक अर्थव्यवस्था आज इतकी एकमेकांशी जोडली गेली आहे की ती सर्वसमावेशक मार्गाने राष्ट्रीय पातळीवर विभक्त होऊ शकत नाही. तसे होताना पाहणे कोणत्याही समाजाला परवडणारे नाही; त्यामुळे तसे होणार नाही. त्याचबरोबर धोरणात्मक स्पर्धेची उघड चर्चा चालू आहे, जी नाकारताही येणार नाही. स्पर्धक एका मर्यादेपलीकडे एकमेकांवर विश्वास ठेवणार नाहीत हे स्पष्ट आहे. कोणत्याही दुतर्फा दुव्याचा, मग तो व्यापार, संसाधने, कनेक्टिव्हिटी किंवा पाईपलाईन असो; सामान्यतः त्याचा प्रबळ किंवा दूरदृष्टी असणाऱ्या चलाख राज्याकडून अधिक चांगल्या प्रकारे फायदा करून घेतला जाईल. सर्जनशीलता आणि प्रगतीला चालना देणारा खुलेपणा हा नेहमीच दुधारी असतो त्यामुळे तो धोक्यांसाठीही खुला राहतो. ह्या सर्व प्रवृत्तींना दिला जाणारा स्वाभाविक प्रतिसाद म्हणजे, निवडक क्षेत्रांमध्ये स्वावलंबनला प्रोत्साहन देणे आणि अशा क्षेत्रांना संरक्षित करणे. त्याच वेळी, इतर डोमेन्समध्ये आवश्यक तेथे अतिरिक्त बॅकअप आणि विश्वासार्हता विकसित करण्याचा प्रयत्न करणे. यामुळे निर्यात नियंत्रण आणि तंत्रज्ञानाच्या देवाणघेवाणीवर नव्याने लक्ष केंद्रित केले जाते. चिप्स आणि सेमी-कंडक्टर्स हे एक त्याचे स्पष्ट उदाहरण आहे. त्याचे सामाजिक-राजकीय परिणामही होतील, कारण वेगवेगळी राष्ट्रे अविश्वास किंवा सावध पवित्र्यामुळे त्यांची कार्यपद्धती आणि व्यवहार ह्यांमध्ये फेरफार करतील. शिक्षणापासून व्यवसायापर्यंत, संशोधनापासून प्रवासापर्यंत जगाला येत्या दशकात हा परिणाम जाणवू लागेल. ह्याशिवाय वरकडी म्हणजे राजकीय अर्थव्यवस्था आणि पारंपरिक सुरक्षा यांचा खेळ सुरूच राहणार आहे.

बाहेरचे वातावरण कमी अनुकूल असेल तर कोणाला फायदा होईल आणि कोणाला तोटा होईल, हा एक रोचक विषय आहे. शक्तीतील तफावती स्वत:ला कश्या सिद्ध करतात हे पाहणे, हा काही गौण मुद्दा नाही. आपण आधीच पाहिले आहे की काही देशांनी इतरांच्या धोरणात्मक शैलीचा चुकीचा अर्थ लावला आहे, त्यामुळे त्याचे अनपेक्षित परिणाम होतात. असे जग, जे काही बाबतीत अधिक एकात्म आहे, पण काही बाबतीत तीव्र संघर्ष करत आहे, हा नक्कीच एक अनोखा अनुभव असणार.

राज्ये जो प्रतिसाद देतात तो साहजिकच बदललेली परिस्थिती आणि सभोवतालच्या वातावरणानुसार असतो. त्यामुळे जे संरचनात्मक बदल चालू असतात, त्यांची योग्यता आपण ओळखणे अधिक महत्त्वाचे आहे. अमेरिकेच्या मर्यादा आणि चीनच्या उदयामुळे जी रचना खिळखिळी झाली आहे तिच्यामुळे इतरांसाठी जागा मोकळी झाली आहे, हे वास्तव आहे. जगात दोन मोठ्या शक्ती असू शकतात, पण समान पातळीवर नक्कीच नाहीत. याचेही पारंपरिक द्विध्रुवीयतेत रूपांतर होत नाही. ज्यांचा विकास स्वतंत्रपणे होत आहे आणि ज्यांचा प्रभाव वाढत आहे, असे अनेक देश आता आहेत. ते जसे स्पर्धेचा फायदा घेतील तसाच संधींचाही फायदा घेतील, त्याचे प्रमाण भिन्न असू शकेल. त्यातील काही गोष्टी करताना त्यांना त्यांचे पूर्वग्रह, जवळीकता आणि हितसंबंध यांमुळे मर्यादा येतील. पण एक व्यापक पॅटर्न म्हणून, त्यांना अधिक दूर असणाऱ्यांच्या अनिश्चित किंवा द्विधा मनस्थितीचा जास्तीत जास्त फायदा घेण्याचा मोह होईल. वेगवेगळ्या युतींच्या हितसंबंधांचे वैविध्य हा एक हातभार लावणारा घटक असू शकतो.

युती खुद्द एका विशिष्ट परिस्थितीमधून तयार होत असतात हेसुद्धा आपण स्वीकारायला हवे. अमेरिकेने तयार केलेल्या व्यापक आणि टिकाऊ नेटवर्कचे अनुकरण करणे जवळजवळ अशक्य आहे. त्याची गांभीर्याने प्रतिकृती करण्याचा साधा प्रयत्न करण्याची क्षमताही अन्य कोणत्या शक्तीत नाही. पण बदलत्या काळानुसार वेगवेगळी मॉडेल्स तयार होत असतात आणि जागतिक क्रमवारी स्थापन करण्याच्या जगाच्या निरंतर प्रक्रियेला नक्कीच कोणतातरी नावीन्यपूर्ण मार्ग गवसेल. आर्थिक एकात्मता आणि अवलंबित्व हे आता नवीन

व्यवस्थेच्या उभारणीमध्ये अधिक निर्णायक घटक बनू शकतात. अधिकाधिक पर्याय निर्माण होणे थांबता कामा नये.

ज्या राष्ट्रांची संरचना थोडी लवचिक आहे अशा राष्ट्रांमध्ये सत्तेचा व्यापक प्रसार म्हणजेच जागतिक पटलावर 'इतरां'चे आगमन. ह्या 'इतरांचा' एक स्वतःचा आवाका असतो, काहींचा पॉवर प्रोजेक्शनचा दीर्घ इतिहास आहे आणि काहींचा अगदी तात्कालिक असतो. पुन्हा, त्यातील काही, एक दिवस आघाडीची शक्ती बनण्याची इच्छा बाळगून असतील, तर काही केवळ भूतकाळातील उपलब्धींचे रक्षण करीत असतील. शिवाय, जागतिकीकरण झालेल्या जगाला, राष्ट्राला स्पर्धेत उभे करण्यासाठी सत्तेच्या सर्वांगीण विकासाची गरज उरलेली नाही. काही आयाम पुरेसे विकसित झाले तरी त्यानेही खूप काही बदल घडू शकतो. ह्यातील काही म्हणजे पूर्वीप्रमाणे देशाचे लष्करी बळ, नैसर्गिक किंवा आर्थिक संसाधने, धोरणात्मक स्थान, अत्याधुनिक क्षमता किंवा प्रभावी व्यासपीठ असू शकते. त्यांच्या संयोगाने उत्तम प्रभावाचे एक चांगले उदाहरण तयार होते.

अश्या शक्तींचा प्रभाव आता प्रादेशिकतावादाला चालना देत आहे. आफ्रिका, पश्चिम आशिया, आखाती किंवा ओशिनिया असो, मतभेद आणि वाद अधिक स्थानिक पद्धतीने सोडवले जात आहेत. किंबहुना, चालू असलेल्या परिवर्तनामुळे उपलब्ध होणाऱ्या संधी इतक्या महत्त्वाच्या आहेत की, त्याचा फायदा लहान राष्ट्रांनाही घेता येऊ शकतो.

काही प्रदेशांनी हे पश्चिम आशियापेक्षा अधिक स्पष्ट स्वरुपात दाखवून दिले आहे. स्थानिक लहान मोठ्या प्रदेशांकडून चालना मिळणाऱ्या संघर्ष आणि तणावांमध्ये तीव्र प्रदेशीकरण व्यक्त होत आहे. उर्वरित जग आपले महत्त्वाचे हितभाग जोपासणे चालू ठेवत असले तरी त्यांची हस्तक्षेपाची क्षमता आणि प्रवृत्ती स्पष्टपणे कमी होताना दिसत आहे. नैसर्गिक साधनसंपत्तीचा वापर फार पूर्वीपासून होत आहे. यामध्ये आता नावीन्यपूर्ण तंत्रज्ञानाच्या ऍप्लिकेशन्सची भर पडली आहे. येमेन असो वा गाझा, दीर्घकालीन समस्यांनी किती प्रभावीपणे समकालीन फॉर्म घेतला आहे, ह्याला आपण साक्षी आहोत. ह्यापैकी बऱ्याच गोष्टी प्रादेशिक स्पर्धेला विशेषत्वाने मध्यम शक्तींच्या स्पर्धेला खतपाणी घालत आहेत.

परस्परावलंबी जगात अधिक चपळाईने आणि कमी निर्बंध ठेवून काम करणारे असंख्य देश व्यावहारिकतेला अधिक महत्त्व देतात. काही प्रसंगी, देशांचे समान हितसंबंध, वैचारिक किंवा कार्यपद्धतीच्या मतभेदांवर मात करण्यास हातभार लावू शकतात. ऊर्जा क्षेत्र असो, कनेक्टिव्हिटी असो किंवा तंत्रज्ञान असो, ज्यांच्यात थोडे का होईना साम्य आहे, ते आपल्या वैयक्तिक फायद्यासाठी एकत्र आले आहेत. पण इथेही आपल्यासमोर जे घडत आहे, त्याला एक मोठा संरचनात्मक आधार आहे. कोणत्याही एका शक्तीची एकपक्षीयता ही कामाची सर्वमान्य पद्धत म्हणून असमर्थनीय आहे, हे आता उघड आहे. १९९० चे दशक आता आपल्या खूप मागे पडले आहे आणि उदयोन्मुख राष्ट्रांपैकी सर्वात शक्तिशाली राष्ट्रदेखील त्या काळातली परिस्थिती आज पुन्हा आणू शकत नाही.

त्याचबरोबर जगातील समस्याही इतक्या गुंतागुंतीच्या झाल्या आहेत की, कोणतेही द्विपक्षीय संबंध समस्यांवर कायम तोडगा काढण्यासाठी पुरेसे ठरत नाहीत. सैद्धांतिकदृष्ट्या, बहुपक्षवाद हा एक चांगला जुना उपाय आहे ज्याला प्रत्येकजण तोंडदेखला पाठिंबा देत असतो. पण त्याच्या दुर्बलता आणि उणिवा अधिकच उघडपणे आपल्या समोर आहेत. तो केवळ कालबाह्यच आहे असे नाही, तर तो सर्वात प्राथमिक स्तरावर कार्य करतो, तेही स्वार्थ जपून. आणि मग स्वतःला चांगले सिद्ध करण्यासाठी सोयीस्कर सारवासारव केली जाते.

अशा प्रकारचा मिनीलॅटरिझम विविध मुद्द्यांवर वेगवेगळ्या संयोजनात आचरणात आणला जातो. जसजसा तो वाढत जात आहे, तसतशी बहुपक्षीयवादाची एक मोठी संस्कृती उदयास येऊ लागली आहे. हे तसे पूर्णपणे नवीन नाही. तत्पूर्वी, प्रादेशिकतेवरच्या स्पष्टीकरणाने एकत्र काम करण्यासाठी एक आधार उपलब्ध करून दिला होता. त्यामुळे, आपल्याकडे युरोपियन युनियन, आसियान, सार्क, जीसीसी इत्यादी प्रादेशिक गट होते जिथे भौगोलिक सानिध्य हा एकत्र कामकाज करण्यासाठीचा मूलभूत आधार होता. सागरी सुरक्षा, दहशतवादाचा मुकाबला, निर्यात नियंत्रण, अप्रसारण (non-proliferation) किंवा हवामान बदल यासारख्या विशिष्ट मुद्द्यांवर राष्ट्रांनी परस्परांशी सहयोग

केल्याचेही आपण पाहिले. ह्याला पुनर्संतुलनावर भर देण्याचा आणि बहुध्रुवीयतेला चालना देण्याचा प्रयत्न असे म्हणता येईल. आणि तो भौगोलिक मर्यादांच्या पलीकडे गेला. ब्रिक्स हा असा ग्रुप आहे, ज्यामध्ये चार खंडांचे प्रतिनिधित्व एका छताखाली झाले.

आता फरक एवढाच आहे की अशा गटांची कार्यसूची आता व्यापक होऊ शकते आणि त्याचवेळी त्यांच्या कार्यात ते अधिक सहेतुकदेखील होऊ शकतात. त्या अर्थाने क्वाड हे अशा बदलत्या काळाचे लक्षण आहे. हे स्वरूप अधिक आकर्षक वाटते कारण यात अतिरिक्त खर्च खूपच कमी आहेत. परस्पर विश्वासाच्या चांगल्या संबंधांमध्ये कोणतेही करार, बंधने, आस्थापना किंवा अनुशासन हे काहीही येत नसतात. मुत्सद्देगिरीच्या क्षेत्रातही खर्च कमी करणे हा आता एक गुण आहे असे वाटते.

जेव्हा बहुध्रुवीयतेचा प्रश्न येतो, तेव्हा हे गरजेचे आहे की, आपण या गुंतागुंतीच्या जगाचे मूल्यमापन एकच एका मापदंडाने करू नये. बहुध्रुवीयता ही प्रक्रियाच अनेक विश्वासार्ह शक्तींना पुढे आणते, ज्यांचा परस्परसंबंध जागतिक घडामोडींवर परिणाम करतो. परंतु वस्तुस्थिती अशी आहे की राष्ट्रांनी इतकी भिन्न क्षमता प्राप्त केली आहे की ती विशिष्ट क्षेत्रांमध्येच अधिकाधिक कार्यरत असतात. भारतासारख्या राष्ट्राच्या दृष्टीकोनातून हे कसे दिसते याचा विचार करा. राजकीय बहुध्रुवीयतेमध्येही राष्ट्रांचा एक स्वाभाविक संच आहे, ज्यात यूएनएससीची पी-५ राष्ट्रे, युरोपियन युनियन किंवा आसियानसारखे समूह किंवा प्रादेशिकदृष्ट्या महत्त्वाच्या वैयक्तिक राष्ट्रांचा समावेश आहे. आर्थिक बहुध्रुवीयता मात्र खूप वेगळी दिसते कारण ती इतर काही बाबींमुळे निर्माण होते. भारताचे सर्वात मोठे व्यापारी भागीदार हे युरोपियन युनियन, अमेरिका, चीन, आखाती आणि आसियान हे देश आहेत. ऊर्जेच्या बाबतीत हे समीकरण अजून वेगळे आहे. इराक, सौदी अरेबिया, रशिया, संयुक्त अरब अमिराती किंवा अमेरिका हे या आघाडीमधले प्रमुख भागीदार आहेत. तंत्रज्ञानाच्या दृष्टीकोनातून पाहिले तर ह्याचे उत्तर पाश्चिमात्य अर्थव्यवस्थांच्या दिशेने असेल. गतिशीलता आणि कौशल्यांचा विचार केला तर आखाती देशांना निश्चितच त्याचे

योग्य श्रेय द्यावे लागेल, परंतु अधिक मूल्यवर्धन करणारे देश हे पाश्चिमात्य देश आहेत.

बहुपक्षीय संबंधांमधील फलिते आणि जागतिक मुद्द्यांचा विचार केला तर या सर्वांना खऱ्या अर्थाने जागतिक मतदारसंघाने पूरक केले आहे. राष्ट्रांचे मतदानाचे पॅटर्न्स हे बव्हंशी गटांद्वारे दर्शविले जातात आणि भारताच्या आवाहनाला त्यादृष्टीने लक्ष्य केले जाते. हे गुंतागुंतीचे चित्र अधोरेखित करते की आजच्या युगात परराष्ट्र धोरणाची गणिते किती बहुस्तरीय झाली आहेत. एक मोठे राष्ट्र आणि उदयोन्मुख शक्ती नक्कीच आपल्या रणनीतीची एकरेषीय पद्धतीने किंवा मर्यादित घटकांसह आखणी करू शकत नाहीत आणि आपापल्या भिन्न जगाचे सौंदर्य हे आहे की प्रत्येकजण आपापल्या आधारकांचा पाठपुरावा करत आहे.

ऑगस्ट २०२३ मध्ये दक्षिण आफ्रिकेत ब्रिक्सच्या विस्तारावेळी जे भाष्य झाले त्याचे निरीक्षण करण्यासारखे आहे. त्यात बरेचसे अशा अर्थाने सुचवले गेले की, खास करून अमेरिका आणि साधारणपणे पाश्चिमात्य देश हे महत्त्वाचे असूनही ब्रिक्सच्या चर्चेत त्यांना उघडपणे संबोधित केले गेले नाही किंवा मान्य केले गेले नाही. पण सत्य ह्याहून खूप वेगळे होते. प्रत्यक्षात सूक्ष्म वाटाघाटीद्वारे तेथे उपस्थित असलेल्यांच्या सहमतीसाठी समान आधार शोधण्यातून अंतिम फलित साध्य झाले. स्वतंत्र मार्ग आखण्यासाठी प्रत्येकाची आपापली कारणे होती. साहजिकच ती एकमेकांना ओव्हरलॅप होत होती. इतर ब्रिक्स सदस्यांबरोबरच सहा निमंत्रित राष्ट्रांचे (सौदी अरेबिया, संयुक्त अरब अमिराती, इराण, इजिप्त, इथिओपिया आणि अर्जेंटिना) भारताबरोबर मजबूत आणि प्रस्थापित संबंध आहेत. त्यांचा स्वतःचा कल बहुध्रुवीयतेकडे असतो.

या निमित्ताने संयुक्त राष्ट्र सुरक्षा परिषदेच्या सुधारणेसाठी दबाव वाढला आणि म्हणूनच ब्रिक्सच्या सामूहिक भूमिकेत लक्षणीय उत्क्रांती झाली. विद्यमान आणि संभाव्य दोन्ही सदस्यांना स्वतःच्या राष्ट्रीय चलनांमध्ये व्यापार करारांना चालना देण्यात सामायिक स्वारस्य आहे हा एकीकरणाचा आणखी एक मुद्दा होता. सारांशाने असे म्हणता येते की आंतरराष्ट्रीय व्यवस्था आज अधिक

स्वतंत्र आणि बहुविध दिशांनी जात आहे. याकडे केवळ पाश्चिमात्यविरोधी चष्म्यातून पाहणे दिशाभूल करणारे ठरेल.

कोविडनंतरचे जग

ह्याबाबत दीर्घकालीन दृष्टीकोन ठरवणे कठीण आहे. आपण कोविड साथीच्या भीषणतेसाठी सज्ज नव्हतो. यात झालेली केवळ मानवी हानीच मनाला चटका लावणारी होती असे नाही तर यामुळे रोजच्या आयुष्यात जो खंड पडला तो कल्पनेपलीकडचा होता. याचे कारण असे की, मागच्या वेळी जेव्हा असे काही घडले होते, तेव्हा जग आजच्याइतके घट्ट जोडलेले नव्हते. स्पॅनिश फ्लू आणि कोरोना व्हायरसमधील फरक हा मुळातच जागतिक समाजाच्या उत्क्रांतीबद्दलचे विधान आहे. दोघांनीही मानवाने साथीच्या रोगांना द्यायच्या प्रभावी प्रतिसादाबाबतच्या अपेक्षांवर आणि आंतरराष्ट्रीय सहकार्याने मिळणाऱ्या फायद्यांवर निश्चित परिणाम केला आहे. पण त्याचा प्रभाव म्हणजे केवळ समस्या किंवा उपायांच्या दृष्टीने मोजता येत नाही; हे माईंड-सेटबद्दल अधिक आहे.

आंतरराष्ट्रीय संबंधांवर होणारे परिणाम विशेष दूरगामी आहेत. कोविड-१९ च्या अनुभवाने गेल्या तीन दशकांमध्ये खोल रुजलेल्या जागतिकीकरणाच्या मॉडेलला आव्हान दिले आहे. कार्यक्षमतेचे अतिवेड हे बऱ्याच अंशी निर्बंध घालण्याच्या मानसिकतेमुळे संतुलित झाले आहे आणि लस आघाडीवरील अनुभवामुळे दक्षिण जगतात त्याच्या हितसंबंधांबद्दल जागरूकता वाढली आहे.

ही साथ आयुष्यभराच्या स्मृतींमधली सर्वात गंभीर बाब असू शकते; पण याकडे एकटे-दुकटे नव्हे तर वारंवार येणारे आव्हान म्हणून पाहिले पाहिजे. यापूर्वी आपण कधी कल्पनाही न केलेल्या प्रमाणात आता सहकार्याची गरज आहे. ह्या काळात कोणतीही राष्ट्रीय क्षमता कितीही मोठी असली तरी ती पुरेशी ठरली नाही आणि जागतिक गरजा भागविण्यासाठी मोठ्या क्षमतांकडे फक्त संसाधने अतिरिक्त प्रमाणात आहेत, ही गोष्ट नक्कीच पुरेशी नाही. सामूहिक

प्रतिसाद हा जरी सध्याच्या सर्वांच्या एकत्रित क्षमतांएवढाच असेल तरी तोदेखील कमीच पडेल. अशा प्रलयंकारी घटनांना प्रतिसाद देण्यासाठी जग कशा प्रकारे कार्य करते हे आता आपल्याला नव्याने मांडावे लागेल. साथीमुळे पुरवठा साखळ्या, जागतिक प्रशासन, सामाजिक उत्तरदायित्व आणि अगदी नैतिकता यांसारख्या मुद्द्यांवर नक्कीच चर्चा सुरू झाली आहे. समकालीन जगाचे वस्तुनिष्ठ मूल्यमापन करण्यासही त्याने तेवढेच प्रोत्साहन दिले, जेणेकरून आपण उद्यासाठी अधिक चांगल्या प्रकारे सज्ज राहू.

राष्ट्रे जगाचे जे चिंतन करतात ते पाहता लक्षात येणारी एक गोष्ट म्हणजे, कोविड–१९ ने भीतीच्या दिशेने सुई फिरवली आहे, यात प्रश्नच नाही. ह्यामुळे राष्ट्रीय सुरक्षेची व्याप्ती खूप वाढली आहे. पूर्वी संरक्षण, राजकारण आणि गुप्तचर यंत्रणा हे सुरक्षाविषयक धोरणांना आकार देणारे महत्त्वाचे घटक होते. त्यांचा संसाधने, ऊर्जा किंवा तंत्रज्ञान अशांसारख्या क्षेत्रांवरही प्रभाव असे. काही उल्लेखनीय अपवाद वगळता अशा क्षेत्रांच्या गरजा जागतिक व्यापार, आर्थिक सक्षमता आणि समाजाचे नीतिनियम अथवा आचरणाच्या पद्धती अशा घटकांमधून भागविल्या जात होत्या. जागतिकीकरणाचा मंत्र जसा खोलवर रुजला तश्या या प्रवृत्ती खरेतर अधिक बळकट होत गेल्या.

मात्र, साथीच्या आजारामुळे क्षमतांचा गैरफायदा घेतला गेला, वचनबद्धतेचा भंग झाला, पुरवठा साखळ्या ठप्प झाल्या, मालवाहतूक विस्कळीत झाली आणि तुटवडा निर्माण झाला. जेव्हा पीपीई, औषधे किंवा व्हेंटिलेटरसंदर्भात हे प्रश्न निर्माण झाले, तेव्हा आम्हाला आरोग्य सुरक्षेची जाणीव झाली. ज्यांना जीवनावश्यक वस्तूंचा पुरवठा धोक्यात आल्याचे दिसले तेव्हा त्यांना अन्नसुरक्षेचे महत्त्व कळले. जिथे प्रत्यक्ष अडथळ्यांमुळे अर्थव्यवस्था मंदावली, तिथे उत्पादन सुरक्षेची गरज आपल्याला समजली. याला राष्ट्रीय स्तरावरची खरेदी म्हणा, मध्यमवर्गीयांची चिंता म्हणा, दुहेरी अभिसरण अर्थात देशांतर्गत आणि देशाबाहेर व्यापार आणि गुंतवणूक म्हणा किंवा स्वावलंबन; त्यातील घ्यायचा मूळ संदेश तितकासा वेगळा नाही. इतरांच्या कार्यक्षमतेमुळे चांगला काळ असताना फायदा झाला असावा; पण तेच आता कठीण काळात खूप अविश्वसनीय वाटू लागले आहेत.

कोविडच्या अनुभवामुळे विश्वास आणि पारदर्शकतेची चिंताही समोर आली आहे. एखाद्याच्या अपारदर्शकतेकडे यापुढे दुर्लक्ष करता येणार नाही; तिचे खरे परिणाम उर्वरित जगावर होतात. आधीच टंचाई आणि अडथळे भेडसावू लागल्याने तिची तीव्रता अधिकच भासली. त्याहीपेक्षा वाईट म्हणजे असे मुद्दे दबाव वाढवणारे घटक बनू शकतात. साथीमुळे निर्माण झालेल्या आर्थिक संकटामुळे नवीन असुरक्षितता निर्माण होण्याची भीतीही व्यक्त केली जात आहे. परिणामी, धोरणात्मक स्वायत्ततेची चर्चा आता अधिक स्वयंपूर्णता, मजबूत भागीदारी आणि पर्यायांची बहुविधता ह्यांवर आधारित केली जात आहे – हे सर्व जोखीम कमी करण्यासाठी अनिवार्य घटक मानले जातात. त्यांचा आगामी काळात भू-आर्थिक परिणाम होऊ शकतो.

मानवी वर्तनातील पैलूंनीही आपली भूमिका बजावली आहे. ताणतणावांमुळे स्वार्थाच्या संकुचित व्याख्या निर्माण झाल्या आणि सामूहिक प्रयत्न थांबले गेले. जे उपदेश केले गेले ते फार कमी जणांनी स्वतः आचरणात आणले; काहींनी तर उपदेशच पूर्णपणे थांबवला. नकळत, संस्कृती, आवडी-निवडी आणि मूल्ये यांच्या परस्परक्रियांमुळे एक दृष्टीकोन निर्माण झाला. बहुलवादी समाज जगाशी अधिक जोडला गेला आणि त्यांच्यातील एकजूट अधिक दृढ झाली आणि ज्यांनी जगाला केवळ बाजार म्हणून न बघता कार्यक्षेत्र म्हणूनही पाहिले, त्यांनी एकमेकांशी जोडून राहण्यात धन्यता मानणे पसंत केले.

कितीही आव्हानात्मक असल्या तरी आपल्या काळातील जीवनावश्यकता नाकारता येणार नाहीत. आपले जागतिकीकरण सखोल आणि व्यापक आहे आणि ते व्यवहार आणि धोरणांना आकार देतच राहील. कोविड-१९ ने जे काही समोर आणले आहे ते म्हणजे त्याच्या आत्ताच्या अवस्थेतील धोके. आज वेगवान आर्थिक पुनरुज्जीवनासह आपल्या इतर उद्दिष्टांचा पाठपुरावा करतानाही ते धोके कमी करण्याचे काम आपल्यासमोर आहेच.

मात्र, उपाय हेसुद्धा नवनवीन समस्यांना कारणीभूत असतात. वितरण सक्षम करणारे डिजिटल क्षेत्र हे गोपनीयता आणि सुरक्षितता हे दोन चिंतेचे मुद्दे उपस्थित करते. कृत्रिम बुद्धिमत्ता जोर पकडत असताना तर हे अधिकच चिंतेचे आहेत. ऊर्जा, गतिशीलता आणि दळणवळणात क्रांती होत असताना उदयोन्मुख

तंत्रज्ञानाला महत्त्व प्राप्त होत आहे. नवीन पुरवठा साखळ्यांमुळे जागतिक असुरक्षिततेत वाढ होणार नाही याची खात्री करणे अत्यंत महत्त्वाचे आहे. भारतासाठी हा अमेरिकेबरोबर द्विपक्षीय, जपान आणि ऑस्ट्रेलियाबरोबर त्रिपक्षीय आणि क्वाडसोबत सामूहिकरीत्या चर्चेचा विषय आहे. व्यापार आणि तंत्रज्ञान परिषदेचा कार्यक्रम हा युरोपियन युनियनशी समांतर आहे.

आता एक गोष्ट स्पष्ट झाली आहे की कोविडच्या अनुभवाने वाजवलेल्या धोक्याच्या घंटेने विश्वासार्ह सहकार्य वाढीस लागेल ह्याची खातरजमा करण्याचे मोठे आव्हान समोर आणले आहे. आंतरराष्ट्रीय समुदाय आगामी काळासाठी ज्याला महत्त्वाचे मानतो, त्याची बाजार अर्थव्यवस्था आणि लोकशाही समाज काही प्रमाणात हमी देतो, हे खरे आहे. या विचारांच्या अनुषंगाने मुक्त व्यापार कराराच्या (FTA) निवडींना धोरणात्मक निर्णयांपासून दूर ठेवता कामा नये, याची जाणीव वाढत चालली आहे. कारण भारताला जे काही उभारायचे आहे, ते त्याच्यापुढचे आहे, त्यामुळे आवश्यक भागीदाऱ्या सुनिश्चित करण्यात आणि आवश्यक संसाधने मिळवण्यात आपल्याला रस आहे.

भारत मात्र यात केवळ स्वतःपुरता विचार करत नाही. कोविडशी कसेबसे जुळवून घेतलेल्या दक्षिण जगताच्या आघातात आता युक्रेन संघर्षाने अधिकच भर घातली आहे. व्यापार आणि पर्यटनातील अडथळ्यांमुळे ३एफ (फूड, फ्युएल आणि फर्टीलायझर) असुरक्षितता वाढली आहे. त्यांच्या दुर्दशेबद्दल विकसित देशांच्या कथित असंवेदनशीलतेमुळे चिंता वाढली आहे. तुटवडा वाढत असताना खुल्या बाजाराचा जयघोष केला जात असल्याने लसींच्या विषमतेच्या अनुभवाची पुनरावृत्ती इतर क्षेत्रांत होईल, अशी वाजवी भीती अनेकांना वाटत आहे.

अश्या स्थितीत भारताला आपल्या उत्पादन क्षमतेव्यतिरिक्त आपल्या संघटन आणि जमवाजमव करण्याच्या शक्तीलाही (रॅलींग पॉवर) वाढवावे लागणार आहे. काही अडचणींचा सामना करूनही आपण दक्षिणेची आर्थिक सुरक्षा साध्य करण्यात यश मिळवले आहे. असे एखादे उदाहरण समोर ठेवणे हा मुळातच एक ताकदीचा संदेश आहे. कोविडच्या बाबतीत आम्ही आमच्या नागरिकांच्या हिताचा त्याग न करता मोठ्या अडचणींविरुद्ध उभे राहिलो. ऊर्जा

सुरक्षा ही एक वेगळी परंतु अभिन्न लढाई आहे आणि आपण जे करतो त्याचे त्यापलीकडेही पडसाद आहेत.

त्यामुळे आपण कशाचा सामना करतो याचा आढावा घेऊया. आठ दशके जी जागतिक व्यवस्था प्रचलित आहे, तिची परिणामकारकता संपत आली आहे आणि ती बदलासाठी सज्ज झाली आहे. हे प्रमुख शक्तींच्या राष्ट्रीय संभाव्यतांमुळे तसेच अधिक पुनर्संतुलन आणि बहुध्रुवीयतेच्या एकत्रित परिणामामुळे होत आहे. त्यात अधिक परस्परावलंबी, तंत्रज्ञानकेंद्री आणि सीमाविरहित जगाच्या गुंतागुंतीची भर पडली आहे, ज्या जगात सत्ता आणि प्रभाव या संकल्पनांना नवा अर्थ प्राप्त झाला आहे आणि आता हे मिश्रण पूर्ण आयुष्याच्या आठवणींना पुरून उरेल अशा साथीच्या रोगाचा अनुभव घेत आहे. त्याचबरोबर सर्वात आत्मसंतुष्ट खंडावर आणि त्यापलीकडे परिणाम करणारा संघर्ष; अफगाणिस्तानसारख्या अतिसंवेदनशील प्रदेशात सत्तेची पोकळी आणि पश्चिम आशियामध्ये बदल आणि सातत्य ह्याचेही ते साक्षीदार आहे. काही प्रमुख देशांना स्वतःच्या दुर्दशेची अधिक जाणीव झाली आहे तर इतरांनी सत्तेचा तीव्र दावा केला आहे. हे खरोखर बहुविध धोरणात्मक स्पर्धांचे नवे युग आहे. परिणामी, जगात खरोखरच सर्वदूर अराजकता माजली आहे आणि ती प्रभावीपणे हाताळण्यासाठी भारतासारख्या सभ्यतावादी राज्यव्यवस्थेला भरपूर मनोधैर्य एकवटून आणि घट्ट पाय रोवून चिकाटीने उभे राहावे लागेल.

■ ■ ■

५.

एक परिवर्तनकारी दशक

अग्रगण्य शक्तीची पायाभरणी

पंतप्रधान नरेंद्र मोदींनी २०१५ मध्ये भारताची एक दिवस आघाडीची शक्ती बनण्याची इच्छा जाहीरपणे व्यक्त केली होती. प्रत्यक्षात ती एका ध्येयाची घोषणा होती, पण काहींनी ते जणू घडले असल्यासारखेच विधान मानले. गेल्या दशकभरात हे काम आता गांभीर्याने प्रगतिपथावर असल्याचेही स्पष्ट झाले आहे. २०२३ मध्ये भारत मंडपमचे उद्घाटन करताना पंतप्रधानांनी भारत हा, तिसरी सर्वात मोठी जागतिक अर्थव्यवस्था म्हणून उदयास येण्याच्या विचारांचा निर्धाराने पुनरुच्चार केला आणि वर्षभरापूर्वी पारंपरिक विचारांना फाटा देत त्यांनी केवळ एका कार्यकाळापुरता विचार न करता संपूर्ण युगाचा विचार आणि नियोजन करण्याचे जाहीर आवाहन केले होते. पाव शतकाच्या ह्या काळाला विकसित राष्ट्र म्हणून भारताच्या उदयाचे ध्येय बाळगणारा अमृत काळ असे म्हटले गेले.

अशा प्रत्येक दाव्याचा परराष्ट्रधोरणावर सखोल परिणाम होत असतो. ह्याचे विशेष कारण म्हणजे हे दावे केवळ एक सर्वसाधारण मोठी महत्त्वाकांक्षा म्हणून नव्हे, तर एका विशिष्ट ध्येयासाठी भारत रणनीती आखत आहे अशा विचाराने केले जात आहेत. जागतिक स्तरावरील सहभागासाठी किती भक्कम आणि पद्धतशीरपणे पायाभरणी केली जात आहे हे गेल्या दशकभरातील यशस्वी कामगिरी दाखवून देत आहे.

पंतप्रधानपदाच्या पहिल्या दिवसापासूनच नरेंद्र मोदी यांनी आपल्या देशाच्या परराष्ट्रधोरणावर आपली छाप उमटवली आहे. २०१४ मध्ये आपल्या शपथविधी सोहळ्याला शेजारील देशांच्या नेत्यांना निमंत्रित करून त्यांनी आपल्या मुत्सद्दी कल्पनाशक्तीचे दर्शन घडवले. अशा कृतीची पारंपरिक विचारसरणीने कधी कल्पनाही केली नव्हती. त्या वर्षाच्या अखेरीस झालेल्या त्यांच्या अमेरिका दौऱ्याने एका नव्या प्रकारची सार्वजनिक मुत्सद्देगिरी पुढे आणण्याचे काम केले. त्यांनी भारतीय प्रयत्नांना अधिक ऊर्जावान केले, आपल्या पूर्वसुरींपेक्षा वेगळ्या प्रकर्षाने आणि व्याप्तीने लोकांपर्यंत पोहोचण्याचा प्रयत्न केला. गेल्या काही काळात पंतप्रधान मोदी यांनी ऊर्जा आणि हवामानापासून ते दहशतवादविरोध आणि कनेक्टिव्हिटीपर्यंत विविध भूप्रदेशांमध्ये आणि क्षेत्रांमध्ये आपल्या अभिनव कल्पना आणि उपक्रम सादर केले. महत्त्वाच्या जागतिक मुद्द्यांवर ते सक्रिय राहिले आहेत आणि अनेक फलितांना त्यांनी प्रत्यक्ष आकार दिला आहे.

परराष्ट्र धोरणाबाबत केवळ वारशाने मिळालेल्या गोष्टी चालू ठेवण्यात समाधानी असणाऱ्यांपैकी पंतप्रधान मोदी नाहीत. ह्याउलट त्यांनी परराष्ट्र धोरणाला अधिक धोरणात्मक स्पष्टता, भक्कम संकल्पनात्मक आधार, अधिक कृतीकार्यक्रम आणि उत्तम प्रस्तुती दिली आहे. अगदी आपल्या जवळच्या शेजाऱ्याशी ज्या पद्धतीने संपर्क प्रस्थापित केला गेला आणि विस्तारित शेजाऱ्याला व्यस्त ठेवता आले, त्यावरून हे स्पष्ट होते. जागतिक व्यवस्थेचे मूल्यमापन करण्यातून आणि प्रमुख सत्ताकेंद्रांशी बळकट संबंध प्रस्थापित करण्यातूनही हे दिसून आले. मध्यम शक्तींची, प्रदेशांची व उपप्रदेशांची नियोजनबद्ध जोपासना केली गेली. दक्षिण जगताचे हितही जाहीरपणे जपून ह्या दोन्ही कार्यक्रमांना सारखाच न्याय दिला. भारतीय प्रकल्पांच्या प्रस्तुतीमध्ये आमूलाग्र सुधारणा करण्यात आली, ज्यामुळे ते 'न्यू इंडिया'चे दृश्यप्रतीक बनले. 'प्रथम प्रतिसाद' क्षमता प्रभावीपणे दर्शविल्या गेल्या, तसेच संकटात असताना परदेशातील आपल्या नागरिकांची काळजी घेण्याची क्षमताही तितकीच प्रभावी होती. नवीन धोरणात्मक संकल्पना उदयास आल्या, तसेच खरोखरच नवीन यंत्रणा आणि सदस्यत्वेही उदयास आली.

त्याचे एकत्रित परिणाम आता भारताच्या उंचावलेल्या जागतिक स्थानामध्ये दिसू लागले आहेत. इतर परिस्थितीत, ह्याला परिवर्तनकारी दशक म्हणता येईल. पण आपण ठरवलेली महत्त्वाकांक्षी उद्दिष्टे लक्षात घेता अजूनही बराच दूरचा पल्ला गाठायचा आहे.

राष्ट्रे आणि व्यक्ती आपल्या विकासाची अत्युच्च पायरी सामर्थ्याच्या प्रदर्शनातून गाठतात. रामायणात ह्या संदर्भात एक समर्पक प्रसंग आहे. राम मिथिलेचा राजा जनकाच्या दरबारी जातो आणि शिवधनुष्याला प्रत्यंचा बांधून दाखवतो. हे एक अद्‌भूत क्षमतेचे अस्त्र होते. ते स्वत: शंकराने, जनकाचे पूर्वज देवरथ यांना, जेव्हा त्यांना स्वत:लाच भावनांवर नियंत्रण ठेवण्याचा विश्वास वाटत नव्हता तेव्हा त्यांच्या रक्षणासाठी दिले होते. जनक राजाने असे ठरवले होते की, जो हा धनुष्य उचलून त्याला प्रत्यंचा बांधू शकेल त्याच्याशीच ते आपली कन्या सीतेचा विवाह लावून देतील आणि याच पराक्रमामुळे राम आणि सीतेचा विवाह तर ठरलाच, पण रामाचे योद्‌ध्यांच्या जगात आगमन झाले आहे, हे घोषितही झाले. क्षत्रिय समाजाशी झपाटल्यासारखे लढणाऱ्या परशुराम या ऋषींशी झालेल्या संघर्षात याची लगेच कसोटी लागली. परशुरामाकडे त्याच्या आजोबांना सर्वप्रथम मिळालेले आणि विश्वकर्म्याने बनवलेले - रामाने नुकत्याच तोडलेल्या शिवाच्या धनुष्याची प्रतिकृती असलेले विष्णूचे धनुष्य होते. त्या धनुष्याला रामाने ताब्यात घेतले आणि प्रत्यंचा चढवून परशुरामाला हरवले. ही फक्त सुरुवात होती आणि पुढे प्रवासाच्या प्रत्येक टप्प्यावर श्रीरामाने अडथळ्यांवर मात करत आपली खरी क्षमता सिद्ध केली.

मोठमोठी आव्हाने कधीच अनपेक्षितपणे समोर येत नाहीत. बऱ्याचदा, त्यांच्या आधी काही विशेष अर्थ असलेले पूर्वानुभव येतात. ही राज्यांप्रमाणेच

लोकांचीही हळूहळू विकसित होत जाणारी क्रिया आहे. रामाच्या बाबतीत हे सर्वप्रथम घडले जेव्हा विश्वामित्र ऋषींनी आपले यज्ञविधी नष्ट करणाऱ्या राक्षसांचा सामना करण्यासाठी साहाय्य मागितले. रामाचे वडील राजा दशरथ साहजिकच त्याला अशा धोकादायक कामांसाठी पुढे करायला तयार नव्हते आणि खूप द्विधा मनस्थितीनंतर शेवटी त्यांनी होकार दिला. बहुतेक देशांमध्ये नवीन धोक्यांचा सामना करावा लागल्यास दिसणारी ही वृत्ती एक पद्धतशीर प्रतिसाददेखील आहे.

रामाच्या बाबतीत त्याला प्रथम कामश्रम वनातील राक्षसी ताटिकेवर मात करावी लागली. पुढे सिद्धाश्रमात पुढची चकमक मरीच आणि सुबाहू या जास्तच गंभीर राक्षस शत्रूंशी झाली. त्यामध्ये त्यातील एकाचा पराभव झाला आणि दुसरा जळून खाक झाला. त्यानंतर राम आणि लक्ष्मण गौतमऋषींच्या आश्रमात गेले, जिथे रामाने, गौतम ऋषींची पत्नी अहल्या जिला तिच्या पापांबद्दल पूर्वी शाप देण्यात आला होता-तिचा उद्धार करणे विधिलिखित होते. ह्या सर्व घटनाक्रमानंतरच हे बंधू शिवधनुष्य घेऊन पराक्रम करण्यासाठी मिथिलेला रवाना झाले.

भारतासारख्या देशासाठी आघाडीची शक्ती होण्याच्या दिशेने वाटचाल करताना अनेक आव्हाने आणि अडथळ्यांना पार करावे लागेल हे अपेक्षितच आहे. त्यातील काही आव्हाने थेट असू शकतात तर काही परिस्थितिजन्य असतील. प्रभू रामाला मरिच राक्षसाबरोबरच्या लढाईत आल्या त्याप्रमाणे ह्यामध्येही वारंवार समस्या उद्‌भवू शकतील. शेवटी शक्तीचा उदय हा चिकाटीचा, सहनशीलतेचा आणि मानसिक सामर्थ्याचा असतो. भारताच्या परिप्रेक्ष्यात जर या घटनांचे समकालीन प्रतिबिंब शोधायचे असेल, तर ते पायाभूत सुविधा निर्माण करणे, मनुष्यबळ अद्ययावत करणे, प्रादेशिक आव्हानांचा सामना करणे, समूळ सामर्थ्य विकसित करणे, आण्विक पर्यायाचा वापर करणे आणि प्रशासनाची गुणवत्ता सुधारणे असू शकते. आपल्या उदयाच्या पुढच्या टप्प्यावर जाताना भारतानेही आपले क्षितिज विस्तारण्याची, स्पर्धकांविषयी अधिक जागरूक राहण्याची आणि आपली सर्वंकष राष्ट्रीय शक्ती बळकट करण्याची गरज आहे.

द न्यू मंडला

कोणत्याही मूल्यांकनात, बदलाची भावना दाखवून देण्यासाठी पृथक घटना आणि परिणाम दर्शवणे तुलनेने सोपे आहे. ते अगदीच चूक आहे असे नाही पण ते पूर्ण सत्यही नाही. घडामोडीतील कलाटणी दाखवणारे बिंदूही तसेच आहेत; ते फक्त एक मोठा ट्रेंड अधोरेखित करण्याचे काम करतात. त्यामुळेच दीर्घ कालावधीत भारत जे काही करू पाहत आहे, ते पाहता आपले उद्दिष्ट साध्य करण्यासाठी आपला दृष्टीकोन सर्वंकष असावा, ही अपेक्षा योग्यच आहे. आणि खरं तर नेमकं हेच या काळात सातत्याने समोर आलं आहे.

परराष्ट्र धोरणातील काही बाबी समोर येण्यासाठी योग्य प्रसंगाची गरज होती. जसे २०१५ मधील पंतप्रधानांच्या मॉरिशसच्या दौऱ्यादरम्यान 'सागर' दृष्टीकोनाचे प्रतिपादन करणे. इतर प्रकरणांमध्ये, आधी काम आणि नंतर त्याचा युक्तिवाद केला गेला जसे की, २०१४ च्या शपथविधी समारंभानंतर (ज्यामध्ये शेजारी राष्ट्रांच्या नेत्यांना निमंत्रित केले होते) काही महिन्यांनी 'नेबरहुड फर्स्ट'ला औपचारिक मान्यता दिली किंवा, आसियान आणि त्यापुढील प्रदेशांबाबत, 'लुक ईस्ट'ला 'ॲक्ट ईस्ट' होण्यासाठी धोरणांना अतिरिक्त पुरवण्या जोडाव्या लागल्या.

पण इंडो-पॅसिफिकच्या संदेशाचा प्रचार करण्याच्या बांधिलकीसारखे निखालस धोरणात्मक निर्णयही घेण्यात आले. कधीकधी, फोरम फॉर इंडिया-पॅसिफिक आयलँड्स को-ऑपरेशन (FIPIC) शिखर परिषदेसारखा कार्यक्रम नवीन चाल करण्यासाठी आखला गेला किंवा असेही काही प्रसंग होते ज्यांनी काही सुप्त कल्पना समोर आणल्या. याचे उत्तम उदाहरण म्हणजे कोविड आणि युक्रेननंतरचा 'व्हॉइस ऑफ द ग्लोबल साऊथ'. आपण एका दशकाच्या शेवटाकडे जात असताना, एकंदरीत रणनीती पूर्वीच्या तुलनेत आता नक्कीच खूप स्पष्ट आहे. ठिपके जोडून रेषा बनल्या आहेत, त्याचप्रमाणे स्वारस्याचे केंद्र समान असणारी वर्तुळेदेखील!

मग आज भारताची जगाबद्दलची विचारसरणी टिपणारे हे 'मंडल' नक्की काय आहे? त्याच्या मुळाशी अर्थातच अगदी जवळचा शेजार अर्थात, २०१४ च्या शपथविधी समारंभातील लक्ष वेधून घेणारा उद्देश आहे. ह्या मागचा विचार असा आहे की, उपखंडात भारताला आपला आकार, भौगोलिक स्थान आणि

वाढते आर्थिक वजन यामुळे अनन्यसाधारण स्थान आहे, हे ओळखून सुरुवात करायची आहे. त्यामुळे त्याच्या परिघावरील राष्ट्रे स्थिर, सुरक्षित आणि संवेदनशील असणे साहजिकच भारतासाठी महत्त्वाचे आहे. स्पर्धात्मक जगात हे सुनिश्चित करण्यासाठी भौगोलिक एकात्मता साधणाऱ्या गोष्टी अर्थात संपूर्ण क्षेत्राचा विकास व्हावा लागेल तसेच त्याचे स्थैर्य राखावे लागेल. त्याचबरोबर कनेक्टिव्हिटी, सहकार्य आणि संपर्कांमध्ये गुंतवणूक हे सुद्धा आपल्याला करावे लागेल. इतिहास, समाजशास्त्र आणि अर्थशास्त्र या सर्व क्षेत्रांतील आव्हाने या पाठपुराव्यात आपल्याला पार करायची आहेत. ह्या आव्हानांचे व्यवस्थापन करावे लागले, तरी भारताने आपल्या शेजाऱ्यांना जवळच्या संबंधांचा फायदा पटवून द्यावा आणि नंतर ते प्रत्यक्ष घडवून आणावे, हा 'नेबरहुड फर्स्ट' धोरणाचा मुख्य हेतू आहे. मुळात २०१४ पासून आपण हेच घडताना पाहिले आहे.

आज आपण एक वेगळे चित्र पाहत आहोत जिथे ट्रान्समिशन ग्रीड्स, इंधन पाईपलाईन्स, रस्ते, रेल्वे आणि जलमार्ग आणि निर्विघ्नपणे सीमा ओलांडणे ही आपल्या काळाची ओळख बनली आहे. मालवाहतूक असो, बंदरे असोत किंवा वीजनिर्मिती असो, एकमेकांच्या क्षमतांचा उपयोग करून घेण्यावर हे सर्व आधारलेले आहे. ह्यामुळे संपूर्ण क्षेत्राला मोठ्या प्रमाणात आणि जास्त कार्यक्षमतेने फायदा होऊ शकला आहे. 'नेबरहुड फर्स्ट'ची खरी कसोटी श्रीलंकेच्या आर्थिक संकटात आली आणि भारताने तत्परतेने दिलेल्या प्रतिसादामुळे आपल्या भूमिकेची विश्वासार्हता वाढण्यास खूप मदत झाली.

प्राधान्याचे दुसरे वर्तुळ म्हणजे विस्तारित शेजार. मोदी सरकारने आतापर्यंत सर्व दिशांनी देशांबरोबरच्या व्यस्ततेची योजना आखली आहे. आसियान आणि पॅसिफिक देशांबरोबर सुरक्षा, विकास आणि डिजिटलसारख्या क्षेत्रांमध्ये अधिक सहकार्य विकसित होताना दिसत आहे. परिणामी, 'ॲक्ट ईस्ट' धोरण आग्नेय आशियात भारताचे अस्तित्व तर दृढ करतेच, पण त्यामुळे तिथे पॅसिफिक क्षेत्र आणि त्याही पलीकडील क्षेत्रासाठी भारताला लॉंचिंग पॅड म्हणून स्थान मिळाले आहे.

'लिंक वेस्ट' दृष्टीकोनामुळे आखाती देशांच्या दिशेने अनेक क्षेत्रांत आपले कार्यक्रम अभूतपूर्व वाढले आहेत. विशेषत: संयुक्त अरब अमिरातीबरोबरच्या

संबंधांमुळे प्रगतीचा वेग वाढण्यास मदत झाली आहे. इतरही स्पर्धा करू इच्छित असल्याने साहजिकच भारतालाही फायदाच होणार आहे. ज्या काळात आखाती देशांविषयीची आपली दृष्टी ऊर्जा आणि श्रमापुरतीच मर्यादित होती, ती आता तंत्रज्ञान, शिक्षण, नवनिर्मिती, गुंतवणूक आणि सुरक्षिततेपर्यंत विस्तारली आहे. ऊर्जेसारख्या पारंपरिक क्षेत्रातही व्यापक भारतीय सहभाग दिसून आला आहे. एवढेच नाही, आफ्रिकेबरोबरच्या भारताच्या अधिकाधिक व्यस्ततेसाठी आखाती क्षेत्र एक गेट वे म्हणूनही काम करते.

दक्षिणेकडे 'सागर' (Security And Growth For All In The Region) दृष्टीकोन आपल्या सागरी शेजाऱ्यांना एकात्मिक पद्धतीने एकत्र आणतो. श्रीलंका आणि मालदीवसारखे काही देश सागर दृष्टीकोन आणि बरोबरच 'नेबरहुड फर्स्ट'नेही जोडले गेल्याने ओव्हरलॅप होतात. परंतु इतरांनी आज भारत, ह्या क्षेत्रात अधिक तीव्रतेने लक्ष केंद्रित करण्यासाठी आणि मोठी संसाधने समर्पित करण्यासाठी तयार आहे याची नोंद घेतली आहे. मॉरिशसबरोबरची आपली विकास भागीदारी या संदर्भात एक आदर्श भागीदारी म्हणून उदयास आली आहे. सागरी सहयोग हा सहकारी भावना वृद्धिंगत करणाऱ्या उदयोन्मुख सुरक्षा परिषदेचा आधारसुद्धा बनला आहे.

उत्तरेकडील 'कनेक्ट सेंट्रल एशिया' हा पझलमधला शेवटचा तुकडा आहे, जो सांस्कृतिकदृष्ट्या सुखकर भागीदारांशी अधिक पद्धतशीर संबंध प्रस्थापित करतो. इथला आपला अजेंडा हा दळणवळण, कट्टरतानिर्मूलन आणि विकासाचा आहे. भारत यापैकी बऱ्याच राज्यांसाठी, त्यांची एकंदर स्थिती बळकट करणारे पर्याय प्रदान करतो.

साहजिकच भारत आपल्या विविध आकांक्षांना किती सहजतेने पुढे नेतो, हे महासत्तांशी असलेल्या संबंधांच्या स्वरूपावर अवलंबून आहे. काही बाबतीत, युरोप एकात्म असल्याने, ह्या एका समूहातील पृथक देशांनादेखील स्वतंत्ररीत्या व्यस्त करणे आवश्यक आहे. यातील अनेकांमध्ये ह्या प्रक्रियेला प्रोत्साहन देण्याची क्षमता आहे; तर काही अडथळ्याचेही आहेत. साहजिकच सतत इष्टतम संयोग साधण्याचा आपला प्रयत्न असतो आणि हे नेहमी मध्यममार्गी राहून किंवा अवघड समस्यांना बगल देऊन करता येत नाही.

साहजिकच विवेक आणि चिकाटी या दोन्हींची इथे प्रचंड प्रमाणात आवश्यकता आहे. पण कोणत्या मुद्द्यावर कोणते नाते आपले हित साधते हे समजणे त्याहूनही महत्त्वाचे आहे. परिणामी, समकालीन मुत्सद्देगिरी आखीव-रेखीव दिसत नाही किंबहुना बऱ्याचदा तर ती स्पष्ट झिग-झॅग वाटते. पण तिच्या परिणामकारकतेची खरी कसोटी ती स्पर्धात्मक खेळात भारताला पुढे आणते का, ह्यामध्ये आहे आणि म्हणूनच अशा वेळोवेळी केलेल्या मूल्यमापनांना 'धोरण प्रमाणीकरण' (पॉलिसी व्हॅलिडेशन) आणि 'प्रक्रिया दुरुस्ती' (कोर्स करेक्शन) या दोन्हींमध्ये गरजेनुसार महत्त्व प्राप्त होते.

जागतिक अस्तित्व निर्माणासाठी तयारी करण्याचा एक आवश्यक भाग म्हणजे परस्पर देवाणघेवाणीची आणि सुसंवादाची व्याप्ती वाढविणे. मात्र खरेतर, गेल्या अनेक वर्षांपासून पुष्कळ राष्ट्रांना भारताकडून खूप वरपांगी व्यस्त ठेवले जात आहे. आजही असे देश आहेत जे इतिहासात प्रथमच भारतीय परराष्ट्र मंत्र्यांचे स्वागत करत आहेत. हे लक्षात घेऊन गेल्या दशकभरात जागतिक मुत्सद्देगिरीचे अधिक कार्यक्षम मार्ग शोधण्याचा आमचा प्रयत्न आहे.

या आव्हानाला सामोरे जाण्यासाठी चालू यंत्रणांमध्ये नव्या उमेदीने सहभागी होणे आणि नवीन यंत्रणांचा शोध घेणे उपयोगी ठरते. इंडो-पॅसिफिकमधील क्वाड आणि FIPIC, पश्चिम आशियातील I2U2 आणि युरोपमधील भारत-नॉर्डिक शिखर परिषद ही त्यासाठीची सर्वोच्च पातळीवरील चपखल उदाहरणे आहेत. आयएमईसी या यादीमध्ये नवीनतम आहे. आसियान, युरोपियन युनियन, आफ्रिका किंवा ब्रिक्स देशांची वाटचाल अर्थातच सुरू आहे. परंतु मध्य युरोप, कॅरिबियन आणि मध्य अमेरिकेबरोबर मुत्सद्देगिरी आता प्रारूपांनुसार मंत्रीस्तरावरदेखील वाढवली गेली आहे. युरोप आणि आशियाप्रमाणेच, आफ्रिका आणि लॅटिन अमेरिकेसारख्या व्यापक भौगोलिक प्रदेशांशी आपण उप-प्रदेशांशी व्यवहार करून अधिक हेतुपूर्ण संबंध ठेवू शकतो. विशेषत: आफ्रिकेत नवीन दूतावास सुरू करणे हा याच प्रयत्नांचा एक भाग आहे.

परदेशात महत्त्वाचे सामर्थ्याचे स्रोत म्हणजे भारतीय उद्योगांची वाढती गुंतवणूक, व्यापार आणि प्रकल्प हे आहेत. भारत आज आफ्रिका आणि लॅटिन अमेरिकेतील अनेक देशांच्या पहिल्या पाच आर्थिक भागीदारांपैकी एक आहे.

आपल्या व्यावसायिकांचा प्रवास बऱ्याच संबंधांमध्ये एक अधिकचा स्तर निर्माण करत आहे. त्याचप्रमाणे ग्लोबल साऊथ क्षेत्रातील ७८ देशांमध्ये अनुदान आणि सॉफ्ट लोनच्या माध्यमातून साहाय्य केलेले विकास प्रकल्प आपली क्षमता तर दाखवत आहेतच पण स्थानिक गरजेवर प्रत्यक्ष उपाययोजनाही सुचवत आहेत. आपल्या राष्ट्रीय ब्रँडिंगव्यतिरिक्त अनेक रूपांमधून असलेली आपली देशांमधली प्रत्यक्ष जमिनीवरची उपस्थितीच आपल्यापासून दूर असणाऱ्या समाजांच्या मनांवर भारताचा ठसा उमटवत आहे.

भौगोलिक मंडलासोबत एक संकल्पनात्मक मंडलही आहे. भारतीय परराष्ट्र धोरण आज प्राधान्यक्रम ठरवताना आणि निवड करताना राष्ट्रीय सुरक्षेची अनिवार्यता अधिक उघडपणे मान्य करते. पण खुद्द सुरक्षेकडेच अधिक व्यापक आणि सखोल दृष्टीने पाहिले जाते. आत्मनिर्भर भारत आणि 'मेक इन इंडिया' हा ना आर्थिक संरक्षणवाद (स्वदेशी मालास दिलेले संरक्षण) आहे, ना राजकीय नारा. उलट आघाडीची शक्ती बनू इच्छिणाऱ्या राष्ट्राला आवश्यक असणारी समूळ ताकद आणि अधिक धोरणात्मक स्वायत्तता निर्माण करण्याची ती आकांक्षा आहे. वाढत्या प्रमाणात, तंत्रज्ञान सुरक्षिततेसोबतच आर्थिक सुरक्षा देखील राहते.

मंडल संकल्पनेची डिजिटल डोमेन ही सर्वात प्रत्यक्ष दिसणारी अभिव्यक्ती आहे, अर्थातच एकमेव नाही. भारताचे ध्येय आर्थिक स्वयंपूर्णतेच्या दिशेने सुकाणू फिरवणे नसून जागतिक स्तरावर भारत एक महत्त्वाचे राष्ट्र बनेल अशी क्षमता निर्माण करणे हे आहे. लवचिक आणि विश्वासार्ह पुरवठा साखळीची मागणी ही एक अशी संधी आहे जिचा योग्य धोरणांद्वारे फायदा घेतला जाऊ शकतो. त्याचप्रमाणे, नॉलेज इकॉनॉमी ही डिजिटल क्षेत्रातील मोठी संधी आहे आणि पारदर्शक आणि विश्वासार्ह माहितीच्या प्रवाहामुळे भारताचे मूल्यवर्धन होते, हे पूर्णपणे मान्य करायला हवे. जागतिक अर्थव्यवस्थेत अधिक सखोलपणे सहभागी होण्यासाठी केवळ चांगली तयारी आणि योग्य दृष्टीकोनच नव्हे तर योग्य मनुष्यबळदेखील आवश्यक आहे.

स्टार्ट-अप आणि इनोव्हेशनच्या माध्यमातून भारतीय प्रतिभेला प्रोत्साहन देण्याला आणि समकालीन काळासाठी मनुष्यबळ कुशल करण्यासाठी गुंतवणूक

करण्याला सारखाच न्याय दिला जात आहे. हे केवळ आर्थिक किंवा सामाजिक उपक्रम नाहीत तर ती आंतरराष्ट्रीय संबंधांसाठी अर्थपूर्ण धोरणात्मक पावले आहेत. बदललेल्या भारत-अमेरिका संबंधांचा एक महत्त्वाचा उत्तेजना देणारा घटक हा H1B व्हिसाचा ओघ होता, हे विसरता कामा नये. देशांतर्गत जनतेच्या वाढत्या आकांक्षा पूर्ण करणे आणि परदेशातील महत्त्वाकांक्षा पूर्ण करणे या एकाच नाण्याच्या दोन बाजू आहेत.

द इंडिया स्टोरी

जगाला गुंतवून ठेवण्याची पद्धत अधिक अनोखी आणि विचारपूर्वक दोन्ही असू शकते, परंतु त्याची परिणामकारकता आता जग आपल्याकडे कसे पाहते यावरून मापली जाईल. त्यामुळे भारताविषयीच्या बदलत्या बाह्य धारणांबद्दल जरा थांबून चिंतन करणे योग्य ठरेल. ह्या धारणांचा बराचसा भाग आर्थिक आणि तांत्रिकदृष्ट्या देशाच्या प्रगतीभोवती फिरतो. अनेक वर्षे जागतिक बॅकऑफिस म्हणून आपल्याकडे पाहिले जात होते; पण भारताने आता त्या संकुचित प्रतिमेच्या पलीकडे झेप घेतली आहे. नॉलेज इकॉनॉमीने आपल्याला अनेक अर्थव्यवस्थांसाठी महत्त्वपूर्ण तंत्रज्ञान भागीदार बनवले आहे. चर्चा आता डिफेन्स मॅन्युफॅक्चरिंग आणि सेमी कंडक्टरसारख्या गुंतागुंतीच्या क्षेत्रातील सहकार्याकडे वळली आहे. आपल्या पायाभूत सुविधांमध्ये सुधारणा झाल्याने आणि व्यवसाय करणे सोपे झाल्याने आपण सर्वात मोठे एफडीआय डेस्टिनेशन बनू शकलो आहोत. कोविडच्या अनुभवाने आपल्याला जगाची फार्मसी म्हणून प्रस्थापित केले आहे. भारताने कोविडची चांगल्या प्रकारे हाताळणी केली हे सर्वमान्यच आहे; पण आर्थिक उसळीकडे अधिक परिणामकारक घटना म्हणून पाहिले जाते.

परदेशातील भारताविषयीची बरीचशी चर्चा सुधारित प्रशासनाभोवती फिरते. एवढ्या मोठ्या प्रमाणात डिजिटल डिलिव्हरी हा त्यांना आपल्याविषयी वाटत असलेल्या आकर्षणाचा एक विशेष स्रोत आहे. शाश्वत विकास उद्दिष्टांच्या (SDG) आघाडीवरील प्रगतीमुळे त्या मार्गावर वाटचाल करणाऱ्या समाजाची शाश्वत विकासाची भावना वाढते. लस आणि आरोग्य उद्योगापासून ते ५जी स्टॅक आणि अंतराळ प्रक्षेपणापर्यंत किंवा अगदी शैक्षणिक ब्रँडिंग किंवा 'मेक इन

इंडिया' फलितांपर्यंतच्या अनेक घटकांनी हा मोझॅक बनलेला आहे. जी-२० च्या अध्यक्षपदाने धोरण-निर्माते आणि प्रभावकांच्या एका मोठ्या वर्गाला आपण पायाभूत सुविधांमध्ये सुधारणा आणि प्रशासकीय प्रगती दाखवून देण्याचे काम केले आहे. प्रस्तुतीवर भर दिल्यामुळे परदेशात प्रकल्पाबाबत दिलेल्या वचनांची अधिक प्रभावी अंमलबजावणी झाली आहे. अंदाजपत्रक सिंक्रोनाइझ करण्यासाठी खूप काळजी घेतली जाते, हा पुन्हा एकदा मुत्सद्देगिरी ही किती तपशीलाची कला आहे, याचा अस्सल पुरावा आहे. यशस्वी डायस्पोरा या सकारात्मक दृश्यात नक्कीच अजून भर घालतो.

नेतृत्वगुणाचे घटक आणि निर्णय घेण्याची कामगिरीही ह्या चित्रात येते. सर्वप्रथम, प्रखर धोरणात्मक स्पष्टतेमुळे भारताला प्राधान्यक्रम ठरविणे आणि अधिक चांगले नियोजन करणे शक्य झाले आहे. याचे समर्पक उदाहरण म्हणजे 'नेबरहुड फर्स्ट' आणि त्याची ज्या निष्ठेने प्रत्यक्ष अंमलबजावणी झाली आहे ते आहे. दुसरं म्हणजे विशेषत्वाने अमेरिका आणि सर्वसाधारणपणे पाश्चिमात्य देशांबरोबर इतिहासातील रेंगाळलेले मुद्दे निकालात काढणे. इथेही भारताने प्रशासनात बदल झाले तरी त्याचा आपल्या उद्दिष्टांचा पाठपुरावा करण्यावर परिणाम होणार नाही अशी काळजी घेतली आहे. त्याचबरोबर हा सर्व कार्यक्रम सुरळीत होण्यासाठी इतर समतोल राखला जाईल, याचीही काळजी घेतली आहे.

धोरणात्मक स्पष्टतेला आपण धोरणात्मक संभाषणांचीही जोड दिली आहे. भारताचे हितसंबंध आणि उद्देश योग्य व्यासपीठांवर मांडून त्यांचा सातत्याने संदेश दिला जात आहे आणि ते बदलत्या परिस्थितीशी जुळवून घेतले जात आहेत. इंडो-पॅसिफिक, महत्त्वाचे तंत्रज्ञान, कोविड-संबंधित गरजा किंवा युक्रेन संघर्षाबद्दल हे म्हणता येईल. आपले भागीदार आपल्या विचारांबद्दल गोंधळलेले नसतात, किंवा आपल्या हेतूंबद्दल त्यांना शंकाही नसते. एका खंबीर स्वतंत्र भूमिकेमुळे भारताला अधिक बहुध्रुवीय आणि खंडित जगात प्रभावीपणे मार्ग काढणे सोपे झाले आहे.

हवामानविषयक कृती, साथीचे रोग, दहशतवाद किंवा डिजिटल पायाभूत सुविधा यांसारख्या जागतिक मुद्द्यांना आकार देण्याचा जाणीवपूर्वक प्रयत्न केला जात आहे आणि सौर ऊर्जा, आपत्ती निवारण, शाश्वत जीवनशैली, अन्न

सुरक्षा किंवा अगदी वेलनेस असो, आपल्याकडून कल्पनाशक्तींचे पूर्णतः प्रकटीकरण होत आहे. भारतीय परंपरा, इतिहास आणि संस्कृती जागतिक पटलावर अधिक स्पष्टपणे चित्रित करून याला अधिक पाठबळ मिळाले आहे.

'न्यू इंडिया' हा केवळ देशांतर्गत संदेश नाही; परदेशातही आपला तोच पवित्रा आहे. जगाला केवळ अधिक शक्तिशाली आणि सक्षम भारत दिसतोय असे नाही. ते आपल्याकडे आपल्या राष्ट्रीय भावनेबरोबरच जागतिक पातळीवरही योगदान देणारा अधिक खात्रीलायक आणि सहभागी होणारा देश म्हणून बघतात.

परिणामी भारताला गुंतवून ठेवण्याची उत्सुकता आज अनेक क्षेत्रांत दिसून येत आहे. जेव्हा तंत्रज्ञान आणि अर्थव्यवस्थेचा विचार येतो, तेव्हा विश्वासार्ह उत्पादनाच्या आव्हानासाठी आपण अधिक योग्य आहोत अशी धारणा वाढत आहे. हे अशामुळे की, या प्रक्रिया अतिशय तीव्रतेने डेटा संचालित झाल्या आहेत. त्याची एक बाजू म्हणजे आपल्या राजकीय आणि सामाजिक गुणधर्मांमधून निर्माण होणारी विश्वासार्हता. शेवटी आपण राजकीय लोकशाही, बहुलवादी समाज आणि बाजाराधित अर्थव्यवस्था आहोत, हे उघड आहे.

जागतिक लोकसंख्या आणि मागणी ह्यांच्यामध्ये अप्रमाणबद्धता असल्याने, तंत्रज्ञानावर भर असलेल्या ह्या युगात आपले मनुष्यबळ आंतरराष्ट्रीय अर्थव्यवस्थेसाठी अनमोल ठरत आहे. युरोपियन युनियनबरोबर व्यापार आणि तंत्रज्ञान परिषदेची स्थापना हे वारे कोणत्या दिशेने वाहत आहेत याचे निदर्शक आहेत. इतर दोन क्वाड भागीदारांप्रमाणेच अमेरिकेबरोबरही मनुष्यबळ आघाडीवर अधिक उल्लेखनीय प्रगती झाली आहे.

एक वेगळा आयाम म्हणजे जागतिक सामायिक उपलब्धींच्या स्थैर्य आणि सुरक्षिततेसाठी, विशेषतः इंडो-पॅसिफिकमध्ये आपण देऊ शकणारे योगदान. त्याचबरोबर ब्रिक्स आणि शांघाय सहकार्य संघटनेसारख्या (एससीओ) व्यासपीठांवर भारत एक मोलाचा भागीदार आहे. आपल्या स्वतंत्र भूमिकेमुळे आपण नेहमीच संघर्ष कमी करण्याच्या किंवा तोडगा काढण्याच्या कोणत्याही प्रयत्नात मोकळेपणाने सहभागी होऊ शकतो. आपण कोविडदरम्यान केलेली मदत, आपण केलेली डिजिटल डिलिव्हरी आणि विकास प्रकल्प ह्यांच्या एकत्रित संयोजनाने दक्षिण जगतात आपण एक भक्कम पाठिंबाही निर्माण केला

आहे. 'व्हॉईस ऑफ द ग्लोबल साऊथ' या शिखर परिषदेने आपण आपल्या जी-२० अध्यक्षपदाची सुरुवात केली आणि विकसनशील देशांचे म्हणणे आंतरराष्ट्रीय व्यासपीठावर मांडले, विकसनशील देशांनी ह्याची नोंद घेतली. तसेच जी-२० मध्ये आफ्रिकन युनियनच्या (AU) सदस्यत्वासाठीही आपण सक्रीय समर्थन दिले.

भारतीय विकासाचे उपक्रम खऱ्या अर्थाने मागणीवर आधारित असतात आणि त्यात छुपा अजेंडा नसतो, हेही गेल्या दशकात दृढतेने सिद्ध झाले आहे. जागतिक राजकारण सध्या जगातल्या ज्या मोठ्या दुहींचा सामना करत आहे, त्या मिटवण्याची भारताची क्षमता त्याच्या एकंदर जागतिक स्थानाला उंचावत आहे.

मोदीकालीन मुत्सद्देगिरीची संकेत उकल

भारताने जगाशी कसा वेगळ्या पद्धतीने व्यवहार केला आहे आणि त्यामुळे भारताविषयी जागतिक दृष्टीकोन कशा प्रमाणात आकाराला आला आहे, यावर आपण आतापर्यंत लक्ष केंद्रित केले. मात्र, परराष्ट्र धोरण म्हणजे नक्की काय, याबाबतच्या समजुतीतील बदलांकडे आपण पुरेसे लक्ष दिले नाही, तर आपली ही जाण अपूर्ण राहील. वेगळ्या गोष्टींवर लक्ष देत आहोत असे वाटू शकते, परंतु हे त्यापेक्षा अधिक काही आहे.

परराष्ट्र धोरणाकडे आता राष्ट्रीय विकास आणि आधुनिकीकरणाला गती देण्याचे थेट साधन म्हणून पाहिले जाते. तंत्रज्ञानाचा प्रवाह, भांडवल आणि सर्वोत्तम व्यवहार हे पुढचे लक्ष केंद्रित करण्याचे मुद्दे आहेत. गुंतवणूकदारांना प्रोत्साहित करणे, विशेषत: व्यवसाय करणे सोपे करणे अशा गोष्टींमधून भारत जगाला आकर्षित करतो. गुंतवणूकदार आणि व्यावसायिकांशी साधलेला संवाद हा, तंत्रज्ञान-प्रदाते आणि वेगवेगळ्या क्षेत्रांमध्ये उच्च यश मिळविणाऱ्यांइतकाच वारंवार होतो. 'आत्मनिर्भर भारत' आणि 'मेक इन इंडिया' अशा उपक्रमांना प्रोत्साहन देणाऱ्या संपूर्ण संरचनाच उपलब्ध करून दिल्या जातात. त्यांना उत्पादनावरील प्रॉडक्शन लिंक्ड इन्सेन्टिव्हसारख्या उपक्रमांद्वारे किंवा 'गती शक्ती' सारख्या पायाभूत सुविधांमुळे पाठबळ मिळते.

अमेरिकेतील बॅटरी साठवण्याची सुविधा असो, दक्षिण कोरियातील नदी स्वच्छता असो, जपानमधील बुलेट ट्रेन असो, सिंगापूरमधील कौशल्य विकास असो किंवा जर्मनीतील रेल्वे स्थानक असो, तंत्रज्ञान आणि सर्वोत्तम कार्यपद्धतींचा पाठपुरावा पंतप्रधानांच्या परदेश प्रवासाच्या कार्यक्रमातही दिसून येतो. ही मानसिकता बाह्य जगात लागू केल्यावर भारताची सुधारित क्षमता सिद्ध करणारे प्रकल्प, उत्पादने आणि सेवा ह्यांच्या निर्यातीलाही ती साक्षी होती. यात दक्षिण आशियापासून आफ्रिका आणि लॅटिन अमेरिकेपर्यंत पसरलेल्या पायाभूत सुविधा, कनेक्टिव्हिटी आणि सार्वजनिक सुविधांचा समावेश आहे आणि इतकेच नाही तर, देशांच्या वाढत्या यादीला आपण करत असलेल्या संरक्षण निर्यातीतही सातत्याने वाढ होत आहे.

एकंदरीत परिणाम म्हणजे एकूण वाढती फलितं देणारा भागीदार म्हणून भारताकडे पाहण्याचा दृष्टीकोन विकसित होत आहे. यामुळे परदेशात निर्यात वाढत आहे आणि बाजारपेठेत प्रवेश मिळण्यास मदत झाली असून, त्याचे फायदेशीर परिणाम देशात होताना दिसत आहेत. जेव्हा पंतप्रधान स्वतः वैयक्तिकरीत्या आपल्या राजदूतांशी त्या संदर्भात संवाद साधतात, तेव्हा आपल्याला खरोखरच कळून चुकते की भारत बदलत आहे.

अनेक अर्थांनी परराष्ट्र धोरणाच्या निर्णयप्रक्रियेच्या कार्यकारी संस्कृतीने नव्या काळाशी जुळवून घेतले आहे. पक्का समन्वय, अधिक सखोल रणनीती आणि तपशिलांसह दिलेला प्रभावी प्रतिसाद यांद्वारे यंत्रणेतील घटक पृथक होण्याच्या समस्येवर मात करण्याचा जाणीवपूर्वक प्रयत्न करणे आणि त्यांच्यामध्ये योग्य समन्वय राखणे हे त्या प्रयत्नाच्या मध्यवर्ती आहे. जागतिक व्यापार वाटाघाटी असोत, राष्ट्रीय सुरक्षेचे प्रसंग असोत किंवा विकासाच्या बहुआयामी चिंता असोत, सर्वत्र सामूहिक चर्चाविमर्श आणि निर्णय प्रक्रियेवर आपण भर देतो. मंत्री आणि सचिवांपासून ते नोकरशाहीपर्यंत सर्वांवर याचा स्वाभाविक परिणाम झाला आहे.

महत्त्वाचे भागीदार आणि मुख्य मुद्द्यांबाबतही हाच दृष्टीकोन दाखवला जातो. सिंगापूरबरोबर बहुमंत्रालयी संवाद, युरोपियन युनियनबरोबर व्यापार आणि तंत्रज्ञान परिषदेचे स्वरूप किंवा संरक्षण आणि परराष्ट्र व्यवहार यांच्या

'२+२' संवादाच्या संदर्भात हीच पद्धत दिसते. ह्या प्रक्रियेमागे भारताच्या आंतरराष्ट्रीय संबंधांना प्राधान्य देणारी, ते जास्तीत जास्त वाढविणारी आणि ते गहन करण्याचा प्रयत्न करणारी एक विचारपूर्वक केलेली कृतीही होती. त्यामध्ये प्रजासत्ताक दिनाच्या प्रमुख पाहुण्यांसह नेतृत्वपातळीवरील विचारांच्या देवाणघेवाणीकडे दिलेले लक्ष आणि ते एका मोठ्या नियोजित खेळाचा एक भाग म्हणून कसे सामावले गेले, हेसुद्धा येते. जिथे फीडबॅकचा प्रश्न होता, तिथे परराष्ट्र धोरणाच्या उद्दिष्टांसाठी राष्ट्रीय पातळीवर 'प्रगती' (Proactive Governance and Timely Implementation) हा उपक्रम खास प्रशासनासाठी आखण्यात आला होता. तपशिलात खोल जाऊन शोध घेतल्यावर विलंब, अडथळे आणि धोरणात्मक अडचणी ओळखून त्यावर तोडगा काढणे शक्य झाले. परिणामी, ७८ देशांतील विकास प्रकल्पांची अधिक कार्यक्षम अंमलबजावणी होऊ लागली.

वंदे भारत मिशन असो किंवा लस मैत्री उपक्रम असो, कोविडच्या काळात व्यवस्थात्मक सुधारणा पूर्णपणे कार्यान्वित झाल्या. त्या येमेन आणि नेपाळपासून अफगाणिस्तान, युक्रेन आणि सुदानपर्यंत कठीण प्रसंगी नागरिकांना सोडवून परत आणण्याच्या कार्यक्रमातही दिसून आल्या होत्या.

जागतिक अजेंडा तयार करण्यासाठी भारताने अधिक सक्रीय व्हायला हवे, असा ठाम विश्वास २०१४ पासून निर्माण झाला होता. साहजिकच दहशतवाद किंवा करचुकवेगिरीसारखे भारताच्याच विशेष प्राधान्याचे मुद्दे होते, ज्याकडे जागतिक परिषदांमध्ये हवे तेवढे लक्ष दिले गेले नाही. सागरी सुरक्षेसारखे इतरही काही होते ज्यावर भारत महत्त्वपूर्ण योगदान देऊ शकला. कालांतराने कनेक्टिव्हिटीसारख्या महत्त्वाच्या चर्चेला तोंड फुटले, तेव्हा मोदी सरकारवरील मजबूत विश्वासामुळे सरकारला नेतृत्व करता आले. हवामानासंदर्भातील आव्हानांचा विचार केला तर २०१४ पर्यंत भारत हा एक अनुत्सुक भागीदार मानला जात होता. त्याऐवजी, अक्षय ऊर्जेबाबत एक अनुकरणीय उदाहरण बनून, भारत आता हवामान कृती आणि हवामान न्याय या दोहोंचा विश्वासार्ह समर्थक म्हणून उदयास आला.

आपण आपला स्वतःचा विचार पुढे नेण्यापेक्षा केवळ इतरांच्या उपक्रमांना प्रतिसाद देतो, असाही एक समज होता. संयुक्त राष्ट्रसंघ असो, जी-२० शिखर

परिषद असो किंवा सीओपी बैठका असोत, आपल्या कल्पनांचा प्रवाह आंतरराष्ट्रीय सौर आघाडी (International Solar Alliance - ISA किंवा आपत्ती प्रतिरोधक पायाभूत सुविधांसाठी आघाडी (Coalition for Disaster Resilient Infrastructure - CDRI) ह्यांसारख्या अधिक चांगल्या संरचनात्मक प्रस्तावांमध्ये रूपांतरीत झाला, ही सर्जनशीलता कायम आहे; अलीकडील उदाहरणे म्हणजे वन सन वन वर्ल्ड वन ग्रिड (OSOWOG), लाइफस्टाइल फॉर एन्व्हायर्नमेंट (LiFE) किंवा आंतरराष्ट्रीय भरडधान्य वर्ष २०२३. अजेंडा पुढे नेण्यासाठी, आवश्यक तेथे नवीन भागीदार आणि उपक्रमांमध्ये सहयोगी शोधण्यासाठी मोकळेपणा होता. क्वाड, I2U2 आणि एससीओ ही त्याची काही उदाहरणे आहेत. जसजसा जागतिक उपायांमध्ये योगदान देण्याच्या आपल्या क्षमतेवर विश्वास वाढत गेला, तसतसा तो वेगवेगळ्या रूपांमध्ये प्रकट होऊ लागला – आफ्रिकेच्या विकासाच्या अजेंड्यासारखा सामूहिक अजेंडा असेल किंवा फक्त आपला उपक्रम – लस मैत्री. उपयोजन आणि कल्पनाशक्तीच्या जोरावर आपली जागतिक उपस्थिती अधिक प्रकर्षाने जाणवावी ही सुरुवातीची आपली इच्छा आता प्रत्यक्षात आली आहे.

भारताच्या प्रगतीच्या व्यावहारिक आव्हानांना सामोरे जाताना एका सभ्यतावादी राज्याचा उदय वाटावा अशा पद्धतीने भारताचे ब्रँडिंग करण्यावरही बराच खल करण्यात आला. सत्य हे आहे की दोन शतकांच्या वसाहतवादाने जागतिक विमर्श पाश्चिमात्यांच्या बाजूने इतक्या मोठ्या प्रमाणात वळवला होता की उर्वरित जगाचा वारसा, संस्कृती आणि परंपरा दुर्लक्षित झाल्या. त्या दुरवस्थेची काही जबाबदारी विकसनशील समाजांच्या नेतृत्वाचीही आहे. आधुनिकता आणि प्रगतीची बरोबरी त्यांनी पाश्चिमात्यांचे अनुकरण करण्याशी केली. वैचारिक आणि राजकीय अशा दोन्ही कारणांमुळे त्यापैकी अनेकजणांनी अनेकदा स्वत:च्याच भूतकाळावर टीकेची झोड उठवली.

परिणामी, आर्थिक आणि राजकीय पैलूंबरोबर सांस्कृतिक पुनर्संतुलनाची अपरिहार्यता काळानुरूप वाढली आहे. पंतप्रधान मोदी यांनी स्वतः याबाबत सक्रीय पुढाकार घेतला आहे. २०१५ मध्ये जागतिक स्तरावर योग दिन साजरा करण्याचा त्यांचा उपक्रम अभूतपूर्व यशस्वी ठरला. आपल्या वैद्यकीय आणि

आरोग्यकल्याण कार्यक्रमांच्या प्रसारालाही गती मिळाली. पर्यावरणाचा विचार केला तर जीवनशैलीतील बदलांना पुरस्कृत करण्याचे सर्वत्र स्वागत केले जात आहे. खाण्यापिण्याच्या सवयीदेखील या बाबतीत समर्पक आहेत, ज्याचे प्रतिबिंब आपल्या प्राचीन धान्यांची – भरडधान्यांची जास्तीत जास्त लागवड आणि उपभोग घेण्याच्या भारतीय प्रयत्नांमध्ये दिसून येते. ह्यातील काही गोष्टी नेतृत्व स्वत:ला कसे सादर करते, आपले विचार कसे व्यक्त करते, या दृष्टीकोनातून व्यक्त केल्या जातात.

अजूनही अधिक प्रभावीपणे जी आव्हाने सोडविण्याची गरज आहे त्याचा एक मोठा भाग समकालीन आंतरराष्ट्रीय संबंधांच्या सखोल संकल्पना आणि रुजलेल्या धारणांमध्ये आहे. त्याचे काम अद्याप प्रगतिपथावर आहे, येत्या काही वर्षांत त्यात सुधारणा दिसतील अशी आशा आहे.

मोदीकालीन मुत्सद्देगिरीचे आणखी एक लक्षणीय वैशिष्ट्य म्हणजे त्यांचा लोकाभिमुख दृष्टीकोन. मानवी घटकावर अधिक भर देण्यामागे अनेक प्रेरणा होत्या. एक म्हणजे अर्थातच विकास निर्देशांक सुधारण्यासाठी आणि समाजकल्याण विस्तारण्यासाठी देशातील चालू मोहिमेचे बाह्य जगातील प्रतिबिंब. परदेशातील भारतीयांना पाठिंबा देणे हा या दृष्टीकोनाचा स्वाभाविक विस्तार आहे.

दुसरे म्हणजे नॉलेज इकॉनॉमीच्या गरजा भागवण्यासाठी भारताला तयारी करणे गरजेचे होते, हे समजून घेणे. आपण केवळ व्यापारापुरते जगाशी मर्यादित न राहता आपण नॉलेज इकॉनॉमी क्षेत्रातही सहभाग घ्यावा आणि जगच आपल्यासाठी कार्यस्थळ असावे अशी कल्पना करणे आवश्यक होते आणि याचा अर्थ आपल्या नागरिकांना गतिशीलता उद्योगाच्या लहरीपणाच्या कृपेवर सोडण्याऐवजी आवश्यक कायदेशीर नियमनांच्या व्यवस्थांवर काम करणे होय.

नंतर, परदेशातील भारतीयांचे महत्त्व आणि योगदान, मग ते विद्यार्थी असोत, व्यावसायिक असोत किंवा अधिक काळ स्थिरावलेले असोत, त्यांविषयी अधिक जागृती झाली. त्यांच्या कल्याणाची कल्पना ही एक गांभीर्याने पार पाडता यायला हवे असे कर्तव्य म्हणून केली आणि शेवटी बदलत्या भारताचीच अनुभूती आली. उदयोन्मुख शक्तीने आपल्या लोकांना प्रतिकूल परिस्थितीला

सामोरे जाण्यासाठी परदेशात सोडून देऊ नये. अशा अलिप्ततेमुळे केवळ आपल्या प्रतिष्ठेवरच वाईट परिणाम होतो असे नाही, तर भारतीयांचा परदेशात जाण्याचा आत्मविश्वासही कमी होऊ शकतो.

आपल्या सीमेपलीकडे लागू असलेल्या भक्कम कल्याणकारी उपाययोजना राबवणे, त्यांना संकटाच्या परिस्थितीतून बाहेर काढणे आणि कोविड-१९ साथीच्या काळात जसे घडले तसे भारतीय नागरिकांना परत आणण्याचे आयोजन करणे, ही सर्व त्या दिशेने उचललेली पावले आहेत. खरे तर पासपोर्ट देण्याच्या सुलभतेत आमूलाग्र सुधारणा करून या परिवर्तनाची सुरुवात देशातूनच झाली. त्याला समांतर असे, भारतीयांना भेदभावपूर्ण वागणूक दिली जाणार नाही, याची काळजी घेत गतिशीलतेला उत्तेजना देण्यासाठीचे उपक्रम हाती घेतले. ऑस्ट्रेलियापासून जर्मनीपर्यंतच्या देशांशी स्थलांतर आणि गतिशीलता भागीदारी करार (Migration and Mobility Partnership Agreements - MMPAs)करणे हे या विषयाचे धोरणात्मक प्रतिबिंब आहे.

भागीदारी पूर्ण करताना

गेल्या दशकातील आपला प्रगती अहवाल उत्साहवर्धक आहे. मुत्सद्दी उत्साहाची जोरदार अभिव्यक्ती आणि उपक्रम ह्यांमुळे जागतिक परिषदांमध्ये भारताचे स्थान निर्विवादपणे उंचावले आहे. विशेषत: पंतप्रधान मोदींची 'जे आपले राष्ट्रीय हित पुढे नेत असताना, विशाल दृष्टीकोन आणि सामूहिक हितासाठीही वचनबद्धता बाळगतात' अशी एक जागतिक व्यक्तिमत्त्व म्हणून ओळख निर्माण होत आहे. जागतिक घडामोडींमध्ये अपरिहार्यपणे निर्माण होणाऱ्या गुंतागुंतीच्या आव्हानांचा विचार केला तर भारत आता कठोर निर्णय घेण्याची टाळाटाळ करताना दिसत नाही.

२०१४ पासूनच आपल्याबद्दलचा उपखंडातील प्रादेशिक दृष्टीकोन बदलू लागला. साहजिकच हा एकरेषीय मार्ग नाही, पण एकंदरीतच आपली कनेक्टिव्हिटी, सहकार्य आणि संपर्क ह्यांनी केलेल्या प्रचंड प्रगतीला मान्यता मिळत आहे. जरी उच्चस्तरीय भेटी प्रदीर्घ अंतरानंतर सुरू झाल्या तरीही आपल्या प्रामाणिक

हेतुपूर्णतेची आपला विस्तारित शेजार वाखाणणीही करतो. जिथे प्रमुख शक्तींचा संबंध येतो, तिथेही अधिक आत्मविश्वासाने आणि स्वतंत्रपणे सहभागी होण्यासाठी तयार असलेला भारत त्यांनी पाहिला आहे. संरक्षण, तंत्रज्ञान आणि ऊर्जा क्षेत्रात अनेक भागीदारांना सहभागी करून घेणाराही बहुधा! किंबहुना बाह्य दबावांपासून आपल्या राष्ट्रीय हिताचे रक्षण करताना आपली भूमिका भक्कमपणे उभी करणारा भारत!

भारताच्या प्रगतीला एक जागतिक आयाम आहे जो कमी महत्त्वाचा नाही. असंख्य प्रकारे, आपण आपल्या समकालीन युगाला आकार देणाऱ्या अनेक आंतरराष्ट्रीय मुद्द्यांवर सक्रिय आहोत. कर्जमुक्ती असो, जागतिक किमान कर असो किंवा बाजारपेठेतील न्याय्य प्रवेश असो, जागतिक चर्चेत भारताचा आवाज बुलंद राहिला आहे. दहशतवादाच्या बाबतीत भारताने दिलेले प्रत्युत्तर आणि दहशतवादासाठी होणाऱ्या निधी पुरवठ्यावर निर्बंध लादण्यामध्ये आणि शिक्षा झालेल्या दहशतवाद्यांच्या याद्या तयार करण्यामध्ये सहकार्य केल्याने आंतरराष्ट्रीय स्तरावर जनजागृती वाढली आहे. सागरी सुरक्षेबाबत आपण ही चर्चा केवळ संयुक्त राष्ट्रसंघाच्या सुरक्षा समितीमध्येच नेली असे नाही, तर इंडो-पॅसिफिकमधील ठोस उपक्रमांमध्ये आपण सहभागी होत आहोत, ज्यात एक महत्त्वाचे फ्युजन सेंटर आयोजित करणे हे समाविष्ट आहे.

ज्या विषयात भारताने निर्णायक परिवर्तन घडवून आणले तो म्हणजे कनेक्टिव्हिटी. त्यामागील तत्त्वांबाबत सर्वंकष आणि स्पष्ट दृष्टीकोन ठेवून त्याच्या धोरणकर्त्यांना अधिक पारदर्शकता आणि उत्तम व्यवहार्यतेच्या बाजूने चर्चा वळवण्यात यश आले. पण आपल्याविषयीच्या जागतिक प्रतिमेवर सर्वात खोलवर परिणाम झाला तो म्हणजे कोविड साथीच्या काळातील भारतीय भूमिकेचा. १०० भागीदारांना लस आणि १५० देशांना औषधे आणि साहित्य पुरवून भारताने जागतिक जबाबदारीची एक पूर्णपणे वेगळी उंची जगाला दाखवून दिली. जग संक्रमण अवस्थेत असताना मिळवलेल्या प्रतिष्ठेमुळे देशाची प्रतिमा परिभाषित करण्यास स्पष्टपणे मदत केली आहे.

आंतरराष्ट्रीय सहकार्यात उक्तीप्रमाणे कृती करण्यावर बरेच काही अवलंबून असते. गेली अनेक दशके आपण इतर राष्ट्रांच्या विकासाच्या प्रयत्नांमध्ये,

मुख्यत: प्रशिक्षण आणि संवादाच्या माध्यमातून, परंतु प्रसंगी प्रकल्पांच्या माध्यमातूनही भागीदारी करण्यासाठी ओळखले जात होतो. गेल्या दशकभरात या आघाडीवर लक्षणीय वाढ झाली आहे. पतपुरवठा, अनुदान साहाय्य, क्षमता निर्मिती, पायाभूत सुविधा आणि आर्थिक प्रकल्प तसेच मनुष्यबळ वाढीमध्ये लक्षणीय विस्तारवाढ झाली आहे.

परंतु प्रमाणापेक्षा, खरोखर काय बदलले आहे ते म्हणजे प्रस्तुतीची परिणामकारकता. सातत्याने निरीक्षण आणि कडक देखरेखीने, दीर्घकाळ प्रलंबित प्रकल्प यशस्वीरीत्या पूर्णत्वाला नेले गेले आणि अधिक व्यावसायिक वृत्तीने नवीन प्रकल्प हाती घेण्यात आले. आपल्यालगतच्या शेजारील देशांमधील कनेक्टिव्हिटी, सामाजिक-आर्थिक सुविधा, वाहतूक आणि ऊर्जा हे त्याचे विशेष लाभार्थी आहेत. नेपाळमधील भूकंपानंतरचे प्रकल्प आणि मॉरिशसमधील पायाभूत सुविधा, ही 'प्रकल्प अंमलबजावणीच्या' वाढलेल्या गुणवत्तेची ठळक उदाहरणे आहेत. कोविडचे आव्हान असूनही, भारत-आफ्रिका फोरम शिखर परिषदेचा (IAFS) भाग म्हणून आफ्रिकन देशांना दिलेल्या बहुतेक वचनांची पूर्ती करण्यात भारत यशस्वी झाला आहे.

या काळात भारताच्या आंतरराष्ट्रीय भागीदारीच्या पाऊलखुणाही मोठ्या प्रमाणात पसरल्या आहेत. पॅसिफिकमधील अक्षय ऊर्जेपासून ते कॅरिबियनमधील सामुदायिक प्रकल्पांपर्यंत याचा समावेश आहे. मंगोलियातील रिफायनरी, मॉरिशसमधील मेट्रो एक्स्प्रेस, केनियातील कापड कारखाना किंवा टांझानियातील पाणीपुरवठा असो; भारतप्रेरित अनेक प्रयत्न भागीदार देशांसाठी गेम चेंजर ठरले आहेत.

अधिक सामर्थ्यवान भारत आपले वाढते मूल्य ओळखणारे नवीन नातेसंबंध विकसित करण्यात सक्षम झाला आहे. याचे स्पष्ट उदाहरण म्हणजे क्वाड, ज्याने तंत्रज्ञान, पुरवठा साखळ्या, शिक्षण, सागरी सुरक्षा इत्यादी क्षेत्रांमध्ये इतर इंडो- पॅसिफिक सहभाग सोपा केला आहे. युरेशियाचा विचार केला तर २०१७ मध्ये एससीओमध्ये भारताचा समावेश होणे हे या संघटनेच्या अजेंड्यावर भारताचे असलेले महत्त्व अधोरेखित करते. या काळात क्षेपणास्त्र तंत्रज्ञान नियंत्रण व्यवस्था, ऑस्ट्रेलिया समूह आणि वासेनार अरेंजमेंट यांसारख्या

निर्यात नियंत्रण संघटनांचे सदस्यत्व हे भारताने स्वत: नेतृत्व केलेल्या बहुपक्षीय उपक्रमांइतकेच महत्त्वाचे होते, विशेषत: शाश्वततेबाबत. या सदस्यत्वांनी भारताच्या उदयाची व्यापक प्रक्रिया आणि त्याला जगाचा प्रतिसाद हेसुद्धा दर्शविले. आयएएफएस शिखर परिषदेत सर्व ५४ आफ्रिकन देशांनी भाग घेतला, २०१८ च्या प्रजासत्ताक दिनी सर्व १० आसियान नेते उपस्थित होते आणि भारताने २०२१ मध्ये पोर्टो येथे युरोपियन युनियनच्या २७ देशांना सहभागी करून घेतले आणि २०२३ मध्ये व्हॉइस ऑफ ग्लोबल साउथ समिटमध्ये १२० हून अधिक राष्ट्रांनी भाग घेतला, ही आज भारताचे आजचे जागतिक स्थान दर्शवणारी उदाहरणे आहेत.

अनेकदा आंतरराष्ट्रीय संघटनांच्या निवडणुकांच्या माध्यमातून ह्या विधानाची परीक्षा घेतली जाते आणि एकूणच भारताने ती यशस्वीपणे पार केली आहे. खरंतर, विविध व्यासपीठांवर आपल्या सहभागाची वाढती मागणी, विविध स्वरूपातील सहभाग आणि अनेक प्रसंगी उपस्थिती हे आपल्या जागतिक स्थानाचे प्रतिबिंब आहे.

स्वतःचे उपाय शोधताना

कोविडमधून बाहेर पडताना इतर देशांप्रमाणे भारतही आपल्या आयव्ययाचे आणि अनुभवांचे मूल्यमापन करत आहे आणि त्यातून धडे घेत आहे. काही प्रमाणात आत्मविश्वासाने असे म्हणता येईल की, आपण या वादळाचा सामना इतरांपेक्षा चांगल्या प्रकारे केला आहे. भक्कम मूलभूत तत्त्वे आणि विचारपूर्वक धोरणे हे भारत भविष्यात आघाडीची शक्ती बनण्याच्या मार्गावर राहील ह्याची ग्वाही देत आहेत. यातील बराचसा भाग सातत्याने क्षमता वाढविण्यावर अवलंबून असला, तरी भारताची आपल्या भवितव्याविषयीची दृष्टी आत्मविश्वासी राहणे हेसुद्धा तितकेच गरजेचे आहे. शेवटी, आपली अनेक दशके, आंतरराष्ट्रीय संबंधांमधील सहभाग कमी होणे, आपला स्वतंत्र विचार न होता इतर देशांशी जोडून आपल्याबद्दलचे धोरण ठरवणे, धोरणांमध्ये वा परराष्ट्र संबंधात आपला सहभाग नसणे आणि जोखीम स्वीकारायची मानसिक तयारी नसणे ह्यांच्याशी लढण्यात खर्ची पडली आहेत.

भविष्याचा मार्ग प्रखर स्वातंत्र्याच्या मानसिकतेवर उभा असला, तरी समकालीन काळासाठी त्याला उत्साहवर्धक करण्याचे आव्हान आहे. हा दृष्टीकोन व्यक्त करण्याची आपली क्षमता साहजिकच आपल्या सामर्थ्यानुसार बदलली आहे. आज परदेशात राष्ट्रीय उद्दिष्टे साध्य करण्यासाठी आपल्याकडे अनेक संसाधने आणि साधने आहेत. पण आपण ज्या जगात राहतो त्या जगाचे अचूक आकलन करून घेतल्यासच क्षमता आणि आकांक्षाही उत्तम फळे देतात. म्हणूनच मुत्सद्देगिरीचा एक महत्त्वाचा पैलू म्हणजे समग्र चित्राचे विश्लेषण करता येणे, जे धोरणात्मक निवडीसाठी आवश्यक असणारे विरोधाभास आणि बारकावे टिपेल. सर्वोच्च स्तरावर प्रमुख राष्ट्रांमधील हे विरोधाभास लक्षात घेत बहुध्रुवीयता आणि पुनर्संतुलन याभोवती फिरते. आपण क्षेत्रनिहाय अभ्यास करत असताना, याचा अर्थ संबंधित मुद्द्यांची अधिक सूक्ष्मतेने पारख करणे असा होतो. या सगळ्यात जागतिकीकरणाचे व्यापक वास्तव आहे, ज्याची विचारसरणी अनेकदा वरवर साध्या सोप्या वाटणाऱ्या कल्पनांद्वारे आपली दिशाभूल करू शकते. जसजसे आपण अधिकाधिक शोध घेत राहतो, आपल्याला समजून चुकते की, शक्यतो एक सत्य एकाच वाटेवर उपयोगी पडते.

क्षमता विकसित करण्याच्या ध्यासाला देशांतर्गत सुधारणा आणि आधुनिकीकरणाच्या प्रयत्नांचा स्पष्ट फायदा होतो. पण ह्या गुंतागुंतीच्या पद्धतीचे सुलभीकरण करत असा दावा केला होता की, ८ टक्के विकास दर हेच सर्वोत्तम परराष्ट्र धोरण आहे. मात्र, पाया आणि संरचना न बदलता मिळवलेल्या विकासाला अंतर्निहित मर्यादा होत्या, हे वास्तव आहे. परिणामी हे दशक मळलेल्या वाटेने न जाता नवीन वाटा चोखाळणारे, अधिकच व्यापक प्रयत्न करणारे ठरले आहे. जागतिकीकरणाचे धोरणात्मक आकलन पुरेसे न झाल्यामुळे जे छुपे धोके निर्माण झाले होते, ते टाळण्याचाही आपण प्रयत्न केला. २०१९ मध्ये आरसीईपी करार मान्य न करण्याचा भारताचा निर्णय त्या दृष्टीने महत्त्वाचा होता. बदललेल्या दृष्टीकोनाचा एक महत्त्वाचा संकेत त्याच्या संकल्पनेतच होता. पहिल्यांदा भारतीय धोरणकर्त्यांनी भारताचा उदय एका युगाच्या परिप्रेक्ष्यात मांडायला सुरुवात केली – ज्याला 'अमृत काल' म्हटले गेले. असे करून त्यांनी अशी विचारसरणी मांडली जी अधिक दीर्घकालीन, सर्वसमावेशक आणि परिवर्तनशील आहे आणि

वस्तुस्थिती अशी आहे की, गेल्या दशकातील यशस्वी कामगिरी अशा दृष्टीकोनाला पुष्टी देते.

अलीकडील वर्षांच्या प्रगतीकडे लक्ष वेधणाऱ्या निर्देशांकांची आज आपल्याकडे चणचण नाही आणि तरीही भारतासमोर अजूनही अनेक प्रमाणात आव्हाने आहेत, हे यातून आपण कुठल्याही प्रकारे नाकारत नाही. पण कदाचित आंतरराष्ट्रीय व्यवस्थेत भारताच्या उदयाशी यांपैकी थेट संबंधित असलेल्या काही गोष्टींवर लक्ष केंद्रित करणे योग्य ठरेल. एक सुरुवातीचा बिंदू म्हणजे दारिद्र्यात झपाट्याने होणारी घसरण दोन गोष्टींसाठी उल्लेखनीय आहे. एक म्हणजे ही भारतासमोरील सर्वात टोकाची समस्या आहे आणि ती समाजावर खोलवर वाईट परिणामही करते. तितकीच महत्त्वाची गोष्ट म्हणजे भारतीय मध्यमवर्ग या अमृत काळात म्हणजे २०४७ पर्यंत दुप्पट होण्याची शक्यता आहे. या घडामोडींचे मूल्यमापन योगदान आणि खप या दोन्ही दृष्टीकोनांतून जग नक्कीच करत आहे. जग भारताच्या मनुष्यबळाच्या गुणवत्तेचा अभ्यास करत असतानाच ते, विद्यापीठे, वैद्यकीय आणि नर्सिंग महाविद्यालये आणि अभियांत्रिकी आणि तांत्रिक कौशल्यांचा भारताकडून होत असलेला मोठा विस्तार यांचीही नोंद घेत असणार आहे. शिक्षण आणि कौशल्य विकासाच्या दृष्टिकोनात त्यांना अधिक जगाभिमुख बनवण्यासाठी नक्कीच चांगले बदल होत आहेत. पायाभूत सुविधांमध्येही बदल होत असून, त्याचे प्रतिबिंब महामार्ग, रेल्वे, विमानतळ आणि डिजिटल नेटवर्कच्या विस्तारातून उमटत आहे. भारताकडे आता केवळ सेवा उद्योगापुरत्याच मर्यादित दृष्टीकोनाने बघितले जात नाही. अगदी देशांतर्गतही, ऊर्जावान डिजिटल डिलिव्हरीने प्रशासनात क्रांती घडवून आणली आहे आणि तिने विविध डोमेनमध्ये सखोल सहभागासाठी पायाभरणी करून ठेवली आहे.

मूलभूत सुविधांची व्याख्या उंचावून आणि त्याहीपेक्षा महत्त्वाचे म्हणजे त्या पुरवून भारत जगाच्या एक षष्टांश लोकसंख्येचे जीवनमान झपाट्याने बदलवत आहे. प्रत्येक संबंधित देश, भारताकडे एक इनोव्हेटर, उत्पादक, योगदानकर्ता किंवा अनुकरणीय उदाहरण म्हणून पाहतो. यातील प्रत्येक गुण भारताला आंतरराष्ट्रीय संबंधांमध्ये अधिक आकर्षक भागीदार बनवतो.

स्वत:च्या भवितव्याला पुढे नेण्याचे धाडस आणि धैर्य विकसित करणे हे प्रत्यक्ष क्षमता वाढविण्याइतकेच अवघड आहे. उच्च स्तरावर वाढत जाणाऱ्या स्पर्धा करण्यास शिकण्यासाठी आत्मविश्वासपूर्ण नेतृत्व आणि व्यवस्थात्मक बदलांची आवश्यकता असते. जसजसे आर्थिक हितभाग वाढत जातात, तसतसे स्पर्धकांना मागे टाकून माईंड-गेम्सना पुरून उरणेही गरजेचे ठरते. सत्तेच्या उदयाच्या प्रत्येक टप्प्याचे वेगवेगळे मापदंड आणि बदलते समव्यवहारी गट असतात. आपल्या महत्त्वाकांक्षा आणि नियोजन सातत्याने जुळवून घेणे कधीही सोपे नसते. भारताच्या बाबतीत, आपल्याला पाकिस्तानबरोबर जोडून विचारात घेतले जात असे जे आपण मागे सोडून आलो आहोत आणि आपल्याला अधिकाधिक अनन्यसाधारण (सुई जेनेरीस) मानले जात आहे.

सर्वात योग्य भागीदारांसह इष्टतम अटींवर योग्य समझोते करणे हादेखील आव्हानाचा एक भाग आहे. देणे आणि घेणे कसे योग्य प्रकारे करायचे हे महत्त्वाचे आहे. हे वाणिज्य आणि गुंतवणुकीच्या क्षेत्रात किंवा तंत्रज्ञान आणि कनेक्टिव्हिटीसारख्या क्षेत्रात तर नक्कीच करावे लागते. राष्ट्र आपल्या पूर्ण क्षमतेने कार्यरत असेल तर लाभ घेण्याच्या संधी नेहमीच असतात. त्याचप्रमाणे, त्यासोबत विश्वासार्ह पुरवठा, विश्वासार्ह डेटा किंवा महत्त्वपूर्ण तंत्रज्ञानाच्या जागतिक मागणीतून उद्भवू शकणाऱ्या अतिरिक्त शक्यता आहेत.

असे म्हणतात की, ७५ वर्षांपूर्वी तयार झालेल्या जागतिक व्यवस्थेमुळे निर्माण झालेल्या संरचनात्मक अडथळ्यांबद्दल आपण अनभिज्ञ राहू शकत नाही. या गोष्टीचा मूळ गाभा असा आहे की, त्या महत्त्वाच्या काळात भारत औपचारिक संघटनांमध्ये एकतर नाममात्र उपस्थित होता किंवा अजिबात नव्हता. विशेषतः १९४७ मध्ये जे घडले त्यामुळे भारत अशा जगात कार्यरत आहे, जिथे अनेकदा त्याच्याविरुद्ध फासा टाकला जातो. गेल्या सात दशकांत त्याचा उदय ही खरोखरच जगाशी संबंध ठेवण्याच्या अटी बदलण्याची कहाणी आहे, हा प्रवास सुरू करताना त्यातील बऱ्याच अटी प्रतिकूलच होत्या.

समस्या केवळ आर्थिकदृष्ट्या मोजता येईल अशी नाही; ती अगदी पूर्वधारणा आणि नॅरेटिव्हजपेक्षासुद्धा अधिक काही आहे. जागतिक व्यवस्थेत

अशा संस्था आणि प्रथा असतात ज्या बऱ्याचदा एकमेकांबरोबर अगदी बांधलेल्या वाटाव्यात अशा संलग्न असतात. त्याच राजकीयदृष्ट्या काय योग्य आहे आणि काय नाही हे ठरवत असतात आणि त्याच्या प्रमुख खेळाडूंनी आपला हेतू साध्य करण्यासाठी केवळ एक संरचनाच उभी केलेली असते असे नाही तर ते त्याची भरभराट करण्यासाठी आपला प्रभाव राखून असतात. त्यामुळे भारतासारख्या शक्तीला पुढील बराच काळ प्रवाहाविरुद्ध पोहावे लागेल. त्याला ज्यातून मार्ग काढावा लागणार आहे त्या सर्वात बिकट प्रवाहांपैकी एक म्हणजे 'क्षण गोठवण्या'मुळे निर्माण होणारी आव्हाने. हा एक वर्चस्ववादी शक्तींद्वारे मोठ्या प्रमाणावर खेळला जाणारा डावपेच आहे, ज्या ह्या एकूण चित्राचे स्वतःला फायदेशीर असणारे घटक चिरस्थायी करण्याचा प्रयत्न करतात.

व्यापक स्तरावर बघितल्यास, १९४५ मधील घटनांच्या परिणामांचा ज्या प्रकारे आंतरराष्ट्रीय क्रमवारी ठरविण्यासाठी वापर केला गेला त्यातून हे डावपेच दिसून आले. अर्थातच ही युक्ती अशी आहे की, एखाद्या विशिष्ट क्षणाला प्रचंड महत्त्व देणे आणि त्यानंतर त्याचा सतत लाभ घेणे. जगाला अधिक समकालीन बनवण्याचा युक्तिवाद आणि मूळ निर्णयांना दिलेले आव्हान ह्यांना एकत्र जोडून त्यांचे खंडन केले जाते. मात्र, आज सद्यपरिस्थितीतील जग टिकवून ठेवण्याच्या किंवा बदलण्याच्या मोठ्या संघर्षाचे हे एक उदाहरण आहे. आणखी बरीच आहेत, काहींची व्याप्ती मर्यादित आहे आणि काही अधिक व्यापक आहेत. अशा गोष्टी फ्रेमवर्क तयार करण्यास आणि देखभाल करण्यास, संरचनांचे संचालन आणि संरक्षण करण्यास आणि महत्त्वाचे म्हणजे, नॅरेटिव्ह स्थापित करण्यास आणि पुढे नेण्यास मदत करतात आणि त्या बऱ्याच अंशी यशस्वी होतात कारण जागतिक वर्तन वारंवारतेने खूप जास्त आकारास येते. पण आपण सर्व जण केवळ सवयींचे गुलाम नसून नियमांचे पालन करणारे आणि कथानकावर विश्वास ठेवणारे आहोत.

या सर्व घटकांचा मिलाफ आजच्या व्यवस्थेला आधारभूत असणाऱ्या निहित हितसंबंधांना लपवतो. संयुक्त राष्ट्रसंघ आणि त्याचे कामकाज, अण्वस्त्रप्रसार बंदी, मानवी हक्कांवरचे निवडक लक्ष, वास्तविक राजकारण आणि मूल्ये ह्यांना

समानतेने मापणारे संतुलन, तसेच शीतयुद्धाच्या प्रतिमांचा वापर ही काही उदाहरणे. ९/११ च्या हल्ल्यानंतर असो किंवा भूतकाळातील संघर्षांना, खास करून दुसरे जागतिक युद्ध इ. गोष्टींना उजाळा देऊन, विशिष्ट वेळा 'दुसऱ्या'ची स्पष्ट व्याख्या करण्याचे काम करतात. या सर्व कारणांमुळे जागतिक चर्चा आणि संकल्पनांना नव्याने आकार देण्याच्या प्रयत्नांना तीव्र विरोध होतो. भारताने हे गृहीतच धरले पाहिजे आणि प्रतिकार केला पाहिजे.

उदयोन्मुख शक्ती म्हणून क्षण गोठवण्याचा सामना भारताला वेगवेगळ्या स्वरूपामध्ये करावा लागतो. ज्या संस्था आणि कार्यपद्धती त्याला त्याचा हक्क देत नाहीत, त्यांच्याविरोधात आपला देश उभा राहू शकतो. म्हणूनच आपण सुधारित बहुपक्षीयतेचे इतके प्रबळ पुरस्कर्ते आहोत. ह्याने इतर शक्तींकडे पाहण्याचा आपला दृष्टीकोन तयार होतो, कधीकधी नुकसान सोसूनही. यासाठी परस्पर व्यवहारांच्या अधिक अद्ययावत अटी तयार करण्यासाठी आत्मविश्वासाने विचार करण्याची गरज असते. काही प्रसंगी, काही प्रभावी क्षण इतके प्रखर समज निर्माण करतात की यामुळे धोरणावर जुळवून घेण्यासाठी दबाव येतो. मुंबईवरील २६/११च्या दहशतवादी हल्ल्यानंतर बऱ्याच अंशी पाकिस्तानसंदर्भात असेच झाले. भारतीय जनतेला सरकारी प्रतिसाद स्पष्टपणे दुबळा आणि पूर्णपणे अपुरा वाटला.

अशीही परिस्थिती उद्भवू शकते जेव्हा आपण स्वत: एखाद्या कृतीनंतर त्यापलीकडे वेगाने पुढे जाऊ इच्छितो. १९९८ च्या अणुचाचण्यांनंतर लगेचच महत्त्वाच्या भागीदारांशी संपर्क साधण्याच्या वेळी वाजपेयी सरकारची अशी परिस्थिती नक्कीच होती. इतरांच्या संकल्पना आणि गृहीतकांचा वारसा मिळणे हे ही कधीकधी राष्ट्रांचे नशीब असते. भारताचे स्थान आणि प्रभाव यांबद्दल इतर शक्तींनी आकारास आणलेली जगाची समजूत, हे एक समर्पक उदाहरण आहे. केवळ अलीकडच्या काही वर्षांत आपण फाळणीनंतर आपला पाकिस्तान वा अन्य काही राष्ट्रांबरोबर जोडीने विचार केला जाण्याचा आणि नंतर केवळ हिंदी महासागरापुरताच आपल्याला बंदिस्त करणारा अपसमज दूर करण्यात यशस्वी झालो आहोत. त्यामुळे इंडो–पॅसिफिकमधील आपल्या उपस्थितीवर प्रतिक्रिया उमटणे हे अगदी अपेक्षितच आहे. परिवर्तनकारी

दशकाचा एक पैलू म्हणजे आपल्याच इतिहासाचा कैदी होण्याच्या नैसर्गिक प्रवृत्तीवर मात करणे.

भूतकाळातील अडचणी हा नेहमीच अडथळा असण्याची गरज नाही. राजकीय नेतृत्वाची सर्जनशीलता कधीकधी बदललेल्या संदर्भात अश्या अडचणींचे परिवर्तन आपल्या उपलब्धीत करण्याची क्षमता दर्शविते. अलीकडच्या काळात आपल्या देशात नेताजी सुभाष चंद्र बोस आणि इंडियन नॅशनल आर्मीमध्ये नव्याने स्वारस्य निर्माण झाले आहे. तसेच, पूर्वीच्या काळात ब्रिटिश वसाहतवादाला प्रतिकार करणाऱ्यांमध्येही. थोर जनजाती नेते बिरसा मुंडा आणि क्रांतिकारक अल्लूरी सीताराम राजू ही अशीच दोन उदाहरणे आहेत. अश्या व्यक्तिरेखा आपली तात्कालिक उद्दिष्टे साध्य करण्यात पूर्णपणे यशस्वी झाल्या नसल्या, तरी प्रेरणादायी आयकॉन म्हणून त्यांचे दीर्घकालीन परिणाम आज अगदी स्पष्टपणे दिसून येतात. खरे तर भविष्यातील आकांक्षा व्यक्त करण्यात इतिहासातील प्रतिमा अत्यंत प्रभावी ठरतात.

खरे तर गेल्या सात दशकांतील आपल्याच रेकॉर्डवर नजर टाकली तर १९६२, १९६५, १९७१ आणि १९९९ च्या संघर्षांसारख्या विशिष्ट घटना मैलाचा दगड ठरतात. भारत आंतरराष्ट्रीय स्तरावर वर जाण्याचा प्रयत्न करत असताना, त्यानेही आख्यायिका आणि अनुभवांचा वापर करून कार्यपद्धती आणि सवयी प्रस्थापित करण्याचा हा खेळ चांगल्या रीतीने खेळला पाहिजे.

नवी दिल्लीतून ध्वनित होणारे संदेशही महत्त्वाच्या मुद्द्यांवर अधिक उत्साहवर्धक ठरले आहेत. 'वसुधैव कुटुंबकम्' हा संदेश आंतरराष्ट्रीय सहकार्यासाठी आपण वचनबद्ध आहोत हे सांगतो. 'सुधारित बहुपक्षीयता' हा संदेश संयुक्त राष्ट्रसंघाच्या परिणामकारकतेकडे लक्ष देण्याची निकड अधोरेखित करतो. 'दहशतवादमुक्त जग' दीर्घकालीन धोक्याचा सामना करण्याचा निर्धार अधोरेखित करतो. 'डिजिटल फॉर डेव्हलपमेंट' हा प्रशासनाचे साधन म्हणून किती प्रभावी ठरले आहे, हे सांगतो. 'मदर ऑफ डेमोक्रेसी' हा आपली बहुलवादी आणि सल्लामसलतीची परंपरा इतिहासात खोलवर रुजल्याची आठवण करून देणारा संदेश आहे. आणि 'वन वर्ल्ड वन हेल्थ' हा जागतिक आरोग्याच्या आव्हानांना वेळेवर, परिणामकारक आणि भेदभावरहित प्रतिसाद देण्याची गरज व्यक्त करतो.

स्वतःचा शब्दकोश, संकल्पना, कार्यतंत्र आणि कल्पना विकसित करणे आणि जागतिक राजकारणात त्यांचे सामाजिकीकरण करणे हेही भारताच्या सातत्याने चालू असलेल्या उदयाचे द्योतक आहे. त्यांचे प्रकटीकरण भारताच्या जागतिक व्यासपीठांवरील जोमदार सहभागाचे वास्तव अधोरेखित करते.

भारतांतर्गत आपल्या परराष्ट्र धोरणातील सातत्य आणि बदल यांतील समतोलाविषयी नेहमीच जोशाने वादविवाद होत राहतील. ते अगदी अपेक्षितही आहे आणि कदाचित, काही प्रकारे, नवीन कल्पनांच्या उदयाला ते हातभारही लावतात. सामान्यतः जेव्हा मुत्सद्देगिरीचा विचार केला जातो, तेव्हा आपले विश्लेषण, आपण जगाकडे कसे पाहतो आणि त्यातील सर्व गुंतागुंत यांवर लक्ष केंद्रित करते. ह्याउलट, कधी कधी जग भारताकडे आणि तिथल्या संधींकडे कसे पाहत असेल, याचाही विचार करणे उपयुक्त ठरते.

भारताचा उदय हा एक अविरत चालणारा उपक्रम आहे जिथे विचारी लोक केवळ आढावा घेण्यासाठी थांबतात, कधीही विजयाची घोषणा करत नाहीत. भूतकाळाकडे दुर्लक्ष न करता क्षितिजावर आपली नजर रोखली तर सर्वोत्तम काम साधले जाते आणि जसजसे आपण आंतरराष्ट्रीय परिस्थिती योग्य प्रकारे समजून घेतो, तसतसे आपली धोरणे आणि डावपेचदेखील त्यानुसार आखतो. पण हे सगळे आणि अजून बरेच काही करण्यासाठी आपण स्वतःशी, आपल्या हितसंबंधांशी आणि आपल्या महत्त्वाकांक्षांशी प्रामाणिक असणे गरजेचे आहे.

■ ■ ■

६.

मैत्री आणि प्रभाव निर्माण करताना

भारताने जागतिक एकमत का निर्माण केले पाहिजे?

आघाडीची ताकद बनण्याच्या वाटचालीत भारताला आपल्या तात्कालिक दोन मोठ्या विरोधाभासांना चातुर्याने हाताळावे लागेल, तसेच आपली सर्वंकष राष्ट्रीय ताकद सातत्याने वाढवावी लागेल. त्यातील एक म्हणजे युक्रेन संघर्षामुळे तीव्र झालेली पूर्व-पश्चिम दरी आणि दुसरा विरोधाभास म्हणजे कोविड, कर्ज, हवामान बदल, तसेच अन्न व ऊर्जा असुरक्षिततेमुळे वाढलेली उत्तर-दक्षिण दरी. जास्तीत जास्त देशांशी मैत्रीपूर्ण आणि सलोख्याचे संबंध प्रस्थपित करणे आणि समस्या आटोक्यात आणणे ह्या उदयोन्मुख शक्तीच्या प्राधान्याच्या गरजा आहेत. जागतिक पातळीवर आदर्श स्थान मिळविण्याचा भारताचा प्रयत्न हा एक निरंतर चालणारा प्रयास असू शकतो. परंतु जे उत्तुंग महत्त्वाकांक्षा ठेवून वाटचाल करतात त्यांनी विश्वासार्ह भागीदार आणि समर्थनाचे खात्रीशीर स्रोत निश्चितपणे विकसित केले पाहिजेत. केवळ आयत्या पिठावर रेघोट्या मारण्यापेक्षा त्यांनी नवीन दृश्य चित्रित करण्यावर भर द्यावा.

अनेक बाबी नैसर्गिकरीत्या विकसित व्हायच्या प्रक्रियेवर सोडून भारत कधीतरीच सक्रिय व्हायचा ते दिवस आता मागे गेले आहेत. कालानुरूप आपले हितसंबंध विस्तारत आहेत; त्याचप्रमाणे भारतीय उपक्रम आणि आपली प्रतिमाही व्यापक व्हायला हवी. शेवटी अमृत काळामध्ये भारत केवळ विकसित राष्ट्रच नाही तर जागतिक महासत्ताही बनेल यासाठी आपल्याला पायाभरणी करायची

आहे. म्हणूनच सबका साथ, सबका विकास हे देशांतर्गत धोरणाइतकेच परराष्ट्र धोरणातही लागू आहे. शेवटी, मुत्सद्देगिरी म्हणजे मैत्रीपूर्ण संबंध विकसित करणे आणि लोकांना प्रभावित करणे. 'वसुधैव कुटुंबकम्' मानून जगाला कुटुंब म्हणून सामावून घेण्याची स्वाभाविक प्रवृत्ती असलेल्या या देशाला ह्या कार्यामध्ये संधींचे खूप मोठे अवकाश उपलब्ध आहे.

भारतात 'राम-लक्ष्मण' हा शब्द भ्रातृभाव दर्शवण्यासाठी वापरला जातो. पण हा उदात्त विचार जागतिक राजकारणाच्या कक्षेत आणा आणि त्याच्या गर्भितार्थाचा विचार करा. वस्तुस्थिती अशी आहे की, प्रत्येक रामाला लक्ष्मणासारखा विश्वासू आणि सजग तसेच सुख, दुःखात, जय पराजयात सावलीप्रमाणे पाठीशी राहणारा साथीदार हवा असतो. अगदी मोक्याच्या क्षणी तो धैर्य देतो, संयम बाळगतो आणि नेतृत्वाला स्थिर करतो. दंडकारण्यात जेव्हा 'विराध' राक्षस सीतेचे अपहरण करतो, तेव्हा सैरभैर झालेल्या रामाला लक्ष्मणच त्वरित प्रतिहल्ला करण्यास उद्युक्त करतो. सीतेच्या रावणाने केलेल्या यशस्वी अपहरणानंतर जेव्हा राम आपली उद्विग्नता व्यक्त करतो, तेव्हा पुन्हा त्याचा बंधूच संयम आणि धैर्याने इतरांनी अशा आव्हानांवर कशी मात केली हे समजावून सांगतो. त्यानंतर समुद्रदेवता वरुणदेव जेव्हा त्याला लंकेमध्ये प्रवेश करण्यास अडवतो आणि त्याच्याशी झालेल्या संघर्षात राम आपला संयम गमावून बसतो, तेव्हा प्रत्युत्तर देताना लक्ष्मणच रामाला गरजेपेक्षा जास्त भीती न घालण्यासाठी मनधरणी करतो. जवळीकतेची आणि विश्वासार्ह भागीदारी कशी निर्माण करायची ही मुत्सद्देगिरीची अविरत जबाबदारी आहे.

प्रत्येक राष्ट्राला, मग ते कितीही मोठे असो वा सामर्थ्यशाली, अशा पाठिंब्याचे स्रोत हवेच असतात. त्यांच्यात परिस्थितिजन्य प्राधान्यक्रम असू

शकतो. परंतु वस्तुस्थिती अशी आहे की एकदा प्रस्थापित झाल्यानंतर, असे संबंध अधिक गुणवत्तापूर्ण बनवण्याचे अनेक मार्ग असतात. हे साहजिकच आंतरराष्ट्रीय संबंधांच्या नेहमीच्या व्यवहारवादी स्वरूपापेक्षा खूप भिन्न आहे. त्यासाठी औदार्य, पर्वा, आस्था, कदर आणि कधी कधी आपुलकीचीही गरज असते. रक्त हे पाण्यापेक्षा घट्ट असते, या म्हणीच्या अर्थानुसार जागतिक घडामोडींमध्ये भावनेलाही स्थान आहे. समान अनुभूतिप्रीत्यर्थ समवेदना हीदेखील नात्यांसाठी दृढ वीण सिद्ध होऊ शकते. लसमैत्रीच्या माध्यमातून जेव्हा भारताने आपल्या मनाची दारे खुली केली तेव्हा भारत प्रदीर्घ काळ चांगल्या स्थानावर राहील असा हा एक संकेत होता. किंबहुना, सत्तेतील जागतिक क्रमवारीत आपण जसजसे वरवर जाऊ, तसतशी विश्वासार्ह मित्रांची गरज कमी होणार नाही, तर वाढेल. आपल्या जगभरातील पाऊलखुणा जितक्या व्यापक आणि हितसंबंध जितके जास्त तितकेच 'लक्ष्मणांचे' महत्त्व वाढते.

तसेच दुसऱ्या खेळाडूची मिळणारी साथ आणि त्यातील सातत्य, ही वास्तवात तशी दुर्मिळतेने लाभणारी गोष्ट असू शकते. पण जागतिक इतिहासात महत्त्वाच्या उपक्रमांना साधारणपणे पाठिंब्याच्या मोठ्या आघाडीची गरज भासलेली आहे. जेव्हा प्रयत्नांचे स्वरूप आणि परिणाम सर्व शक्यतांसाठी मुक्त असतात, तेव्हा तर ती नक्कीच असते. नेहमीच्या परिचयातील वर्तुळापासून दूर चालणाऱ्या उपक्रमांच्या बाबतीत तर सहकाऱ्यांचे मूल्य तेवढ्याच प्रमाणात वाढते. संयुक्त प्रयत्नात एखाद्याकडे एखादे विशिष्ट कौशल्य असेल आणि त्याच्याकडून त्याचे योगदान दिले जात असेल तर याचे महत्त्व आणखीनच वाढते. एखाद्या मोठ्या किंवा असामान्य प्रतिस्पर्ध्याला सामोरे जाताना मित्रपक्ष आणि हितचिंतकांची गरज अजूनही अधिक तीव्रतेने जाणवते. महायुद्ध, आखाती युद्ध, अफगाणिस्तान किंवा सद्य परिस्थितीचा विचार केला तर अगदी आधुनिक इतिहासातही आपल्याला हे आढळले आहे. श्रीरामाच्या बाबतीत बोलायचे तर सुरुवातीला आपल्या अपहृत पत्नीला कसे आणि कुठे नेले गेले असावे, याचा त्याला अंदाजही बांधता आला नव्हता. विविध प्रकारच्या हितचिंतकांच्या आणि मित्रपक्षांच्या वेगवेगळ्या प्रकारे लाभलेल्या योगदानातून तो अखेर तिचा मागोवा घेतो. मात्र, हे प्रत्यक्षात येण्यासाठी युद्धजन्य परिस्थितीच असावी लागते असे नाही.

आंतरराष्ट्रीय राजकारणाच्या स्पर्धात्मक जगात, आव्हानात्मक परिस्थितीत पाठीशी उभा राहणारा प्रत्येक मित्र मोलाचा असतो.

सीतेच्या शोधात लंकेला प्राथमिक माहिती गोळा करण्यासाठी दाही दिशांना निघालेली वानरांची युती, हे ह्या विचाराचे एक सशक्त उदाहरण समोर ठेवता येते. राजकुमार अंगदाच्या नेतृत्वाखाली दक्षिणेकडे गेलेली सेना हार मानू लागते आणि तेव्हाच सीता लंकेच्या वाटिकेत असल्याची खबर त्यांच्यापर्यंत येऊन पोहोचते. वानर, अस्वल आणि गरुड यांच्या सैन्याशिवाय रामाला कदाचित स्वतःचे सामर्थ्य दाखवणे शक्य झाले नसते. महत्त्वपूर्ण निर्णय घेताना परिस्थितिविषयक भान ठेवण्याची गरज सिद्ध असते.

अनेकदा यातील काही आव्हाने निव्वळ राष्ट्रीय क्षमतेच्या आवाक्याबाहेरची असू शकतात आणि त्याचवेळी हितचिंतकांचे योगदान अमूल्य ठरते. स्पर्धक आणि विरोधक यांच्याविषयी महत्त्वाची माहिती मिळवण्यासाठी गेलेल्या संपातीची विलक्षण दृष्टी, हे ह्या अनुषंगाने एक साम्यस्थळ आहे. जेव्हा प्रत्यक्ष समुद्र पार करण्याची वेळ आली, तेव्हा विश्वकर्मा यांचा पूल बांधणारा मुलगा नल यानेच कुशल तंत्रज्ञान उपलब्ध करून दिले. नलाने बांधलेला पूल उद्ध्वस्त करणार नाही असे वरुणाने आपल्या स्वभावाच्या विपरीत जाऊन वचन दिले. रामाच्या ताकदीचा हा परिणाम होता, आपल्याला समुद्र ओलांडू न दिल्यास समुद्र कोरडा करण्याची धमकी रामाने रागाच्या भरात दिली होती.

मैत्री करणे आणि लोकांमध्ये आपला प्रभाव निर्माण करणे ह्याकामी अनेक प्रेरक घटकांचा सहभाग असतो - प्रोत्साहन आणि खुशामतीपासून ते सहकार्य आणि दटावणीपर्यंत. बऱ्याच राष्ट्रांसाठी, हे एक विलक्षण संयमी आणि खडतर कार्य आहे जे पार पाडणे वरवर दिसते तितके सोपे नाही. सर्वसाधारणपणे, यासाठी ह्या कार्यातील घटकांना वा टप्प्यांना चतुराईने समजून घेणे आणि स्पर्धात्मक हितसंबंधांचे अनुकूलन करून घेणे ह्यांची आवश्यकता असते. अपवादात्मक प्रसंगी व्यापक कल्याणासाठी कठीण निवडी कराव्या लागू शकतात. महाकाव्यातील अशाच एका प्रकरणाच्या केंद्रस्थानी प्रभू रामाची सर्वात विवादास्पद कृती आपल्यासमोर येते. वाली आणि सुग्रीव या दोन वानरबंधूंमध्ये सुरू असलेल्या युद्धात राम मध्यस्थी करून वालीचा वध करतो. अर्थात दैवी हस्ते आपला अंत होणे हेही वालीचे

प्राक्कनच असते आणि त्याचे स्वतःचे वैयक्तिक वर्तन कोणत्याच अंगाने समर्थनीय नसते.

परंतु ही घटना आणि त्याचे परिणाम मोठ्या कारवाया करण्यासाठी महत्त्वपूर्ण अंतर्दृष्टी प्रदान करतात. सत्तेच्या दृष्टीकोनातून पाहिले तर ह्यामध्ये रामाने दुर्बळ घटकाची अर्थात वालीचा धाकटा भाऊ सुग्रीव ह्याची बाजू घेतली, ज्याला पूर्वी पदच्युत करण्यात आले होते. व्यावहारिकदृष्ट्या विचार करता कमकुवत बाजू कायम पाठिंब्याचे स्वागतच करते आणि आपले भवितव्य कायमस्वरूपी बांधून घेण्याकडेही त्यांचा अधिक कल असतो. सुग्रीवाचे सहकार्य मिळाल्यानंतर वालीपुत्र अंगदाला राम वैयक्तिकरित्या संरक्षित करतो आणि वानरांचे ऐक्य टिकवून ठेवतो, ही रामाची दूरदृष्टी होती. आपल्या मित्रपक्षांना कार्य सुरू करण्यास तत्परतेने प्रवृत्त करणे हेदेखील सोपे काम नसते. सिंहासनावर विराजमान झाल्यानंतर सुग्रीव किष्किंदेमध्ये पुन्हा सुखसंपन्न आयुष्य जगू लागतो मात्र त्याला त्याच्या जबाबदाऱ्यांची आठवण करून देण्यासाठी लक्ष्मणाच्या क्रोधाची आवश्यकता पडतेच.

वानर-सेना अनेक दिशांना पाठवली जाते तो संपूर्ण कालखंड राम आणि लक्ष्मण यांच्यासाठी धोरणात्मक संयमाचा अनुभव आहे. युतीने केवळ एकत्र येऊन चालणार नाही, तर अनेकदा आपले इप्सित साध्य करण्यासाठी कमी कार्यक्षम घटकांच्या गतीनुसार वेळ दिला पाहिजे. कधीकधी, भागीदार अपेक्षित काळामध्ये अपेक्षित कार्यक्षमता दाखवण्यास सक्षम असतातच असे नाही. जसे काशीचा राजा प्रतरदान याच्याबाबतीत घडले. त्याने वचन देऊनही त्याचे सैन्य लंकेतील युद्धात सामील होण्यासाठी वेळेवर पोहोचू शकले नाही. परंतु तरीही रामाने त्यांचा हेतू लक्षात घेऊन त्यांच्याप्रति कृतज्ञता व्यक्त केली, याचे श्रेय रामालाच जाते. आयुष्यात संधी नेहमीच पुन्हा येऊही शकते आणि मुत्सद्देगिरीने शक्यतांची दारे बंद करणे टाळायला हवे.

गतकाळ आणि भविष्य

आंतरराष्ट्रीय व्यवस्थेत भरारी घेत असताना भारताने हे लक्षात ठेवले पाहिजे की, जगात नित्य परिवर्तन चालू आहे आणि अर्थातच विविध देशांशी असलेले आपले संबंधही बदलत आहेत. स्वातंत्र्यानंतरच्या सुरुवातीच्या काळात आपण आपल्या निर्णयक्षमतेचे स्वातंत्र्य अबाधित ठेवत पाश्चिमात्य देशांशी संबंध प्रस्थापित करण्याचा प्रयत्न केला. त्याचबरोबर वसाहतवादोत्तर काळात स्वाभाविक सहानुभूतीद्वारे विकसनशील देशांतील पाठिंब्यांच्या स्रोतांची जोपासना करण्यात आली. समाजवादी गटाशी सहकार्याची चाचपणी करण्यात आली. यामुळे आर्थिक आणि सुरक्षा क्षेत्रात परिणामकारक बदल घडून आले. शीतयुद्धाचा दबाव जसजसा वाढत गेला आणि चीन–अमेरिका मैत्री वाढत गेली, तसतसे भारताला सोव्हिएत संबंध अधिक घनिष्ठ करणे भाग पडले. पाश्चिमात्य देशांनी लष्करशासित पाकिस्तानला पसंती दिली, हा त्यांच्याबरोबरच्या अडचणीचा एक मोठा भाग झाला.

त्यामुळे शीतयुद्ध संपल्यानंतर भारताविषयीची जगाची भूमिका आणि भारताचा दृष्टीकोन यांचे पुन्हा समायोजन होत गेले हे स्वाभाविकच होते. मागच्या पंचवीस वर्षांत या प्रक्रियांना सातत्याने गती मिळाली आहे. गेल्या दशकभरात नवी दिल्ली भूतकाळातील वैचारिक दडपणातून मुक्त झाली आहे, यामुळे त्यांच्या दृढीकरणाला चालना मिळाली आहे. विशेषतः अमेरिका आता समस्येपेक्षा उपायाचा भाग म्हणून अधिक दिसू लागली आहे. पूर्वीचे संबंध कायम ठेवून नवे सौहार्दपूर्ण संबंध विकसित करणे हे आता राजनैतिक आव्हान आहे आणि ह्या संमिश्र परिस्थितीत विशिष्ट संबंधांना योग्य प्राधान्य देणे गरजेचे आहे, जेणेकरून भारताला परिवर्तनाच्या मार्गावर असलेल्या जगात इष्टतम परिणाम मिळतील.

संयुक्त राष्ट्र सुरक्षा परिषदेच्या पाच स्थायी सदस्यांशी असलेल्या भारताच्या संबंधांचे विश्लेषण करणे ही त्याचा आतापर्यंतचा लेखाजोखा आणि ह्यापुढील संभाव्यतांचे मूल्यांकन सुरू करण्यासाठी एक चांगली संधी आहे. अमेरिका आणि चीनच्या अध्यायांबद्दल पुढील भागात मांडणी केली आहे.

युके: एक समकालीन समेट

इतर कोणत्याही संबंधांपेक्षा भारताचे युकेबरोबरचे संबंध जटील भूतकाळाचे अधिक ओझे वागवतात. त्या काळातील जखमांचे व्रण प्रत्यक्ष व्यावहारिक आहेत तसेच ते मानसिकही आहेत. मात्र विसंवाद आणि फूट ह्यांच्यावर कम्फर्ट आणि एकजूट ह्यांद्वारे मात करावी आणि संबंधांच्या भविष्यासाठी इतिहासाचा उपयोग करावा, हे एक आव्हान आहे.

भारताच्या स्वातंत्र्यानंतर पाठोपाठ युकेबरोबर परस्परपूरक संबंध म्हणून यास प्रारंभ झाला. पुढील दोन दशके युकेचा भारतात किती जबरदस्त प्रभाव होता, हे पाहून आजच्या पिढीला आश्चर्य वाटेल. किंबहुना शीतयुद्धातून बाहेर पडून अमेरिकेला दूर ठेवण्यासाठी आतुर असलेल्या भारतीय नेतृत्वाने युकेला आपला सर्वोत्तम पूरक पर्याय मानला. इतका की, ब्रिटीश साहचर्य अमेरिकेच्या दबावापासून आपलं रक्षण करेल, असा भाबडा विश्वास बाळगून त्याच्या कट्टरपंथी वर्गाने कॉमनवेल्थमध्ये सामील होण्याबाबतच्या सुरुवातीच्या शंकांनाही दूर ठेवले.

मात्र, वसाहतवादी काळाबद्दलच्या कडवट भावना आजही भारतीय जनतेत जशाच्या तशाच जागृत आहेत, हे 'आर आर आर' ह्या भारताच्या गेल्या वर्षीच्या ब्लॉकबस्टर चित्रपटाच्या यशावरून स्पष्ट होते. भारत-युके संबंधांमध्ये इतिहासातून आलेली संवेदनशीलता आणि गुंतागुंत असणे स्वाभाविक आहे. भारताच्या फाळणीने नंतर स्वतःचे खोलवर व्रण मागे ठेवले असतील; पण त्यानंतरच्या भारत-पाकिस्तानला एकत्रित जोडून धोरणे आखण्याने त्यावर आणखी डागण्या देण्याचे काम केले. १९४७ पासूनच जेव्हा पाकिस्तानने जम्मू- काश्मीरवर हल्ला केला, तेव्हापासून नवी दिल्लीने युनायटेड किंग्डमला त्या देशासाठी पक्षपात करणारा असे समजले. संयुक्त राष्ट्र सुरक्षा परिषदेच्या कारभारातून सातत्याने रुजलेला हा दृष्टीकोन १९६५ आणि १९७१ च्या संघर्षात युकेने घेतलेल्या भूमिकेमुळे अधिक तीव्र झाला. युकेची शीतयुद्धाची अनिवार्यता, पूर्वेकडील सुएझमधून माघार आणि युरोपियन युनियनमध्ये सामील होणे यामुळे सुरुवातीच्या वर्षांची जवळीक हळूहळू कमी होत दुरावा निर्माण होण्यात त्याची परिणती झाली. २००१ नंतर अफगाणिस्तानातील घडामोडींचा

विचार केला तर भारताच्या वरिष्ठ नेतृत्वाच्या नजरेतून ही गोष्टही सुटली नाही की 'रावळपिंडीतील लष्करी नेतृत्वाशी व्यवहार करण्यासाठी ग्रेट ब्रिटन हा सर्वात अग्रगण्य होता.

भारतीय दृष्टीकोनातून विचार केला तर अण्वस्त्र पर्यायाचा वापर असो, अफगाणिस्तानसारखा राष्ट्रीय सुरक्षेचा प्रश्न असो किंवा भारतीय उपखंडाचे राजकारण असो, नवी दिल्लीत ब्रिटीश मुत्सद्देगिरीकडे कायमच संशयाच्या नजरेने पाहिले जात होते. शिवाय हळूहळू भारत स्वतःच्या पायावर उभा राहिला तसतशी भूतकाळाकडे पाठ फिरवत पुढे वाटचाल करण्याची इच्छाही भारतीय राजकारणात तितकीच प्रबळ होत गेली. भारताच्या सखोल लोकशाहीकरणामुळे अभिजनांमधील संबंध कमकुवत होत गेल्याने या प्रक्रियेला गती मिळाली. ब्रेक्झिट येईपर्यंत एकमेकांशी प्रतिबद्धतेच्या नव्या अटी ठरवण्याचा मुद्दा स्पष्ट दिसू लागला होता.

भूतकाळ आपली पाठ सोडत नाही तरी वर्तमानातही स्वतःचे तिढे असतातच. अगदी कॅनडाइतके टोकाचे नाही तरी ब्रिटीश राजकारण हे विशेषतः व्होट बँकेच्या विचारांनी चालते आणि यामुळे भारताला लक्ष्य करणाऱ्या फुटीरतावादी शक्तींना युकेच्या भूमीवरून काम करण्यास आणि त्याच्या स्वातंत्र्याचा गैरवापर करण्यास वाव मिळाला आहे. भारतातील सध्याच्या सरकारविरोधात तेथील प्रभावशाली घटकांमध्ये वैचारिक वैर निर्माण झाल्याने अस्वस्थता वाढली आहे. काहींना भारतातील बदलांबद्दल नाराजी आहे जी त्यांना समजून घ्यायची नाहीय. युके जेव्हा भारतासोबत 'विशेष' बंध असल्याचा दावा करतो, तेव्हा त्याचा अधिकच परिणाम होतो.

मात्र, उभय देशांनी विविध क्षेत्रांमध्ये परस्परांना सहकार्य केल्याचे समांतर वास्तवही आहे. हे दीर्घकालीन द्वंद्व हे परस्परातील संबंधांचे एक वैशिष्ट्य आहे आणि ते सगळ्या आघाड्यांवर पुनःस्थितीत आणण्यासाठी युके अमेरिकेचे अनुसरण करेल की नाही हा प्रमुख प्रश्न आहे. आतापर्यंत संबंधांमध्ये युके मागे राहिला आहे, पण भारताबरोबर असलेल्या ह्या अंतराविषयी त्याला जाणीवही आहे. दूरगामी सुधारणा करण्यासाठी राजकीय संवेदनशीलता आणि सुरक्षेच्या मुद्द्यांपासून ते निर्यात नियंत्रण आणि गतिशीलतेपर्यंत अनेक समस्यांवर

आत्मपरीक्षण करणे आवश्यक आहे. हा आता पूर्वीचा भारत राहिलेला नाही, हे त्यांना आत्तापर्यंत स्पष्ट असायला व्हायला हवे. ब्रिटीशकालीन कायद्यांच्या संहिता बदलणे असो, सांस्कृतिक आस्थांची अभिव्यक्ती असो किंवा नेताजींच्या प्रतीकात्मकतेचा आग्रह धरणे असो, काळ नक्कीच बदलत आहे. पूर्वीच्या सहकार्यामुळे, या परिवर्तनाच्या स्वरूपाचे कौतुक करणे युकेवर विशेषतः बंधनकारक आहे.

दुसरीकडे, भारतीयांनी या भागीदारीच्या भविष्याकडे अधिक चिकित्सकदृष्ट्या पाहणेदेखील आवश्यक आहे. युके युरोपमधील भारतीय व्यवसायांसाठी एक प्रभावी प्रवेशद्वार आहे आणि एका यशस्वी डायस्पोराचा तो यजमान आहे हे त्यांनी ओळखले पाहिजे. त्याचा जागतिक प्रभाव एकसारखा नसेल; परंतु जगाच्या अनेक भागांमध्ये तो वास्तविकरीत्या आहे. निवडक क्षेत्रांमध्ये, ब्रिटिश तंत्रज्ञान आणि क्षमता ह्या स्पष्टपणे जागतिक दर्ज्याच्या आहेत. भारतीय दृष्टीकोनातून दोन्ही देशांमधील सध्या असलेले एकत्रीकरण अधिक वाढवण्याची गरज आहे. दोन्ही देशांनी त्यात लक्ष घातले की ह्या प्रश्नाची उकल सकारात्मक दिशेने होईल. २०३० साठी दोघांनी सहमतीने आखलेल्या वाटचालीत इतर काही बाबींसोबतच हे दिसून आले आहे.

राजकीय सौहार्दपूर्ण संबंध, सखोल आर्थिक आणि वित्तीय देवाणघेवाण, अधिक कौशल्यविकास आणि शिक्षण प्रवाह, समूळ संशोधन आणि इनोव्हेशन भागीदारी आणि अर्थातच अतूट नातेसंबंधांची जोपासना यांसह विविध मार्गांनी दोन्ही देश आणि लोकांना जोडणे शक्य आहे. जगाकडे आपण कसे पाहतो आणि दोन्ही देशांना दररोज भेडसावणाऱ्या समस्यांना कसे सामोरे जातो, हा या वाटचालीतील मूळ मुद्दा आहे.

ब्रेक्झिटनंतर युकेची राज्यव्यवस्था वेगळी आहे आणि नेमकेपणाने यातील काही बदल असे आहेत जे अधिक समकालीन भागीदारीला चालना देऊ शकतात. अधिक राष्ट्रीय नियंत्रणामुळे युकेला आता भारताबरोबर वर्धित व्यापार भागीदारीसाठी विचार करण्याचा मार्ग मोकळा झाला आहे. स्थलांतर आणि गतिशीलता भागीदारीसंदर्भातील करार हा मागणी, लोकसंख्या आणि प्रतिभा ह्यांची सांगड घालण्यास मदत करतो. या सर्वांचे एकत्रित पुनरावलोकन

युके युरो-अटलांटिक येथे स्थित असल्याचे दाखवते. परंतु त्याचवेळी इंडो-पॅसिफिकमधील त्याचा वाढता हितभागदेखील अधोरेखित करते. भारताबरोबरील सामंजस्य अधिक दृढ करण्यासाठी हे एक समर्थनीय युक्तिवाद देते.

भारतीय दृष्टीकोनातून पाहता जागतिक युके, अटलांटिक युके, उत्तर-युरोपियन, लंडन शहर, डायस्पोरा, इनोव्हेशन आणि एज्युकेशन युके आणि अर्थातच धोरणात्मक युके ह्या सर्व युकेंना भारताला एकसाथ गुंतवून ठेवायचे आहे. ब्रेक्झिटमुळे त्यांच्यातील अंतर्गत संतुलन नक्कीच बदलले आहे आणि जागतिकतेचा पैलू आता प्रामुख्याने समोर आला आहे. आपले संबंध पुनर्जीवित करताना भारत आणि युके त्यांच्या आजही रेंगाळणाऱ्या इतिहासातील मुद्द्यांकडे दुर्लक्ष करू शकत नाहीत. भविष्यात त्यांची चर्चा नक्कीच वेगळी असेल पण सरतेशेवटी नव्या युगातील संक्रमणाची खरी कसोटी ही भारतीय उपखंडातील प्रश्नांबाबत युके काय भूमिका घेतो यावर अवलंबून आहे.

रशिया: एक स्थिर भागीदारी

रशियाची (पूर्वीचा युएसएसआर) कहाणी खूप वेगळी आहे. भारतीय राष्ट्रीय चळवळीबद्दल साशंक असणारी एक शक्ती, जी अनेकदा थेट शत्रुत्वाच्या पातळीवर होती; तिच्याबरोबर स्वातंत्र्योत्तर मुत्सद्देगिरीची मुळे जसजशी रुजली, तसतशी एकात्मता वाढत गेली. १९५३-५४ नंतर विशेषत: पाकिस्तान अमेरिकेच्या नेतृत्वाखालील आघाडी रचनांमध्ये सामील झाल्यानंतर त्यात आणखीच वाढ झाली. आपल्या देशातील अनेक राजकीय पक्षांनीही सोव्हिएत युनियनकडे पुरोगामी शक्ती म्हणून पाहिले. आपल्या शेजारील देशांना पाश्चात्त्यांनी शस्त्रसज्ज करण्यामुळे चिंतेत असलेल्या भारतासाठी हे संबंध सुरक्षिततेची हमी देणारे आणि आपल्या राष्ट्रीय सामर्थ्यात सक्रिय योगदान देणारे होते. १९७१ मध्ये ते अश्या पातळीपर्यंत वाढले जिथे (युएसएसआर) रशियाची भूमिका ही भारतीय उपखंडामध्ये धोरणात्मक वळण बिंदूसाठी महत्त्वाची झाली.

परिणामी सदिच्छा आणि भारताच्या हितसंबंधांप्रति सातत्याने असलेली संवेदनशीलता यांमुळे जागतिक स्तरावर उलथापालथ होऊनही हे संबंध स्थिर राहिले आहेत. सोव्हिएत युनियनच्या विघटनाचाही परिणाम मर्यादित प्रमाणात

झाला आणि एका दशकात दोन्ही देशांनी आपले परस्परप्राधान्य पुन्हा प्रस्थापित केले. आज रशियासोबतचे हे भारतीय संबंधच जागतिक पातळीवर सर्वात जास्त रडारवर आहेत. महत्त्वपूर्णतेच्या दृष्टीने त्याची तुलना अमेरिका किंवा चीनशी अनेक बाबतीत केली जाते. त्यात आर्थिक मुद्दे कमी असले तरी भारतासाठी त्याचे धोरणात्मक आणि सुरक्षाविषयक महत्त्व मोठे आहे. अनपेक्षित संघर्षाच्या अनपेक्षित परिणामांमुळे दीर्घकाळ चर्चेत प्रलंबित राहूनही काही संभाव्यतांना उलटपक्षी वेग आला आहे. परिणामी, ज्या काळात भारत आपल्या आर्थिक विकासाची घोडदौड करत आहे तेव्हा त्या गरजांची पूर्तता करण्यासाठी रशिया हा संसाधनांचा एक प्राथमिक पुरवठादार म्हणून उदयास येऊ शकतो.

ह्या भागीदारीबद्दल आज विरोधाभास असा आहे की ती बदलली म्हणून नाही तर ती बदलली नाही म्हणून लक्षवेधी ठरत आहे. किंबहुना दुसऱ्या महायुद्धानंतर रशिया आणि भारत यांच्यातील संबंध हे जगातील प्रमुख संबंधांपैकी सर्वात स्थिर राहिलेले संबंध आहेत. प्रत्येक देशाने इतर अनेक भागीदारांसोबतच्या संबंधांमध्ये चढ–उतार पाहिले आहेत. तरीही विविध कारणांमुळे जागतिक घडामोडींच्या अस्थिरतेपासून स्वतःचे हे संबंध वाचवण्यात त्यांना यश आले आहे. असे दिसते की भू–राजकारणाच्या तार्किक आधाराने आणि फायद्यांच्या परस्परतेने त्यांच्या संबंधांना एक विलक्षण मजबूत स्थैर्य दिले आहे.

राष्ट्रांमधील सौहार्दपूर्ण संबंध स्थिर असल्यास असे म्हणणे योग्य नाही की, त्यापैकी एखादे राष्ट्र एक राज्यव्यवस्था म्हणून किंवा समाज म्हणून निश्चल राहिले आहे. गेल्या पाव शतकात भारत पाचवी सर्वात मोठी अर्थव्यवस्था, अण्वस्त्रशक्ती, तंत्रज्ञान केंद्र, जागतिक प्रतिभेचा साठा आणि जागतिक चर्चांची धार वाढवणारे राष्ट्र म्हणून उदयास येण्यासाठी विकसित झाले आहे. त्याचे हितसंबंध आणि प्रभाव उपखंडाच्या पलीकडे उत्तमरीत्या वाढला आहे.

दरम्यान, रशियाने स्वतःच्या अभिमुखतेमध्ये तसेच प्राधान्यक्रमातही बदल केले आहेत आणि त्याद्वारे त्याने स्वतःला राष्ट्रीयत्वामध्ये अधिक पारिभाषित केले आहे. युरेशियन शक्ती म्हणून तिचे अंगभूत स्वरूप आणि तिचे जागतिक स्थान हे जागतिक व्यवस्थेसाठी महत्त्वाचे सिद्ध होत आहे. रशियाने विविध क्षेत्रे आणि त्यांतील प्रश्नांमधून हवे ते परिणाम साध्य करण्यासाठी प्रभावित करण्याची

आपली क्षमता दाखवून दिली आहे. ऊर्जा, संसाधने किंवा तंत्रज्ञान यांसारख्या क्षेत्रांमध्ये त्याचे महत्त्व लक्षणीय आहे.

गेल्या तीन दशकांमध्ये रशिया आणि भारत या दोन्ही देशांची स्वायत्ततेने उत्क्रांती झाली आहे. त्यांनी कदाचित इतरांशी केलेल्या तांत्रिक भागीदारीतून नेहमीच एकजूट साध्य झाली असेल असे नाही. त्यांचा स्वत:चा द्विपक्षीय समतोल आणि समीकरणही काळानुरूप विकसित झाले आहे. परस्परांच्या विचारांना आकार देणाऱ्या सदिच्छेच्या वारशावर त्यांचे हितसंबंध आज उभे आहेत आणि तरीही ते सतत एकमेकांच्या हितसंबंधांना छेद देत असतात. पण ह्या नात्यातील फरक असा आहे की बदलत्या जगातही त्यांनी दुसऱ्याच्या मूलभूत हितसंबंधांवर विपरीत परिणाम होईल असे वागू नये याची खूप काळजी घेतली आहे. त्याचे जतन करणे साहजिकच अत्यंत महत्त्वाचे आहे.

ऐतिहासिक आणि भौगोलिकदृष्ट्या भिन्न क्षेत्रांतून आले असले तरी, वैचारिकदृष्ट्या, भारत आणि रशिया बहुध्रुवीय जगासाठी बांधील आहेत आणि जागतिक व्यावहारिक सहअस्तित्वासाठी बहुध्रुवीयतेच्या स्थापनेकडे त्यांचा कल आहे. ती भूभागांना लागू करण्याच्या संदर्भात त्यांचे आकलन अगदी सारखे असेल असे नाही. मात्र रशिया ही युरेशियन शक्ती असल्याने बहुध्रुवीय जगाच्या गाभ्यामध्ये बहुध्रुवीय आशिया वसणे आवश्यक आहे, हे त्याला मान्य असणे भारतासाठी आवश्यक आहे. बहुध्रुवीय जगाचे कामकाजाचे तत्त्व म्हणजे आपल्या संबंधांमध्ये अनन्यतेची अपेक्षा न करता विविध भागीदाऱ्यांचा न्याय्य पाठपुरावा करणे. ज्या दोन राष्ट्रांना स्वातंत्र्याची इतकी जाण आहे, त्यांना दुसऱ्याच्या हेतूचा आदर करण्यात कोणताही अडचण येत नाही. जागतिक बदलाच्या व्यापक दिशेमध्ये रशियाचा हितभाग असेल तरी त्याला सध्याच्याही आंतरराष्ट्रीय संरचनेत सखोल स्वारस्य आहे. हे सर्व भारताच्या उदयाला किती प्रमाणात सामावून घेते, ही आपल्या संबंधांच्या भवितव्याची एक महत्त्वाची बाजू आहे.

रशियाशी असलेल्या संबंधांचा इतिहास पाहता, भारतीयांना विशेषत: संयुक्त राष्ट्र सुरक्षा परिषद सुधारणेच्या मुद्द्यांवर रशियाच्या पाठिंब्याची अपेक्षा असणार आहे. युक्रेन संघर्षामुळे रशियाला पश्चिमेकडचा आपला पारंपरिक फोकस पुन्हा एकदा तपासून बघायला प्रवृत्त केले आहे. परिणामतः आर्थिक

आघाडीवर तो आशियाकडे वळत आहे हे दिसू लागले आहे. भारतासाठी आतापर्यंत लष्करी, आण्विक आणि अंतराळ सहकार्याच्या त्रिसूत्रीवर अवलंबून असलेला संबंध आता अधिक व्यापक होईल.

येत्या काही वर्षांत रशियाचे आशियाई पैलू अधिकाधिक टिपून रशियावरील फोकस बदलला जाऊ शकतो. त्याच्या रूपरेषा आकारास यायला सुरुवात झाली आहे. त्यामध्ये आंतरराष्ट्रीय उत्तर-दक्षिण वाहतूक कॉरिडॉर किंवा चेन्नई-व्लादिवोस्तोक सागरी मार्गासारखी कनेक्टिव्हिटी अशा बाबी येतात किंवा रशियाच्या सुदूर पूर्वेत भारताचा अधिकाधिक सहभाग असू शकतो किंवा कदाचित मध्य आशिया आणि आर्क्टिकमध्ये जवळचे सहकार्य प्रस्थापित होईल. एकंदरीतच भारत-रशिया संबंध स्थिर असले तरी ते उत्क्रांत होण्याच्या मार्गावर आहेत.

ब्रिटीश आणि रशियन संबंध वेगवेगळ्या प्रकारे भारतीय जनतेच्या भावना जागृत करतात. पण धोरण, भावनांवर आधारित नसते, ते शेवटी अनुभवजन्य तथ्ये आणि फायदा तोट्याच्या विश्लेषणाद्वारे चालते. जेव्हा भारत बदलत्या परिस्थितीचा आढावा घेत आहे आणि आपला पुढचा मार्ग आखण्याचा प्रयत्न करत आहे, तेव्हा फक्त जुळवून घेणे हीच अपेक्षा आहे.

फ्रान्स: तिसरा मार्ग

युके आणि रशियाच्या तुलनेत फ्रान्स हा तुलनेने नवा राजनैतिक शोध आहे, ज्याचा वसाहतवादी भूतकाळ लोकांच्या जाणिवांमधून जरा जास्तच ओसरला आहे. इतिहासाचे कमीत कमी ओझे त्याचे स्वतःचे काही फायदे मिळवून देते ज्यामुळे त्याचा फोकस काही विशिष्ट निवडक क्षेत्रांतील प्रगतीला प्रोत्साहन देतो.

गेल्या दोन दशकांपासून हे अनुबंध सातत्याने प्रगतिपथावर आहेत. हे बंध अनपेक्षित घटना आणि बाह्य घटकांमुळे होणाऱ्या बदलांपासून मुक्त आहेत. दोन्ही देशांतील केवळ मूल्ये आणि श्रद्धाच समांतर आहेत असे नव्हे तर राष्ट्रीय क्षमता निर्माण करण्यावर दोन्ही राष्ट्रे भर देतात. दोघांनीही शीतयुद्धाच्या

काळात मार्गक्रमण करत आपल्या रणनीतीचा परीघ विस्तारित करण्यावर भर दिला. आधुनिक काळात, १९५० च्या दशकापासून दोन्ही राष्ट्रे उत्तमरीत्या एकत्रित येत आहेत. तेव्हापासून फ्रेंच प्लॅटफॉर्म्स आणि अत्याधुनिक उपकरणांच्या पुढील आवृत्त्या भारतीय लष्करी दलाचा अविभाज्य भाग आहेत. त्यामुळे भारताला फ्रान्सकडे आपल्या राष्ट्रीय सुरक्षेसाठी महत्त्वाचा भागीदार म्हणून पाहण्यासाठी उत्तम समर्थन आहे.

भारताच्या धोरणात्मक विचारांमध्ये फ्रान्सचा विशेषत: त्याच्या अणुशक्तीबाबतच्या भूमिकेमुळे महत्त्वाचा वाटा होता. विश्वासार्ह किमान दहशत ही संकल्पना अर्थातच फ्रेंच अनुभवाच्या धड्यांनी रूढ केली होती. इतकंच नाही तर १९९८ च्या अणुचाचण्यांनंतर भारताच्या धोरणात्मक अनिवार्यता समजून घेणारी ही पहिली अणुशक्ती होती. त्यामुळे अणुचाचण्यांनंतर पंतप्रधान वाजपेयी यांनी पॅरिसला आपला पहिला द्विपक्षीय दौरा केला यात नवल नाही. राष्ट्राध्यक्ष शिराक यांच्यासमवेत त्यांनी दोन्ही देशांमध्ये धोरणात्मक भागीदारी सुरू केली ज्याचे आजही लाभ होत आहेत. नागरी अणुऊर्जेतील आंतरराष्ट्रीय सहकार्य पुन्हा सुरू करण्यासाठी भारताला २००८ मध्ये आण्विक पुरवठादार गटातून (एनएसजी) सूट मिळण्यात फ्रान्सच्या पाठिंब्याने महत्त्वाची भूमिका बजावली.

यूएनएससी आणि इतर आंतरराष्ट्रीय व्यासपीठांवर, जिथे स्पर्धात्मक आणि गुंतागुंतीच्या हितसंबंधांचा निवडींवर परिणाम होतो तिथेही फ्रान्स एक सातत्यपूर्ण भागीदार आहे. उदाहरणार्थ, दहशतवाद आणि दहशतवादी गटांच्या विरोधात संयुक्त राष्ट्रांची कारवाई घडवून आणण्यासाठी आपला समन्वय खूप परिणामकारक ठरला आहे. फ्रान्सदेखील संयुक्त राष्ट्र सुरक्षा परिषदेच्या स्थायी सदस्यत्वाच्या प्रकरणात भारताचा कट्टर समर्थक आहे .

गेल्या काही वर्षांत, संक्रमणावस्थेत असलेल्या जगाच्या अनिश्चितता आणि असंतुलनामुळे समान धोरणात्मक हेतूची प्रबळ मागणी जोर धरू लागली आहे. सध्याच्या प्राधान्यक्रमांमध्ये इंडो-पॅसिफिकमध्ये अधिक सहकार्य करणे येते; जिथे भारत मध्यस्थानी आहे आणि फ्रान्स क्षेत्राच्या टोकाला आहे. विशेष म्हणजे दोन्ही देशांनी नुकतेच ऑस्ट्रेलिया आणि यूएईसोबत त्रिपक्षीय करार केले आहेत.

अलीकडच्या काही वर्षांत भारत आपल्या गरजा भागवणाऱ्या भागीदारांबरोबर आपले नाते जुळवून घेण्यावर काम करत आहे. फ्रान्सबरोबरचे नातेही हे आव्हान बरोबर पूर्ण करते. जे राष्ट्र तिसऱ्या मार्गाला स्वीकारते त्याच्यासाठी स्वतंत्र विचारसरणीचा भारतही तितकाच आकर्षक असतो. भारतात आता स्वायत्तता आणि स्वावलंबन यांचे प्रकर्षाने पडसाद उमटत असतात. तसेच मोठ्या समस्यांमध्ये संयम दाखवला जातो. दोन्ही देशांनी जाणीवपूर्वक ही भूमिका आधारभूत मानण्याचा निर्णय घेतल्यानंतर अनेक शासनांदरम्यान त्यांचे सहकार्य सातत्याने वाढत गेले. परिणामी, आपल्या मोठ्या आकांक्षांच्या पाठपुराव्यांमध्ये भारताला फ्रान्स हा बहुध्रुवीयतेसाठी वचनबद्ध असलेला आणखी एक महत्त्वपूर्ण भागीदार आढळला आहे.

तथापि, भारत आणि फ्रान्स या दोन्ही देशांनी आपले निर्णयस्वातंत्र्य टिकवून ठेवण्याच्या दीर्घकाळ धरलेल्या आग्रहाने एकरूपता निश्चितच निर्माण होईल, परंतु तरीही प्रत्येकजण आपापला स्वतःचा दृष्टीकोन बाळगून असेल. शेवटी, ते अगदी भिन्न भौगोलिक क्षेत्रात स्थित असल्यामुळे भौगोलिक बाबी स्वाभाविकपणे त्यांचा प्राधान्यक्रम आणि विरोधाभास दोन्ही ठरवतील.

इतर नात्यांप्रमाणेच हे संबंधही प्रयत्नपूर्वक सांभाळण्याची गरज भासणार आहे. आशावादाला सर्वात जास्त संधी आहे कारण त्यांनी 'होरायझन २०४७' साठी सहकार्याची दृष्टी निर्माण केली आहे.

युके, रशिया आणि फ्रान्स ही पी-३ उदाहरणे परस्परविरोधी असू शकतात, परंतु ते सहसंबंधांचे आंतरिक मूल्य समोर आणतात. वस्तुस्थिती अशी आहे की, संयुक्त राष्ट्र सुरक्षा परिषदेच्या स्थायी सदस्यांना त्या संघटनेच्या व्यतिरिक्तही खूप महत्त्व आहे. त्यामुळे जगात सर्वदूर भारताचे हितसंबंध निर्माण होत असताना हे संबंध दृढ होणे अधिक महत्त्वाचे आहे.

पाश्चिमात्यांबरोबर रिसेटिंग

आंतरराष्ट्रीय संबंध हा एकाच वेळी सामूहिक आणि राष्ट्रीय असा कृतीकार्यक्रम असल्याने एकूणच पाश्चिमात्य देशांकडे पाहण्याचा भारताचा

दृष्टीकोन समजून घेणे कदाचित योग्य ठरेल. साहजिकच त्यातील काही विचार हे वसाहतवादाच्या अनुभवातून आलेले आहेत. या युगाने उच्चभ्रू अभिजनांचे नाते अधिक घट्ट केले आहे असे म्हणणेदेखील खरेच आहे.

वसाहतवादी कलंकातून मुक्त असणारा एक पाश्चिमात्य देश म्हणजे अमेरिका. मात्र, पाकिस्तानी लष्कराशी आणि त्यानंतर चीनशी युती करून त्याने भारतात आपल्या आदर्श भूमिकेला कलंक लावला. तरीही भारताच्या स्वातंत्र्यानंतर निर्माण झालेल्या मूलभूत आर्थिक, तांत्रिक आणि सामाजिक भरीव संबंधांनी या नकारात्मक गोष्टींना दूर सारून काहीसे संतुलन साधले. विशेष म्हणजे राजकीय संघर्षही काही वेळा तात्कालिक परिस्थितीमुळे शमले गेले. भारताला मित्र मानले गेले नसले तरी शत्रूसारखेही पहिले गेले नाही.

ज्या राष्ट्रांनी आपल्या भू-राजकारणातून चिंता निर्माण केली, तीच राष्ट्रे १९६२ च्या चीनबरोबरच्या संघर्षानंतर पुढे आली. पायाभूत सुविधांची निर्मिती आणि कृषी स्वयंपूर्णतेत त्यांचे योगदानही नाकारून चालणार नाही. एकूणच पाश्चिमात्य गटाकडे बघण्याची आमची भूमिका या अनुभवांच्या आणि विचारांच्या समग्रतेने प्रभावित झाली आहे.

मागे वळून पाहिलं तर लक्षात येतं की, सुरुवातीची काही दशके आंग्लभाषिक देशांच्या समुदायात भारताचे पसंतीचे भागीदार युके आणि कॅनडा होते. किंबहुना, त्याच्या सुरुवातीच्या बहुतेक आंतरराष्ट्रीय चढाया त्यांच्या साथीनेच झाल्या. कोरिया आणि व्हिएतनाममधील मध्यस्थी ही त्याची ठळक उदाहरणे आहेत. अमेरिकेची उपस्थिती अर्थातच अतिप्रचंड होती पण व्यूहरचनेच्या गणितांमुळे तसेच आपल्या वैचारिक प्रवृत्तींमुळे अमेरिकेकडे आपण दीर्घकाळ संशयाच्या नजरेने पहात होतो.

भारताच्या परराष्ट्र धोरणाने ७५ वर्षांत किती अंतर कापले, याचे मोजमापही या संदर्भातील आपल्या बदललेल्या विचारांमध्ये आहे. सुरुवातीला पाहायचो तसे जगाकडे आदर्शांच्या नजरेने पाहणे ज्या प्रमाणात आपण सोडून देऊन त्याच्यापलीकडे त्याकडे कठोर वास्तवाच्या चश्म्यातून पाहायला लागलो, त्याच प्रमाणात जाणीवपूर्वक सुरक्षित अंतरावर ठेवलेल्या जोडीदारांमध्ये अधिकच गुणवत्ता आढळू लागली. जेव्हा भारताने पूर्वेकडे पाहण्यास सुरुवात केली आणि

इंडो–पॅसिफिक धोरण विकसित करण्यास सुरवात केली तेव्हा त्यास वेग आला. परिणामी, आता अमेरिका आणि ऑस्ट्रेलियाचे योगदान महत्त्वपूर्ण मानले जाते, त्यामध्ये क्वाडमधील योगदानही अंतर्भूत आहे. त्यातही काही संकेत असेल तर तो असा आहे की युके आणि कॅनडा यांचा भूराजकीय दृष्टीकोन भारताशी अधिक जुळला की ते अधिक प्रासंगिक होऊ शकतात. त्यांची इंडो– पॅसिफिक धोरणे त्यांना तसा मार्ग उपलब्ध करून देतात.

मात्र, ही आव्हाने केवळ वैयक्तिक राष्ट्रांची नाहीत. एकूणच संपूर्ण पाश्चिमात्य जगताशी भारताच्या संबंधांचे वस्तुनिष्ठ मूल्यमापन होणे गरजेचे आहे. अनेक अर्थांनी हा गट नैसर्गिक भागीदार आहे कारण त्याचे सदस्य बहुलवादी समाज, लोकशाही राज्यव्यवस्था आणि बाजार अर्थव्यवस्थेची वैशिष्ट्ये यांनी परिपूर्ण आहेत. तरीही, हेच साधर्म्य स्वतःचे संघर्षदेखील निर्माण करते. पाश्चिमात्य देशांतील अनेक भागांत सातत्याने दिसून येणारा वर्चस्ववाद, त्यांच्या विशिष्ट प्रथा आणि त्यांच्या निष्ठांचे अतिरेकी समर्थन करण्यास कारणीभूत ठरतो. अनेकदा इतरांच्या परंपरा, प्रथा आणि निकष वेगवेगळे असतात हे ते समजून घेत नाहीत आणि खुद्द पाश्चिमात्यांचेच वस्तुनिष्ठ आणि सार्वजनिक मूल्यमापन केले तर ते उत्तमच आहेत असे अनुमान काढता येईलच असेही नाही. तथापि, ही वृत्ती फक्त काही गोष्टी पुरस्कृत करण्यापुरती मर्यादित नाही तर कृतीकार्यक्रमांचा अजेंडा राबवण्यापर्यंतदेखील विस्तारते. भारतासारख्या वसाहतोत्तर राज्यव्यवस्थांशी याचा संघर्ष होतो, जे या जगात आपली ओळख पुन्हा प्रस्थापित करत आहेत आणि आपली भूमिका स्थापित करत आहेत.

ह्यामध्ये विकासात्मक संघर्षदेखील आहेत, कारण अधिक प्रगत राष्ट्रे त्यांच्या फलितांचे संरक्षण करण्याचा प्रयत्न करतात. व्यापार, हवामान, पेटंट आणि सीमेपलीकडील व्यवहार आदी क्षेत्रांत हे प्रकर्षाने जाणवते. पाश्चिमात्य देशांबरोबरच्या संघर्षाच्या केंद्रस्थानी दीर्घकाळ वर्चस्व गाजवणारे आणि आता त्याला आव्हान देऊ पाहणारे इतर यांच्यातील तणाव आहे. ज्याप्रमाणे संयुक्त राष्ट्रांच्या सनदेचा आदर वारंवार केला जातो, त्याचप्रमाणे नियमाधारित व्यवस्थेला प्रोत्साहित करण्याचे सातत्याने समर्थन केले जाते. पण या सगळ्यामध्ये अजूनही

अजेंडा आणि निकष असे दोन्ही प्रामुख्याने पाश्चिमात्य राष्ट्रेच ठरवतात. म्हणूनच विविध डोमेनमध्ये नियमांचा न्याय्य वापर करणे तसेच त्यांच्या वापरातील वेचकपणा कमी करणे हा पुनर्संतुलनाचा एक भाग आहे. अलीकडच्या काळात जागतिक चर्चा अधिक जोशपूर्ण झाली असेल, तर त्यातला बराचसा भाग अस्वीकार्य गोष्टींकडे लक्ष वेधून घेण्याच्या धाडसातून निर्माण झाला आहे. पण या सर्व मतभेदांमध्येही ही वस्तुस्थिती आहेच की, ज्या आशियाई राष्ट्रांनी वेगाने प्रगती केली आहे ती पाश्चिमात्यांच्या सहकार्यानेच केली आहे.

पूर्व आणि आग्नेय आशियाई राष्ट्रांनी राष्ट्रीय विकासाला गती देण्यासाठी भू-राजकारणाचा कसा उपयोग करून घेतला, यावरून भारताला धडे घ्यावे लागतील. ध्रुवीकरणाच्या आपल्या समकालीन युगात हे विशेषत्वाने गरजेचे आहे. शेवटी, कोणतेही संबंध पूर्वसंदर्भाशिवाय असत नाहीत आणि भारताच्या निवडींवर पूर्वीच्या संदर्भांपेक्षा तात्कालीक संदर्भांचा प्रभाव असायला पाहिजे.

दिल्लीच्या विचारविमर्षामध्ये 'धोरणात्मक स्वायत्तता' या शब्दाची व्याख्या सर्वसामान्यपणे पाश्चिमात्य त्यातही विशेषत्वाने अमेरिकेपासून अंतर ठेवणे अशी केली जाते. पण ह्यात विरोधाभास असा आहे की यामुळे आपण इतरत्र परावलंबित्व विकसित करण्यास प्रवृत्त झालो आहोत. हीच कारणमीमांसा अलिप्ततावादाच्या बाबतीतही लागू होते. आता आपण अधिक सक्षम आणि आत्मविश्वासी युगात प्रवेश करत असताना, आपला दृष्टीकोन ठरवताना तो आपल्या हितसंबंधांद्वारे अधिक ठरवायला हवा आणि आपल्या असुरक्षिततेचा त्यावर कमी प्रभाव असायला हवा.

सामान्य व्यवहारज्ञानाने, भारतीयांनी स्वतःला विचारले पाहिजे की कोणती भौगोलिक क्षेत्रे त्यांच्या उत्पादनांना आणि प्रतिभेला अधिक चांगला वाव देतात. दीर्घकालीन कल असा दिसतो की, पाश्चिमात्य मागणी आणि भारतीय लोकसंख्या यांच्यात एक परस्परपूरकतादेखील आहे. ह्या परस्परपूरकतेची जागतिक नॉलेज इकोनॉमीला आकार देण्यास मदत होईल. त्यामुळे राजकीय निवडींनी अर्थशास्त्र, समाजशास्त्र किंवा संस्कृती या विषयांपासून फारकत घेता कामा नये. भारत आणि मुख्यत्वे पाश्चिमात्यांनी आकारलेले जग यांच्यात एक सूक्ष्म चढाओढीची प्रक्रियाही असू शकते. त्यातील काही भाग हा धोके

टाळण्यासाठी सावधगिरी बाळगण्यामधूनही दिसू शकतो आणि ही प्रक्रिया राजकीय क्षेत्रात चांगलीच प्रचुर आहे. पण इथेही एखाद्या वृत्तीला धोरण बनू देण्यापेक्षा विवेकी आणि विचारपूर्वक वागण्यासाठी चांगली समर्थनीय कारणे आहेत. भारत गैर पश्चिमी असू शकतो पण हे समजायला हवे की पश्चिमविरोधी राहणे हे काही फार हितकारक नाही.

निश्चितच, भागीदारांना व्यापक करण्यासाठी आणि जास्तीत जास्त फायदे सुनिश्चित करण्यासाठी एक सूत्र स्पष्ट आहे. पण तंत्रज्ञानाधारित जगात सर्वच निवडींना पायात पाय अडकवून ठेवणे शक्य नसते किंवा त्यांना डावललेही जाऊ शकत नाही. हे डिजिटल क्षेत्रासंदर्भात आणि महत्त्वपूर्ण आणि उदयोन्मुख तंत्रज्ञानाच्या संदर्भात विशेषत्वाने आहे. ह्या क्षेत्रात गुंतत असताना, जागतिक परिस्थितीचे आपल्या दृष्टीकोनातून चिकित्सक मूल्यमापनदेखील केले पाहिजे. काही क्षेत्रांमधील प्रणालींमध्ये एकरूपता आणि विरोधाभास असू शकतात.

पाश्चिमात्य देशांशी जवळीक निर्माण करणे हे नक्कीच नॉलेज इकोनॉमी युगात चांगला फायदा करून देईल. त्यामुळे मोठ्या समस्येकडे आपण हृदयाइतकेच बुद्धीनेही पाहणे महत्त्वाचे आहे. सरतेशेवटी, नवीन समझोते अस्तित्वात येतील जे पुनर्संतुलन आणि बहुध्रुवीयता अधिक अचूकपणे प्रतिबिंबित करू शकतील.

मोदी सरकारने युरोपशी संबंध प्रस्थापित करण्याकडे जे लक्ष दिले आहे, ती मागील दशकांच्या निष्क्रियतेपासून घेतलेली एक महत्त्वाची फारकत आहे. पूर्वी भारतीय मुत्सद्देगिरी मोठ्या राज्यांमध्ये, विशेषतः युके, फ्रान्स आणि जर्मनीमध्ये केंद्रित होती. हे काही प्रमाणात तसेच चालू आहे परंतु आता एक सामूहिक संघटना म्हणून युरोपियन युनियनवर तसेच उप-प्रदेश आणि लहान राज्यांवर अधिक लक्ष केंद्रित केले गेले आहे. नेहमीच्या भारत-युरोपियन युनियन शिखर परिषदांनी वातावरण बदलण्यासाठी बरेच काही केले आहे, ज्यामुळे एफटीए वाटाघाटी पुन्हा सुरू झाल्या आहेत.

भारतासाठी जर्मनी हे स्पष्टपणे असे अवकाश आहे जिथे पुढील वाढीसाठी संधी दिसत आहे. आत्तापर्यंत त्या देशाने मोठ्या प्रमाणावर आशियाच्या इतर भागांवर लक्ष केंद्रित केले आहे. आता त्याच्या नव्या धोरणात्मक परिस्थितीच्या पार्श्वभूमीवर त्यात काही प्रमाणात बदल होऊ शकतो. खरे तर

भारत-जर्मनी संबंधातील प्रगतीमुळेच एकूण युरोपियन युनियनच्या संबंधातही फरक पडू शकतो.

उप-प्रदेशांमध्ये, राजकीय आणि आर्थिक क्षेत्रांमध्ये परिणाम घडवत नॉर्डिक देशांबरोबर व्यस्तता विशेषत्वाने ठळक आहे. इटली आणि ग्रीससह भूमध्य सागर कमी एकत्र आहे परंतु तरीही उत्साही आणि प्रभावशाली आहे. IMEC च्या संदर्भाने तो अजून लक्षणीय होऊ शकतो. पोर्तुगालबरोबरचा स्थलांतर आणि गतिशीलता भागीदारी करार (MMPA) विशेषत: उर्वरित युरोपियन युनियनला उत्तेजन देण्यामध्ये महत्त्वाचा ठरला होता.

मध्य आणि पूर्व युरोपशी संबंध दृढ करण्याचे काम प्रगतिपथावर आहे आणि वेगवेगळ्या पद्धतींचा शोध घेतला जात आहे. बाल्टिक आणि कॉकेससमध्येही भारताने मेहनत केली आहे, ज्यात दूतावास उघडण्याचाही समावेश आहे.

पूर्व-पश्चिम विरोधाभास हाताळणे हे आज भारतीय मुत्सद्देगिरीसमोरील मोठे आव्हान आहे. पण भारतासाठी पूर्व हा सोपा प्रस्ताव नाही. स्वातंत्र्याच्या पहिल्या दशकानंतर भारताची ही पसंती कधीच नव्हती. रशियाबरोबरचे त्याचे संबंध चीनबरोबरच्या संबंधांपेक्षा गुणात्मकदृष्ट्या वेगळे आहेत. या दोघांनाही एकसारखेच समजणे भारतासाठी उपयुक्त ठरणार नाही. मात्र वेळोवेळी असे विश्लेषण पुढे नेण्याचे प्रयत्न झाले आहेत आणि भारताने मात्र अशा प्रयत्नांत सहभागी होण्यास नकार दिला आहे. रशियाबरोबरच्या संबंधात कोणताही स्पर्धात्मक घटक राहिलेला नाही. याउलट दोन्ही देशांनी एकमेकांचा सातत्याने केलेला विचार हाच त्यांच्या भागीदारीचा पाया आहे. जिथे चीनचा प्रश्न आहे, तिथे काही अंशी न सुटलेल्या सीमाप्रश्नामुळे ती खूप वेगळी गोष्ट आहे. त्यामुळे भारताची भूराजकीय भूमिका इंडो-पॅसिफिक मॉडेलला युरोपात लागू करणे मान्य करणार नाही आणि धोरणामागील हा तर्क आपण पाश्चिमात्यांना समजावून सांगणे आवश्यक आहे.

देश साहजिकच आपल्या राष्ट्रीय हिताने प्रेरित असले, तरी वेळ आल्यावर जागतिक संघर्ष कमी करण्यास या भूमिकांमुळे मदत होऊ शकते, हेही खरे आहे. जी-२० आणि इतर काही आंतरराष्ट्रीय व्यासपीठांच्या कामकाजातून हे

आधीच सिद्ध झाले आहे. किंबहुना जागतिक चर्चा शांत करणे आणि जागतिक अर्थव्यवस्थेला स्थैर्य देणे हेच सर्वांच्या समान हितासाठी एक महत्त्वाचे योगदान आहे, असेही म्हणता येईल.

आफ्रिकेची ऐक्यभावना

नवी दिल्ली जी–२० परिषदेत जेव्हा पंतप्रधान मोदींनी आफ्रिकन युनियनच्या सदस्यत्वाची घोषणा केली, तेव्हा भारत–आफ्रिका संबंधांसाठी तो अत्यंत हृद्य क्षण होता. वर्षभरापूर्वी त्यांनी बालीमध्ये हे आश्वासन दिले होते आणि त्यानंतर जी–२० च्या इतर नेत्यांसोबत त्यांनी वैयक्तिकरीत्या अतिशय गांभीर्याने हा विषय उचलून धरला होता. भारताने पुढे येऊन त्यांच्या हितांना समर्थन द्यावे, ही अनेक आफ्रिकन देशांची स्वाभाविक अपेक्षा होती.

तरीही भारत–आफ्रिका संबंधांची कहाणी तुलनेने दुर्लक्षित आहे, ही वस्तुस्थिती आहे. अनेकदा हे विसरले जाते की आपल्यामध्ये संपर्कांचा खरोखरच दीर्घ इतिहास आहे, मग ते गलबत असो किंवा काफिला. त्यालाच पाश्चिमात्य वसाहतवादाच्या कालखंडाने स्वत:चा एक पदर जोडला आणि त्या खंडात भारतीय डायस्पोराची सुरुवात झाली. त्यानंतरच्या स्वातंत्र्यलढ्याने आपल्यात एक अनन्य अशी एकजूट निर्माण केली आहे जी आजही जागतिक व्यासपीठांवर दिसून येते.

इतर अनेक क्षेत्रांप्रमाणेच स्थिर पण उल्लेखनीय संबंध असलेल्या नात्याने पंतप्रधान मोदींच्या वैयक्तिक स्वारस्यामुळे मोठी झेप घेतली. कदाचित यावरून त्यांच्या गृहराज्य गुजरातचा या भागाशी असलेला व्यापक संपर्कही प्रतिबिंबित झाला असावा. जुलै २०१८ मध्ये युगांडाच्या संसदेला संबोधित करताना त्यांनी या खंडाशी सहकार्याचा दृष्टीकोन स्पष्टपणे व्यक्त केला होता. एकतर्फी अजेंडा प्रस्तावित करण्याऐवजी भारत, आफ्रिकेच्या प्राधान्याच्या गोष्टी, मागण्या आणि गरजा यांना प्रतिसाद देईल असे त्याचे सार होते. २०१४ पासून भारताचे राष्ट्रपती, उपराष्ट्रपती आणि पंतप्रधान यांनी आफ्रिकेचे ३४ वेळा दौरे केले आहेत आणि याच स्तरावर शंभराहून अधिक अभ्यागतांच्या भारतामध्ये भेटीगाठी झाल्या आहेत. २०१५ च्या IAFS ने सहकार्यासाठी विशेष महत्त्वाकांक्षी उद्दिष्टे निश्चित केली.

नऊ वर्षांनंतर, कोविडच्या अडथळ्यानंतरही, आपण मान्य केलेल्या प्रकल्पांपैकी बहुतांश प्रकल्प, क्षमताविकास, प्रशिक्षण कार्यक्रम आणि संवाद हे पूर्णत्वाला गेले आहेत. व्यावहारिक सहकार्याव्यतिरिक्त, जी-२० च्या सदस्यत्वासाठी भारताने जो जोर लावला त्यावरून आफ्रिकेशी असलेले ऐक्य व्यक्त होते.

आजपर्यंत भारताने आफ्रिकेत सुमारे २०० प्रकल्प राबवले आहेत, आणखी ६५ प्रकल्प प्रगतिपथावर आहेत आणि ८१ प्रकल्पांचे नियोजन करणे सुरू आहे. यातील अनेक प्रकल्प आफ्रिकेतील अशा प्रकारचे पहिलेच प्रकल्प आहेत. यापैकी काही खरोखरच आयकॉनिक आहेत जसे घानामधील टेमा-मपाकादान रेल्वे आणि प्रेसिडेंशियल पॅलेस, गांबियातील नॅशनल असेंब्ली बिल्डिंग, केनियातील रिवाटेक्स कापड कारखाना, मॉरिशसमधील मेट्रो एक्सप्रेस प्रकल्प आणि नायजरमधील महात्मा गांधी इंटरनॅशनल कन्व्हेन्शन सेंटर.

इतर संबंधित क्षेत्रांतील कथाही उत्साहवर्धक आहे. गेल्या आयएएफएस बैठकीनंतर ४०,००० हून अधिक शिष्यवृत्ती देण्यात आल्या आहेत. दशकभरापूर्वी सुरू करण्यात आलेल्या पॅन-आफ्रिका ई-नेटवर्कला, ई-विद्याभारती आणि ई-आरोग्यभारती ह्यांचेतर्फे अनुक्रमे दूरस्थ शिक्षण आणि आरोग्यविषयक उपक्रम यांची जोड देण्यात आली आहे. आज आपण आफ्रिकेचे चौथे सर्वात मोठे व्यापार भागीदार आणि पाचवे सर्वात मोठे गुंतवणूकदार म्हणून ओळखले जातो. कोविड साथीच्या काळात लस, औषधे आणि उपकरणांचे भारताचे आफ्रिकेतील योगदान विशेषतः महत्त्वपूर्ण होते. डिजिटल डिलिव्हरी, ग्रीन ग्रोथ आणि परवडणारी आरोग्य सेवा ही भविष्यातील विकास सहकार्याची तीन विषयसूत्रे म्हणून आता चर्चेत आहेत.

आगामी सेतूबंध

आफ्रिका हा कर्ज पुरवठा आणि अनुदान साहाय्याचा मुख्य केंद्रबिंदू आहे, तर भारताची लॅटिन अमेरिकेतील वाढती उपस्थितीदेखील लक्षात घेण्यासारखी आहे. अतिदूरवरचे ठिकाण म्हणून ओळखल्या जाणाऱ्या या

खंडालाही आता ऊर्जा, नैसर्गिक संसाधने आणि अन्नाचा पुरवठादार म्हणून महत्त्व प्राप्त होत आहे. त्याचा वाढता मध्यमवर्ग हा फार्मास्युटिकल्स आणि वाहनांमधील भारतीय उत्पादनांचा नैसर्गिक ग्राहक आहे. लॅटिन अमेरिकन बाजारपेठेत भारतीय आयटी उद्योगही खोलवर रुजला आहे. एकंदर व्यापाराची उलाढाल एवढ्या झपाट्याने वाढत असेल, तर आपल्या तेथील सहभागाचे गांभीर्य दुर्लक्षून चालणार नाही. सध्या भारत हा ब्राझीलचा पाचवा सर्वात मोठा व्यापार भागीदार तर अर्जेंटिनासाठी तो चौथ्या क्रमांकावर आहे. राजकीय सहकार्य बळकट करण्याबरोबरच विविध क्षेत्रांमध्ये भारतीय गुंतवणूकही वेगाने वाढत आहे. मैत्रीपूर्ण संबंध आणि लोकांना प्रभावित करण्याच्या कार्यात, लॅटिन अमेरिकेची वाटचाल आता नवीन सेतुबंध निर्माण करण्याच्या वाटेवर आहे.

पॅसिफिक बेटांचे उदाहरण हे मागच्या दशकात भारताची पोहोच किती लांबवर गेली आहे याचे प्रतिबिंब आहे. पण ते तितकेच त्याच्या भवितव्याची जाणीव करून देणारेही आहे; अधिक जवळ नसलेल्या प्रदेशांशी अधिक सखोल संबंध. या कालावधीत भारताने पॅसिफिक आयलँड देशांसोबत शिखर स्तरावरील तीन बैठका घेतल्या आहेत, त्यापैकी सर्वात अलीकडील बैठक २०२३ मध्ये पापुआ न्यू गिनी येथे झाली होती. त्या भेटीतील आत्मीयतेने सर्वांचे लक्ष वेधून घेतले; त्यासोबतच कौतुकास्पद काय होते तर विकासाचा अजेंडा हा मागणी आधारित होता. त्यातील बराचसा भाग पॅसिफिक क्षेत्राच्या तीव्र आरोग्य प्राधान्यक्रमांभोवती केंद्रित होता. भारताच्या वचनबद्धतेत फिजीमध्ये सुपर स्पेशालिटी हॉस्पिटल, जयपूर फूट कॅम्प्स, डायलिसिस युनिट आणि सर्व सदस्य देशांमध्ये समुद्री रुग्णवाहिका आणि किफायतशीर औषधांच्या पुरवठ्याची केंद्रे ह्या गोष्टी होत्या. पापुआ न्यू गिनीमध्ये आयटी हब तयार करून डिजिटल तूट भरून काढण्याचाही प्रयत्न करण्यात आला.

शाश्वत किनारपट्टी आणि महासागर संशोधन केंद्रासह भू-स्थानिक डेटा संचासाठी एक वेअरहाउस सुरू केले गेले. सौरीकरण आणि समुदाय कौशल्य निर्मितीसाठी सुरू असलेले प्रयत्नही पुढे नेले जातील. अनेक पॅसिफिक राष्ट्रांनी कोविड साथीच्या काळात भारताच्या मदतीची वाखाणणी केली. तसेच त्या सर्वांना भारताच्या हवामान-कृती उपक्रमांमध्ये स्पष्टपणे गुणवत्ता दिसून आली.

जिथे पूर्वी अगदी तुटपुंजे संपर्क होते, अशा प्रदेशांवर भारतीय धोरणे आता लक्ष केंद्रित करू लागली आहेत. हे साहजिकच विस्तारलेल्या क्षितिजाचे द्योतक आहे. पण जागतिक राजकारण आता किती एकात्मिक झाले आहे हे यातून दिसून येते तसेच आपण उदारतेने आपला हात पुढे करण्याचे महत्त्वही यातून अधोरेखित होते.

जगाच्या एका वेगळ्या भागात, कॅरेबियन समुदायाच्या बाबतीतही अशीच कहाणी समोर येऊ लागली आहे, ज्या भागातही लक्षणीय डायस्पोरा आहे. येथे पुन्हा विकास प्रकल्प, मोठी गुंतवणूक, वाढीव व्यापार आणि क्षमता संवर्धन ह्यांद्वारे दीर्घकालीन परंतु सौम्य राहिलेल्या संबंधांना बळ देण्याचा प्रयत्न केला जात आहे. ते अधिक परिणामकारक व्हावे म्हणून राजकीय संरचनेच्या माध्यमातून हे करणेही सुरू होत आहे. कोविडच्या साथीने भारताला दीर्घकाळ पडसाद उमटतील अशा पद्धतीने ऐक्यभाव दर्शविण्याची संधी दिली.

नेबरहुड: खरोखरच प्रथम

आपले पंख पसरत असले तरी उदयोन्मुख भारताने आपल्या नजीकचा शेजार आणि विस्तारित शेजारवर लक्ष केंद्रित केले पाहिजे. चालू दशकात नेबरहुड फर्स्ट धोरणाचा परिणाम म्हणून भारताच्या जोडणीमध्ये आमूलाग्र सुधारणा झाली आहे. रेल्वे, रस्ते, हवाई किंवा जलमार्ग कनेक्टिव्हिटी असो, ऊर्जेचा पुरवठा असो, वारशाचे पुनरुज्जीवन असो, गृहनिर्माण असो किंवा क्षमता विस्तार असो, भारताने आपल्या मैत्रीची गुणवत्ता सिद्ध केली आहे. भारत त्यांच्यासाठीही समृद्धीचा स्त्रोत ठरू शकतो, याची अधिकाधिक जाणीव शेजाऱ्यांना होत आहे. कठीण काळात, विशेषत: कोविडच्या काळात, भारताच्या योगदानामुळे त्यांचे आरोग्य उत्तमरीत्या राखले गेले. श्रीलंकेसारखे देश ज्यांना थकबाकीच्या गंभीर संकटाला सामोरे जावे लागले, तेही मदतीसाठी भारताकडे वळू शकले. परिणामी प्रादेशिक एकात्मतेची भावना सातत्याने वाढत गेली आहे.

भारतापासून थोडे दूर विस्तारलेल्या प्रदेशांच्या बाबतीतही असेच झाले आहे. आसियानला भारतात आपल्या केंद्रस्थानाचे आणि एकसंधतेचे ठाम

पुरस्कर्ते सापडले आहेत. कनेक्टिव्हिटी, विकास साहाय्य, संशोधन आणि शिक्षण, तसेच सुरक्षा यांचा समावेश करण्यासाठी सहकार्याचा अजेंडा व्यापक केला गेला आहे. गेल्या चार दशकांपासून दुर्लक्षित असलेल्या आखाती देशांकडे काही प्रमाणात लक्ष वेधले गेले आहे. कोविड काळातील ताणाने ही जवळीक अधिकच वाढवली आहे. गुंतवणूक, व्यापार आणि ध्येयधोरणे यांच्या सहकार्याच्या पातळीत लक्षणीय सुधारणा झाली आहे.

मध्य आशियातही २०२२ मध्ये जाहीर करण्यात आलेल्या सर्वसमावेशक सहभागाच्या मॉडेलमुळे विविध क्षेत्रांत संधी उपलब्ध झाल्या आहेत. भारतीय क्षमता आणि भागीदारांचा अतिशय जास्त उत्साहाने शोध घेतला जात आहे.

हिंदी महासागरातील बेटांच्या शेजाऱ्यांबद्दल बोलायचे झाले तर त्यांनी भारताला कठीण आणि सर्वसाधारण अशा दोन्ही काळात सहकार्यासाठी योगदान देताना पाहिले आहे. आता जे एकंदरीत चित्र समोर येत आहे, ते अशा भारताचे आहे जे अधिक व्यग्र, अधिक जबाबदार, अधिक सहभागी होणारे आणि योगदान देणारे आणि म्हणूनच अधिक विश्वसनीय आहे.

दक्षिण जगत आणि विश्व कल्याण

आंतरराष्ट्रीय पदानुक्रमात वरच्या क्रमांकावर जात असताना भारत केवळ स्वत:साठीच नव्हे, तर एका मोठ्या ग्लोबल साऊथसाठीही भूमिका घेतो. विशेषत: विकसनशील देशांसाठी मागची काही वर्षे सत्त्वपरीक्षेची होती. त्यांच्यावर कोविडचा खूपच तीव्र परिणाम झाला, मग तो आरोग्यसेवा उपलब्धीबाबत असो किंवा ती किफायतशीर असण्याबाबत असो. त्यानंतर त्यांच्या प्रवासावर निर्बंध आल्याने जखम आणखी चिघळली. मुळची नाजूक अर्थव्यवस्था लॉकडाऊन आणि अडथळ्यांच्या ओझ्याखाली आधीच दबली गेली होती, वाढते कर्ज आणि घटता व्यापार ह्यांच्यामुळे ती आणखी बिकट झाली. युक्रेन संघर्षामुळे सगळ्याचे एकत्रित परिणाम होऊन अडचणीत आणखी भर पडली. विशेषत: इंधन, अन्न आणि खतांच्या किमतींच्या बाबतीत हे अधिक जाणवले. अनेक प्रदेशांत दहशतवाद हा त्याच्या आर्थिक खर्चांसह अधिक ठिकाणी पसरला आहे. विकसनशील समाजदेखील

वारंवार अनुभवायला लागणाऱ्या हवामानाच्या तीव्र घटनांच्याप्रति अधिक असुरक्षित असतात. अजेंडा २०३० असो किंवा हवामान विषयक वचनबद्धता, प्रगतीची शाश्वतता जपता येईल अशा क्षमतेबद्दल चिंता वाढते आहे.

या सगळ्यात भारत अनेक क्षेत्रांत एक आदर्श मानला जातो. विकसनशील देशांचीही अशी अपेक्षा असते की, त्यांची उपस्थिती नसलेल्या व्यासपीठांवर भारतासारख्या देशाने आपल्या चिंता मांडून त्यांच्या प्रश्नांना वाचा फोडावी. भारतासाठी ही नैतिक जबाबदारी तर आहेच शिवाय त्याने ठरवलेल्या जागतिक धोरणाची ती अभिव्यक्ती आहे. शेवटी, पुनर्संतुलन प्रक्रिया त्याच्या सध्याच्या लाभार्थ्यांच्या पलीकडे जाईल आणि भारताची ग्लोबल साऊथमधील भरीव कामगिरी भारताला चांगला लाभ मिळवून देईल.

असेही प्रसंग येतात जेव्हा आपण व्यापक हितासाठी काम केल्यामुळे मित्र कमावतो आणि इतरांची मते प्रभावित करतो. त्यातील काही पुन्हा राष्ट्रहिताशी थेट संबंधित असू शकतात. पण भारताच्या क्षमता वाढत जात आहेत त्यामुळे त्याच्याकडून अधिकच अपेक्षा आहेत. अलीकडच्या काही वर्षांत, तुर्किये आणि नेपाळ भूकंप आणि येमेन गृहयुद्धापासून ते श्रीलंकेतील भूस्खलन आणि मोझांबिकमधील पूर यांसारख्या परिस्थितीत सदर देशांना मदत करण्यात आपण यशस्वी ठरलो आहोत. कोविड काळातही आंतरराष्ट्रीय सहकार्यात वाढ झाली, मग ती १०० हून अधिक भागीदारांसाठी केलेली लस मैत्री असो किंवा, १५० देशांना औषधे किंवा उपकरणांचा पुरवठा करणे असो किंवा मालदीव, मॉरिशस, मादागास्कर, सेशेल्स, कोमोरोस आणि कुवैतमध्ये भारतीय जवानांची तैनात असो.

मात्र, अणीबाणीच्या परिस्थितीच्या पलीकडे जाऊन भारत जागतिक सामायिक उपलब्धींच्या कल्याणासाठी योगदान देऊन जगाला अधिक सुरक्षित आणि संरक्षित बनविण्यास मदत करू शकतो. अशी मदत २०१९ मध्ये भारताने पूर्व आशिया शिखर परिषदेत जाहीर केलेल्या इंडो-पॅसिफिक ओशन्स इनिशिएटिव्ह (IPOI) चे रूप धारण करू शकते. त्यानंतर त्यामध्ये अनेक भागीदार देश वाढत गेल्याने याला चांगली गती आली आहे. मदतीचा एक प्रकार हा इंडो-पॅसिफिक समुद्री क्षेत्र जाणीवजागृती भागीदारी (IPMDA) असू शकते, जी बेकायदेशीर, नोंद न झालेल्या आणि अनियमित (IUU) मासेमारीसारख्या

आव्हानांवर लक्ष केंद्रित करेल. किंवा खरोखरच, क्वाड ज्याने स्वतःच सहयोगी कनेक्टिव्हिटी आणि साथीसाठीचा प्रतिसाद ते उदयोन्मुख आणि महत्त्वपूर्ण तंत्रज्ञानापर्यंतच्या जबाबदाऱ्या स्वीकारल्या आहेत. हवामान विषयक कृती दर्शविण्याची व्यावहारिक उदाहरणेही आहेत ज्यात भारताने महत्त्वपूर्ण भूमिका बजावली आहे. ह्याच भावनेने भारताला आंतरराष्ट्रीय भरड धान्य वर्षाला पुरस्कृत करण्यास प्रेरणा दिली आहे. विशेषतः आफ्रिकेसाठी अन्न सुरक्षा आणि हरित शेतीवर याचा अर्थपूर्ण परिणाम होऊ शकतो.

भारताच्या आफ्रिकेबरोबरच्या व्यस्ततेच्या उद्देशांचे अनेक घटक त्याच्या दक्षिण जगताच्या व्यापक भूमिकेलाही लागू होतात. त्यामध्ये सहानुभूती आणि एकात्मतेचा एक व्यापक संदेश आहे, परंतु त्यांची अभिव्यक्ती संबंधित प्रदेश किंवा देशासाठी स्वतंत्र असू शकते. जी–७७, अलिप्ततावादी चळवळ (Non Aligned Movement) किंवा एल–६९ गटनिर्मिती यांसारख्या बहुपक्षीय व्यासपीठांवर हे दिसून येते. लहान बेटांच्या विकसनशील देशांसह, विकास प्रकल्प, अक्षय ऊर्जेचा प्रसार आणि आपत्ती निवारण प्रयत्नांमधून हे सिद्ध होते.

जगाचा बराचसा भाग पूर्वकाळातील राष्ट्रवादाकडे वळला असताना प्रबुद्ध भारतीय म्हणतात की भारत आंतरराष्ट्रीयवादावर अधिक भर देत आहे. भारतीय परंपरेत या दोघांमध्ये कधीही तणाव निर्माण झालेला नाही, ह्या तथ्यामुळे ते अधिक सोपे झाले आहे. जी–२० चे अध्यक्षपद हे सदर संदेश परिणामकारकरीत्या पोहोचवण्यासाठी योग्य व्यासपीठ आहे.

केवळ महत्त्वाच्या द्विपक्षीय संबंधांकडे दीर्घकाळापासून हवे होते तसे लक्ष वेधले जाऊ लागले आहे असे नाही तर विविध पातळ्यांवर नाविन्यपूर्ण सामुदायिक हालचालींनाही वेग आला आहे. आपल्याला जवळच्या आणि विस्तारित शेजाऱ्यांमध्ये हे दिसून येते जसे की: पूर्व आशिया शिखर परिषदेचे व्यासपीठ, बहुक्षेत्रीय तांत्रिक आणि आर्थिक सहकार्याचा बंगाल उपसागर उपक्रम (BIMSTEC), हिंद महासागर रिम असोसिएशन (IORA), गल्फ कोऑपरेशन कौन्सिल (GCC) आणि मध्य आशिया सामूहिक भागीदारी. त्याव्यतिरिक्तही आणखी काही म्हणजे: भारत–आफ्रिका फोरम शिखर परिषद (IAFS), अरब लीग संवाद, शांघाय सहकार्य संघटना (SCO), पॅसिफिक

आयलँड्स फोरम, कॅरेबियन कम्युनिटी (CARICOM) आणि कम्युनिटी ऑफ लॅटिन अमेरिकन अँड कॅरेबियन स्टेट्स (CELAC). केवळ युरोपियन युनियनच नव्हे तर नॉर्डिक गट किंवा स्लावकोव्ह स्वरूपासारख्या त्याच्या सहभागी सदस्यांबरोबरही निर्माण झालेल्या संबंधांमुळे युरोपबरोबरच्या व्यवहारांना एक नवीन गती प्राप्त झाली आहे. कॉमनवेल्थ ही दीर्घकाळापासूनची वचनबद्धता आहे, तर जी–२० ला वाढत्या प्राधान्यक्रमात विकसित केले गेले आहे. या सर्वांना ब्रिक्स, आरआयसी, आयबीएसए, क्वाड, I2U2 आणि अनेक त्रिपक्षीय अशा त्या त्या वेळच्या अनेक व्यवस्थांचा पाठिंबा आहे. तथापि, काही प्रमुख द्विपक्षीय आणि काही विशिष्ट क्षेत्रे आहेत जी भारताच्या उदयाची सुलभता निश्चित करण्यात प्रमुख असतील.

भारताने आता जास्तीत जास्त फलिते आणि लाभ मिळवणाऱ्या एका बहुराष्ट्रीय संबंध निर्माण करण्याच्या टप्प्यामध्ये प्रवेश केला आहे. त्याच्या परिणामांनी त्याच्या प्रोफाईलला धार आली आहे आणि त्याची प्रतिमाही सकारात्मकदृष्ट्या बदलली आहे. त्याचा परिणाम म्हणून जगाकडून भारताला आज कल्पनांचा स्रोत, विविध उद्देशांचा पुरस्कर्ता, उपक्रमांना चालना देणारा किंवा सहमतीसाठी प्रयत्न करणारा तिचा खंदा पुरस्कर्ता मानले जात आहे. कोणताही देश किंवा प्रदेश आता भारताच्या जागतिक गणतीमध्ये अप्रस्तुत मानला जात नाही. यातील प्रत्येक उदाहरण मित्र कमावण्याचे आणि लोकांना प्रभावित करण्याचे महत्त्व अधोरेखित करते. जगाबरोबरची ही उदार, सघन आणि विवेकी गुंतवणूक भारताच्या आघाडीची सत्ता होण्याच्या प्रवासामधला कळीचा मुद्दा आहे.

∎ ∎ ∎

७.

क्वाड : भाकीत केला गेलेला गट

समान हितासाठी गरज नव्या दृष्टीची

अभिव्यक्तीचे व्यासपीठ म्हणून इंडो–पॅसिफिक आणि धोरणात्मक व्यासपीठ म्हणून क्वाडचे महत्त्व अधिकाधिक मान्यता पावत आहे. काहींना त्यांच्या नाविन्यपूर्णतेत रस वाटू शकतो; तर इतर त्यांच्याकडे खऱ्या अर्थाने चालू असलेला जागतिक बदल म्हणून बघतात. साहजिकच हे दोन्ही विषय खूप चर्चेत आहेत, तर काही ठिकाणी ते विवादात्मकही ठरले आहेत. हे विषय कोविड साथीच्या आधीचे आहेत, परंतु कोविडमुळे रंगरूपास आले आहेत. ते प्रत्यक्षात आणण्यासाठी बरीच मुत्सद्दी ऊर्जा आणि निर्धार पणाला लागला आहे, ह्याची आपल्याला मनापासून जाणीव आहे.

'क्वाड'च्या बैठका शिखर परिषदेच्या पातळीवर नेल्यामुळे 'क्वाड' ही आता नोकरशाहीची यंत्रणा राहिलेली नाही, तर राष्ट्रीय हिताची गुरुकिल्ली बनली आहे. हे इतक्या वेगाने कसे घडले, याचा विचार करत असताना, या घडामोडी घडण्याच्या प्रतीक्षेतच होत्या, हे अधिक जाणकारांना कळेल. खरेतर ही भाकीत केल्या गेलेल्या एका गटाची कहाणी आहे. पण ती घडण्यासाठी जागतिक प्रवृत्तींनी धोरणात्मक स्पष्टता आणि धाडसी नेतृत्वशक्ती बाळगत एका छताखाली एकत्र येणे आवश्यक होते आणि भूतकाळापासून विभक्त होण्याला झालेला प्रतिकार लक्षात घेता स्थिर वाटचाल टिकवून ठेवणेही आवश्यक ठरले.

राज्याभिषेकाच्या पूर्वसंध्येला श्रीरामाला वनवासात पाठवल्यानंतर तेथील त्याच्या निवासात तो आपला सावत्र भाऊ भरताला भेटतो. वनवासाचा हा निर्णय भरतासाठी घेण्यात आलेला असतो. त्यांची भेट (भरत भेट या नावाने प्रसिद्ध) अर्थातच नंतरच्या अनेक युगांत कलात्मक आणि सांस्कृतिक चित्रणाचा एक आवडता विषय राहिलेली आहे. शिकारी राजा-गुहा, ज्याच्या भूमीवर ही भेट होते, तो या चार भावांच्या भेटीचे निरीक्षण करतो (कारण लक्ष्मण आणि शत्रुघ्न ही जुळी भावंडेही तेथे असतात). प्रत्येकाचे आपापले स्वारस्य आणि दृष्टीकोन असूनही त्यांना एकमेकांबद्दल अतिशय आपुलकी आहे, हे बघून त्याला अतिशय आश्चर्य वाटते. ह्या भावंडांमध्ये मतभेद किंवा तणाव नसतात, असे नाही. विशेषतः भरताची आई कैकेयीने वापरलेल्या वरदानामुळे लक्ष्मणाला अतिशय दुःख होते आणि त्याचा त्याच्या विचारांवर परिणाम होत असतो.

पण एकदा ते एकत्र आले की एरवी इतरत्र स्वाभाविक असणारा अविश्वास त्यांच्या आत्मीय बंधातून दूर होतो. त्यांच्या सामूहिक एकीमागे एक अधिक विशाल हेतू आहे हे त्यांनाही कळते, कारण राज्यभर त्याचे पडसाद उमटतात आणि त्यांना त्यांचे अपेक्षित कार्य करण्यास अनुमती देतात. म्हणूनच मूल्ये आणि श्रद्धा एक असणाऱ्यांची वैश्विक कल्याणासाठी एकत्र येण्याची क्षमता कधीही कमी लेखता कामा नये. विशेषतः एकदा ते मतभेद मिटवण्यास आणि त्यांच्या विशाल कार्यामागील हेतूची स्वीकृती करण्यास शिकले की, चिरस्थायी एकजुटीचा पाया घातला जातो.

आता महाराणी सीतेला परत आणण्यासाठी सुरू असलेल्या मोहिमेचा विचार केला तर, प्रभू राम एक विशिष्ट उद्दिष्ट साध्य करण्यासाठी या रंगमंचावरील नायकांच्या विविध गटांना एकत्र आणतात. साहजिकच दुसरा पक्ष या विरुद्ध गटात मतभेद निर्माण करण्यासाठी सर्वतोपरी प्रयत्न करतो. अशाच एका विशिष्ट प्रसंगी रावण, गुप्तहेर जादूगार शुकाला वानर आणि

माणसांमध्ये भांडण लावून देण्यासाठी पाठवतो. आपले उद्दिष्ट साध्य करणे तर दूरच, माणसे इतर प्राण्यांना न्याय्य वागणूक देत नाहीत, या शुकाच्या आक्षेपांना वानरेच जोरदार प्रत्युत्तर देतात. किंबहुना, त्याचे हे प्रयत्न त्याच्यावरच उलटतात आणि ते ज्या जंगलात हे वानर आणि राक्षस एकत्र राहत असतात त्यामधील यांच्या हितसंबंधांचा संघर्ष उघडकीस आणतात.

रावण वानर-राजकुमार अंगदाबरोबर आणखी एक प्रयत्न करतो तो म्हणजे अंगदाचे वडील वाली यांच्याशी त्याची स्वतःची घट्ट मैत्री असल्याचा दावा करतो. प्रभू रामाने अंगदाच्या पित्याचा वध केल्यामुळे त्याच्या मनातल्या साहजिकच असलेल्या रागाचा गैरफायदा घेण्याचा तो अशा प्रकारे प्रयत्न करतो. मात्र हेही अयशस्वी ठरते आणि अंगद ह्या सर्वाला बधत नाही. हा जेवढा राजपुत्र अंगदाच्या आत्मभानाचा परिणाम असतो, तितकेच रामाने सातत्याने त्याच्याबरोबर दृढ केलेल्या परस्पर विश्वासाचाही परिणाम असतो. रामायण ही आपल्या परीने जशी वैश्विक कल्याणाच्या महतीची कथा आहे तशीच ती सुखकारक तसेच संघटनशक्तीचीही कथा आहे.

बदलते विशाल परिदृश्य

क्वाडच्या उत्क्रांतीचा मी अनेक अर्थांनी वैयक्तिक साक्षीदार आहे. २००५–०६ पासून खासकरून जपानने चालविलेल्या त्याच्या उभारणीच्या सुरुवातीच्या प्रयत्नांचा मी साक्षी आहे. २००७ च्या प्रयत्नानंतर आपल्यापैकी अनेकांनी एका रद्द झालेल्या उपक्रमाबद्दल निराशा व्यक्त केली होती. मात्र तो एक द्विधा मनःस्थितीचा काळ होता. परराष्ट्र सचिव म्हणून एक दशक लोटल्यानंतर आम्ही आता बदललेल्या भू-राजकीय परिस्थितीचे मूल्यांकन करण्याच्या आणि भूतकाळातील धड्यांमधून शिकण्याच्या स्थितीत होतो. २०१७ मध्ये न्यूयॉर्कमध्ये

परराष्ट्रीय सचिव स्तरावर झालेल्या एका बैठकीने एका जुन्या कल्पनेला नवसंजीवनी दिली. ह्यामध्ये फरक असाही होता की क्वाड सदस्यांना आता जागतिक तुटीबद्दल अधिक स्पष्टता होती आणि आपले योगदान देण्याचा त्यांचा निर्धार दृढ होता. हे बहुधा तसे सर्वांच्याच बाबतीत खरे होते, परंतु भारताच्या बाबतीत सर्वात जास्त उल्लेखनीय होते.

२०१९ पर्यंत या गटाला राजकीय पातळीवर नेण्याची वेळ आली आहे, यावर एकमत होऊ लागले होते. आता मला परराष्ट्र मंत्री म्हणून सहभागी होण्याचे भाग्य लाभले होते. कोविडच्या दरम्यान झालेली जपानमधील क्वाडच्या परराष्ट्र मंत्र्यांची २०२० ची बैठक ह्यासंदर्भात विशेष महत्त्वाची होती. जेव्हा व्यावसायिक निराशावादी त्याच्या शक्यतांवर पुन्हा प्रश्नचिह्न निर्माण करू लागले होते, तेव्हा २०२१ मध्ये त्याच्या धोरणामागील तत्त्व पक्के झाले. सुरक्षित जागतिक उपलब्धींची हमी देण्याच्या आणि इंडो-पॅसिफिक स्थिरता मजबूत करण्याच्या समान इच्छेला चार सरकारांच्या सर्वोच्च स्तराने दाद दिली. क्वाड नेत्यांच्या शिखर परिषदा घेण्याची प्रथा सुरू झाली आणि येत्या काही वर्षांत ती झपाट्याने विकसित होत गेली. साहजिकच क्वाड आता पुरेसा स्थापित झाला आहे. मोठ्या परिदृश्याचा विचार केल्यास, क्वाड निश्चितपणे जग सध्या कोणत्या दिशेने वाटचाल करीत आहे याचे प्रतिनिधित्व करते. परंतु एखाद्या गोष्टीचे केवळ परिणाम किंवा त्याची फलनिष्पत्ती पाहणे आणि त्यास कारणीभूत असलेल्या कारणांबद्दल अनभिज्ञ राहणे म्हणजे मोठ्या घडामोडी आभाळातून पडतात असे गृहीत धरणे ठरेल. ज्या अर्थातच तश्या अनपेक्षितपणे घडत नाहीत.

वास्तविकतः, ह्याचे स्पष्टीकरण करायचे झाले तर त्याचा एक मोठा भाग शीतयुद्धानंतर भारतीय परराष्ट्र धोरणाने केलेल्या सुधारणांमध्ये दडलेला आहे. त्याच्या धोरणात्मक आडाख्यांतील बदलांमुळे अमेरिका, जपान आणि ऑस्ट्रेलिया या तीन प्रमुख संबंधांना अधिक नैसर्गिकरीत्या आणि पूर्णपणे प्रस्थापित होण्यास चालना मिळाली. हा प्रवास त्याचे प्रश्न, भारताची स्वतःची आण्विक भूमिका आणि इतरांनी पाकिस्तानला दिलेले प्राधान्य यांना वगळून नव्हता. जसजशा घडामोडी घडत गेल्या, तसतसे परस्परसंबंध निर्माण करण्यासाठी अधिक

उत्तेजन आणि प्रलोभने दिसू लागली. जागतिक सामायिक उपलब्धींची चिंता आणि प्रादेशिक आणि जागतिक मुद्द्यांवर सहकार्य ह्यांना अधिक महत्त्व प्राप्त झाले. गेल्या तीन दशकांमध्ये आंतरराष्ट्रीय संबंधांमध्ये मूल्यांचे महत्त्वही समोर आले आहे. समकालीन महत्त्वाच्या आव्हानांसाठी या प्रमुख संबंधांचे संमिलन अपरिहार्य होते आणि परिणामी हे फ्युजन आहे ज्याला आपण आता क्वाड म्हणून ओळखतो.

इंडो–पॅसिफिक भूगोलातील बदलांचा विचार करणाऱ्यांना त्यांची तुलना तीन दशकांपूर्वीच्या युरोपातील घडामोडींशी करणे उद्बोधक वाटेल. हा एक विरोधाभासच आहे की युरोपपेक्षा आशिया अधिक गतिमान असला, तरी त्याची प्रादेशिक रचना अधिक जुनाट आहे. याचे एक स्पष्टीकरण असे आहे की युरोप शीतयुद्धाच्या केंद्रस्थानी होता आणि त्याचा शेवट त्याने अधिक थेट अनुभवला. बर्लिनची भिंत कोसळल्याने धोरणात्मक प्रयोगांसाठी मंच खुला झाला ज्यामुळे युरोपियन युनियनचा विस्तार झाला आहे हे आज आपल्याला माहीतच आहे.

ह्याविरुद्ध आशिया खंडात तशा मूलभूत घडामोडी घडल्या नाहीत. याउलट हे युग स्थिर आर्थिक प्रगतीचे आणि त्यासोबत राजकीय स्थैर्याचे होते. शिवाय, युरोपच्या तुलनेत हा प्रदेश खूप विस्तारलेला, मोठे वैविध्य आणि कमी सामूहिक ओळख असलेला होता. किंबहुना तिथे प्रत्येकाची विशिष्ट वैशिष्ट्ये आणि इतिहास असलेले ईशान्य आशिया, आग्नेय आशिया, भारतीय उपखंड किंवा ओशिनिया असे वेगवेगळे उपप्रदेश होते.

समृद्धीही या उपप्रदेशांमध्ये आणि प्रदेशांतर्गत भिन्न वेगाने येत गेली. अलीकडच्या काळापर्यंत या सर्वांना सर्वांच्या एका प्रतिसादाची गरज असणारे समग्र दृश्य जाणवत नव्हते. सहमतीसाठी त्यांना जेवढ्या प्रमाणात एकत्र येण्याची आवश्यकता होती, तेवढ्या प्रमाणात ती आसियानप्रणित व्यासपीठांनी पुरवली. सगळ्यात महत्त्वाचे म्हणजे अमेरिकन सत्तेच्या सर्वव्यापी उपस्थितीमुळे मोठे स्थैर्य निर्माण झाले. त्याच्या सखोल पायाने आजवर चित्र स्थिर ठेवण्यास मदत केली आहे. यातील अनेक गृहीतकांच्या आणि दृष्टीकोनाच्या पुनर्विचाराने इंडो–पॅसिफिकच्या उदयाला आकार येण्यास सुरुवात झाली आहे.

अमेरिकेच्या पुनर्मांडणीचे वास्तव सुरुवातीलाच समोर आले आहे. त्यातील काही बाबींचे त्याच्या बदललेल्या संसाधनांमध्ये आणि वचनबद्धतेत प्रतिबिंब पडू शकते; पण त्यामध्ये आता स्पर्धकांची सापेक्ष वाढ आणि आव्हानांची वाढती गुंतागुंतही आहे. बदलत्या परिस्थितीतले चित्र आणि जबाबदाऱ्या आता नव्या सुधारित प्रतिसादाची मागणी त्याच्याकडून करत आहेत. त्याला 'अमेरिका फर्स्ट' म्हणा किंवा मध्यमवर्गासाठीचे परराष्ट्र धोरण; ह्या नवविचारांच्या युगाला एक व्यापक मान्यता तिथे मिळाली आहे. अमेरिकेत मतभेद कुठे आहेत तर ते दूरदृष्टी, दृष्टीकोन आणि रणनीती या संदर्भात. हे केवळ विभिन्नच नाहीत तर उर्वरित जगावर त्यांचा प्रभाव खूपच परिणामकारक आहे.

अमेरिका ही निर्विवादपणे आपल्या काळातील प्रमुख शक्ती आहे आणि राहील. किंबहुना सध्याच्या व्यवस्थेत ती इतकी केंद्रस्थानी आहे की, मित्रराष्ट्र असो, स्पर्धक असो, अज्ञेयवादी असो वा अनिश्चित विचारधारेचा, आपल्यापैकी कोणतेही राष्ट्र तिच्या भूमिकेबाबत उदासीन राहू शकत नाही. अमेरिकेचे अडथळे आणि आव्हाने हळूहळू स्वीकारण्याचे स्वतःचे वेगवेगळे मार्ग आहेत आणि २००८ पासून आपण सर्वांनी पाहिल्याप्रमाणे, पूर्णपणे अपेक्षित असलेला मार्ग त्यांनी अवलंबलेला नाही. त्याची काही उत्तरे त्यांच्या स्वतःच्या प्राधान्यांच्या पुनर्रचनेत दडलेली आहेत; काही अधिक गतिमान आणि परवडणाऱ्या जागतिक सहभागामध्ये, तर काही कदाचित प्रभावाच्या इतर अनेक साधनांमध्ये. तंत्रज्ञान आणि आर्थिक धार निर्माण करणे हे खूप वर्षांपासून अमेरिकेला फायद्याचे ठरले आहे आणि तीव्र स्पर्धा असताना त्यामध्ये सातत्य राखणे हा तिचा आणखी एक राष्ट्रीय प्रतिसाद आहे. एक प्रबळ शक्ती म्हणून अमेरिका जिथे संघर्ष करत आहे, ती प्रभाव पाडण्याच्या आणि सत्ता चालवण्याच्या नव्या आविष्कारांच्या बाबतीत आहे. एक खुला समाज म्हणून, हुकमत गाजवणाऱ्या राज्यव्यवस्था असलेल्या प्रतिस्पर्ध्यांना सामोरे जाणे सोपे नसते. स्पर्धेच्या या आधुनिक प्रकारांमध्ये गुंतताना त्यात अशा खुल्या समाजाचे स्वतःचे वैशिष्ट्य असणारा केवळ उपजत दुबळेपणाच नाही तर संरचनात्मक अडथळेही आहेत.

पण हे लक्षात घेणे महत्त्वाचे आहे की, स्वतःच्या अनोख्या पद्धतीने अमेरिकन राज्यव्यवस्था गंभीर आत्मपरीक्षणातून जात आहे. त्यामुळे जगाला

गुंतवून ठेवण्याची एक वेगळी पद्धत तयार होऊ शकते. तिच्या धोरणात्मक बदलांमध्ये जबाबदाऱ्यांचा भार वाटून घेण्यावर अधिक भर आणि प्रस्थापित संबंधांच्या पलीकडे भागीदारी करण्यासाठी मोकळेपणा आला आहे. जागतिक उपायांचा तिचा शोध तिला बहुपक्षीयतेच्या एका नवीन प्रकाराची कल्पना करण्यास प्रवृत्त करतो.

आपल्या आजूबाजूला दिसणाऱ्या बदलांचा दुसरा मोठा प्रवर्तक अर्थातच चिनी शक्तीची वाढ आहे. या घटनेचे तीन स्वायत्त पैलू आहेत ज्यांचे विचारपूर्वक विश्लेषण करणे आवश्यक आहे. त्यातील पहिले म्हणजे जवळपास प्रत्येक क्षेत्रात चिनी क्षमतेचा अतिप्रचंड विस्तार. दुसरे म्हणजे २००९ पासून सुरू झालेला आणि २०१२ नंतर अधिक जोमाने बदललेला प्रोजेक्शन पॅटर्न. तिसरा – आणि जो साथीच्या काळात विशेषतः दिसून आला तो म्हणजे जागतिक अर्थव्यवस्थेत चीनची सखोल प्रासंगिकता. साहजिकच या प्रवृत्तींकडे पृथक नजरेने पाहता येणार नाही. इतरांवर त्याच्या होणाऱ्या परिणामांच्या दृष्टीनेही त्याकडे पाहिले पाहिजे. त्यांनी जागतिक आर्थिक आणि धोरणात्मक पुनर्संतुलन घडवून आणले आहे, तेही आमूलाग्र पद्धतीने.

आजची प्रबळ सत्ता म्हणून अमेरिका दोन्ही मुद्द्यांवर सर्वात जास्त प्रभावित आहे. त्याचप्रमाणे बदलांचा परिणाम सध्याच्या व्यवस्थेचे नियम व कार्यपद्धती, जागतिक सामायिक उपलब्धींचे व्यवस्थापन आणि जागतिक राजकारणाच्या स्वरूपावरही झाला आहे. चीनकडून या सर्व घडामोडींचा धोरणात्मक हेतूंसाठी पुरेपूर लक्ष केंद्रित करून फायदा घेतला गेल्याने त्यांचा एकत्रित प्रभाव अनेक पटींनी वाढला आहे हे लक्षात घेता यात आश्चर्य वाटण्यासारखे काहीच नाही. चीनने परदेशात दाखविलेले हे सातत्य घट्ट वीण असलेला एकात्मिक जागतिक दृष्टीकोन आणि त्याचा देशांतर्गत दृष्टीकोन या दोन्हींचे प्रतिबिंब आहे.

मात्र कितीही मोठा असला तरी हा केवळ दुसऱ्या शक्तीच्या उदयाचा विषय नाही, ह्याबाबत आपल्या मनात स्पष्टता असायला हवी. आपण आंतरराष्ट्रीय संबंधांच्या एका नव्या टप्प्यात प्रवेश केला असून चीनच्या पुनः उदयाचा समग्र

परिणाम त्याआधी असलेल्या महासत्तांपेक्षा अधिक जाणवेल आणि साहजिकच त्याच्या आजूबाजूच्या परिसरात त्याचे पडसाद जोरदार आहेत.

अमेरिका आणि चीनभोवती घडणाऱ्या या घडामोडी इंडो–पॅसिफिक ही संकल्पना इतक्या वेगाने रुजण्यास मोठ्या प्रमाणात कारणीभूत आहेत. त्यांनी मुळात जुनी व्यवस्था मुळापासून हादरवून टाकली आहे, पण अजून नवीन व्यवस्था निर्माण केलेली नाही. इंडो–पॅसिफिकला आता ही जाणीव झाली आहे की ते क्षेत्र, अमेरिका–चीनच्या नात्यापासून अलिप्त राहू शकत नाही, किंबहुना जागतिक कल्याणासाठी काय अभिप्रेत आहे ह्या त्यांच्या सूचकतेबद्दलही उदासीनता बाळगता येणार नाही. एका पिढीपूर्वीच्या युरोपमधील अत्यंत भिन्न परिस्थितीशी याचे साम्य असे आहे की, आज तीव्र भू–राजकीय बदलांमुळे एकूण जागतिक चित्राची रूपरेषा नव्याने रेखाटली जात आहे. अमेरिकन सत्ता शिखरावर पोहोचली असताना, युरोपमध्ये त्या खंडाच्या गुंतागुंतीच्या इतिहासात जो एक सावधगिरीचा आणि काळजी घेण्याचा पवित्र होता त्यावर मात करत उदारतेला प्रोत्साहन देत असताना हे असे घडले होते. इंडो–पॅसिफिक ही एक वेगळी कथा आहे जिथे अमेरिकन क्षमतेच्या सापेक्ष मर्यादांमुळे सर्व पक्षांनी पुनर्विचार सुरू केला आहे.

दोघांनीही आपापल्या परीने सामूहिकतेच्या भावनेला प्रोत्साहन दिले आहे खेळाडूंच्या सापेक्ष वजनात, प्रभावात आणि आचरणात झालेला एवढा मोठा बदल हा संपूर्ण मैदानाची नव्याने कल्पना करण्यास प्रवृत्त करणार हे अपरिहार्य होते. ह्यात खरेतर विरोधाभास असा आहे की जे नेतृत्व करणारे आहेत असे दिसतेय ते प्रत्यक्षात इतरांच्या भाग्याने निर्माण झालेल्या परिस्थितीबरोबर जुळवून घेत आहेत.

ॲक्ट ईस्टचे परिणाम

इतिहासात हिंद आणि पॅसिफिक महासागरांमध्ये आर्थिक आणि सांस्कृतिक क्रियाकलाप किती एकात्मिक राहिले आहेत याचे पुरेसे पुरावे उपलब्ध आहेत. आपल्या मूलभूत गुणधर्मानुसार, सागरी क्षेत्र कृत्रिम अडथळे आणि मानवनिर्मित

रेषांना मागे टाकते. व्यापार असो वा श्रद्धा, गतिशीलता असो वा प्रथा, स्मारके असोत वा नातेसंबंध, ह्या क्षेत्रांतील समूहाने युगानुयुगे मोठ्या आरामात संबंध जोडून ठेवले आहेत, हे आपल्याला ठाऊक आहे.

शिक्के मारणे आणि व्यवहार प्रतिबंधित करणे ही तुलनेने आधुनिक घटना आहे. या विशिष्ट प्रकरणात, इंडो-पॅसिफिकमधील असलेली विविध राष्ट्रांची तीव्र अलगता ही १९४५ च्या निष्पत्तींचा परिणाम होती. किंबहुना, इंडो-पॅसिफिक संकल्पनेवर अमेरिकेची एक छाप आहे. ती छाप अमेरिका सुदूर पूर्वेमध्ये ज्या कार्यक्रमांमध्ये गुंतली होती त्यातील ठळक व्यस्ततेमधून दिसून येते. त्यात दुसरे महायुद्ध, चीनमधील क्रांती, कोरियन युद्ध, जपानचे पुनरुज्जीवन आणि व्हिएतनाम युद्ध यांचा समावेश आहे.

परिणामी, त्या रंगमंचावर जे काही घडले ते खरे तर हिंदी महासागरात राहणाऱ्या शक्तींनी चालवले होते, हे चटकन विसरले गेले. ह्या गोष्टीचे पुन्हा एकदा आधीच्या काळातील युरोपशी साम्य दिसून येते. एका महासत्तेचे हितसंबंध संपूर्ण परिदृश्याला विकृत करतात आणि आपल्या सोयीच्या संकल्पना निर्माण करतात. पण इथेही इतिहासाचे चाक फिरू लागले आहे आणि ओल्ड नॉर्मल पुन्हा जोर धरू लागले आहे.

इंडो-पॅसिफिक चर्चेवर प्रसंगी शीतयुद्धाच्या विचारसरणीचे आरोप झाले आहेत. खरी परिस्थिती याच्या अगदी उलट आहे आणि १९४५ चे फायदे स्वतःसाठी थोपवून ठेवण्याचा प्रयत्न करणाऱ्या घटकांकडूनच अशा प्रकारची वक्तव्ये येतात हे लक्षात घेता यात आश्चर्यकारक असे काही नाही. इंडो-पॅसिफिक एकात्मता आणि बहुविधता प्रस्तावित करते; त्याला दिलेला नकार म्हणजे विभाजन आणि वर्चस्व होय आणि त्यावर टीका म्हणजे निवडीच्या स्वातंत्र्यावर गदा आणण्याच्या आणि सहमत होण्यासाठी दबाव टाकण्याच्या शीतयुद्धाच्या रूढ उद्दिष्टांना पुढे नेणे हेच आहे. किंबहुना अनेकांचे हितसंबंध गुंतलेले असताना इंडो- पॅसिफिककडे फक्त दुहेरी दृष्टीकोन ठेवून पाहणे हा स्वतःच एक कालबाह्य विचार आहे. दुसऱ्या महायुद्धानंतर सात दशके हिंदी महासागर धोरणात्मक प्रवाहात खूप मागे पडला असावा. पण आज ती केवळ एक महत्त्वाची जागतिक जीवनवाहिनी नाही, तर पॅसिफिकच्या पाण्यात सहजपणे

मिसळणारा प्रवाह आहे. इंडो- पॅसिफिकमध्ये सक्रिय असलेल्या प्रमुख शक्तींच्या कृती त्यांच्या एकात्मिक दृष्टीकोनाचे द्योतक आहेत. त्यामुळे राष्ट्रांचे मूल्यमापन ते काय उपदेश करतात यापेक्षा ते काय कृती करतात यावरून केले तर चित्र अगदी स्पष्ट होते.

शेवटी कालबाह्य व्याख्यांवर परस्परावलंबित्व आणि परस्पर प्रवेश या गरजांचा विजय झाला आहे. जागतिक सामायिक उपलब्धींच्या कल्याणाची चिंता हादेखील त्यामधील एक महत्त्वाचा मुद्दा होता. समकालीन आव्हानांसाठी समविचारी राष्ट्रांनी एकत्र काम करणे आवश्यक होते, विशेषत: जेव्हा अमेरिका स्वत: एकट्याने वाटचाल करण्याच्या अडचणी मान्य करते. इंडो–पॅसिफिक अशा अर्थाने जेवढा पुनर्संतुलनाचा परिणाम दाखवून देते तेवढेच जागतिकीकरणाचे वास्तवही दाखवून देते.

हे जागतिक परिदृश्य बदलण्यामध्ये भारताच्या 'ॲक्ट ईस्ट' धोरणाचे महत्त्वपूर्ण योगदान आहे. तीन दशकांपूर्वी भारताने अधिक खुले आर्थिक मॉडेल स्वीकारले ज्यामुळे आसियान आणि ईशान्य आशियाशी घनिष्ठ संबंध प्रस्थापित होण्यास मदत झाली. कालांतराने या खुलेपणाला कनेक्टिव्हिटी, सुरक्षा, शिक्षण आणि सामाजिक आदानप्रदान यांसह इतर आयामही जोडले गेले. कार्यक्रमांची क्षेत्रे वेगवेगळी असू शकतात परंतु १९९० च्या दशकापासून आसियान, जपान, दक्षिण कोरिया आणि चीनशी भारताचे संबंध अधिक भरीव आणि परिणामी उच्च प्राथमिकतेने विकसित झाले. ऑस्ट्रेलियाबरोबर निर्माण होण्यास थोडा वेळ लागला, परंतु राजकीय आणि सुरक्षा विषयांच्या मिलाफामुळे हे संबंध नंतर विकसित करता येऊ शकले.

आर्थिक संकटावर उपाय म्हणून भारतासाठी जे सुरू झाले त्याची परिणामी अंतिमत: धोरणात्मक सुधारणा म्हणून झाली. भारत आज पूर्वेकडे जेवढा व्यापार करतो, प्रवास करतो आणि संवाद साधतो, तो स्वातंत्र्यापासून तिथे केलेल्या प्रवासापेक्षा जास्त आहे. इथेही पूर्वी चीनच्या फुजियान किनाऱ्यापर्यंत भारतीय सागरी हालचाली होत असल्याची आणि भारतीय उपस्थितीची प्रदीर्घ परंपरा असल्याचे इतिहासात मागे वळून पाहता येते. अंकोरवाट, बोरोबुदूर किंवा माय सनच्या मंदिरांमध्ये गेलेले लोक या संबंधांची साक्ष नक्कीच देतील.

उदयोन्मुख इंडो–पॅसिफिकचा विचार करता, त्याचे धोरणात्मक परिणाम साहजिकच धोरणाविषयीची चर्चा सुरू करतात. भारताच्या दृष्टीकोनातून पाहिल्यास, अनेक दशकांपासून आसियानचलित संरचनांमध्ये आपण सामील झाल्यामुळे सर्व देशांशी आपला नियमित आणि सुखकारक इंटरफेस तयार झाला आहे. किंबहुना, जसेजसे भारताचे क्षितिज पूर्वेकडे विस्तारत गेले, तसतशी भागीदारांबरोबरच्या आर्थिक संबंधांना राजकीय आणि सुरक्षा संबंधांचीही जोड मिळाली. जी–२० सारखा जागतिक मंच किंवा इंडियन ओशन रिम असोसिएशन (IORA) सारखा प्रादेशिक मंच; या सर्वांनी अधिकाधिक समाजीकरणासाठी अतिरिक्त संधी उपलब्ध करून दिल्या आणि असेही, समान दृष्टीकोन आणि सामायिक मूल्ये असलेले लोक एकत्र येतातच. पण जेव्हा संपूर्ण भूभाग, नवीन समस्या आणि वेगवेगळ्या क्षमतांशी झगडतो, तेव्हा एकमेकांची ओढ अधिक दृढ होते.

क्वाडच्या गाभ्यात मात्र नातेसंबंधांच्या अनेक गटांमध्ये लक्षणीय सुधारणा झाल्याने निर्माण झालेली आरामदायी स्वस्थता आहे. प्रादेशिक आणि जागतिक आव्हानांच्या पार्श्वभूमीवर समान हेतूची भावना दृढ होत गेल्याने ती वाढली आहे. साहजिकच, सामूहिक सुलभता ही सामायिक हितसंबंधांवर आणि काही समान गुणधर्मांवर आधारित आहे. पण आंतरराष्ट्रीय संघटनांच्या सुधारणांना होणारा विरोध आणि प्रादेशिक संघटनांच्या मर्यादा यांमुळे व्यावहारिक उपायांचा शोध घेणे भाग पडल्यानेसुद्धा हे सर्व घडू शकले. थोडक्यात ह्यामुळे क्वाड समर्थपणे उभी राहिली.

तीन नात्यांची कहाणी

'क्वाड'चे मूळ खरे तर हिंदी महासागरात २००४ मध्ये आलेल्या त्सुनामीला प्रतिसाद देणाऱ्या त्याच चार देशांमधील समन्वयामध्ये सापडते. त्यानंतरच्या संभाषणांमुळे २००७ मध्ये त्यांच्या प्रतिनिधींची राजनैतिक बैठक झाली. त्यावेळी या उपक्रमात पुरेसे राजकीय भांडवल गुंतवण्यास कोणीही तयार नसल्याने यात पुढे प्रगती झाली नाही.

त्यामुळे २००७ ते २०१७ या काळात असा काय बदल झाला, ज्यामुळे 'क्वाड' ही अधिक गंभीर संघटना न्यूयॉर्कमध्ये एकत्र आली हा प्रश्न पडणे अगदी स्वाभाविक आहे. सध्याची क्वाड ही शून्यातून निर्माण झालेली नाही. हे बहुविध घडामोडींचे संचित फलित होते, त्यापैकी काही होत्या प्रमुख राष्ट्रांच्या पूरक क्षमता, अधिक एकात्मिक क्षेत्र आणि रूढिवादी रचनांच्या पलीकडे पाहण्याचा अधिक मोकळेपणा.

पण खरा फरक होता तो याच दशकात काही संबंधित द्विपक्षीय संबंधांनी केलेल्या प्रचंड प्रगतीत. इतर तीन राष्ट्रांचे एकमेकांशी पूर्वीपासूनच घट्ट संबंध होते, पण तेही या काळात अधिक घट्ट झाले. २००७ मध्ये त्यांच्याकडे जे नव्हते ते म्हणजे भारताबरोबर एकत्र येणे आणि भारताबरोबरचे सहकार्य जे २०१७ पर्यंत त्यांना लाभले. आणि तितकेच महत्त्वाचे म्हणजे आपल्या देशातील एक नेतृत्व, ज्याने आपल्या राष्ट्रीय हितांना विचारधारांच्या परीक्षेच्या अधीन केले नाही.

भारत आणि अमेरिका यांच्यातील संबंधांच्या दृष्टीने ही बाब विशेष उल्लेखनीय होती. जपानसोबत असलेल्या देशाशी संबंध निर्माण होण्यात काही काळ गेला. परंतु २०१४ च्या राजकीय बदलानंतरच ऑस्ट्रेलियाबरोबरचे संबंध अधिक स्नेहपूर्ण झाल्याने तोपर्यंत ते प्रस्थापित करण्यासाठीदेखील अधिक वेळ गेला होता हे मान्य करावे लागेल. या बदललेल्या संबंधांच्या कहाणीतच आपण क्वाडच्या वेगवान विकासाचे स्पष्टीकरण शोधले पाहिजे. जपान आणि ऑस्ट्रेलियासोबत भारताचे जे संबंध होते, ते आशय आणि व्याप्ती या दोन्ही बाबतीत खूपच क्षीण होते. जिथे अमेरिकेचा संबंध होता, तेथे एकंदरीत अर्थपूर्ण, विभिन्न आणि सावध सहभागामध्ये काही प्रबळ क्षेत्रे होती. पण यालाही आपापल्या मर्यादा होत्या.

तथापि, गेल्या दशकात, क्वाड भागीदारांबरोबर भारताचे कार्यप्रणालीच्या संदर्भात खूप संवाद आणि आदानप्रदान झाले. त्याचा आणखी बऱ्याच क्षेत्रांमध्ये विस्तार झाला आणि त्यांनी परस्परांशी संपूर्ण पटलावर व्यस्तता प्रस्थापित केली. साहजिकच प्रत्येक बाबतीत आव्हाने आणि संधी वेगवेगळ्या होत्या. पण जसजसे ते त्यातून मार्ग काढत वर येत गेले, तसतसे एकाकडून मिळालेले धडे आणि अनुभव इतरांच्या प्रगतीसाठी उपयुक्त ठरले.

अमेरिकेचा पुनर्शोध

अमेरिकेपासून सुरुवात करूया. तिच्या भारताबरोबरच्या संबंधांच्या सध्याच्या टप्प्याचा, सन २००० मध्ये झालेल्या राष्ट्राध्यक्ष बिल क्लिंटन यांच्या भेटीपासून शोध घेतला जाऊ शकतो. ही भेट म्हणजे १९९८ च्या अणुचाचण्यांच्या राजकीय परिणामांच्या, प्रभावी व्यवस्थापनाचा एक परिणाम होता. पण त्याला मुख्यत्वे चालना देणारी गोष्ट म्हणजे जागतिकीकरण झालेल्या जगात एकत्र येणे ही होती. या सुरुवातीच्या घडामोडीची योग्य प्रकारे दखल घेणे आवश्यक आहे कारण भारत आणि अमेरिकेने एकमेकांच्या प्रतिबद्धतेमध्ये सुधारणा केल्या कारण त्यामध्ये त्यांनी एक अंगभूत गुणवत्ता बघितली. डॉटकॉम क्रांती आणि H1B व्हिसाचा हा काळ होता. जागतिक स्तरावर अमेरिकेचे वर्चस्व बऱ्यापैकी दिसून आले होते आणि 'बॅलन्स ऑफ पॉवर' हा युक्तिवाद, बदल घडवण्यास कारणीभूत असावा, असे खरोखरच काही नव्हते. ह्याउलट वाढत चाललेली समृद्धी, वाढती प्रतिभा आणि भारताची मोठी जागतिक सन्मुखता यांमुळेच तो अमेरिकेच्या नजरेत एक चांगला भागीदार बनला.

शीतयुद्धाच्या काळातील बंधने कमी झाल्यानंतर अनेक अर्थांनी ही संबंधांची स्वाभाविक प्रगती होती. काहींच्या मते या संबंधांना स्वतःची अशी काही गुणवत्ता नाहीय आणि तो एक इतरांच्या विरोधात, परस्परसंबंध आणि क्वाड ह्या दोघांनाही बदनाम करण्यासाठी खेळला गेलेला माईंड गेम आहे. असे आरोप करणाऱ्यांनी यापूर्वी अमेरिकेशी असलेल्या स्वतःच्या संबंधांचा इतक्या उत्साहाने कसा फायदा करून घेतला होता, हे बघितलं तर त्यांचं हे म्हणणं नक्कीच वादग्रस्त आहे हे लक्षात येईल. साहजिकच फलितांमध्ये हितभाग ठेवलेल्या पक्षाद्वारे जेव्हा निकाल दिला जातो, तेव्हा तो काय आहे, हे पाहावे लागते.

बुश प्रशासनाच्या काळात भारत–अमेरिका संबंधांच्या प्रगतीला वेग आला, ज्याने आपापसातल्या सहकार्यातील मोठा गंभीर अडथळा हा आण्विक निर्बंध आहे हे योग्यरीत्या ओळखले. तोपर्यंत दोन्ही बाजूंना भूतकाळातून भारमुक्त झालेले अधिक सामान्य संबंध हवे होते. त्यामुळे त्यांनी त्या दिशेने ठामपणे वाटचाल केली आणि त्या प्रक्रियेतील देशांतर्गत राजकीय आव्हानांना

यशस्वीपणे तोंड दिले. हा एक असा क्षण होता जेव्हा अधिकृत अमेरिकन अभ्यासांनी भारताच्या मनुष्यबळाच्या जागतिक औचित्यावर अधिक जोर दिला. एकूणच सकारात्मक वातावरणात सहकारी भावनांना वेग आला. संरक्षण, नागरी हवाई वाहतूक, विज्ञान आणि तंत्रज्ञान, व्यापार आणि गतिशीलता या क्षेत्रांमध्ये ते दिसून आले.

भारत-अमेरिका अणुकराराचे पर्यवसान यशस्वी झाल्यामुळे अधिक व्यापक एकत्रित उपक्रमांचा मार्ग मोकळा झाला. एकमेकांपेक्षा भिन्न असलेल्या सलग पाच अमेरिकन राष्ट्राध्यक्षांचे भारताशी चांगले संबंध प्रस्थापित करण्याविषयी एकमत झाले, हे खऱ्या अर्थाने गेमचेंजर ठरले आहे. हे सातत्य भारतीय पातळीवरही कायम आहे. परिणामी, पूर्वी वाद विवाद आणि अंतर राखण्यासाठी प्रसिद्ध असलेल्या नात्यात आमूलाग्र असा बदल झाला आहे.

दशकभराहून अधिक काळ सुरू असलेले हे परिवर्तन टिपण्याचे अनेक मार्ग आहेत. व्यापार हा एक स्पष्ट निर्देशक आहे आणि गेल्या १५ वर्षांत तो पाचपटीने वाढला आहे. राष्ट्रीय भाषेत गुंतवणुकीची अचूक व्याख्या करणे खूप कठीण आहे परंतु या कालावधीत ती स्पष्टपणे अनेक पटीने वाढली आहे. प्रतिभेचा ओघ औचित्यपूर्ण आहे, कारण तंत्रज्ञान हा संबंधांचा एक महत्त्वाचा घटक आहे. दोन देशांमध्ये ये-जा करण्यास सक्षम करणाऱ्या 'एच' श्रेणीच्या व्हिसाची त्याचप्रमाणे भारतातून जाणाऱ्या विद्यार्थ्यांची संख्याही गेल्या दीड दशकात जवळपास दुप्पट झाली आहे.

काही क्षेत्रांमध्ये, ही प्रगती ठोस निर्णय आणि करारांद्वारे केली जाऊ शकते. ज्या देशाने १९६५ पासून पुढील चार दशकांपर्यंत एकही अमेरिकन संरक्षण साधन विकत घेतले नाही, त्या देशाने आता सी-१३०, सी-१७ आणि पी-८ विमाने, तसेच अपाचे, चिनूक आणि एमएच-६० आर हेलिकॉप्टर्स चालवावीत, ही काही साधी उपलब्धी नाही. खरे तर संबंधांचा सुरक्षा आयाम हा संरक्षण व्यापाराहून अधिक मानला गेला पाहिजे. धोरणात्मक देवाणघेवाण आणि लष्करी उपक्रमदेखील या बदलाची साक्ष देतात, तसेच आपल्यातल्या घनिष्ठ समन्वयास प्रोत्साहन देणारे अनेक करारदेखील आहेत. दहशतवादविरोध आणि सायबर सुरक्षेपासून ते हवामान कृती आणि ऊर्जा, अंतराळ सहकार्य

आणि आरोग्यापासून शिक्षण आणि अंतर्गत सुरक्षेपर्यंत विविध विषयांमध्ये आज आपापसातील यंत्रणा आणि संवाद फैलावले आहेत.

२०१४ पर्यंत सहकार्यातील अडथळे दूर करण्यावरच जास्त भर देण्यात आला असला तरी, त्यानंतरच्या प्रयत्नांमध्ये सहकार्याची वाढती क्षमता प्रत्यक्षात आणण्याचा प्रयत्न करण्यात आला आहे. त्या अर्थाने पंतप्रधान नरेंद्र मोदी यांचा २०२३ चा अमेरिका दौरा हा संबंधांचा एक नवा टप्पा आहे. सहकार्याचा वाढता अजेंडा आणि महत्त्वाच्या जागतिक चर्चांमध्ये त्यांचे वाढते औचित्य हे अमेरिकेबरोबरचे संबंध आता किती पुढे आले आहेत हे अधोरेखित करते. जेट इंजिनसाठी तंत्रज्ञानाचे हस्तांतरण आणि सेमीकंडक्टर क्षेत्रातील सहयोगी पावले यांविषयीचे करार स्वतःच कितीही महत्त्वाचे असले तरी त्यापलीकडे त्यामध्ये एक प्रतीकात्मकताही आहे. अमेरिकेचे लष्कर जसे अलिप्ततावादी संस्कृतीने काम करायला शिकत आहे, तसाच अमेरिकन व्यवसाय भारताविषयीची दीर्घकाळ बाळगून असणारी साशंकता दूर करू लागला आहे. त्याच्या धोरणात्मक समुदायाला भारताच्या गुणवत्तेची अधिक चांगली पारख आहे, कारण त्याच्या तंत्रज्ञानाला सहयोगाचे महत्त्व पटले आहे. खऱ्या अर्थाने हे नातेसंबंध आता अजूनच दृढ झाले आहेत.

संबंधांमध्ये आमूलाग्र बदल झाले असले, तरी भविष्यात अधिक चांगल्या पद्धतीने वाटचाल करण्यासाठी भूतकाळातील काही विसंगती लक्षात घेणे आवश्यक आहे. दोन्ही राष्ट्रांच्या हितसंबंधांमधील विरोधाभासाचा मोठा भाग हा अमेरिकेच्या भारतीय उपखंडाकडे पाहण्याच्या पारंपरिक दृष्टीकोनातून निर्माण झाला आहे. भारत आणि पाकिस्तानला एकत्रित जोडून धोरणे आखणे आणि त्यांच्या द्विपक्षीय व्यवहारांवर प्रभाव टाकण्याचा प्रयत्न करणे ही एक खोलवर रुजलेली मनोवृत्ती आहे. १९८०–१९९० च्या दशकात पाकिस्तानच्या आण्विक कार्यक्रमासंदर्भातील जाणीवपूर्वक अनुमती ही त्याची सर्वात टोकाची अभिव्यक्ती होती. अफगाणिस्तानातील अमेरिकेच्या उपस्थितीमुळे प्रादेशिक अवलंबित्वाचे नवे घटकही निर्माण झाले जे अमेरिकेच्या भारत संबंधांशी सुसंगत नव्हते.

शिवाय अमेरिकेचा जागतिक दृष्टीकोन अनेकदा भारताच्या सुरक्षा आणि आर्थिक हितसंबंधांशी मेळ खात नव्हता. आण्विक खात्याच्या बाबतीतही

२००५ च्या समझोत्याने अमेरिकेचे स्वतःचे आग्रही मत थांबवले नाही आणि त्याचा प्रभाव आपल्या त्या क्षेत्रातील धोरणांमध्ये कायम राहिला. एक विकसित आणि दुसरा अजूनही विकसनशील अशा दोन भागीदारांचा जागतिक दृष्टिकोन, धोरणे आणि मुत्सद्देगिरी ही विविध सामाजिक-आर्थिक मुद्द्यांवर भिन्न असणे स्वाभाविक होते. संवेदनशील सार्वभौमत्वाची जाणीव असलेल्या समाजाविरुद्ध प्रबळ आदेशात्मक राज्यव्यवस्थेने कुरघोडी करावी, हेही अनपेक्षित नव्हते.

खरेतर, यातील काही एकत्रित प्रश्नांनी २०१३-२०१४ मध्ये नात्यासमोर आव्हाने निर्माण केली. पण धोरणात्मक आशावाद आणि संरचनात्मक बदल ह्यांच्या संयोगाने संबंध पुन्हा उन्नत झाले आणि तसेच राहिले. दोन्ही राष्ट्रांमध्ये मतभेद नाहीत, असे नाही; तरीही समान आधार शोधण्याची आणि परस्पर फायद्याचा पाठपुरावा करण्याची इच्छा ही गोष्ट बदलली आहे. किंबहुना, आधीपासून अस्तित्वात असलेल्या नात्याला समकालीन बदलांच्या खुल्या मनाने केलेल्या कौतुकाने कशी नव्याने उभारी मिळते याचे हे एक उदाहरण आहे.

गेल्या दशकभरात सहकार्याची व्याप्ती आणि तीव्रता खरोखरच प्रभावशाली झाली आहे. हे अर्थातच नेतृत्वाच्या पातळीवर वारंवार होणाऱ्या संपर्कामुळे आणि अधिक स्वस्थ संभाषणांद्वारे चालू आहे. कॅबिनेट आणि उप-कॅबिनेट स्तरावर नियमित संवादाद्वारे याला व्यापक प्रमाणात पाठिंबा दिला जातो. आज प्रत्येक क्षेत्रात नवनवीन यंत्रणा आणि संवादमंच उदयास आले आहेत. मूलभूत करार, आधुनिक संरचना आणि मोठ्या प्रमाणात क्रियाकलाप हे सर्व बदलाचा भाग आहेत आणि व्यापार, गुंतवणूक, विद्यार्थी, व्हिसा, देवाणघेवाण अशा मोजता येणाऱ्या प्रत्येक क्षेत्रात आकडे आपापली कहाणी सांगत आहेत.

हळूहळू पण स्थिर बदल होतील अशा एका मर्यादित हेतूने सुरू झालेला हा उपक्रम केवळ झपाट्याने वाढला नाही, तर त्यामध्ये आता एका उच्च पातळीवरची महत्त्वाकांक्षा जोर धरताना दिसत आहे. द्विपक्षीय आणि प्रादेशिक कार्यक्रमसूचीपासून व्यापक पटलावर कार्यरत राहणे, ते अधिक गुंतागुंतीचा अजेंडा राबवण्यापर्यंत संबंध प्रगल्भ झाले आहेत. दोन्ही देश चतुष्कोणीय आणि त्रिपक्षीय गटांमध्ये एकमेकांची भागीदारी करीत आहेत, हे त्यांचे संबंध किती पुढे गेले आहेत याचे उदाहरण आहे.

विशेष म्हणजे संबंधांच्या या वाढीला समाजाकडून भक्कम पाठिंबा मिळाला आहे. अर्थात अमेरिकेत भारतीय डायस्पोरा हा घटक खूप औचित्याचा आहे आणि अमेरिकन काँग्रेसचाही ह्याला पाठिंबा आहे. कारण नात्यातील बराचसा भाग हा नागरी समाजातील अनेक घटकांनी चालवलेला असतो, त्यामुळे काही प्रसंगी ते नाते उत्साहाने ओसंडून वाहत असते. आज द्विपक्षीय संबंधांची ताकद दोन्ही देशांना आपापल्या हिताच्या संकुचित मर्यादेपलीकडे जाऊन एकत्र काम करण्यास प्रोत्साहित करते.

हे जरी घडत असले तरी भारत आणि अमेरिका आपापली विशिष्ट भूमिका, इतिहास आणि संस्कृती तसेच विकासाच्या वेगळ्या पार्श्वभूमीवर जगाशी व्यवहार करतात. भारताच्या भूमिकेतून बघितले तर जागतिक शक्ती म्हणून अमेरिका प्रसंगी आपल्या हितसंबंधाच्या विरुद्ध असलेले हितसंबंध बाळगू शकते. आपल्यासाठी प्राधान्याच्या असलेल्या गोष्टी आणि दृष्टीकोन नेहमीच त्यांचे असतील असे नाही. आणि भारताचा जागतिक प्रभाव आणि उपस्थिती वाढत असताना हीच गोष्ट अमेरिकेच्या बाजूनेही म्हणता येईल. त्यामुळे ह्या घडीला एक मजबूत परस्पर आरामदायी सुखकारकता स्थापन करणे हेच सर्वात महत्त्वाचे आहे. कारण काही झाले तरी येणाऱ्या काळात दोन्ही देशांना एकमेकांबरोबर अजून खूप काही साध्य करायचे आहे.

सूर्याबरोबर उगवताना

अमेरिकेच्या संदर्भात अशा महत्त्वाच्या घडामोडी घडणाऱ्या दोन दशकांमध्ये जपानबरोबरही सातत्याने स्थिर प्रगती झाली. मात्र, या बाबतीत भारतासमोरील आव्हाने वेगळी होती. शीतयुद्धाच्या काळात जपानचा अमेरिकेप्रमाणे पाकिस्तानकडे झुकण्याचा स्पष्ट इतिहास नव्हता. अर्थात पाश्चिमात्य जगाप्रमाणे त्याचाही काही प्रमाणात भारताला पाकिस्तानबरोबर जोडून धोरणे आखण्याकडेच कल होता.

पण इतिहास आणि संस्कृतीतल्या मूळ धरलेल्या काही कारणांमुळे जपानच्या राजकारणात भारताविषयी नेहमीच पक्षपातीपणा होता. मात्र तद्नंतर

एकमेकांना प्राचीन सभ्यतेबद्दल मोठ्या प्रमाणावर आदराची समानुभूती वाटू लागली आणि युद्धोत्तर काळात दोन्ही नेतृत्वांमध्ये राजकीय आत्मीयता दिसून आली. भारतीय धोरणांकडून जपानच्या दुरवस्थेबद्दल सहानुभूती व्यक्त झाली आणि टोकियो ट्रिब्युनलमध्ये न्यायमूर्ती राधाबिनोद पाल यांच्या भिन्न मताचा आदर करण्यात आला.

दुसरीकडे, जपानने अधिकृत विकास साहाय्याद्वारे (Official Development Assistance - ODA) भरीव प्रमाणात भारताच्या सामाजिक–आर्थिक उद्दिष्टांना पाठिंबा दिला. पाश्चिमात्य गोटांमध्ये असताना, विविध मुद्द्यांवर दोन्ही देशांचे संवाद मैत्रीपूर्ण राहिले. खरे तर या नात्याचा विरोधाभास असा होता की, त्यांच्यामध्ये फारशा समस्याच अस्तित्वात नव्हत्या त्यामुळेच धोरणात्मक लक्षही कमीच दिले गेले.

इतर अनेक राज्यांप्रमाणेच भारत–जपान संबंधांनाही या काळात भारतावर जे काही गुदरले त्याचे परिणाम जाणवले. आर्थिकदृष्ट्या, जपानी कंपन्यांची परंपरेने चालत आलेली भारतातील व्यापक उपस्थिती त्या काळात स्वागतार्ह वातावरणाअभावी खोलवर रुजण्यात अपयशी ठरली. त्याऐवजी ते आग्नेय आशियाकडे आणि त्यानंतर चीनकडे वळले आणि जपानच्या प्राधान्यक्रमांमध्ये भारताचे स्थान सातत्याने खाली येत गेले. १९९१ मध्ये जेव्हा आर्थिक सुधारणा सुरू झाल्या, तेव्हाही जपानी व्यापारी समुदायाने अत्यंत सावधगिरीने प्रतिसाद दिला होता आणि व्यवसायास त्यांच्या अपेक्षेनुसार पूरक वातावरण असावे, अशी मागणी व्यक्त केली होती.

कमी इंटरफेस केवळ व्यवसायापुरता मर्यादित नव्हता; जपानने सामान्यतः प्रोत्साहित केलेल्या साहाय्यक क्रियाकलापांबाबतही तीच परिस्थिती होती. शिक्षण असो, संस्कृती असो किंवा प्रवास असो, दोन्ही राष्ट्रे आनंदाने पण तरी दूरच राहिली. या काळात राजकीय क्षेत्रही उपयुक्त ठरले नाही. शीतयुद्धाच्या अनिवार्यतांनी दोन्ही देशांना एकमेकांच्या विरुद्ध दिशेने खेचले. १९६२ मध्ये चीनबरोबरच्या सीमासंघर्षात भारताच्या झालेल्या पराभवामुळे साहजिकच भारताच्या प्रतिष्ठेलाही धक्का बसला होता आणि त्यानंतरच्या आर्थिक संघर्षाने नकारात्मक साचेबंद प्रवृत्ती अधिकच दृढ झाली.

कधीकधी, परिस्थिती सुधारण्यापूर्वी खराब होते. आत्ममग्न राहणाच्या त्यांच्या वृत्तीमुळे, १९९८ मध्ये भारताने जेव्हा अणुचाचण्या केल्या तेव्हा दोन्ही देशांचे परस्परसंबंध ढवळून निघाले होते. जपान त्या घडामोडींवर तीव्र प्रतिक्रिया देणार, हे त्याचा इतिहास पाहता समजण्याजोगे आहे. पण, समोरच्या पक्षाच्या सुरक्षेच्या गरजेकडे साफ दुर्लक्ष करणे ही भारताला अस्वस्थ करणारी बाब होती. मात्र जपानने अणुसत्तेशी करार करून स्वतःची सुरक्षा सुनिश्चित करण्यास मागेपुढे पाहिले नाही, ही बाब परिस्थिती आणखीच चिघळवणारी होती. त्या काळातील जपानी धोरणकर्त्यांनी आंतरराष्ट्रीय व्यासपीठांवर भारताविरोधात आरोपांच्या फैरी झाडण्याचा निर्णय घेतला तेव्हा संबंध खरोखरच बिघडले.

परिणामी थंडावलेल्या संबंधांमुळे दोन्ही देशांना ह्या संबंधांच्या गुणवत्तेबाबत आत्मपरीक्षण करण्याची संधी मिळाली आणि त्या प्रक्रियेतून आपल्या द्विपक्षीय संबंधांचा एक नवा टप्पा उदयास आला. राष्ट्राध्यक्ष क्लिंटन यांच्या दौऱ्याने एक नातेसंबंध यशस्वी झाला होता, तसा पंतप्रधान योशिरो मोरी यांच्या भेटीने दुसऱ्या संबंधात यश मिळवले. विशेष म्हणजे राष्ट्राध्यक्ष जॉर्ज बुश यांनी अमेरिकेच्या बाबतीत ते उच्च पातळीवर नेले, तर पंतप्रधान शिंजो आबे यांनी जपानच्या बाबतीत ते अधिक वैयक्तिकरीत्या केले. २००७ मध्ये भारतीय संसदेत त्यांनी केलेले प्रसिद्ध 'दोन समुद्रांचा संगम' हे भाषण केवळ द्विपक्षीय संबंधांना कलाटणी देणारे नव्हते, तर इंडो-पॅसिफिक म्हणून जे उदयास आले त्याचे एकप्रकारे भाकीतच होते. ते कसे उलगडत गेले त्याचा संदर्भही लक्षात घेण्याजोगा आहे.

दीड दशकापूर्वी ज्या वाढत्या अनिश्चित बाह्य वातावरणामुळे जपानला अधिक जबाबदाऱ्या स्वीकाराव्या लागल्या होत्या त्यावर तो सूक्ष्मतेने विचार करत होता. त्याचा गुंतागुंतीचा इतिहास पाहता साहजिकच देशांतर्गत वादविवाद सुरू झाले. व्यापक अजेंडा असणारा आणि जागतिक घडामोडींमध्ये अधिक रस घेणारा समाज साहजिकच अधिक भागीदार शोधतो आणि शीतयुद्धाच्या समाप्तीने आता अंतरे राखायची गरज नसल्याने भारत हा स्वाभाविकपणे आकर्षण ठरला. एकत्र येण्यासाठी यातील बाबी ह्या काही प्रादेशिक संमिलन, काही संयुक्त राष्ट्रांमध्ये सुयोग्य प्रतिनिधित्व कसे करता येईल ह्याचा समान शोध होते आणि

काही विषय भारताची आणि इतर लोकशाही समाजांची जिव्हाळ्याची नैसर्गिक समानुभूती होती. त्यामुळे इथेही द्विपक्षीय चाके आपापल्या तर्कावर आधारित फिरू लागली. जसजसे त्यांना अधिक पाठबळ मिळत गेले, तसतसे सहकार्याचे दालनही खुले झाले.

भारत आणि जपान यांच्यात आता राजकीय संदेश मजबूत झाला आहे, हे २००६ पासून सुरू झालेल्या वार्षिक शिखर परिषदांच्या पायंड्यावरून अधोरेखित होते. दोन्ही बाजूंनी प्रशासनात बदल होऊनही सहकाराचा वेग कमी झाला नाही. अमेरिकेप्रमाणेच संबंधांमधील हे सातत्य हा संरचनात्मक बदल झाल्याचा भक्कम पुरावा आहे. संबंधांचे अधिकृत वर्णन करणे सातत्याने वाढत आहे, अलीकडेच २०१४ मध्ये त्याला विशेष धोरणात्मक आणि जागतिक भागीदारी असे म्हटले गेले आहे. २०११ मध्ये व्यापक आर्थिक भागीदारी करार (CEPA) होऊनही व्यापार मर्यादित राहिला असला तरी भारतातील जपानी गुंतवणूक ही क्षेत्र आणि प्रमाण ह्या दोन्ही अंगांनी विस्तार पावली आहे. भारतातील गुंतवणुकीचा स्रोत म्हणून जपान पाचव्या क्रमांकावर आहे आणि २०२२ मध्ये पंतप्रधान फुमिओ किशिदा यांच्या भेटीदरम्यान अधिक महत्त्वाकांक्षी उद्दिष्टे निर्धारित केली गेली आहेत.

चलन अदलाबदल असो किंवा विकास साहाय्य असो, एकूणच आर्थिक भागीदारी वाढली आहे. खरे तर, ODA गेल्या दशकातच दुप्पट झाला आहे आणि २०२१–२२ मध्ये वितरण ३२८ अब्ज जपानी येनपर्यंत पोहोचले आहे. जपानच्या अंमलबजावणीचे रेकॉर्ड प्रभावशाली आहे. आतापर्यंत झालेले प्रमुख भारतीय शहरांमधील सहा मेट्रो रेल्वे आणि इतर अनेक मोठे कनेक्टिव्हिटी प्रकल्प अभिमानास्पद आहेत. बदलले काय असेल तर ते म्हणजे अधिक उपयुक्त पायाभूत सुविधांना आकार देण्याचा जपानचा कल. औद्योगिक आणि मालवाहतुकीच्या कॉरिडॉरला समर्थन देण्यामधून तो व्यक्त झालेला दिसतो. ऊर्जा, अंतराळ, पोलाद, वस्त्रोद्योग, स्टार्ट अप फंडिंग, डिजिटल स्किल्स आणि आरोग्य सेवा या क्षेत्रांमध्ये सध्या संवाद सुरू आहे.

मुंबई ते अहमदाबाद हायस्पीड रेल्वे प्रकल्प हा त्यातील प्रमुख उपक्रम आहे. साखळी परिणामांचा विचार करता, ही मारुती–सुझुकी कार आणि

दिल्ली मेट्रोपाठोपाठी तिसरी तंत्रज्ञान क्रांती म्हणता येईल. त्याचप्रमाणे, ODA सहकार्य दीर्घकालीन आहे, २०१७ मध्ये स्थापन झालेल्या ॲक्ट ईस्ट फोरमने विशेषतः ईशान्य भारतासाठी सुधारित कनेक्टिव्हिटीचे लक्ष्य ठेवले आहे.

पण जपानी समाजाच्या गुंतागुंतीची जाण असणाऱ्यांनाच भारताबरोबरच्या प्रगतीचे कौतुक वाटण्याची शक्यता जास्त आहे. विशेष संवेदनशील क्षेत्रांत केलेल्या सहकार्याची उदाहरणे हे त्यासाठीचे मापदंड आहेत. नागरी अणुऊर्जेवर सहकार्य करण्याचा २०१६ चा करार हा वाढत्या स्वस्थ संबंधांचे अधिक चपखल उदाहरण आहे. संरक्षण आणि सुरक्षा क्षेत्रातील सामंजस्य करारांची मालिका हीसुद्धा काही कमी महत्त्वाची नाही. २०१४ मध्ये संरक्षण सहकार्याचा करार झाल्यानंतर २०१५ मध्ये उपकरण हस्तांतरण आणि माहिती संरक्षण, २०१८ मध्ये नौदल सहकार्य आणि २०२० मध्ये परस्पर पुरवठा आणि सेवा करार करण्यात आला. संरक्षण क्षेत्रातील धोरणात्मक संवादाला, त्याच्याबरोबरच वेगवेगळ्या सेवांमधील कर्मचारी चर्चा घडून आल्याने तसेच द्विपक्षीय आणि बहुपक्षीय लष्करी उपक्रम चालू राहिल्याने पाठबळ मिळाले. अमेरिकेप्रमाणेच भारताने जपानसोबत २०१९ पासून २+२ मंत्रिस्तरीय बैठका घेतल्या आहेत. साधारणपणे अमेरिका आणि ऑस्ट्रेलियापासून सुरुवात झाल्यानंतर आता पुन्हा एकदा द्विपक्षीय स्वस्थता अधिक व्यापक पटलावर जाण्याची प्रक्रिया सुरु झाली आहे.

नवे नाते जोडताना

अलीकडच्या काळात जे संबंध सर्वात दृश्य स्वरुपात विकसित झालेले दिसतात ते ऑस्ट्रेलियाशी आहेत. क्वाडच्या इतर दोन सदस्यांच्या तुलनेत त्याच्याबरोबरची उभी राहिलेली दरी खरोखर अल्पावधीतच कमी झाली आहे. अमेरिका आणि जपानप्रमाणेच १९९८ च्या अणुचाचण्यांचा आपल्या संबंधांवर परिणाम झाला आणि ते पूर्वपदावर येण्याचा मार्ग सोपा नव्हता. पण ऑस्ट्रेलियन संबंधांमध्येही स्वतःची अनन्य आव्हाने होती. पहिल्या पंतप्रधानपदाचा अर्थात

इंदिरा गांधी यांचा दौरा १९६८ साली झाला म्हणजे स्वातंत्र्यानंतर पूर्ण दोन दशके इतका कालावधी त्याने घेतला, हे भारताच्या प्राधान्यक्रमांविषयी बरेच काही सांगून जाते.

बऱ्याच अर्थांनी, ऑस्ट्रेलिया आंग्लजगतातील भागीदारांपेक्षा सर्वात दूर होता. भारताच्या पूर्वेकडील प्रश्नांकडे पाहण्याचा अमेरिकेचा दृष्टीकोन आणि पश्चिमेकडील प्रश्नांकडे पाहण्याचा युकेचा दृष्टीकोन यांच्याप्रमाणेच ऑस्ट्रेलियाचा भारताविषयीचा दृष्टीकोन होता. दुसरीकडे, कॉमनवेल्थ परंपरेने संरक्षण, वाणिज्य, प्रशिक्षण आणि शिक्षणासह भरपूर क्षेत्रांमध्ये सातत्याने देवाणघेवाण सुनिश्चित केली. १९९८ मध्ये एक भरीव पण हाय प्रोफाईल नसलेले नाते उतरणीस गेले. निःशस्त्रीकरण परिषदेचे विशेष अधिवेशन बोलवण्यात ऑस्ट्रेलियाने पुढाकार घेतला आणि भारताच्या अणुचाचण्यांचा निषेध करणारा ठराव संयुक्त राष्ट्र आमसभेत सहप्रायोजित केला. विशेष म्हणजे त्याने संरक्षण सहकार्य स्थगित केले आणि अधिकृत संपर्कही गोठवले. ही कथा अनेक अर्थांनी जपानसारखीच होती.

दोन्ही बाजूंना संघर्षाच्या भूमिकेतून माघार घेण्यास वर्षभराचा कालावधी लागला. १९९९ मध्ये उपपंतप्रधान टिम फिशर यांची भेट ही वातावरण निवळण्याची सुरुवात म्हणता येईल. एका अर्थाने ऑस्ट्रेलिया आपले संबंध सुधारण्यात जपानपेक्षा पुढे होता, हे अनुक्रमे मार्च आणि जुलै २००० मधील परराष्ट्र मंत्री अलेक्झांडर डोनर आणि पंतप्रधान जॉन हॉवर्ड यांच्या भेटींमधून दिसून येते. २००५ च्या अणुकराराच्या रेट्यामुळे परिस्थिती पूर्वपदावर येण्याची गती हळूहळू वाढत गेली. पण तरीही वास्तव असे होते की, संबंधांना उच्च पातळीवर नेण्यासाठी आवश्यक असलेले राजकीय लक्ष कोणत्याही एका राष्ट्राने दुसऱ्याकडे दिले नाही.

अर्थात, ऑस्ट्रेलियाने अगदी अमेरिका किंवा जपानशी बरोबरी केली नसेल तरी भारतीय उपखंडातील आपले संबंध त्याने तोडलेही नाहीत पण प्रदेशाबद्दलची आपली उदासीनताही तो सोडत नाहीय, असा समज भारताच्या बाजूने कायम होता. त्यामुळे जवळजवळ दशकभर संबंधांची प्रगती मुख्यत्वे नागरी समाज आणि बाजारपेठेतील शक्तींवरच सोपविण्यात आली. २०१४

मध्ये पंतप्रधान टोनी ॲबॉट आणि पंतप्रधान नरेंद्र मोदी यांच्या दुतर्फा दौऱ्यांमुळे खूप काळ विलंबित असलेल्या सहकार्याची दारे खुली झाली.

राजकीय नेतृत्व अस्तित्वात आल्यानंतर हे संबंध ज्या झपाट्याने विकसित झाले, त्याने संरचनात्मक एकत्रीकरणाची व्याप्ती अधोरेखित केली. ऑस्ट्रेलियाने प्रकाशित केलेल्या २०३५ साठीच्या 'भारत आर्थिक धोरण' अहवालातून आणि भारताने जारी केलेल्या 'द सीआयआय ऑस्ट्रेलिया' आर्थिक धोरणातून उपक्रमांना मार्गदर्शन करणाऱ्या महत्त्वाकांक्षा चांगल्या प्रकारे लक्षात येतात. २० अब्ज डॉलर्सपेक्षा अधिक व्यापार आणि २५ अब्ज डॉलर्सच्या पातळीवरील गुंतवणुकीचा फायदा मुक्त व्यापार व्यवस्थेमुळे होणार आहे, ज्याचा सुरुवातीचा टप्पा सुरू झाला आहे. ऑस्ट्रेलिया हे भारतीय विद्यार्थ्यांसाठी एक प्रमुख शैक्षणिक गंतव्य स्थान आहे, ज्यांची संख्या आता एक लाखापेक्षा जास्त आहे. दुसऱ्या क्रमांकाचा वेगाने वाढणारा भारतीय समाज दोन्ही समाजांसाठी सामर्थ्याचा स्रोत आहे.

पण खऱ्या अर्थाने राजकारणाच्या आणि रणनीतीच्या क्षेत्रातच हा बदल सर्वात तीव्र झाला आहे. या प्रदेशातील स्थैर्य, समृद्धी आणि सुरक्षिततेच्या चिंतेमुळे अधिक प्रमाणात एकत्र येण्याला चालना मिळाली आहे. जागतिक मालामधील तूट भरून काढण्याचा प्रयत्न भारत आणि ऑस्ट्रेलियाने द्विपक्षीय पातळीवर तसेच मोठ्या व्यासपीठांवर एकत्रितपणे काम करून केला आहे. ह्यातून आंतरराष्ट्रीय कायद्याचा आदर आणि नियमाधारित व्यवस्थेबद्दल त्यांचे समान विचार दिसून येतात. आसियानप्रणीत व्यासपीठ, कॉमनवेल्थ, IORA आदींमध्ये दोन्ही देशांमध्ये दीर्घकाळ संवाद झाला असेलच. परंतु नेतृत्वपातळीवर घट्ट संबंध आणि अधिक मुक्त देवाणघेवाण यांमुळे निकटचे सहकार्य आणि समन्वयाचे परस्पर फायदे समोर आले आहेत. ऑस्ट्रेलिया हा भारताच्या इंडो– पॅसिफिक ओशन्स इनिशिएटिव्हचा (IPOI) सुरुवातीचा आणि जोरदार समर्थक राहिला आहे. किंबहुना, आज मजबूत द्विपक्षीय संबंधांमुळे दोन्ही देशांना प्रादेशिक आणि जागतिक पातळीवर अधिक प्रभावीपणे योगदान देता येते, हे कळणे हा एक खूप मोठा बदल आहे.

ऑस्ट्रेलियामध्ये अनेक बदल होऊनही संवादातील नवी झेप उच्च स्तरावर गेल्याचे दिसून येत आहे. विशेष म्हणजे त्यांच्या व्यापक धोरणात्मक भागीदारीमध्ये

पंतप्रधानांची वार्षिक बैठक, परराष्ट्र मंत्र्यांचा संवाद, २+२ मंत्रिस्तरीय यंत्रणा, व्यापार मंत्रिस्तरीय आयोग, शिक्षण परिषद, ऊर्जा संवाद आणि क्षेत्रनिहाय कार्यगट यांचा समावेश आहे. साहजिकच दुर्लक्ष करण्याचे दिवस आता संपले आहेत. सागरी सहकार्य, संरक्षण विज्ञान देवाणघेवाण आणि परस्पर वाहतूक पाठबळापासून ते सायबर–सक्षम महत्त्वपूर्ण तंत्रज्ञान, महत्त्वपूर्ण आणि धोरणात्मक खनिजे, जलसंसाधन व्यवस्थापन, स्थलांतर आणि गतिशीलता, व्यावसायिक शिक्षण आणि प्रशिक्षण तसेच लोक प्रशासन आणि शासनापर्यंत अलीकडील करारांचा समावेश आहे.

काही मैलाचा दगड ठरलेल्या घटना द्विपक्षीय आणि प्रादेशिक संबंधांच्या पैलूंमधील परस्पर गतिशीलता पुढे आणतात. उदाहरणार्थ, अधिक राजकीय विश्वास आणि संरक्षण क्षेत्रातील सखोल सहकार्यामुळे मलबार उपक्रमात ऑस्ट्रेलियाचा सहभाग वाढला. अंतराळ उपयोजनेच्या आघाडीवर अधिक चांगल्या समझोत्याने गगनयान मोहिमेसाठी तात्पुरत्या टेलिमेट्री ट्रॅकिंग अँड कमांड सेंटरला ऑस्ट्रेलियाचा पाठिंबा मिळाला. व्यापाराबद्दल विश्वासार्हता आणि आर्थिक अस्थिरतेबद्दल दोघांनाही समान चिंता जाणवत होती आणि त्यानेच जपानसोबत पुरवठा साखळी लवचिकता पुढाकार (Supply Chain Resilience Initiative - SCRI), ह्याविषयावरील भागीदारीस प्रोत्साहित केले. २०२२ मध्ये आर्थिक सहकार्य आणि व्यापार करार (ECTA) पूर्णत्वास जाणे हा केवळ व्यापारी व्यवहार नव्हता; एकप्रकारे यथाक्रमाने निर्माण होणाऱ्या आत्मविश्वासाची ती अभिव्यक्ती होती. भारताच्या नव्या शैक्षणिक धोरणाचा सर्वप्रथम फायदा घेऊन ऑस्ट्रेलियन विद्यापीठांनी देशात आस्थापना उभारल्या आहेत, हेसुद्धा खूप काही सांगून जाते.

टोकियो क्वाड शिखर परिषदेत, अमेरिका आणि जपानप्रमाणेच नेतृत्व बदलाने विशेषतः राजकीय घडामोडींमध्ये सहकार्य ही बाब आता दृढमूल झाली आहे, याचा पुनरुच्चार केला. प्रत्येक नव्या प्रशासनाचा उत्साह नक्कीच त्याच्या पूर्वसुरींपेक्षा जास्त होता.

संकोचावर खंबीर हेतूची मात

इंडो-पॅसिफिकचे मूल्यमापन करताना, द्विपक्षीय प्रगतीहून आणि अगदी क्वाडहूनही स्वतंत्र अशी मोजमापे आहेत. त्यात प्रमुख म्हणजे पंतप्रधान मोदी यांनी २०१९ मध्ये पूर्व आशिया शिखर परिषदेत जाहीर केलेला IPOI. या क्षेत्रामध्ये सहकार्यासाठी एक खुले, कराराविरहित व्यवस्थेवर आधारित, सर्वसमावेशक व्यासपीठ असावे अशी याची कल्पना आहे. रचनात्मकदृष्ट्या सोपे, सरळ परंतु परिणामकारक सहकार्य करणाऱ्या अशा ह्या व्यासपीठाचा आसियान, आयओआरए, बिम्सटेक, आयओसी, पीआयएफ इत्यादी इतर यंत्रणांच्या सहकार्याने काम करण्याचा हेतू आहे. सागरी सुरक्षा, सागरी परिस्थितिकी, सागरी संसाधने, क्षमता निर्मिती आणि संसाधनांची देवाणघेवाण, आपत्ती जोखीम कमी करणे आणि व्यवस्थापन ह्या सात स्तंभांसोबतच विज्ञान, तंत्रज्ञान आणि शैक्षणिक सहकार्य आणि व्यापार कनेक्टिव्हिटी आणि सागरी वाहतूक यांचा त्यामध्ये समावेश आहे. आतापर्यंत ऑस्ट्रेलियाने सागरी पर्यावरणस्तंभ, जपानने कनेक्टिव्हिटी, फ्रान्स आणि इंडोनेशियाने सागरी संसाधने, सिंगापूरने विज्ञान आणि तंत्रज्ञान आणि युकेने सागरी सुरक्षा स्तंभाचे नेतृत्व करण्यास सहमती दर्शविली आहे.

IPOI कसा विकसित होईल हे पाहावे लागेल. परंतु इंडो-पॅसिफिकमधील सहकार्य पुढे नेण्याची क्षमता असलेल्या प्रादेशिक भागीदाऱ्यांवर नव्याने विचार केल्याचे हे निश्चितच एक उदाहरण आहे. आसियान, युरोपियन युनियन आणि पृथक राष्ट्रांनी आपापला दृष्टीकोन, दूरदृष्टी आणि भूमिका मांडली आहे, हे भविष्यासाठी शुभसूचक आहे. जागतिक स्तरावर भारताचे अस्तित्व जसजसे वाढत आहे, तसतसे ते आपल्या क्वाड भागीदारांच्या हितसंबंधांबरोबर जुळत आहे, हाही एक वेधक विचार आहे. ह्याबाबत संगाण्याजोगे उदाहरण म्हणजे पॅसिफिक बेटावरील देशांशी असलेला भारताचा संबंध. समविचारी देशांमधील संबंध त्यांच्या प्रत्यक्ष संवादाच्या मर्यादांच्या पलीकडे जाऊन नैसर्गिकरीत्या साहाय्यकारी वृत्तीचे असतात आणि आधुनिक जगातील गुंतागुंतीच्या आव्हानांकरिता निश्चितच अधिक प्रभावी आंतरराष्ट्रीय सहकार्याचा उत्तम उपयोग होऊ शकतो.

पॅसिफिक बेटांवरील या समाजामध्ये भारत माहिती तंत्रज्ञान (IT) प्रयोगशाळा स्थापन करत असून सौर विद्युतीकरणालादेखील प्रोत्साहन देत आहे. 'सोलर ममाज' नावाने ओळखल्या जाणाऱ्या महिला सौर अभियंत्यांनाही प्रशिक्षण देण्यात आले आहे. हवामानाशी संबंधित प्रकल्पांव्यतिरिक्त, भारतीय अनुदान साहाय्य हे सामुदायिक विकास, कृषी उपकरणे, शाळांसाठी संगणक आणि एलईडी बल्ब, डायलिसिस मशीन, पोर्टेबल सॉ मिल्स, समुद्री भिंत आणि प्रवाळ शेतींच्या निर्माणास मदत करते. इतरत्र म्हटल्याप्रमाणे २०२३ च्या FIPIC शिखर परिषदेची निष्पत्ती म्हणून सहकार्याची पातळी विशेषत्वाने आरोग्य, शिक्षण आणि अंतराळ क्षेत्रात लक्षणीयरीत्या वाढवली जात आहे.

यासा, गीता, होला किंवा विन्स्टन चक्रीवादळ असो, नैसर्गिक आपत्तींना भारत प्रतिसाद देत आहे आणि कोव्हॅक्स उपक्रमाद्वारे फिजी आणि नाउरू तसेच पापुआ न्यू गिनी आणि सोलोमन बेटांवर कोविड -१९ साठी लसी पाठवल्या आहेत. विशेषत: फिजीशी एक ऐतिहासिक संबंध आहे जो आधुनिक सहकार्याचा पाया ठरू शकतो. हे सर्व घटक २०२३ मध्ये पापुआ न्यू गिनी येथे झालेल्या तिसऱ्या FIPIC शिखर परिषदेत एकत्रित हजर होते. सर्व क्वाड राष्ट्रे ही लोकशाही राज्यव्यवस्था, बाजार अर्थव्यवस्था आणि बहुलवादी समाज असलेली राष्ट्रे आहेत. ह्या सर्वसाधारण समजुतीव्यतिरिक्त, त्यांच्या संबंधांच्या संरचनात्मक पैलूंमध्ये एक साम्य आहे ज्यामुळे हे व्यासपीठ बळकट होण्यास मदत झाली आहे. प्रत्येक प्रसंगी, शिखर परिषद स्तरावर नियमित द्विपक्षीय बैठका होतात, ज्या ऑस्ट्रेलिया आणि जपानच्या बाबतीत औपचारिकरीत्या वार्षिक म्हणून संबोधित केल्या जातात. सर्व संबंधांमध्ये आता २+२ संरक्षण आणि परराष्ट्र मंत्र्यांच्या संवादाचा समावेश आहे. पूर्व आशिया शिखर परिषद, आसियान प्रादेशिक मंच (ARF) आणि आसियान संरक्षण मंत्र्यांची बैठक यांसह हे चारही देश आसियानच्या नेतृत्वाखालील व्यासपीठांचे सदस्य आहेत. इंडो-पॅसिफिक संदर्भात आसियानच्या केंद्रस्थानाविषयीही ते ठामपणे सहमत आहेत. त्यांच्यामध्ये आपापसात ते इंडोनेशिया आणि फ्रान्ससारख्या इतर भागीदारांसह अनेक त्रिपक्षीय संयोजनांमध्ये गुंतलेले आहेत.

एकूणच अनेक प्रकारे, इतर अनेक प्रत्यय आल्यामुळे एकत्र काम करण्याची सुलभता वाढली आहे, मग ती द्विपक्षीय स्तरावर असो किंवा अधिक सामूहिक असो. सर्व राष्ट्रे वाहतुकीसाठी परस्पर पाठबळ देतात आणि गैर लष्करी व्यावसायिक जहाज वाहतूक सक्षम करतात. हे व्हाईट शिपिंग स्पष्टपणे अधिक चांगल्या प्रकारे सागरी सुरक्षा समन्वय साधते. संयुक्त राष्ट्रसंघाच्या United Nations Convention on the Law of the Sea (UNCLOS) १९८२ कडे समुद्राची राज्यघटना म्हणून पाहण्याचा त्यांचा समान दृष्टीकोन काही कमी समर्पक नाही! त्याचप्रमाणे त्यातील तीन (जपान, ऑस्ट्रेलिया आणि भारत) SCRI चे आणि IPOI चे सदस्य असल्याने महत्त्वाचा फरक पडला आहे. क्वाडच्या कार्यपद्धतीत जागतिकीकरणाचे परिणाम आणि जागतिक सामायिक घटकांच्या गरजा विचारात घेतल्या जातात. सर्व सदस्य हे सागरी शक्ती असल्याने सागरी क्षेत्रात निश्चितच एक प्रखर सामायिक हितसंबंध आहे. किंबहुना क्वाडच्या पुनरुज्जीवनापूर्वीच त्यातील काही जण आपापसात मलबार उपक्रम राबवत होते. आणि हेच संमीलन त्यांनी २०२२ मध्ये टोकियोमध्ये Indo-Pacific Partnership for Maritime Domain Awareness (IPMDA) ला दिलेल्या एकत्रित समर्थनानेही अधोरेखित होते. पण हे जितके महत्त्वाचे आहे, तितकेच कोणतेही एकआयामी प्रक्षेपण व्यापक कल्याणासाठी गंभीर योगदान देऊ शकणाऱ्या समूहावर अन्याय करते. म्हणूनच, संपूर्ण क्वाड लँडस्केपची माहितीपूर्ण दृश्यमानता असणे आवश्यक आहे आणि त्यात अनेक समस्यांचा समावेश आहे.

जेव्हा महत्त्वपूर्ण आणि उदयोन्मुख तंत्रज्ञानाचा विषय येतो, तिथे क्वाडने २०21 मध्ये तंत्रज्ञान डिझाइन, विकास, प्रशासन आणि वापराबाबतची तत्त्वे स्वीकारली. लोकशाही मूल्ये आणि मानवी हक्क यांनी तंत्रज्ञानाची रचना, प्रशासन आणि वापर यांना स्वरूप द्यावे, असे आग्रहपूर्वक आवाहन करण्यात आले आहे. OARAN (open Radio Access Networks) कृती आराखड्याच्या अंगीकाराने वैविध्यपूर्ण, मुक्त आणि आंतर–कार्यक्षम दूरसंचार परिसंस्थेला प्रोत्साहन मिळाले आहे. त्यानंतर देवाणघेवाण सुलभ आणि एकसमान करण्यासाठी OARAN चाचणी प्रक्रियांसाठी एक करार करण्यात आला. इंडो–पॅसिफिकमध्ये OARAN विस्तृत प्रमाणावर स्वीकार करून अंमलात आणण्यामध्ये क्वाडला नक्कीच स्वारस्य आहे.

समांतरपणे जागतिक सेमी-कंडक्टर मूल्यसाखळीवरही चर्चा झाली आहे. क्वाड सदस्यांनी तंत्रज्ञान पुरवठा साखळीच्या तत्त्वांवर एक समान निवेदन जारी केले आहे जे ह्या क्षेत्राचे महत्त्व दाखवून देते. पुरवठा साखळी लवचिकता आणि डिजिटल विश्वास या दुहेरी चिंता लक्षात घेता, क्वाडने भविष्यात विश्वासार्ह सहकार्य कसे साधले जाईल ह्यावर जास्त लक्ष केंद्रित करणे स्वाभाविक आहे. या क्षेत्रातील प्रगती आधुनिक जागतिक रचनेतील त्याचे महत्त्व आगामी काळात दाखवून देईल.

हवामान विषयक कृती हा आणखी एक महत्त्वाचा मुद्दा आहे. येथेही क्वाडने व्यावहारिक उपक्रमांमध्ये लक्ष घातले आहे. या चौघांमधील ग्रीन शिपिंग नेटवर्क हे शिपिंग मूल्य साखळीला पर्यावरणस्नेही आणि डीकार्बनाइज करण्यासाठी आहे. इंडो-पॅसिफिकमध्ये ग्रीन शिपिंग कॉरिडॉर्स स्थापन करणे हे त्याचे उद्दिष्ट आहे. ग्रीन हायड्रोजनवर सुरू असलेल्या सामूहिक प्रयत्नांमध्ये आणि तो त्याच्या राष्ट्रीय कार्यक्रमाशी जोडण्यामध्ये भारताला विशेष रस आहे. क्वाडने आपल्या अनुकूलन आणि लवचिकतेसाठीच्या उद्देशांकारिता आपत्ती रोधक पायाभूत सुविधांवरील आघाडी (Coalition on Disaster Resilient Infrastructure OARAN CDRI) मध्ये भागीदारी केली आहे. या क्षेत्रातील महत्त्वाकांक्षी उद्दिष्टांपैकी एक म्हणजे इंडो-पॅसिफिकमध्ये एकत्रितपणे हवामान निरीक्षण आणि आपत्ती जोखीम कमी करणे.

धोरणात्मक दृष्टीकोनातून करण्यात आलेल्या कनेक्टिव्हिटी उपक्रमांमुळे निर्माण झालेली व्यापक अस्वस्थता लक्षात घेता पायाभूत सुविधांवर एक नैसर्गिक लक्ष केंद्रित केले गेले आहे. पारंपरिक आव्हाने लक्षात घेता, बहुतेक चर्चा कर्ज व्यवस्थापन आणि कर्जाच्या शाश्वततेवर आहे. विकास साहाय्य संस्था या शाश्वत आणि पर्यायी वित्तपुरवठ्याला चालना देण्यासाठी समन्वय साधत आहेत. या प्रदेशाच्या अधिकतम फायद्यासाठी पारदर्शकता आणि बाजारव्यवहार्यतेवर आधारित उच्च दर्जाच्या पायाभूत सुविधांना चालना द्यायला हवी ह्याची सर्वांना स्पष्ट जाणीव आहे.

महामारी लक्षात घेता, क्वाड आपल्या लस पुरवठ्याच्या प्रयत्नांमध्ये एकत्र येईल अशी अपेक्षा होती. जागतिक आरोग्य संघटनेची (WHO) उत्पादन

क्षमता वाढवण्यासाठी गटाने सहकार्य केले आणि पुरवठा आणि मागणीचा मागोवा घेण्यासाठी क्वाड कोव्हॅक्सबरोबर आणि लसींबाबतची अनिश्चितता दूर करण्यासाठी डब्ल्यूएचओबरोबर सहयोगाने काम करतो. भारताने क्वाड लस भागीदारी अंतर्गत कंबोडिया आणि थायलंडला पाच लाखांहून अधिक 'मेड इन इंडिया' लसींचे डोस पाठवले आहेत. सहकार्याची इतर उल्लेखनीय क्षेत्रे म्हणजे क्वाड डेटा सॅटेलाइट पोर्टल आणि स्टेम फेलोशिप्स. हवामान बदलाचे धोके आणि महासागर आणि सागरी संसाधनांच्या शाश्वत वापराबाबत विश्लेषण करणे क्वाड अजेंड्यावर वरच्या क्रमांकावर आहे.

टोकियो शिखर परिषद २०२२ ची महत्त्वाची निष्पत्ती ही इंडो पॅसिफिकसाठी मानवतावादी साहाय्य आणि आपत्ती निवारण (HADR) भागीदारी ही होती. २००४ चे त्सुनामी सहकार्य बघता ह्याचे प्रतीकात्मक पडसाद उमटले आहेत. ह्या सुरुवातीच्या करारांनी क्वाडला त्याची स्टँडर्ड ऑपरेटींग प्रोसिजर निश्चित करण्यास चालना दिली. हवामानातील घडामोडी वाढण्याच्या आणि जागतिक प्रतिसाद कमी होण्याच्या काळातील एक मोठी पोकळी त्याने लक्षणीयरीत्या भरली जाईल.

मे २०२३ मध्ये क्वाडचे नेते हिरोशिमा येथे जमले, तेव्हा ते संयुक्तपणे आजवरचे सर्वात व्यापक सामूहिक मत मांडण्यास तयार होते. यामध्ये हवामान कृती, पुरवठा साखळी, साथ आणि आरोग्यविषयक चिंता, पायाभूत सुविधा, शिक्षण, कनेक्टिव्हिटी, डिजिटल क्षमता, मानके, संशोधन आणि विकास, सायबर आणि अंतराळ तंत्रज्ञान आणि सागरी क्षेत्र जागरूकता यावर भाष्य करणारा तपशीलवार व्यावहारिक अजेंडा समाविष्ट होता. स्वच्छ ऊर्जा पुरवठा साखळी, महत्त्वपूर्ण आणि उदयोन्मुख तंत्रज्ञान मानके आणि सुरक्षित सॉफ्टवेअर या विषयांवर त्यांनी तीन तात्त्विक निवेदने जारी केली. अनेक ज्ञात भूमिकांचा पुनरुच्चार करताना त्यांच्या जागतिक आणि प्रादेशिक दृष्टीकोनातून, एकत्रीकरण सर्वात मजबूत कोठे आहे हे त्यांनी स्पष्टपणे अधोरेखित केले. प्रत्येक वर्षी – किंबहुना प्रत्येक बैठक – सहकार्याची व्याप्ती वाढवत असताना, क्वाड हे केवळ अस्तित्वात असण्यासाठी नाही, तर सातत्याने वाढत जाण्यासाठी आहे, हे अधिकाधिक स्पष्ट होत आहे.

आजही लागू असलेले क्वाडच्या उत्क्रांतीचे एक रोचक वैशिष्ट्य म्हणजे सुखकारक स्वस्थ वातावरणाची पातळी कशी वाढेल आणि नव्या क्षेत्रांचा शोध कसा लागेल याबद्दल विचार करणे. २०२३ च्या सुरुवातीला सागरी सुरक्षा, बहुपक्षीयता, दहशतवादविरोध आणि HADR या क्षेत्रांमध्ये हे दिसून आले. जेव्हा IORA विषय आला, तेव्हा क्वाड सदस्यांनी एकत्रितपणे अधिक सखोल काम करण्याचे वचन दिले आणि ते २०२३ च्या कोलंबो बैठकीत दिसून आले. सागरी सुरक्षा कृती गटाने अधिक व्यावहारिक पावले उचलण्यासाठी अमेरिकेत भेट घेतली तसेच IPMDA सुद्धा आकार घेऊ लागले.

बहुपक्षीयतेच्या अनुषंगाने क्वाडने प्रथमच सुरक्षा परिषदेच्या सुधारणांबाबत आंतरसरकारी वाटाघाटी (IGN) प्रक्रियेस आपला पाठिंबा दिला. संयुक्त राष्ट्र संघ आणि आंतरराष्ट्रीय व्यवस्था मोडीत काढण्याच्या प्रयत्नांना तोंड देण्याचे आणि संकुचित उद्दिष्टांना प्राधान्य न देता शाश्वत विकास उद्दिष्टांच्या २०३० च्या अजेंड्याचे समर्थन करण्यावरही सहमती दर्शविली.

प्रश्नांचा एक वेगळा गठ्ठा जगाला आणि स्वत:ला निर्धोक, सुरक्षित आणि संरक्षित ठेवण्यासाठी क्वाड काय योगदान देऊ शकते ह्यावर प्रकाश टाकतो. ह्या अनुषंगाने दहशतवादाचा मुकाबला करताना, धोरणात्मक संवाद आणि अनुभवांची देवाणघेवाण करण्यापासून सुरू करून परस्पर फायद्याच्या संभाव्यतेचा तत्परतेने शोध घेण्यात आला. नव्याने निर्माण आणि विकसित होत असलेल्या तंत्रज्ञानाचा दहशतवादासाठी वापर करण्यावर भर दिला जात असतानाच कार्यकारी गटाची स्थापना करण्यात आली. सायबर सुरक्षा हेदेखील कार्याचे एक फलदायी क्षेत्र म्हणून उदयास येत आहे. संसाधने, तंत्रज्ञान पद्धती इ.चे मॉडेल एकमेकांसोबत वाटून घेणे, प्रतिभा विकासास चालना देणे, पुरवठा साखळीची लवचिकता सुनिश्चित करणे आणि सुरक्षा आणि नेटवर्किंग उद्योग हे त्याचे प्रमुख पैलू आहेत.

पंतप्रधान मोदींच्या शब्दात क्वाडचा उद्देश 'जागतिक कल्याण' हा आहे. त्यासाठी एकत्रित प्रयत्न करण्याची गरज स्वयंसिद्ध आहे. महत्त्वाच्या क्षमता आणि सामायिक हितसंबंध असलेली राष्ट्रे काळाच्या गरजेनुसार पुढे येतील, हेही तितकेच स्वाभाविक आहे. दोन्ही निकषांवर भारताने किती प्रगती केली आहे, हे लक्षात

घेता भारत त्यांच्यापैकीच एक असणार, हे समजते. भारताच्या उपस्थितीमुळे क्वाडला नक्कीच अधिक विश्वासार्हता प्राप्त होते कारण भारताला त्याच्या अलिप्ततावादामुळे युतीचा इतिहास नाही. पण तीन क्वाड देशांबरोबर भागीदारीतून ह्या घडामोडींमध्ये भाग घेणे हे अगदी खूप अपेक्षित होते असेही नाही.

हे आज घडू शकते कारण द्विपक्षीय संबंध मजबूत करण्यासाठी बऱ्याच वर्षांपासून अथक प्रयत्न केले गेले जे खऱ्या अर्थाने पायाभरणीचे दगड आहेत. पण तेही पुरेसे नव्हते. अधिक आधुनिक पद्धतीने सहकार्याची कल्पना करण्यासाठी सर्व क्वाड नेतृत्वांमध्ये मनाचा बराच मोकळेपणा येणे आवश्यक होते. खरे तर पंतप्रधान मोदींनी इतिहासातील डळमळीतपणावर मात करण्याचा आपला उद्देश जाहीर करून उक्तीप्रमाणे कृती केली याचा 'क्वाड' हा पुरावा आहे. त्याचप्रमाणे इतर तीन राष्ट्रांनी युतींच्या रूढीवादी समजुतींच्या पलीकडे जाऊन विश्वासाची झेप घेतली. २०१७ पासून, झालेल्या प्रत्यक्ष प्रगतीने या समंजस दृष्टीकोनाचे औचित्य सिद्ध केले आहे.

'क्वाड'ची प्रगती सुरू ठेवायची असेल, तर आपण काय करू नये, याचीही जाणीव असायला हवी. त्याला बंदिस्त करण्याचा प्रयत्न करणे, तणाव चाचण्यांच्या अधीन राहणे किंवा एकत्रीकरणावर एकरूपता लादणे हे सर्व हानिकारक आहे, उपयुक्त नाही. क्वाड कार्यरत आहे कारण तो काटेकोरपणाने लवचिक आणि समजूतदार आहे, शीतयुद्धाच्या काळातील कठोरतेची जागा व्यापणारे ते एक स्वागतार्ह प्रतिस्थापन आहे. त्यामुळे अमेरिकेने आपल्या पाश्चिमात्य भागीदारांशी असलेल्या संबंधांच्या मॉडेलवर आधारित अपेक्षा मांडण्याच्या प्रयत्नांना विरोध केला पाहिजे. तसेच आपण निव्वळ व्यवहारात्मक व्यवस्थेची अगदी विरुद्ध रचनाही सहज स्वीकारू नये. क्वाड भागीदारांपैकी प्रत्येकाची जरी स्वतःची अशी संस्कृती आणि परंपरा आहे; तरी वस्तुस्थिती अशी आहे की, तेथे एक मजबूत लोकशाहीही सर्वांनी अंगिकारली आहे. सुदैवाने, संबंधित सर्व सरकारांनी एक परिपक्वता दर्शविली आहे जी सामान्य जनतेतही अधिक खोलवर झिरपेल अशी आशा आहे.

क्वाड म्हणजे भारताने दोन दशकांत महत्त्वाच्या संबंधांमध्ये केलेल्या प्रगतीचे एकत्रित सार आहे. पारंपरिक मर्यादेच्या पलीकडे जाऊन कामाच्या

सवयी ठरवण्याचेही हे प्रतिपादन आहे. यामुळे अनेक नवी क्षितिजे निर्माण झाली आहेत ज्यांचा विस्तार करण्यासाठी ते आपल्याला प्रोत्साहन देत राहील. समान दृष्टीकोन ठेवून सहमतीच्या अजेंड्यावर एकत्र येणे हे स्पष्टपणे व्यावहारिक कल्याणाचे विधान आहे. त्याचवेळी भारताने अधिक स्वच्छ नजरेने तपासणी केल्यास एखादी महत्त्वाची लँडस्केप स्वतःचे उपाय कसे शोधते याचाही आपल्याला उलगडा होतो.

■ ■ ■

८.

चीनशी व्यवहार

वास्तववादाची योग्यता ओळखताना

वास्तववादी राजकारण विरुद्ध चीनबाबत भारतामध्ये ज्या चर्चा चालू असतात, त्यांच्याशी जुळणाऱ्या विचारधारेच्या गुणवत्तेवर बरेच वादविवाद उपस्थित होतात. ह्या उदाहरणात आंतरराष्ट्रीयवाद तितकासा समर्पक नसेल तरी त्याला राष्ट्रवाद विरुद्ध आंतरराष्ट्रीयवाद असेही म्हटले जाऊ शकते, यात काही विशेष नाही. आपल्या स्वातंत्र्यानंतरच्या सुरुवातीच्या काही वर्षांपासूनच ही चर्चा सुरू होते, ती संघर्षाच्या युगातून गेली, नंतर परिस्थिती सामान्य झाल्याची तिने पहिली, आणि शेवटी 'चिंडिया' आणि 'इंडिया फर्स्ट' दृष्टीकोनामधल्या निवडीपर्यंत येऊन ठेपली. २०२० मधील सीमेवरील घटनांच्या परिणामामुळे अलीकडेच हा विवाद पुन्हा उपस्थित झाला आहे, ज्यामुळे भारतासमोरील आव्हानांच्या गुंतागुंतीविषयी जागरूकता वाढली आहे. परिणामी व्यापार, गुंतवणूक, तंत्रज्ञान आणि अगदी संपर्क यांसारख्या पैलूंकडे एकात्मिक दृष्टीकोनातून पाहिले जाऊ लागले आहे. नात्याची सद्यस्थिती सामान्य नाही हे स्पष्ट आहे; त्याचे भवितव्य काय आहे, यावर चर्चा व्हायला हवी.

थोडक्यात, हा संघर्षात्मक दृष्टीकोन १९५० मध्ये पंतप्रधान जवाहरलाल नेहरू आणि उपपंतप्रधान सरदार वल्लभभाई पटेल यांनी मांडलेल्या भिन्न दृष्टीकोनातून निर्माण झाला आहे. सरदार पटेलांचा दृष्टीकोन शक्य तितका

वास्तववादी होता आणि प्रत्यक्ष वास्तवापासून दूर गेलेल्या शेजाऱ्यांच्या आक्षेपांनी फार हलून जाणारा नव्हता तर त्यांच्याप्रति कठोर होता. पटेलांच्या अंदाजानुसार भारताने चीनची भीती दूर करण्यासाठी सर्व काही केले होते; पण तो देश आमच्याकडे अविश्वास आणि संशयाने पाहत होता, कदाचित त्यात थोडा वैरभावही होता. शतकांनंतर प्रथमच भारताच्या संरक्षण दलाला एकाच वेळी दोन आघाड्यांवर लक्ष केंद्रित करावे लागेल, असा इशाराही पटेलांनी दिला होता आणि चीनबद्दलचे त्यांचे मत असे होते की चीनच्या स्वतःच्या निश्चित महत्त्वाकांक्षा आणि उद्दिष्टे आहेत ज्यामुळे भारताबद्दलच्या त्याच्या विचारांमध्ये त्याने मैत्रीपूर्ण भावनेला स्थान दिले नाही.

याउलट नेहरूंना असे वाटत होते की, पटेल ह्याकडे अतिसंशयाने पाहत आहेत आणि त्यांनी त्यांना १८ नोव्हेंबर रोजी लिहिलेल्या एका नोटमध्ये म्हटले की, चीन 'हिमालयाच्या पलीकडे राक्षसी साहस करेल' हे अकल्पनीय आहे. नेहरूंचा डाव्या राजवटीकडे झुकण्याचा सकारात्मक पूर्वकल पाहता, त्यांना असेही वाटत होते की, नजीकच्या भविष्यात भारताला चीनकडून खऱ्या अर्थाने लष्करी आक्रमणाला सामोरे जावे लागण्याची शक्यता फारच कमी आहे. मैत्रीची इच्छा बाळगून चीनने वारंवार केलेले उल्लेख त्यांनी शहानिशा न करता खरे मानले. ज्यांना ह्याविपरीत काही वाटले त्यांना त्यांनी आपली तार्किकता गमावू नका आणि अतर्क्य भीतीला वाव देऊ नका असा इशारा दिला.

प्रत्येकाला शेवटी मोडस विवेंडीच्या गुंतागुंतीची थोडीफार जाणीव होऊन आपले मत मांडायचे होते. अंतर्गत चर्चेत शब्दांची निवड ही अर्थातच मुत्सद्देगिरीने केली जात नाही. पण तरीही दोघांच्या अंतःप्रेरणा अगदी स्पष्टपणे व्यक्त होत होत्या. एकजण डाव्या आदर्शवादी विचारांची निवड करत होते तर; दुसऱ्याने शेजाऱ्यांबद्दल, विशेषतः मोठ्या राष्ट्रांबद्दल काळाने सिद्ध केलेल्या साधक बाधक विचारांच्या दिशेने पारडे झुकवले.

साहजिकच पुढील दशकांत दृष्टीकोनातील या विसंगतीची विविध प्रकारे अभिव्यक्ती दिसली. स्पर्धा आणि अगदी संघर्ष ही विशिष्ट कालखंडांची वैशिष्ट्ये असल्याने लोकमतही त्यानुसार मूळ धरू लागले. ते तत्कालीन सरकारांशी

मिळते जुळते असेल किंवा नसेलही. काहींनी लोकभावनेशी विसंगत असा विचार दाखवला, किंवा नवीन उद्दिष्टे पुढे ठेवून मतांना विशिष्ट आकार देण्याचा प्रयत्न केला. इतर काही अधिक कठोर आणि व्यवहारी होते आणि कठीण समस्यांकडे त्यांनी डोळेझाक केली नाही. असे बारकावे काहीही असले, तरी मुत्सद्दी आत्मसंतुष्टतेची निर्णायक प्रतिमा आहे १९५४ ची 'पंचशील घोषणा'.

सर्वोत्कृष्ट परिस्थितीची अपेक्षा करण्याच्या प्रवृत्तीमध्ये जर एक समान धागा असेल तर तो म्हणजे भारतीय आंतरराष्ट्रीयवादाच्या एका विशिष्ट ब्रँडचा आशावाद. या नेहरूवादी दृष्टीकोनाचे एक उदाहरण संयुक्त राष्ट्र सुरक्षा परिषदेच्या स्थायी सदस्यत्वाविषयीच्या चर्चेत आहे. त्यावेळी आपला दावा यशस्वीपणे मांडणे शक्य होते का, हा एक वेगळा मुद्दा आहे. आणि आम्हालाही तितकेच विचारात घेतले गेले असते तर आमच्याही भूमिका बदलल्या असत्या का, हा त्याचा एक उपप्रश्न आहे. पण या मुद्द्याचा फायदा राष्ट्रीय लाभासाठी चीनबरोबर द्विपक्षीय किंवा इतर मोठ्या शक्तींबरोबरसुद्धा घेण्याचा प्रयत्नही भारताने केला नाही. मुत्सद्देगिरीच्या मूलभूत तत्त्वांना विचारधारेच्या प्रभावाने झाकोळून टाकल्याचे दिसून आले. त्याऐवजी १९५५ मध्ये नेहरूंचा निर्णय हे घोषित करणे होता की, भारत तिथे असायला हवा, तरीही भारताला या वेळी सुरक्षा परिषदेत प्रवेश करण्याची घाई नाही. त्याऐवजी पहिले पाउल म्हणजे चीनने त्याची हक्काची जागा घ्यावी आणि नंतर भारताचा स्वतंत्रपणे विचार केला जाऊ शकतो. नेहरूंच्या 'चायना फर्स्ट' धोरणाला प्रतिसाद देणं तर दूरच, त्या देशाने आपल्या अशाच महत्त्वाकांक्षेला पाठिंबा दर्शवावा याची आपण अजूनही वाटच पाहत आहोत, यात काही नवल नाही!

ह्या मानसिकतेने प्रत्यक्ष वास्तवापासून किती मुळापासून फारकत घेतली होती, हे अगदी वेगळ्या परिस्थितीतून दिसून येते. नोव्हेंबर १९६२ चा काळ होता आणि सेला आणि बोमडीला हे पुढे सरकणाऱ्या चिनी सैन्याच्या ताब्यात गेले होते. तत्कालीन पंतप्रधान अमेरिकेची मदत मागत असताना त्यांनी अमेरिकेच्या राष्ट्राध्यक्षांना स्पष्टपणे सांगितले की जागतिक संदर्भात अशा मदतीच्या होणाऱ्या व्यापक परिणामांमुळे भारताने अधिक सर्वसमावेशक मदत मागितली नाही. साहजिकच परदेशातील काही भागांमध्ये असलेल्या आपल्या पाश्चिमात्यविरोधी

प्रतिमेने देशाच्या संरक्षणाला तिलांजली दिली! वास्तववादाच्या या अभावाने चीनशी व्यवहार करण्याच्या आपल्या दृष्टीकोनामध्येच बऱ्याच समस्या निर्माण केल्या आणि आज अगदी अचूकपणे मांडायचे झाल्यास नेमक्या ह्या विचारधारेमध्येच फरक झालेला दिसतो.

जर चीनची भूमिका आणि दावे पूर्वीच्या पिढीला आकर्षित करत असतील तर, भारतीय राजकारणाची स्थिती असे दर्शविते की ती पूर्णपणे भूतकाळात गेलेली बाब नाही, आजही तो प्रभाव चालूच आहे. आंतरराष्ट्रीय क्षेत्रात समान कार्य करण्याची इच्छा हा पूर्वीचा प्रेरक घटक होता. त्याला विचारधारांच्या प्रवृत्तीपेक्षा पाश्चिमात्येतर ऐक्य आणि आशियाई एकात्मतेमुळे चालना मिळाली होती. पण त्यानंतर जनमत कठोर होत गेले आणि पूर्वीचा खूप जास्त विश्वास ठेवण्याचा कल टिकून राहिला नाही. जगातही व्यवहार आणि देवाणघेवाणी वाढल्या आहेत आणि भारत आणि चीनमध्ये एकमेकांबद्दलच्या विचारांवर परिणाम करणारी अनुभवांची दशके आहे.

समकालीन नेहरूवादी आता या नात्याकडे कसे पाहतात? आपण वावरतोय अशा सध्याच्या तणावाच्या काळात नेहरूंप्रमाणेच प्रखर राष्ट्रवादी वक्तृत्वाकडे पुन्हा वळण्याचा कल दिसतो. १९६२ मध्ये घडलेल्या घटनांचे परिणाम नाकारत ते हे करत राहतात. पण विचारधारा, सवयी आणि नातेसंबंध अतिशय चिवटपणे रागाजात राहतात. त्यामुळे सामान्यतः दुहेरी संदेश देणे आवश्यक आहे, एक भारतातील भोळसट लोकांसाठी आणि दुसरा परदेशातील वेगळ्या प्रेक्षकवर्गासाठी. परदेशातील वर्ग इथल्या आपल्या लोकांना, चीन शांततेला सर्वाधिक प्राधान्य देतो, या मताचे पुरस्कर्ते बनवतो, पण हेच आपल्या शेजाऱ्यांना का लागू करत नाही असा प्रश्न न विचारातच! यामुळे भारताच्या सार्वभौमत्वाच्या उल्लंघनाकडे दुर्लक्ष करत बेल्ट अँड रोड इनिशिएटिव्हचे (बीआरआय) कौतुक होते. चीनच्या उदयाचे वर्णन स्वाभाविक आणि नैसर्गिक प्रक्रिया म्हणून केल्यामुळे चीन कसा अभेद्य आहे ह्याचे सूक्ष्म इशारे दिले जातात आणि त्याच्या आर्थिक विकासाच्या आणि तंत्रज्ञानाच्या विनियोगाच्या मॉडेलबद्दल चुकीची सहानुभूती बाळगली जाते.

पण चींडीयन्सच्या अभिव्यक्तीपेक्षा कृतीच अधिक चिंतेचा विषय आहे. चीनच्या आव्हानांना जाणीवपूर्वक कमी लेखून, भारतातील सज्ञतेची कोणतीही भावनाच कमकुवत करण्यात आली. ती २०१४ च्या बदलापर्यंत तशीच राहिली. सीमेवरील पायाभूत सुविधांकडे होणारे दुर्लक्ष आणि औद्योगिकीकरणाला चालना देण्याची आणि खोल सामर्थ्य निर्माण करण्याची अनिच्छा ह्या दोन्हींना एकमेकांच्या रांगेत आणून ठेवले गेले. आताही चीनबरोबरच्या व्यापार असमतोलावर चिंता व्यक्त करत 'मेक इन इंडिया'च्या प्रयत्नांवर आजच्या नेहरूवाद्यांकडून हल्ले केले जातात. राजकारण, धोरणे आणि लोकानुनय यांच्या संयोगाने राष्ट्रीय सुरक्षा कमी केली गेलीच आणि अजूनही आपल्या राष्ट्रीय मनोबलावर हल्ला केला जात आहे. वास्तववादाच्या परंपरेपासून आपण जेवढे म्हणून दूर जाऊ शकत होतो, तेवढे दूर आलो आहोत, यात नवल नाही.

गेल्या काही वर्षांत नेहरू-पटेल भूमिकांमधील द्वंद्व भारतीय व्यवस्थेत कायम आहे. सीमा प्रश्न आणि सीमा क्षेत्र व्यवस्थापनापासून ते एफटीए आणि तंत्रज्ञानाच्या मुद्द्यांपर्यंत त्याचे प्रत्येक युगात पडसाद उमटतात. हा सगळा वाद द्विपक्षीय स्वरूपापुरता मर्यादित नाही. साहजिकच दोन्ही देशांचा प्रभाव पाहता तो तितक्याच सहजतेने जागतिक पटलावर पसरतो. कनेक्टिव्हिटी, कर्ज, विकास आणि सागरी दावे असे मुद्देही वादग्रस्त ठरले आहेत. एकंदरीत, आज त्यापैकी बऱ्याच गोष्टी त्यांच्या परिणामांविषयी अधिक स्पष्टता बाळगून हाताळल्या जात आहेत यात शंका नाही. 'स्ट्रिंग ऑफ पर्ल्स'बाबत भारतीय धोरणकर्ते ज्या युगात आशावादी होते, ते युग अखेर २०१४ मध्ये संपुष्टात आले.

पण राष्ट्रीय हितसंबंधांची स्पष्ट व्याख्या करणे, त्यांचे नेटाने रक्षण करणे आणि सत्तेच्या स्वरूपाची पारख करणे हा एक मूलभूत मुद्दासुद्धा आहे. आशियाई किंवा विकसनशील जगाच्या एकात्मतेचे स्वतःचे असे स्थान असू शकते; पण शेजाऱ्याच्या स्पर्धात्मक प्रवृत्तीला उत्तर देण्यासाठी ते कधीच पुरेसे नव्हते. किंबहुना १९५० च्या चर्चेचा हा गाभा आजही तितकाच समर्पक आहे.

आज जगभरात चीनला कसे व्यस्त ठेवायचे यावर आवेशाने चर्चा सुरू आहेत. साहजिकच चीन भौगोलिकदृष्ट्या जवळ आहे त्यामुळे, तसेच २०२० सालच्या आणि त्यानंतरच्या सीमेवरील घडामोडी पाहता भारतात ह्या अधिक

तीव्र आहेत. भारतातील विवादात्मक पदे राजकीय डावपेचांनी प्रेरित असू शकतात ; पण प्रत्यक्ष विचार हे खरेतर मूलभूत धोरणे आणि कृती ह्यांमधूनच दिसतात. चीनबाबत विविध राजकीय सत्तांची खरी भूमिका, त्यांची तात्पुरती भूमिका काहीही असली तरी ती एकेका सुट्या प्रसंगापुरती नाही. त्यांच्यातील वास्तववादी असा जागतिक दृष्टीकोन बाळगतात जो राष्ट्रीय क्षमता निर्माण करण्यावर भर देतो, दहशतवादासारख्या महत्त्वाच्या प्रश्नांना ठामपणे मांडतो, अस्थिर कर्ज आणि अपारदर्शक कनेक्टिव्हिटीवरील कारवाईसाठी पुकारा करतो आणि राष्ट्रीय सुरक्षेला प्राधान्य देत जागतिक घडामोडींकडे पाहतो. नेमका हाच दृष्टीकोन सीमेवरील पायाभूत सुविधांच्या अद्ययावतीकरणावर भर देतो, जे २०१४ नंतर त्याने केले आहे. वास्तववादी आणखी करतील अश्या बाबी म्हणजे भारतीय ५जी स्टॅक व्यवहारात आणणे आणि महत्त्वपूर्ण आणि उदयोन्मुख तंत्रज्ञानाचे मूल्य समजून घेणे आणि कमीतकमी, आपल्या सध्याच्या खळबळजनक परिस्थितीतून आपल्या प्रगतीसाठी चांगले उपाय शोधणे.

खरे तर आपल्यासमोरच्या आव्हानांचे स्वरूप असे सांगते की भारताचे विश्लेषण उर्वरित जग कशा प्रकारे प्रतिसाद देत आहे ह्याचे सातत्याने निरीक्षण करते. आज आपण ज्या गोष्टींना सामोरे जात आहोत, त्यातील बरेचसे काहींच्या चुकीच्या आकलनामुळे घडले आहे आणि दुसऱ्या बाजूने विचार केला तर आपल्या चुकांचा त्यांनी बुद्धिमत्तेने वापर केल्यामुळेही घडले आहे. पण इतिहासाची वाटचाल रेखीव नसते आणि मोठ्या शक्तीही स्वतःच्या आत्मसंतुष्टपणात मग्न राहण्यासाठी किंवा चुका करण्यासाठी अभेद्य नसतात. किंबहुना, मोठ्या विश्वासार्हतेच्या किंमतीवर तत्काळ नफा मिळवणे हे एक सामान्य अपयश आहे. त्यामुळे वास्तववाद्यांना गोष्टी ह्या स्थितीपर्यंत कशा आल्या आहेत, याचे वस्तुनिष्ठ विश्लेषण करावे लागते आणि त्याच वेळी, घटना आणि नवीन कल यांच्या अपरिहार्यतेबद्दल साशंक राहावे लागते. या विषयावर आपली महाकाव्ये काही प्रकाश टाकू शकतात.

जागतिक घडामोडींमध्ये, किंबहुना मानवी संबंधांमध्ये, व्यक्ती किंवा पक्ष सदिच्छेने, उदारतेने किंवा काही ठोकताळे बांधून इतरांना मदत करतात. खऱ्या आयुष्यात, ते एकमेकांच्या आयुष्यांना प्रभावित करतात तसेच त्यांमध्ये सहभागीही होत असतात. एक अनन्य विश्वास ठेवून केलेली कृती हा खरेतर रामायण कथेचा ट्रिगर आहे. तो म्हणजे राजा दशरथाने युद्धभूमीवर आपली पत्नी कैकेयीला दिलेली दोन वचने. असुर सांबरा आणि देवांचा राजा इंद्र यांच्यात युद्ध होत आहे. त्या दरम्यान रात्री झालेल्या हल्ल्यात गंभीर जखमी झालेल्या दशरथाची कैकेयिने सुटका केली आहे आणि त्यासाठी मिळालेल्या ह्याच वचनांचा वापर करून कैकेयीने रामाला वनवासात पाठविण्याची आणि स्वतःचा पुत्र भरताचा राज्याभिषेक करण्याची मागणी केली आहे.

ह्या वचनांना, वेळ आल्यावर वापरल्या गेलेल्या सुप्त क्षमता असे मानले, तर हा प्रसंग म्हणजे अन्याय्य वाटणीचा वस्तुनिष्ठ धडा आहे. अलीकडच्या दशकांमध्ये, आंतरराष्ट्रीय संबंधांनी देश आणि अर्थव्यवस्था कशा प्रकारे निर्माण होत आहेत हे पहिले आहे. असे निर्माण हे कदाचित कृतज्ञतेची कृती म्हणून कमी आणि उपयुक्ततेसाठी अधिक होते. त्रयस्थांच्या माध्यमातून लष्करी आणि इतर दबाव आणण्याची वेळ आल्यावर शीतयुद्धाच्या शेवटच्या वर्षांत हे विशेष दिसून आले. परंतु संबंधित राष्ट्रांच्या समजूतदारपणाच्या अभावाने दीर्घकालीन परिणाम झाले.

पाश्चिमात्य जगाला कळून चुकले की त्यांनी सोव्हिएत संघाविरुद्ध खेळलेले इस्लामी कार्ड एका दशकाच्या आत त्यांना पुन्हा त्रासदायक होऊ लागले. जेव्हा धोरणात्मक आकलनाचा मुद्दा येतो, तेव्हा चीनने मिळवलेले आर्थिक फायदे जागतिक व्यवस्थेच्या उलथापालथीचा आणि आज आपण पाहत असलेल्या समकालीन स्पर्धेचा पाया बनले. भारतालाही स्वतःच्या भूतकाळातील व्यवहारांचे परिणाम भोगावे लागले आहेत. १९५० च्या दशकात चिनी हितसंबंधांची जोरदार पाठराखण केली तरी अपेक्षितपणे त्याची परतफेड

झाली नाही. मुत्सद्देगिरीत कृतज्ञतेला अल्प स्थान असते, हे विसरता कामा नये. राजकीय एकनिष्ठतेच्या चुकीच्या समजुतींमुळे मुत्सद्दी गणितांच्या मूलभूत तत्त्वांवर गदा येते, तेव्हा हे अधिकच खरे असते.

वैयक्तिकदृष्ट्या विचार केला तर अनेकदा असुरक्षितता ही विचारशून्यतेचा परिणाम म्हणून निर्माण होते. प्रसंगी एखाद्या आव्हानाला दिलेला तो भावनिक प्रतिसादही असू शकतो. काही अंशी राष्ट्र-राज्यांचे वर्तन समजावून सांगण्यापर्यंतही तिला ताणता येईल. पण राज्यव्यवस्था आणि राज्यकर्ते अनेकदा दाखवत असलेल्या धोरणात्मक आत्मसंतुष्टतेच्या मानसिकतेत असुरक्षिततेचे अधिक पटणारे स्पष्टीकरण सापडते.

याचे उत्तम उदाहरण म्हणजे रामायणातील मुख्य शत्रू लंकेचा राजा रावण या राक्षसाचे प्रकरण. त्या काळात, काही विलक्षण व्यक्ती सर्वात घोर तपश्चर्या करत ज्यामुळे देव त्यांना त्यासाठी प्रसन्न होऊन वर देत असत. इथे रावणाला प्रत्यक्ष विश्वनिर्मात्या ब्रह्माने अजेयतेचे वरदान दिले होते. पण आपल्या अहंकारामुळे त्याने मानव सोडून केवळ देव आणि गंधर्व, असुर आणि किन्नर, नाग आणि राक्षस या संभाव्य धोक्यांविरुद्धच ते मागितले आणि त्याचा वापर केला. त्याने मानवजातीला सोडून दिले, कारण असे दुबळे यःकश्चित जीव आपल्याला धोका निर्माण करू शकतात ह्याचा त्याने विचारही केला नाही. आणि म्हणूनच भगवान विष्णूंनी रावणाचा वध करण्यासाठी भगवान रामाचा मानवी अवतार धारण केला.

इथे मुद्दा हा आहे की दुर्लक्षित धोक्यामुळे असुरक्षिततेची एक पोकळी निर्माण झाली. रावणाच्या वर्तणुकीतून आणखी एक विरोधाभासी धडा मिळतो; तो म्हणजे इतिहासाने ज्यांच्यावर अन्याय केला आहे अशांची वृत्ती. रावणाचे त्याच्या आईकडून असणारे आजोबा सुमाली यांचे एकेकाळी ज्या लंकेवर राज्य होते त्यावरील वर्चस्व पुन्हा मिळवण्यासाठी रावणाच्या सल्लागारांनी त्याला भाग पाडले आहे. परिणामी रावणाची सुरुवात दुसऱ्या कुळातील आपल्या मोठा बंधू कुबेराला तेथून हटवून होते. पण मग तो हक्कांच्या जाणिवेने आणि कोणत्याही अनिर्बंधतेने चालू राहणारा एक अंतहीन शोध बनतो. प्रस्थापित आणि उदयोन्मुख शक्तींना आपले मार्ग आखण्याविषयक आणि आपल्या महत्त्वाकांक्षेचे व्यवस्थापन करण्याविषयीचे महत्त्वाचे धडे ह्यातून मिळतात. संपूर्ण सुरक्षा हा एक निष्फळ पाठपुरावा असतो.

राजा दशरथाच्या मृत्यूनंतर भरत आणि त्याच्यासोबतचे ऋषीमुनी रामाला अयोध्येला परत नेण्यासाठी त्याचे मन वळवायचा प्रयत्न करतात तेव्हा महाकाव्यात सुरुवातीलाच एक वेगळे उदाहरण समोर येते. रामाने आपल्या वडिलांना दिलेले वचन आता वडिलांच्या निधनानंतर बंधनकारक राहिलेले नाही, हे अधोरेखित करून जाबली ऋषी त्याला विशेष भावनिक आवाहन करतात. त्यावर रामाला अतिशय राग येतो आणि प्रतिज्ञा इतक्या सहजतेने मोडल्या तर विश्वासार्हता कशी राखली जाईल, असा प्रश्न तो विचारतो. त्यावर त्याला परत आणण्यासाठी कठोर प्रयत्न करावे लागले, अशी कबुली देत ऋषीमुनी त्याच्या भूमिकेचे कौतुकदेखील करतात. ह्या सगळ्यात, शेवटी मुद्दा विश्वासार्हतेचा आहे, केवळ वैयक्तिक गुण म्हणून नव्हे तर एक मोठा प्रणालीगत आधार म्हणून. जर राज्ये करारांचे आणि जबाबदाऱ्यांचे पालन करत नसतील तर त्यांनी त्यांच्या प्रतिष्ठेला त्यामुळे होणाऱ्या धोरणात्मक हानीबरोबर रणनीतीच्या फायद्याला तोलून बघितले पाहिजे.

एक बहुआयामी आव्हान

जून २०२० मध्ये चीन आणि भारत यांच्यात झालेल्या गलवान संघर्षात सीमेवर ४५ वर्षांतील पहिला बळी गेला होता. परिणामी केवळ समेट आणि शांततेच्या पायाचा चक्काचूर झाला असे नाही. चार दशकांहून अधिक काळ निर्माण झालेल्या त्यांच्या नात्याविषयीची मूलभूत गृहीतके आता अचानक संशयास्पद झाली. चीनने प्रस्थापित करारांकडे जे दुर्लक्ष केले ते ह्या घडामोडींना प्रामुख्याने कारणीभूत ठरले. त्याचे स्वतःचे असे परिणाम आहेतच. पण भारत जरी आपल्या उत्तरेकडील सीमेवरील वाढत्या चिंतांना सामोरे जाण्यासाठी तयारीला लागला असला तरी चीनच्या नव्या पवित्र्यामुळे त्याहीपेक्षा महत्त्वाचे

प्रश्न उभे ठाकले आहेत. या तात्कालिक घडामोडी आणि दीर्घकालीन चिंता एकत्रितपणे भारतीय परराष्ट्र धोरणासमोर बहुपेडी आव्हान निर्माण करत आहेत.

जागतिक व्यवस्थेत वरच्या क्रमवारीत जाण्याच्या प्रयत्नात भारताला ज्या अनेक मुद्द्यांकडे लक्ष द्यावे लागते, त्यात चीनबरोबरचे संबंध ही निःसंशयपणे सर्वात गुंतागुंतीची समस्या आहे. एकीकडे दोन्ही राज्यव्यवस्थांचा समांतर पण भिन्न उदय हा जागतिक पुनर्संतुलनाचा गाभा आहे. नकळत, दोन्ही देशांनी आंतरराष्ट्रीय रचनेमध्ये स्वतःसाठी अधिक जागा निर्माण केली आहे. एकत्रितपणे, अधिक आशावादी दिवसांमध्ये ज्या येऊ घातलेल्या आशियाई शतकाचा जयघोष होत होता त्याचे ते चालक आहेत. एकेकाळी द्विपक्षीय एफटीए करण्याचीही चर्चा होती, जी केवळ २०१३ नंतरच संपुष्टात आली. विकासाच्या चर्चेतील काही मुद्द्यांवर ते स्वतःला एकाच बाजूचे मानतात.

मात्र, रखडलेले सीमावाद आणि विविध राजकीय–आर्थिक मॉडेल्समुळे याच काळात स्पर्धात्मक नॅरेटिव्ह तयार झाले आहे. चीन अगदी लगतचा शेजारी असल्याने आपल्या संबंधांमधील गुंतागुंतीत आणखी वाढ झाली आहे. समान परीघ आणि सत्तासंतुलनाच्या प्रयत्नांमुळे ईर्षेची भावनाही निर्माण झाली आहे. हेही वास्तव आहे की या कालावधीत चीनची पोहोच आणि प्रभाव लक्षणीय वाढला आहे. पंधरा वर्षांपूर्वी या पैलूची दखल न घेतल्याने हिंदी महासागरातील आपल्या असुरक्षिततेत भर पडली आहे.

भारतीय दृष्टीकोनातून, ह्याची विविध बाबींच्या मिश्रणातून उत्तरे शोधता येतात, त्यापैकी बरीच आपल्या राष्ट्रीय शक्तीच्या निर्मितीवर आणि आपल्या पायाभूत सुविधांमध्ये सुधारणा करण्यावर लक्ष केंद्रित करतात. पण मुत्सद्दी दृष्टीकोनातही वैचारिक बदल होत आहेत. आपण वास्तववादी परंपरेकडे वळल्यानंतर जागतिक परिदृश्य आज भारताला लाभ घेण्याच्या अनेक संधी उपलब्ध करून देत आहे.

आज या नात्याच्या भवितव्याविषयी गंभीर चर्चा सर्वात फायदेशीर मोडस विवेंडी कशी स्थापन करायची इथे घुटमळते. चीन हा अगदी लगतचा शेजार असल्यामुळे त्याचा वेगवान विकास हा भारताबरोबरच्या संतुलनामध्ये आणि दोघांच्या सामायिक आणि जवळच्या परीघामधील त्याच्या उपस्थितीमध्ये

प्रभावी ठरत आहे. शिवाय विविध कारणांमुळे चीनने भारताच्या उदयाला उर्वरित जगाने दिला तितका मान दिलेला नाही. जमिनीवरील प्रत्यक्ष परिस्थितीबद्दल असेल वा राष्ट्रीय सत्ता किंवा अगदी राष्ट्रीय भावनेबद्दल; त्यांच्या नात्यावर, भूतकाळाचे सावट असते आणि भूतकाळ हा समस्यांनी भरलेला आहे.

त्याच वेळी, प्रस्थापित जागतिक व्यवस्थेवर त्यांचा एकत्रित परिणाम त्या व्यवस्थेच्या बदलासाठी अधिक संधी निर्माण करीत आहे. वस्तुस्थिती अशी आहे की ह्या दोन देशांमधील कोणीही एकमेकांना दूर ठेवू शकत नाहीत आणि दोघांमध्ये ही दीर्घ शर्यत चालविण्याची क्षमता स्पष्टपणे आहे. ह्याशिवायही एकमेकांबद्दलची गणिते मांडताना त्यांना उर्वरित जगाचा विचार करावा लागतो. कदाचित, सध्याच्या जागतिक परिस्थितीत हे अधिकच खरे आहे. त्यांच्यामधले संबंध गांभीर्याने कोणत्या समझोत्यावर येतील का आणि कसे हे केवळ दोन्ही देशांच्याच नव्हे, तर या खंडाच्या आणि कदाचित आताच्या जगाच्या भवितव्याला आकार देईल.

बहुतेक भारतीय आपल्या द्विपक्षीय संबंधांच्या आधुनिक इतिहासाशी परिचित आहेत. त्याचा विकास कसा झाला याचे सर्व बारकावे कदाचित सर्वांनाच माहीत नसतील; पण साधारणपणे लोकांना या नात्यातील चढ-उतारांची जाणीव असते. १९५० चे पहिले दशक हे केवळ भारतीय भोळसटपणाचेच म्हणता येईल. अनेक मुद्द्यांवर भारताच्या परराष्ट्र धोरणाने चीनचाच हेतू इतका अंगिकारला की त्याचा परिणाम पाश्चिमात्य देशांबरोबरच्या त्याच्या स्वतःच्या संबंधांवर झाला. लक्षात घेण्यासारखी बाब म्हणजे ही टीका द्विपक्षीय असो वा जागतिक मुद्द्यांवर असो, ती पूर्वलक्षी नव्हती तर घटना घडत असतानाच केली गेली.

१९६२ च्या सीमा संघर्षानंतर भारत आणि चीनने थेट १९७६ मध्येच एकमेकांकडे राजदूत पाठवले, जो निर्णय इंदिरा गांधी सरकारने घेतला होता. १९५४ नंतर पहिल्या भारतीय पंतप्रधानांच्या चीन दौऱ्यासाठी १९८८ पर्यंत वेळ गेला - जो होता राजीव गांधींचा. आपल्या संबंधांची पुनर्बांधणी हा खरोखरच खूप कष्टप्रद आणि खडतर प्रयत्न होता. याचा नीट विचार केला

तर लक्षात येईल की हा एक मोठा विरोधाभास आहे. कारण, हे लक्षात असू द्या की, रिपब्लिक ऑफ चायनाला (पीआरसी) सुरुवातीला मान्यता देणाऱ्या राष्ट्रांपैकी भारत एक होता. मात्र, सीमासंघर्षाने आणि त्यानंतर काही काळानंतरच्या तीन दशकांनी अनेक अर्थांनी आपल्या संबंधांची गुणवत्ता ठरवली.

परिस्थिती पूर्ववत होण्यासाठी आणि सामान्य वातावरण पुन्हा निर्माण करण्यासाठी दोन्ही देशांना जाणीवपूर्वक प्रयत्न करावे लागले. परिणामी, पुढची अनेक वर्षे अनेक क्षेत्रांत संवाद आणि देवाणघेवाण सातत्याने वाढत गेली. चीन आपला सर्वांत मोठा व्यापारी भागीदार, गुंतवणुकीचा आणि अगदी तंत्रज्ञानाचाही एक अत्यंत महत्त्वपूर्ण स्रोत, प्रकल्प आणि पायाभूत सुविधांच्या उभारणीत भागीदार आणि पर्यटन आणि शिक्षणासाठी एक महत्त्वपूर्ण गंतव्यस्थान बनला. सीमाभागाबाबत बोलायचे झाले तर सीमावाद सोडविण्याबाबत वाटाघाटी होत असतानाच सीमांच्या व्यवस्थापनावर तपशीलवार आणि व्यावहारिक समझोते आणि करार करण्यात आले.

१९८८ पासून भारत-चीन संबंधांची झालेली प्रगती अर्थातच सीमावर्ती भागात शांतता राखली जाईल, प्रत्यक्ष नियंत्रण रेषेचे (LAC) दोन्ही बाजूंनी पालन केले जाईल आणि त्याचा आदर राखला जाईल याची खात्री करण्यावर अवलंबून होती. या कारणास्तव, १९९३ मध्ये सहमती झाली होती की कोणत्याही बाजूच्या कोणत्याही हालचाली एलएसीच्या पलीकडे जाऊ नयेत, दोन्ही बाजूंनी एलएसीवरील लष्करी दल चांगल्या संबंधांशी सुसंगत असे किमान पातळीवर ठेवावे आणि एलएसीजवळील लष्करी सरावासाठी पूर्वसूचना दिली जावी.

१९९६ मध्ये, या वचनबद्धतेचा केवळ पुनरुच्चार केला गेला नाही तर अतिरिक्त तरतुदींद्वारे ते अधिक विकसित केले गेले. दोन्ही देशांनी एलएसीवर लष्कर, सीमा संरक्षण आणि निमलष्करी दलांची संख्या कमी किंवा मर्यादित करावी आणि त्यानुसार डेटाची देवाणघेवाण करावी, असा निर्णय घेण्यात आला. त्याहीपेक्षा महत्त्वाचे म्हणजे एकापेक्षा जास्त डिव्हिजन (१५,००० सैनिक) यांचा समावेश असलेला मोठ्या प्रमाणावरील लष्करी सराव एलएसीच्या जवळ होणार नाही, हे स्पष्टपणे मान्य करण्यात आले होते. तसे करायचे असेल तर

संबंधित मुख्य दलाची व्यूहरचनात्मक दिशा दुसऱ्या बाजूकडे राहणार नाही, असेही ठरले होते. १९९६ च्या करारात एकापेक्षा जास्त ब्रिगेडचा (५,००० सैनिक) समावेश असलेला सराव करायचा असेल तर पूर्वसूचना देण्याची तरतूद होती. यात सराव पूर्ण होण्याची तारीख आणि संबंधित सैनिकांना माघारी धाडण्याची तारीख समाविष्ट असणार होती.

त्याचवेळी, ज्याच्या स्थानाबद्दल दोघांच्या वेगळ्या समजुती आहेत असे एलएसीचे विविध रेषाखंड संयुक्तपणे तपासण्याचा आणि निश्चित करण्याचा १९९३ चा करार अद्ययावत करण्यात आला. त्यामागे दोघांचाही समान उद्देश असा होता की एलएसीचे स्पष्टीकरण व्हावे आणि ती निश्चित करण्याच्या प्रक्रियेस गती देण्यात यावी. एवढेच नव्हे, तर त्यानंतर २००५ आणि २०१३ मध्ये, संघर्षाची परिस्थिती उद्भवल्यास ती हाताळण्याबाबत सविस्तर समझोता झाला.

गेल्या काही वर्षांत भारत–चीन सीमेवरील एलएसीच्या संरेखनाबाबत समान समझोता होण्याबाबत आपण विशेष प्रगती केली नाही. २००३ मध्ये विशेष प्रतिनिधींच्या (SRs) नेमणुकीमुळे केवळ सीमाप्रश्नावरच नव्हे, तर व्यापक संबंधांमध्येही आपली व्यस्तता अधिक तीव्र झाली. सीमाभागातील समस्या सोडविण्यासाठी २०१२ मध्ये एक विशिष्ट यंत्रणाही स्थापन करण्यात आली होती. पण या सर्व काळात प्रामुख्याने चीनच्या बाजूने सीमेवरील पायाभूत सुविधा आणि खोल अंतर्गत भागात लष्करी वाहतुकीसाठीचे बांधकामही वाढत होते. याउलट भारतात तेव्हा असा विश्वास होता की, आपला सीमाभाग अविकसितच ठेवणे योग्य आहे. हा एक गंभीर चुकीचा निर्णय होता जो आपल्याला चांगलाच महागात पडला आहे.

२०१४ पासून भारताने पूर्वीच्या तीन दशकांत विकसित झालेली पायाभूत सुविधांची ही तफावत कमी करण्यासाठी चांगले प्रयत्न केले आहेत. पायाभूत सुविधांप्रतिच्या कटिबद्धतेमुळे आधीच्या तुलनेत बजेटमध्ये चौपट वाढ झाली आहे. दुप्पट बांधकाम आणि तिप्पट बोगदा निर्मिती करणारे रस्ता बांधणीचे चांगले रेकॉर्ड हे सर्वच सुधारणेचे द्योतक आहेत. तरीसुद्धा, पायाभूत सुविधांमधील फरक लक्षणीय आहे आणि आपण २०२० मध्ये पाहिल्याप्रमाणे, अत्यंत

महत्त्वाचा आहे. त्यामुळे मागील दशकांतील त्रुटी भरून काढण्यासाठी क्रियात्मक नावीन्यपूर्णता आवश्यक आहे.

भारत आणि चीन यांच्यात सीमेवर कितीही मतभेद आणि विसंवाद असला, तरी १९७५ ते २०२० या काळात सीमाभाग मुळात शांत होता, ही एक महत्त्वाची वस्तुस्थिती होती. त्यामुळेच गलवानमधील घटनांमुळे हे संबंध कमालीचे बिघडले आहेत. त्यांनी सैन्याची पातळी कमी करण्याच्या वचनबद्धता धुडकावून लावल्याचे संकेत दिले, त्यांच्या तैनाती आणि हालचालींबद्दल आपल्याला माहिती दिली नाही आणि जैसे थे स्थिती एकतर्फी बदलण्याचा प्रयत्न केला. या सर्वांच्या एकवटीने त्या अनुषंगाने येणारा शांतता आणि स्थैर्य भंग होण्याचा धोका वाढला, ज्याचे परिणाम आतापर्यंत आपल्या सर्वांना चांगले माहीत झाले आहेत. याचा भारतातील सर्वसाधारण लोकांच्या आणि राजकीय वर्तुळाच्या मतांवर अत्यंत गहिरा परिणाम झाला आहे.

विशेष म्हणजे चीनच्या या पवित्र्याच्या बदलाचे विश्वासार्ह स्पष्टीकरण किंवा सीमाभागात सैन्य जमा करण्यामागची पटतील अशी कारणे भारताला कधीच मिळालेली नाहीत. आपल्याच सैन्याने अतिशय आव्हानात्मक परिस्थितीत योग्य प्रतिसाद दिला आणि स्वतःचे धैर्य अबाधित ठेवले ही एक वेगळी बाब आहे. चीनची भूमिका काय संकेत देते, ती कशी विकसित होते आणि त्याचा आपल्या संबंधांच्या भवितव्यावर काय परिणाम होऊ शकतो, हा प्रश्न आज आपल्यासमोर आहे.

२०२० पूर्वीही भारत-चीन संबंधांमध्ये सहअस्तित्व आणि स्पर्धा ह्या दोन्हींचे द्वंद्व प्रतिबिंबित करणारे निर्णय घेतले गेले आहेत आणि घटनाही घडल्या आहेत. आम्ही व्यापार नाट्यमयरीत्या वाढताना पाहिला, जरी त्याच्या एकतर्फी स्वरूपामुळे तो अधिकाधिक विवादास्पद बनला. वीज आणि दूरसंचार सारख्या क्षेत्रात चिनी कंपन्यांनी यशस्वीरीत्या भारतात प्रवेश मिळवला आणि प्रभावी मार्केट शेअर्स तयार केले. चीनमध्ये भारतीय विद्यार्थ्यांची संख्या वाढली, तसेच तेथे भेट देणाऱ्या भारतीय पर्यटकांचीही संख्या वाढली.

जागतिक स्तरावर, भारत आणि चीनने विकासात्मक आणि आर्थिक मुद्द्यांवर, विशेषतः हवामान बदल (UNFCCC) आणि व्यापारावर (WTO)

काही समान मुद्दे मांडले. ब्रिक्स आणि आरआयसी सारख्या बहुपक्षीय गटांचे आमचे सदस्यत्वदेखील एक समन्वयाचा बिंदू होता.

तरीही हितसंबंध आणि आकांक्षांच्या बाबतीत अनेक मतभेदही दिसून आले. चीनने जम्मू-काश्मीर आणि अरुणाचल प्रदेश राज्यातील रहिवाशांना स्टेपल व्हिसा देण्याची पद्धत सुरु केली. भारताच्या उत्तर विभागातील लष्करी कमांडशी सहकार्य करण्याच्या त्यांच्या अनिच्छेमुळे काही काळ देवाणघेवाण ठप्प झाली. चिनी पासपोर्टने भूभागांवरील आपले दावे सिद्ध करण्याच्या प्रयत्नात भारतीय प्रांतांचा समावेश केला आणि पायाभूत सुविधा जश्या सातत्याने प्रगत होत गेल्या तसा सीमाभागातील संघर्ष वाढतच गेला.

भारतात साहजिकच या विविध वास्तवांनी वाढत्या आवेशपूर्ण चर्चेला खतपाणी घातले. इथे एक शक्तिशाली लॉबी होती जी केवळ संबंध दृढ करण्याचे समर्थन करत नव्हती तर चीनला तेव्हाच्या सुरक्षा तपासणीतूनदेखील सूट देत होती. काहींचे असे म्हणणे होते की, अशा प्रकारचे वाढीव सहकार्य म्हणजे तेव्हा सुरू असलेल्या भारत-अमेरिका संबंध सुधारणेची भरपाई होती. जगाप्रमाणेच चीनकडेही नेहरूवादी दृष्टीकोनातून बघण्याच्या नैसर्गिक प्रवृत्तीमुळे याला कदाचित बळ मिळाले असावे. सीमाप्रश्नावरील चर्चेची खऱ्या अर्थाने जितकी प्रगती झाली आहे त्यामानाने जरा जास्तच वाढीवपणे ती लोकांमध्ये मांडण्यात आली आणि जसजसा व्यापार विस्तारत गेला तसतसे ह्या चर्चांच्या बाजूचे अनेक सक्रिय समर्थक पुढे आले.

तरीही, यंत्रणांचा प्रतिसाद कठोर वास्तवाबद्दल अधिक जागरूक राहिला, विषयाच्या छाननीसाठी विविध प्रकारच्या यंत्रणा कार्यान्वित केल्या, सीमेशी संबंधित मुद्दे मागे ठेवले आणि व्यापार तूट अधिकाधिक अधोरेखित केली. शेवटचा उपाय परिणामकारक होता ज्याने एफटीएची बांधिलकी अखेर सोडून देण्यात आली.

भारत आणि चीन हे दोन्ही देश अधिक आत्मविश्वासी युगात जात असताना, त्यांच्या परस्पर संबंधांमध्येही मतभेदाचे अतिरिक्त मुद्दे दिसून आले. २०१३ मध्ये चीन-पाकिस्तान इकॉनॉमिक कॉरिडॉरची (CPEC) घोषणा प्रथम झाली तेव्हाच हे दिसून आले. सीमाभागातील संघर्ष वाढतच

गेला, तरीही २०२० पर्यंत तो एका ठराविक मर्यादेच्या खाली राहिला. चीनने भारतावरील हल्ल्यांमध्ये सहभागी असलेल्या पाकिस्तानी दहशतवाद्यांची संयुक्त राष्ट्रांनी केलेली यादी रोखणे हा वाढत्या वादाचा विषय बनला. CPEC जसजसा पुढे सरकला, बीआरआयचा भाग बनला, तसतसे भारतीय सार्वभौमत्वाचे उल्लंघन अस्वीकार्य मानले गेले. चीनच्या भारताच्या एनएसजीच्या सदस्यत्वाला झालेल्या विरोधामुळे आणखी एक समस्या निर्माण झाली, जी संयुक्त राष्ट्रांच्या सुधारणेच्या कोणत्याही प्रयत्नांच्या चीनने केलेल्या खच्चीकरणाने कमी झाली नाही आणि जेव्हा व्यापाराचा प्रश्न आला, तेव्हा प्रस्तुतीअभावी चांगल्या बाजारपेठेच्या प्रवेशाची आश्वासने अधिकच कमी विश्वासार्ह दिसत होती.

या घडामोडींचे एकूण परिणाम जाणवू लागल्याने दोन्ही देशांनी २०१७ मध्ये कझाकस्तानमधील अस्ताना येथे झालेल्या एससीओ परिषदेत मतभेदांना वादाचे रूप येऊ न देता नुकसान आटोक्यात ठेवण्याचा प्रयत्न केला. त्याचबरोबर त्यांनी नात्यातील स्थैर्याचे घटकही शोधण्याचा प्रयत्न केला. त्यानंतर वुहान आणि मामल्लपुरम येथे झालेल्या शिखर परिषदा मुख्यत्वे याच दिशेने होत्या. परंतु मतभेद कमी करणे तर दूरच, २०२० मधील घटनांनी खरोखरच आपल्या संबंधांवर असाधारण ताण आणला आहे.

भूतकाळातून धडे

प्रकरणाचे गांभीर्य लक्षात घेता संबंधांच्या अभ्यासकांना आपले संबंध कुठे जात आहेत, याची विशेषत्वाने चिंता वाटणे साहजिक आहे. याचे निश्चित उत्तर सध्यातरी देणे कठीण आहे. आपल्या तात्कालिक चिंता असोत किंवा अधिक दूरच्या शक्यता, वस्तुस्थिती अशी आहे की आपल्या संबंधांचा विकास केवळ परस्परतेवर आधारित असू शकतो. खरे तर परस्पर आदर, परस्पर संवेदनशीलता आणि परस्पर हितसंबंध हे तीन परस्परघटक त्याचे निर्णायक घटक आहेत. सीमाभागातील सैन्य मागे घेण्याबाबत विविध यंत्रणांच्या माध्यमातून चर्चा सुरू आहे. संघर्षग्रस्त भागात दोन्ही देशांच्या जवळच्या अनेक तैनातींचे समान आणि परस्पर सुरक्षेच्या आधारावर निराकरण करण्यात आले आहे. पण

जे काही शिल्लक राहील ते आणि प्रसार कमी करण्याचा मोठा मुद्दा द्विपक्षीय सहकार्यावर परिणाम करत राहील.

सीमाभागातील परिस्थिती सामान्य नसताना अधिक विशाल संबंधांसाठी ती सर्वसाधारण कामकाजापर्यंत येऊ शकते, असे म्हणणे मान्य होणारे नाही. त्यापलीकडे जाऊन पाहिले तर शेजारी जेव्हा काही तयारी करतो, प्रशिक्षण देतो आणि आग्रहाने काही करायला सांगतो, तेव्हा प्रचारकी हेतूपेक्षा क्षमतेवर लक्ष केंद्रित करणे शहाणपणाचे ठरते. विशेषत: अशा संस्कृतीत जिथे सार्वजनिक संभाषणांना अधिक गांभीर्याने घ्यावे लागते. त्यामुळे किमान, संबंधांमध्ये जी गुंतवणूक शक्य आहे, ती अतिशय काळजीपूर्वक आणि डोळे स्पष्ट उघडे ठेवून करावी लागते.

त्या पार्श्वभूमीवर चीनला हाताळताना भारताला नजीकच्या भूतकाळातूनही धडा घ्यावा लागेल. आपल्या संबंधांचे सार्वजनिक चित्रणच सर्वप्रथम महत्त्वाचे आहे. त्यांचे वर्णन २००५ मधील 'धोरणात्मक भागीदारी' असे करून त्यांच्या खऱ्या स्वरूपाविषयी संकल्पनात्मक गोंधळ निर्माण झाला होता. साहजिकच हे वर्णन, न सुटलेले सीमाभेद, वाढते अतिक्रमण आणि स्पर्धात्मक शेजारच्या कारवायांबरोबर न जुळणारे होते. किंबहुना याच आत्मसंतुष्टतेमुळे भारताने हंबनटोटा आणि ग्वादर येथील चीननिर्मित बंदरांच्या परिणामांना कमी लेखले.

त्याचप्रमाणे प्रादेशिक एकात्मतेचे नियमितपणे पुन्हा पुन्हा केलेले पुष्टीकरण एकतर्फी पद्धतीने चालू राहू शकले नाही. त्यामुळे त्यात संतुलन आणले गेले. सीमेवरील पायाभूत सुविधांकडे होत असलेल्या दुर्लक्षामुळे २०१४ पर्यंत सीमावादाकडे पाहण्याचा बेफिकीर दृष्टीकोनही दिसून आला. सध्याच्या भारत सरकारने २०१७ मध्ये बीआरआयबाबत ठाम भूमिका घेईपर्यंत पाकव्याप्त काश्मीरमध्ये (POK) चीन–पाकिस्तान सहकार्य कमी होणे ही त्याहूनही चिंताजनक बाब होती. असे असूनही जुन्या फळीतील काहीजण अजूनही आपण आपली भूमिका नरम करावी याचे समर्थन करतात.

आर्थिकदृष्ट्या चीनबरोबर एफटीए करण्याचा विचारही केला गेला होता, हे आता अनेकांना आश्चर्यकारक वाटेल. अशा वातावरणात आपल्या देशातील घडामोडींची माहितीपूर्वक तपासणी करणे सोपे नव्हते. २००७ मध्ये चीनच्या

आक्षेपांच्या माऱ्यापुढे सपशेल नांगी टाकलेल्या क्वाडने स्वतःचा एक संदेश दिला आणि एका दशकानंतर क्वाडचे पुनरुज्जीवन करणे अधिक कठीण झाले. 'चिंडिया' हा शब्दच दशकभरापूर्वी प्रचलित असलेल्या – त्याच्या सर्व नेहरूवादी अर्थांसह – धोरणात्मक स्पष्टतेचा ऱ्हास होणे हे किती हानिकारक असू शकते हे अधोरेखित करतो.

२०20 नंतरच्या घडामोडींमुळे आत्मविश्वास आणि भरवसा किती कमी झाला आहे, हे लक्षात घेता, संबंध स्थिर करणे हे प्राथमिक काम आहे हे उघड आहे. तो प्रयत्न कसा सुरू करायचा ह्याबद्दल काही प्रस्ताव उत्तम भाष्य करतात जे अनुभव आणि अपेक्षा ह्या दोन्हींचे प्रतिबिंब असतात. सर्वप्रथम, १९९३ आणि १९९६ सारख्या आधीच झालेल्या करारांचे अक्षरशः तंतोतंत पालन करणे आवश्यक आहे. केवळ वैयक्तिक फायद्याच्या तरतुदींचे पालन करण्याने समान आधार शोधण्याचे उद्दिष्ट पुढे जाण्याची शक्यता कमी आहे.

जिथे सीमाभागाचा संबंध आहे, तेथे एलएसीचे काटेकोरपणे पालन आणि आदर केला पाहिजे; एकतर्फी स्थिती बदलण्याचा प्रयत्न खपवून घेतला जाऊ शकत नाही. सीमाभागातील शांतता आणि स्थैर्य हा इतर क्षेत्रांतील संबंधांच्या विकासाचा पायाभूत आधार आहे, हे आपण नाकारू शकत नाही. जर ते अशांत असतील, तर त्याप्रमाणे अपरिहार्यपणे बाकीचे नातेही बिघडेल. हा मुद्दा स्वतंत्रपणे होत असलेल्या सीमा वाटाघाटींमधील प्रगतीच्या मुद्द्यांपेक्षा अगदी वेगळा आहे. एकमेकांना एकत्र मिसळून टाकण्याचे प्रयत्न अपरिहार्यपणे केले जातील; २०२० च्या घडामोडींमुळे निर्माण झालेल्या समस्यांना ते कधीही निस्तेज करणार नाहीत.

जेव्हा दोन्ही देश बहुध्रुवीय जगासाठी कटिबद्ध आहेत, तेव्हा बहुध्रुवीय आशिया हा त्याचा एक आवश्यक घटक आहे, हे मान्य व्हायला हवे. साहजिकच प्रत्येक राष्ट्राचे स्वतःचे हितसंबंध, चिंता आणि प्राधान्यक्रम असणार; पण त्यांच्याप्रीत्यर्थ संवेदनशीलता एकतर्फी असू शकत नाही. शेवटी, प्रमुख राज्यांमधील संबंध परस्पर स्वरूपाचे असतात. उदयोन्मुख शक्ती म्हणून प्रत्येकाच्या आपापल्या आकांक्षा असतील आणि त्यांचा पाठपुरावाही अमान्य करता येणार नाही. भिन्नता आणि मतभेद नेहमीच असतील परंतु त्यांचे व्यवस्थापन आपल्या

संबंधांसाठी आवश्यक आहे. शेवटी, भारत आणि चीनसारख्या सभ्यतावादी राष्ट्रांनी नेहमीच दीर्घ दृष्टीकोन ठेवला पाहिजे. या गृहीतकांपासून दूर जाण्याचे, २०२० मध्ये आपण पाहिल्याप्रमाणे गंभीर परिणाम होतील.

विविध कारणांमुळे, चिनी लोक आज 'नव्या युगात आंतरराष्ट्रीय संबंध' अशी शब्दावली वापरतात. या पारिभाषिक शब्दावलीतून बरेच काही सूचित होते, जे अश्या शब्दावलीचे नेहमीच एक सामान्य वैशिष्ट्य असते. आपल्याला मान्य असो वा नसो, १९४५ नंतरच्या जागतिक व्यवस्थेच्या कल्पनेपेक्षा आता आपण खूप वेगळ्या टप्प्यात प्रवेश केला आहे, हे निर्विवाद आहे. ह्यात अजिबात अतिशयोक्ती नाही की दुसऱ्या महायुद्धानंतर अमेरिका आणि सोव्हिएत युनियननंतर झालेला चीनचा उदय हा जागतिक राजकारणातील सर्वात मोठा बदल आहे. त्याचा केवळ काही परिपाक हाताशी आहे आणि त्यातून धडेच मिळाले आहेत असे नाही, तर त्याचे विशेषत्वाने शेजाऱ्यांवर महत्त्वपूर्ण धोरणात्मक परिणाम घडत आहेत. त्यामुळे भारतानेही चीनबरोबरच्या आपल्या संबंधांनी नव्या युगात प्रवेश केल्याचे मानले तर बरे होईल. या मुद्द्यांवर काही शंका असतील तर सीमाभागातील चीनच्या बदललेल्या भूमिकेने ते स्पष्ट दाखवून दिले आहे. भारताला ऐतिहासिकदृष्ट्या आपल्या उत्तरेला चिनी अस्तित्वाचा विचार करण्याची सवय आहे. मात्र गेल्या दोन दशकांपासून सागरी शक्ती म्हणूनही चीन झपाट्याने वाढत असून दक्षिणेतील हालचालींचाही आपल्याला अंदाज घ्यावा लागणार आहे.

सध्या एवढा गदारोळ सुरू असताना चीन आणि भारत पारंपरिकरित्या एकमेकांशी कसे वागत आले आहेत आणि भारताला खरोखरच ह्यातून काही धडे घेता येण्यासारखे आहेत का, याचा विचार करण्याची आता ही योग्य वेळ असू शकते.

सात दशकांच्या संबंधांवर नजर टाकली तर असे म्हणणे योग्य ठरेल की, भारताने चीनबरोबरच्या प्रलंबित मुद्द्यांबाबत मुळात द्विपक्षीय दृष्टीकोन स्वीकारला आहे. याची अनेक कारणे आहेत, ज्यात आशियाई एकात्मतेची भावना आणि अनुभवांतून उद्भवलेला त्रयस्थ पक्षाच्या हितसंबंधांविषयी संशय यांचा समावेश आहे. याला काही अपवाद असू शकतात, विशेषत: ज्या

परिस्थितीत १९६२ मध्ये बोमडिलाचा काही भाग पीपल्स लिबरेशन आर्मीच्या (PLA) ताब्यात गेल्यानंतर पंतप्रधान नेहरूंना अमेरिका आणि युकेकडे वळावे लागले. १९७१ नंतरच्या सोव्हिएत युनियनबरोबरच्या संबंधांनीसुद्धा भारताला चीनबरोबरच्या संबंधांकडे व्यापक जागतिक संदर्भात पाहण्यास प्रोत्साहित केले. पण ही भूमिका टिकली नाही आणि १९८८ नंतर भारताने त्याचा लाभ न घेता तो चीन संबंधांच्या आपल्या आधीच्या पारंपरिक पवित्र्याकडे परत फिरला. या संकुचित दृष्टीकोनामागे असा विश्वासही होता की, दोन्ही देशांमधील समस्या नजीकच्या काळात सोडविता येतील.

सीमाप्रश्नासह अन्य मतभेद दूर करण्याच्या आपल्या भूमिकेमध्ये भारताने लक्षणीय सातत्य आणि स्थैर्य राखले आहे. परिणामी, भारतीयांचा ह्याबाबत एकूण दृष्टीकोन हा साधारणपणे प्रसंगांच्या संदर्भाने कमी आहे आणि मोठ्या जागतिक राजकारणातील घडामोडींशी ते त्याचा संबंध सहसा जोडत नाहीत. तेव्हा ना सत्तासमतोल साधण्याकडे कल होता, ना आंतरराष्ट्रीय घडामोडींमुळे निर्माण झालेल्या संधींचा उपयोग करण्याची इच्छा. १९६२ मध्ये नेहरूंनी स्वतः अतिसावधगिरी बाळगणे हा अशाच विचारांचा एक पैलू होता. किंबहुना, पूर्वीच्या भारतीय धोरणाने इतका आत्मसंयम दाखवला की, इतर त्याच्या निवडीवर प्रभाव टाकू शकतात – अगदी वेटोही वापरू शकतात अशी अपेक्षा इतरांमध्ये नकळत निर्माण झाली. ते युगही २०१४ मध्ये संपुष्टात आले.

चीनचा भारताकडे पाहण्याचा दृष्टीकोन अगदी विरोधाभासी आहे. आशियाई समानतेच्या भावना वेळोवेळी व्यक्त होत असल्या तरी शेजाऱ्यांशी व्यवहार करण्याच्या काळाने सिद्ध केलेल्या दृष्टीकोनांना त्यांनी निष्प्रभ केलेले नाही. इतके की चीनने १९५०-६० च्या दशकात समतोल साधण्याच्या धोरणाचा एक भाग म्हणून पाकिस्तानच्या पाश्चिमात्य लष्करी आघाडीच्या सदस्यत्वाकडे दुर्लक्ष केले. एका दशकानंतर, अणू आणि क्षेपणास्त्र सहकार्याच्या माध्यमातून ही आघाडी उच्च पातळीवर नेली गेली आणि विशेषत्वाने भारताला लक्ष्य केले गेले. द्विपक्षीय वाटाघाटींच्या बाबतीत चीनने आपल्या भूमिकेमागील तत्त्व सांभाळण्यापेक्षा मतभेदांवर भर दिला आहे. विशेषतः सीमाप्रश्नावरील दावे आणि प्राधान्यक्रमांबाबत त्याच्या भूमिकेत आमूलाग्र बदल झाले आहेत.

एकंदरीत असे म्हणता येईल की, आपल्या मूलभूत जागतिक दृष्टीकोनाला अनुसरून समकालीन चीनने भारताबरोबरच्या संबंधांना जगाशी असलेल्या व्यापक संबंधांचा एका उपघटक मानले आहे. त्यानुसार जुळवाजुळव करताना केवळ द्विपक्षीय नव्हे, तर एकूणच जागतिक परिस्थितीचा संदर्भही लक्षात घेतला जातो.

भारत–चीन संबंध निर्माण होण्यामध्ये पाश्चिमात्यांचे औचित्य काय आहे, यावर येथे क्षणभर विचार करणे प्रसंगोचित ठरेल. हा अनेकदा चिनी युक्तिवादाचा विषय असतो आणि त्यानंतर भारतीय बचावात्मक भूमिकेत जातात. त्यांचे वर्चस्व पाहता दोन्ही पक्ष पाश्चिमात्य देशांना जमेस धरतात, यात शंका नाही. पण एकूण रेकॉर्ड बघितल्यास दिसून येते की प्रत्यक्षात चीनच त्यांना ह्या खेळात सामील करून घेण्यामध्ये जास्त सक्रिय आहे.

पीपल्स रिपब्लिक ऑफ चायनाच्या स्थापनेनंतर दोन दशके भारताचे पाश्चिमात्य देशांशी संबंध काही मतभेत असतील तरी तुलनेने चांगले होते. खरेतर चीनचीच ह्यात महत्त्वाची भूमिका होती खासकरून नेहरू–कृष्ण मेनन यांच्या काळात भारत आणि अमेरिका यांच्यातील संबंधांबाबत. त्यामुळे जेव्हा सीमावादावरून संबंध बिघडले तेव्हा चीनने भारताच्या पाश्चिमात्य देशांशी असलेल्या संबंधांच्या चित्रणात बदल केले, ही एक विडंबनाच म्हणावी लागेल. मात्र जेव्हा प्रत्यक्षात नोव्हेंबर १९६२ मध्ये चिनी सैन्याने भारतीय संरक्षण दलावर हल्ला चढवला, तेव्हा अखेरीस आपण पाश्चिमात्य देशांकडे वळलो. तरीही दशकभरातच चीनने अमेरिकेसोबतचे संबंध अचानक सुधारून आपल्या भूमिकेत आमूलाग्र बदल केला, याचे प्रतिबिंब हेन्री किसिंजर आणि रिचर्ड निक्सन यांच्या भेटींमधून उमटले. त्यानंतर चीन–पाकिस्तान–अमेरिका त्रिकोणाने एक गंभीर आव्हान उभे केले ज्याचे उत्तर १९७१ च्या भारत–सोव्हिएत कराराद्वारेच देता येणे शक्य होते.

आपल्या हितसंबंधांच्या पाठपुराव्यासाठी पाश्चिमात्य गटाशी जागतिक समन्वय प्रस्थापित करण्यात चीनला कोणताही संकोच नव्हता, हे उल्लेखनीय आहे. एक वेळ अशी होती जेव्हा त्याने युएसएसआर आणि त्याच्या मित्रांचा सामना करण्यासाठी समान अक्षांश (चीन, अमेरिका, जपान आणि युरोप) राष्ट्रांची

'एकल रेषा' तयार करण्याचा जाहीरपणे पुरस्कार केला. व्हिएतनामवर थेट आणि भारतावर अप्रत्यक्षपणे दबाव टाकून, पाकिस्तानच्या माध्यमातून अंकुश ठेवण्यात आला. १९८८ मध्ये जेव्हा भारत आणि चीन यांच्यात व्यवहारकुशलतेने जो करार झाला त्यातून हाच इतिहास मागे टाकण्याचा प्रयत्न केला गेला.

पण अजूनही अनेक कारणांमुळे तो लक्षात ठेवण्याजोगा आहे. प्रथम कारण म्हणजे जरी राजकीय मतभेद वेळोवेळी निर्माण झाले तरी स्वतःचे आर्थिक सहकार्य संरक्षित ठेवण्यासाठी चीनने पाश्चिमात्य देशांमध्ये पुरेसा पाठिंबा निर्माण करून ठेवला होता. यामुळे राजकीय वादात अडकूनही त्याला आर्थिक आणि तंत्रज्ञानात्मक फळे मिळू शकली. त्यामुळे भारताने राष्ट्रीय विरोधाभासांच्या वरवरच्या साध्या दृश्याला बळी पडू नये किंवा चीन आणि पाश्चिमात्य यांच्यातील फायदा तोट्याचा गोळा बेरीज शून्याचा खेळ गृहीत धरू नये. पण, पाश्चिमात्य देशांच्या दुष्ट हेतूंबद्दल जी काही टीका केली जाते त्यावेळी, गेल्या दशकात चीन–अमेरिका जी–२ च्या समर्थनाची भारतीयांनी आठवण ठेवली तर बरे होईल. धोरणांची अस्थिरता लक्षात घेता, या अशा प्रवृत्तींकडे कधीही पूर्णपणे दुर्लक्ष केले जाऊ नये. शेवटी, दशकभरापूर्वी चीन, दक्षिण आशियाच्या मुद्द्यावर अमेरिकेबरोबर समान मुद्दा मांडत होता. ह्याउपर, चीनच्या त्याच्या एका टोकावरून दुसऱ्या टोकाकडे हेलकावे घेण्याच्या तुलनेत, भारताचा पाश्चिमात्य देशांकडे पाहण्याचा दृष्टीकोन तुलनेने स्थिर आणि सातत्यपूर्ण आहे.

भारताने पाश्चिमात्यांना कसे, केव्हा आणि किती प्रमाणात गुंतवावे, हा त्यांचा राष्ट्रीय विशेषाधिकार आहे. दुसऱ्या राष्ट्राच्या धोरणांमधील चढ-उतारांशी आपण जुळवून घेतले पाहिजे, ही अपेक्षा अवास्तव आणि अन्यायकारक आहे. आणि अर्थात, भारत आणि चीन आपली इच्छा असेल तेव्हा आपले संबंध सकारात्मक मार्गावर ठेवू शकतात आणि इतर संबंधांपासून अलिप्त राहू शकतात, हे यापूर्वीच्या घटनांनी दाखवून दिले आहे. पाश्चिमात्य देशांविषयी चिंता व्यक्त करणे हे दुसऱ्या पक्षाच्या वैध हितसंबंधांना आणि निवडींना बाधा आणणारी आडकाठी बनू नये. त्यामुळे जेव्हा असे युक्तिवाद केले जातात, तेव्हा खोलीत आरसा ठेवणे हाच उत्तम प्रतिसाद!

कठीण काळाची तयारी करताना

भारत आणि चीन शेजारी असले तरी त्यांचे व्यक्तित्व आणि आचरण खूप वेगळे आहे. आदेशात्मक राजकीय व्यवस्था नसल्यामुळे, भारताच्या बाह्य संबंधांबद्दलच्या आकलनामध्ये जनमताची भूमिका खूप मोठी आहे. ते तत्काळ लागू केले जातात असे नाही पण जेव्हा होतात तेव्हा विसरलेही हळूहळूच जातात. श्रद्धा आणि मूल्ये यांसारख्या घटकांची एक प्रासंगिकता आहे; जे त्यांना मानत नाहीत ते त्यांची कदरही करत नाहीत. शिवाय, फायद्या तोट्याचा विचार न करता प्रतिक्रिया दिल्या जातात आणि धारणा अधिक स्थायी असतात. भारतासारख्या लोकशाही आणि बहुलवादी समाजात अंतर्गत राजकारण आणि परराष्ट्र धोरण ह्यांची परस्परक्रियाही गुंतागुंतीची ठरू शकते. सुरक्षेपासून अर्थकारणापर्यंतच्या मुद्द्यांवर यापूर्वी चीनला कवटाळणाऱ्या राजकीय पक्षांच्या पारंपरिक भूमिकेत जाहीर परिवर्तन होताना आपण पाहू शकतो. पण क्षणिक राजकारणाने आपल्याला कटू सत्ये दडवू देऊ नयेत. सीमाभागाचा विचार केला तर १९६२ चे परिणाम आणि पायाभूत सुविधांकडे सातत्याने झालेले दुर्लक्ष हे प्रतिसादांनी प्रभावीपणे हाताळावे लागेल आणि नेमका हाच प्रयत्न सुरू आहे.

सीमेचा विचार केला तर भौगोलिक परिस्थितीमुळे भारत मोठ्या प्रमाणात तोट्यात आहे. भूप्रदेशाच्या स्वरूपामुळे उत्तरेपेक्षा दक्षिणेकडून सीमा सुरक्षित करणे अधिक कठीण होते. १९६२ च्या युद्धाच्या निकालाने यात आणखी भर पडली आहे. संघर्षादरम्यान चीनने मिळवलेल्या ३८ हजार चौरस किलोमीटर क्षेत्राचा चीनला अनेक क्षेत्रांत मोठा फायदा झाला. किंबहुना पँगोंग त्सोवर पूल बांधणे, सीमावर्ती गावे वसवणे ह्या अलीकडील घटना अशा भागात होत आहेत ज्यावरील नियंत्रण त्यांच्या हातात ६० वर्षांपूर्वीच गेले होते. एवढंच नाही तर भारताच्या सीमेवरील पायाभूत सुविधांच्या विकासाकडे २०१४ पर्यंत केलेल्या दुर्लक्षामुळे ह्या दुर्दशेत आणखीच भर पडली.

सीमाभागाकडे दुर्लक्ष करणे हेच सर्वोत्तम राष्ट्रीय संरक्षण आहे, असे आपण वर्षानुवर्षे ऐकत आलो आहोत. जेव्हा हे पूर्णपणे असमर्थनीय झाले, तेव्हा या विमर्शाने आपला मोर्चा योजना आणि प्रकल्पांकडे वळवला, त्यापैकी

बहुतेक कागदावरच राहिले. गेल्या दशकापासूनच संसाधने आणि क्षमता ह्या खऱ्या अर्थाने प्रकल्पांसाठी गांभीर्याने उपयोगात आणल्या जात आहेत, अर्थातच सुयोग्य परिणामांसह! रस्ते बांधणी आणि बोगदा निर्मितीत उल्लेखनीय सुधारणा आणि २०१४ नंतर बजेटमध्ये झालेली वाढ तसेच ह्या सर्वांचा अधिकाधिक विस्तार होत असताना, त्याचा प्रभाव खचितच पडेल. परंतु अनेक दशकांची उपेक्षा केवळ काही वर्षांत दूर होऊ शकत नाही.

त्यामुळे भारताने अधिक कठीण युगात आपल्या प्रतिसादाची नव्याने संरचना करताना ही दीर्घकालीन गुंतागुंत लक्षात घेण्याची गरज आहे. त्यातील काही प्रतिसाद म्हणजे आपले प्रत्यक्ष आणि व्यावहारिक प्रयत्न वाढविणे, तर काही प्रभावी तंत्रज्ञान पर्यायांचा शोध घेणे. आपल्या हितसंबंधांचे रक्षण करण्याची आपली स्पष्ट बांधिलकी लक्षात घेता, एक इष्टतम संयोजन अविरतपणे अद्ययावत होण्यासाठी उदयास येईल. आपल्यासमोरील आव्हानांचे गांभीर्य पूर्णपणे जाणणाऱ्या सरकारचे ह्या सर्वांनी अधिक तीव्र लक्ष केंद्रित करून घेतले आहे.

दुसरा मुद्दा सर्वसमावेशक राष्ट्रीय सत्तेचा आहे. २०१४ पर्यंत भारतीय बाजूकडून उद्देशाचा अभाव होता हे दाखवून देणारे काही स्वाभाविक परिणाम निश्चितच दिसून येतात. झालेल्या नुकसानीची भरपाई तंत्रज्ञान आणि डावपेच यांच्या स्वतःच्या क्षमतेवर केली जाऊ शकते. त्यामुळे बलाढ्य शत्रूला सामोरे जाण्याच्या समस्येकडे कल्पकतेने लक्ष देणे भारताला भाग पडले आहे. पूर्वीचे धोरणकर्ते त्यांची जबाबदारी झटकून टाकतीलही, पण एकूण घडामोडींचे रेकॉर्ड आपल्या सर्वांना दिसतच आहे. खरे तर, मागील वर्षांमध्ये खूप वेगळ्या दृष्टीकोनाचा पुरस्कार करणाऱ्यांनी आपल्या भूमिकेत आमूलाग्र बदल केल्याचे आपण बघितले आहे.

अर्थातच सुज्ञ प्रतिसाद हा आहे की शक्य तितक्या वेगाने समूळ सामर्थ्य निर्माण करणे, जिथे आवश्यक असेल तिथे इतरांच्या भागीदारीत तयार करणे. सध्याची भूराजकीय परिस्थिती या संदर्भात अधिक शक्यता निर्माण करते. पण अश्या संधींचा फायदा करून घेण्याची पूर्ण समज आणि दृढ निश्चय या दोन्ही गोष्टी आपल्याकडे असायला हव्यात. आपल्या सीमा सुरक्षित करण्याहून अधिक महत्त्वाचं काहीच नाही.

भारताशी संबंधित आणखी काही अशा मोठ्या घडामोडीही आहेत ज्यांनी आपल्या आजच्या समस्या वाढवल्या आहेत. फाळणीमुळे आपली धोरणात्मक स्थिती किती खालावली, ह्याची आपल्या सर्वांनाच जाणीव आहे. पण उपखंडीय सत्तासंतुलनाचा आधार तयार करण्याचे कामही तिने केले. आणि त्याहूनही वाईट म्हणजे १९४८ मध्ये जम्मू-काश्मीरमध्ये सार्वभौमत्व स्थापन करणे अपूर्ण राहिल्याने भौतिक संलग्नता निर्माण झाली, जो एक आता गंभीर चिंतेचा विषय आहे. भूतकाळामध्ये आंतरराष्ट्रीय संबंधांच्या प्राथमिक तत्त्वांकडे जाणीवपूर्वक केलेल्या दुर्लक्षाला वैचारिक झापडे कारणीभूत होती. १९६३ पासून चीन-पाकिस्तान यांच्यातील खुल्या सहकार्यालाही फारसे महत्त्वाचे न समजता कमी लेखले गेले आहे, त्यामुळे आगामी घडामोडींसाठी तयार राहण्यात अपयश आले आहे. जेव्हा बीआरआयचा (Belt and Road Initiative) भाग म्हणून CEPCचे (China-Pakistan Economic Corridor) अनावरण करण्यात आले, तेव्हा भारताने त्याचा तत्काळ अव्हेर करण्याच्या कृत्यावर आपल्याकडील काहींनी जाहीरपणे टीका केली. चीनच्या स्पष्ट राजकीय संदेशाकडे दुर्लक्ष करून बहाणे पुढे करण्यात आले आणि त्याच भूमिकेने समस्यांवर मात करण्यासाठी उपाययोजना शोधण्याचा प्रयत्न करण्यात आला.

सध्याच्या स्थितीत नात्यातील ताण हलका करण्याच्या उपायांच्या शोधाविषयी वाद होणे स्वाभाविक आहे. गुंतागुंतीच्या राजकारणावर सखोल अर्थकारण हे प्रभावी उत्तर आहे का, हा एक मुद्दा आहे. एक काळ असा होता जेव्हा भारतातील प्रभावशाली गटांचा अशा शक्यतांवर विश्वास होता. जेव्हा चीनचे वर्णन २००५ चा 'स्ट्रॅटेजिक पार्टनर' असे केले गेले तेव्हा संबंधांबाबत आशावादी दृष्टीकोन निर्माण होईल, अशी अपेक्षा त्यामागे होती.

गेल्या दीड दशकात त्या आशा फोल ठरल्या आहेत. राजकारणाला स्थैर्य देण्यास अर्थशास्त्राने फारशी मदत केलेली नाही आणि जखमेवर मीठ चोळत प्रत्यक्षात ते स्वतः समस्यांचेच कारण बनले आहे. त्याचाच एक भाग म्हणजे जागतिक पुरवठा साखळ्यांचे वास्तव, ज्या बहुतांश चीनमधून निर्माण होतात, पण दुसरे म्हणजे भारतात उत्पादन करणे आपण अलीकडच्या काळापर्यंत

खूप कठीण करून ठेवले आहे. किंबहुना, आजही असे काही मातब्बरांचे आवाज आहेत जे भारताकडे क्षमताही नाही आणि त्याचे प्रारब्धही नाही असा युक्तिवाद करतात. परिणामी बाजारपेठेतील प्रवेशाची आव्हाने आणि वाढती तूट यामुळे चीनबरोबरचा व्यापार अधिकाधिक वादग्रस्त बनला आहे. तंत्रज्ञान आणि डिजिटल व्यवसायांच्या एकमेकांच्या बाजारपेठेतील परस्परविरोधी शेअर्समुळे याला चालना मिळत आहे. विडंबना अशी आहे की, जे चिंतीत असल्याचा दावा करतात तेच या दुरवस्थेला जबाबदार आहेत.

देशांतर्गत पर्याय निर्माण करण्यासाठी सातत्याने पाठबळ दिल्यास ही परिस्थिती सुधारू शकते, हे भारतीयांनी लक्षात घेतले पाहिजे. परंतु कोविड साथीमुळे अशा जागतिक खुलेपणाच्या जोखमींबद्दल जागरूकता वाढली आहे यात शंका नाही. सीमाभागातील वाढत्या संघर्षामुळे निर्माण झालेल्या चिंतेमुळे यात आणखी भर पडली आहे. 'आत्मनिर्भर भारत' कल्पना आता आर्थिक क्षमतेइतकीच धोरणात्मक प्रतिसादाची अभिव्यक्ती म्हणूनही उदयास आली आहे. चीनशी द्विपक्षीय पद्धतीने अधिक व्यवहार करण्याची भारताची सामान्य इच्छा असली, तरी आपल्या आजच्या काळातील काही जागतिक वादविवाद या संबंधांमध्ये हस्तक्षेप करतात. पुरवठा साखळी, तंत्रज्ञान, डेटा आणि कनेक्टिव्हिटीसारख्या क्षेत्रांबाबतीत हे विशेषत्वाने आहे. किंबहुना चीन जितका जागतिक होईल, तितकीच ही सखोल चर्चा त्याच्या संवादकांच्या प्रतिसादाला आकार देईल.

प्रस्थापित आर्थिक मॉडेल्स आजच्या खऱ्या गरजा भागवण्यास असमर्थ आहेत, या वास्तवाशी इतर जगाप्रमाणे भारतही झगडत आहे. तुलनात्मक फायद्याचा तर्क बाजारातील शक्तींपासून स्वायत्त असलेल्यांच्या संदर्भात चालत नाही, हे स्पष्ट आहे. साहजिकच, उत्पादन आणि खपाच्या प्रत्येक घटकाचा फायदा घेता येईल अश्या अनिर्बंध स्पर्धेचे आव्हान स्वीकारण्यास जग तयार नाही.

जिथे भारताचा प्रश्न आहे, तिथे चीनशी व्यवहार करण्याच्या प्रस्थापित पद्धतीपासून निश्चयपूर्वक दूर जाणेच चांगले परिणाम साध्य करून देऊ शकते. पुरवठा साखळीच्या बाबतीत लवचिकता आणि विश्वासार्हता असो किंवा डेटाच्या बाबतीत विश्वास आणि पारदर्शकता असो, बदल चालूच आहेत. ह्या

बदलांमुळे विविध क्षेत्रांमध्ये अधिक राष्ट्रीय क्षमता निर्माण करण्याच्या प्रत्यक्ष संधी निर्माण होत आहेत.

दरम्यान, भारत आपल्या अर्थव्यवस्थेला चुकीच्या व्यापारात गुंतवण्यापासून सावध आहे हे महत्त्वाचे आहे. ही बचावात्मक भूमिका नसून आर्थिक स्वसंरक्षण आहे. झटपट सुधारणांच्या मोहाला विरोध करणे हेसुद्धा देशांतर्गत पुरवठा साखळी तयार करण्यासाठी आवश्यक आहे. जागतिक स्पर्धेचा प्रश्न आल्यावर, भारताच्या हितसंबंधांच्या दृष्टीने सर्वोत्तम निवडी केल्या जातात. कनेक्टिव्हिटी उपक्रम आणि तंत्रज्ञान विकासामध्ये भागीदारांची निवड ह्याच विचारांनी झाली पाहिजे.

मल्टीलॅटरल आणि प्लुरीलॅटरल व्यासपीठांवर सहकार्य करण्याच्या भारत आणि चीनच्या क्षमतेचा साहजिकच त्यांच्या संबंधांवर काही प्रमाणात परिणाम झाला आहे. आजही काही प्रादेशिक, विकासात्मक आणि राजकीय व्यासपीठांवर ते एकत्र असतात. त्याच वेळी, गेल्या दशकात जागतिक समान उपलब्धींच्या कल्याणासाठी नवीन यंत्रणांचा उदय झाला आहे; तिथे दोन्ही शेजाऱ्यांचे हितसंबंध भिन्न आहेत. एकंदर भारत-चीन संबंधांसाठी उपयोगी बाब म्हणजे त्यांचे मुत्सद्दी कृतीकार्यक्रम वाढीव बाजूला राहणे. पण एनएसजीचा विस्तार, संयुक्त राष्ट्रसंघातील सुधारणा किंवा बीआरआयच्या प्रसाराच्या बाबतीत जे मतभेद दिसून येतात, ते पाहता हे प्रत्यक्षात येणे तितकेसे सोपे नाही.

स्वतःच्या उदयाच्या मध्यावर असताना इतरांच्या उदयाला सामावून घेणे सोपे नसते. बहुध्रुवीयता बळकट करण्याचा विचार येतो तेव्हा भारत प्रथम याचे मूल्यमापन करेल की ती आशियातच कितपत लागू होते. त्याचप्रमाणे, जेव्हा पुनर्संतुलनाचा विचार केला जातो, तेव्हा भारतीय पर्याय त्याच्या स्वतःच्या वृद्धीला गती देणाऱ्या पर्यायांकडे झुकतील. पण एक गोष्ट स्पष्ट असली पाहिजे की, दीर्घकाळ सार्वभौम समानतेला आंतरराष्ट्रीय संबंधांचे मूलभूत तत्त्व मानणारे भारतासारखे राष्ट्र पुढील काळातही असेच करत राहील.

संकुचित द्विपक्षीय दृष्टीकोनातून पाहिलं तर भारताच्या उदयाला चीनने कमी महत्त्वाचं लेखलं हे अनपेक्षित नाही. त्याचा सामायिक क्षेत्राला संरचनात्मक

स्वरूप द्यायचा प्रयत्न स्वाभाविकच आपल्यासाठी सखोल लक्ष घालण्याचा आहे. त्यामध्ये प्रमुख म्हणजे बीआरआय, ज्याचा एक कॉरिडॉर, भारताच्या सार्वभौमत्वाचे उल्लंघन करतो ह्याची आम्ही नोंद घेतली आहे. सागरी क्षेत्रातही लक्षणीय बदलांची सुरुवात होऊ लागली आहे, जे भारताच्या फायद्याचे नक्कीच नाही.

ह्या सगळ्यामध्ये, जागतिक सामायिक उपलब्धी या, जबाबदारीची तीव्र जाणीव असलेल्या समविचारी भागीदारांच्या वचनबद्धतेवर सोपवण्यात आल्या आहेत. विरोधाभास असा की, याच वेळी भारताचे हितसंबंध आणि प्रभाव पूर्वेकडे वाढला आहे. इंडो-पॅसिफिकची संकल्पना आणि क्वाडचा उदय ही नवनवीन उभरत्या मागण्यांना दिलेल्या समकालीन प्रतिसादाची उदाहरणे आहेत. सार्वभौम निवडीबाबत इतरांना वेटो न देण्याचे महत्त्वही ती अधोरेखित करतात.

भारत-चीन संबंधांचा विचार केला तर अनेकदा तो आशियाई शतकाचा पाया असल्याचा उल्लेख केला जातो. डेंग शियाओपिंग यांनी तीन दशकांपूर्वी केलेल्या वक्तव्याचा हा संदर्भ आहे. गेल्या काही वर्षांतील घडामोडी मात्र याउलट वास्तवाकडे लक्ष वेधतात - त्यांची एकत्र येण्यातील असमर्थता ही आशियाच्या प्रगतीच्या संधी धोक्यात आणू शकते. पूर्ण निराकरणाशिवायही व्यावहारिक सहअस्तित्व राखण्याचा शोध कदाचित नकळतपणे आशियातील बहुध्रुवीयतेचा शोध बनतो आणि पर्यायाने, निवडींचा वापर, जागतिक सामायिक उपलब्धींबाबत चिंता, आंतरराष्ट्रीय कायदा व नियमाधारित व्यवस्थेचा आदर आणि सार्वभौम समानतेच्या आधारावर परस्पर व्यस्तता यांबद्दलच्या मोठ्या चर्चेत त्याचे रूपांतर झाले आहे. त्याच्या आर्थिक बाजूने, निष्पक्ष व्यापाराची गरज, समान संधींचे महत्त्व, जोखीम कमी करण्याची सक्ती, विश्वास आणि पारदर्शकतेस प्रोत्साहन देताना लवचिक आणि विश्वासार्ह पुरवठा साखळी तयार करण्यावर समांतर चर्चा सुरू आहे.

राष्ट्रे खेळत असलेल्या खेळांमध्ये, राजकीय आदर्शवादी कल्पना आणि सांस्कृतिक अभिमान बऱ्याचदा फेरफार करणारी काड्‌र्स बनू शकतात. पाश्चिमात्य देशांविरुद्ध संयुक्त आघाडी उभी करणे आणि आशिया हा आशियाई लोकांसाठी

असावा, असे सुचविणे हे वसाहतोत्तर जगाच्या असुरक्षिततेच्या भावनेला सुखकारक वाटणारे आजमावलेले डावपेच आहेत. वास्तविकता मात्र निर्दयपणे असंवेदनशील आणि खूप जास्त स्पर्धात्मक आहे. जागतिकीकरणाच्या जगात आपल्यामधून इतरांना बाहेर ठेवणे आणि त्यांच्या क्षेत्रांमध्ये प्रवेश करण्याचा प्रयत्न करणे हे अव्यवहार्य आहे. धोरणात्मक प्रक्रियेत भागीदारांची निवड ही भावना किंवा पूर्वग्रहांच्या आधारे न करता हितसंबंधांवर केली पाहिजे. सांस्कृतिकदृष्ट्या अधिक आश्वस्त भारताला हा फरक नक्कीच दिसेल.

चीनबरोबर अधिक संतुलित आणि स्थिर संबंधांची भारताची उत्तरे विविध क्षेत्रांमधील विविध पर्यायांमध्ये दडलेली आहेत. २०२० च्या घडामोडी पाहता साहजिकच सीमेच्या प्रभावी संरक्षणापासून त्यांची सुरुवात होते. अगदी कोविडच्या दरम्यानही हे काम हाती घेण्यात आले. अधिक सक्षम आणि अधिक तंत्रज्ञानयुक्त लष्कर ही काळाची गरज आहे. सीमाभागातील शांतता आणि स्थैर्य हा सामान्य संबंधांचा पाया आहे. वेळोवेळी खोडसाळपणे याची तुलना सीमाप्रश्न सोडवण्याशी केली गेली आहे. खरी परिस्थिती अशी आहे की खूपच कमी पातळीवर योजलेल्या मानकाचाही २०२० मध्ये भंग झाला! आर्थिकदृष्ट्या, उत्पादन विस्तार करणे आणि आत्मनिर्भर भारताला प्रोत्साहन देणे महत्त्वाचे आहे. आंतरराष्ट्रीय स्तरावर अधिकाधिक विषयांमध्ये संबंध निर्माण करणे आणि त्यांच्या हितसंबंधांची समज वाढविणे यांमुळे भारताचे सामर्थ्य वाढेल. विशेषत: आपल्या जवळच्या परिघामध्ये आपण प्रभावीपणे स्पर्धा सुरू ठेवली पाहिजे.

२०२० नंतर भारत आणि चीनमध्ये स्थिर समतोल प्रस्थापित करणे सोपे नाही. हे काम हाती घ्यायचे असेल तर ते केवळ तीन पारस्परिक मुद्द्यांच्या आधारे चिरस्थायी होऊ शकते. आंतरराष्ट्रीय परिस्थितीदेखील त्या प्रक्रियेस हातभार लावू शकते, कारण भारत पूर्व–पश्चिम आणि उत्तर–दक्षिण विभागात इष्टतम स्थान शोधण्याचा प्रयत्न करीत आहे. पण आशियात बहुध्रुवीयतेचा स्वीकार व्हायला हवा. गेली काही वर्षे परस्पर संबंधांसाठी आणि खंडाच्या भवितव्यासाठीही गंभीर आव्हानांचा काळ होता. तणाव कायम राहिल्यास त्याचे परिणाम भोगावे लागतील. पवित्र्यातील न्यू नॉर्मल्समुळे रणनीतीचीही न्यू

नॉर्मल्स उद्भवतील. संबंधांचा दीर्घकालीन दृष्टीकोन प्रस्थापित होईल का, हा मोठा प्रश्न आहे.

भारत-चीन संबंध आता खऱ्या अर्थाने एका वळणावर आले आहेत. भारताची राष्ट्रीय इच्छाशक्ती, धोरणात्मक विश्वास, जागतिक संबंध आणि वाढती क्षमता या स्पष्ट दिसत आहेत. ज्या निवडी केल्या जातील त्यांचे सर्वंकष पडसाद उमटतील; फक्त दोन्ही देशांवरच नव्हे, तर संपूर्ण जगावर. तिन्ही पारस्परिक मुद्द्यांचा आदर करणे आणि त्याच्या परिणामांतून मिळणारी तात्पर्ये त्यांच्या संबंधांच्या वाढीसाठी लागू केल्यास दोन्ही देशांना योग्य निर्णय घेण्यास मदत होऊ शकते. वस्तुनिष्ठ विश्लेषण, जागतिक रणनीती आणि भारताच्या भूमिकेला चालना देणारी धोरणांची प्रत्यक्ष अंमलबजावणी ह्यांसह संबंध व्यवहारी आणि वास्तववादी मार्गाने साधले जातात तेव्हा हे सर्वोत्तमरित्या साध्य होते. चीनबद्दलची आपली भूमिका पूर्णार्थाने वास्तववादी होईल तेव्हाच जगासमोरची भारत म्हणून आपली प्रतिमा अधिक बळकट होईल.

■ ■ ■

९.

सुरक्षेची पुनर्कल्पना

काळाशी जुळवून घेताना

पूर्वीच्या स्पर्धेची जागा आजच्या काळात संथपणे ऱ्हास करत नेण्याने घेतली आहे. निर्बंध आणि जोखमी वाढत असलेल्या आजच्या जगात राष्ट्रे आता एकमेकांना थेट सामोरे जाण्याऐवजी हळूहळू शिरकाव करतात आणि आपला प्रभाव निर्माण करतात. त्यामुळे आजचे धोके वेगळे असतील तर आजचा आपला बचावही वेगळा असायला हवा आणि त्याची सुरुवात ह्या काळात सर्वाधिक जागरूक राहण्यापासून होते. एक काळ होता जेव्हा आपण सुरक्षेचा विचार मुख्यत: पोलिसिंग, कायदा आणि सुव्यवस्था, गुप्तचर आणि तपास ह्या अनुषंगाने करत होतो. आपण तो बंडखोरीला प्रतिवाद, दहशतवाद विरोध आणि सीमा संरक्षणापर्यंतही वाढवला. एक टोकाचे उदाहरण म्हणून, आपले विचार कदाचित लष्करी संघर्षापर्यंत ताणले गेले. आज मात्र तुम्हाला त्यावर पुनर्विचार करावा लागेल. आयुष्य आता पूर्वीसारखे राहिलेले नाही; आणि त्याची आव्हानेही सारखी राहिलेली नाहीत.

या गुंतागुंतीच्या समस्या कमी झाल्या आहेत, असे नाही. ह्याउलट, असे म्हणता येईल की जरी आपण वर म्हटल्यासारख्या काही अपसामान्य गोष्टींवर लक्ष केंद्रित करत असलो तरी, 'सामान्य'ने अतिशय चिंताजनक रूपे धारण केली आहेत. आपल्या आजूबाजूला दररोज अशा क्रिया प्रतिक्रिया, देवाणघेवाणी होत असतात ज्या राजकारण आणि समाज दोघांनाही धोक्यात आणतात.

जागतिकीकरणाचा आपल्या सुरक्षेवर किती प्रमाणात परिणाम होऊ शकतो, याची जाणीव झाली नाही, तर एक दिवस असा येऊ शकतो, जेव्हा आपण स्वतःला आपली मूल्ये, भूमिका इ.बरोबर तडजोड केलेल्या अवस्थेत पाहू आणि ह्या सर्वांना आपल्याला पूर्ववत करता येणार नाही. अधिक शक्तिशाली राष्ट्रे या दुर्दशेच्या आपापल्या आवृत्त्यांशी झगडत आहेत.

आपले जग अंतर्बाह्य बदलले आहे आणि त्यामुळे आपली सुरक्षिततेची भावनाही बदलली पाहिजे. याचा अर्थ जागतिक राजकारणाच्या चलांना (variables) विचारात घेऊन त्याची पारख करणे; उदाहरणार्थ, परस्परावलंबी आणि परस्पर–शिरकाव करणाऱ्या जगात असणे म्हणजे नेमके काय, ह्यावर विचार करणे. आपल्याला सवयीची होत असलेली 'नॉलेज इकॉनॉमी' स्वतःच शक्तीचे नवे मापदंड निर्माण करू शकते. आज सर्वात बलवान व्यक्तीची व्याख्या सर्वात हुशार म्हणून केली जाते आणि आपली महाकाव्ये ह्याला दुजोराच देतात, त्यावरून लक्षात येते की ह्यात अभूतपूर्व असे काही नाही.

ज्ञान ही शक्ती आहे आणि गंभीर परिस्थितीत तर कदाचित नेहमीपेक्षा जरा अधिकच. स्पर्धात्मक जगात, बुद्धिमत्ता, मूल्यमापन आणि आकलनशक्तीवर अतिशय जास्त भर दिला जातो. अटीतटीच्या प्रसंगी, सूक्ष्म आकलन होणे आणि माहिती असणे हा खऱ्या अर्थाने हुकमी एक्का असतो आणि खरेतर रामायणात नेमके हेच आपल्याला घडत असताना दिसते.

लक्ष्मण आणि रावणाचा पुत्र इंद्रजित यांच्यातील युद्ध हा अनेक अर्थांनी अंतिम उपसंहारापूर्वीचा टर्निंग पॉईंट मानला जातो. त्याच्या योजनेच्या आधी एक 'साय-ऑप्स' (psychological operations) आहे, जिथे इंद्रजित आभासी सीता तयार करतो आणि वानर सैन्याच्या उपस्थितीत तिला मारून टाकतो.

त्यानंतर तो निर्माण झालेल्या गोंधळाचा उपयोग असुर यज्ञ पूर्णत्वाला नेण्यासाठी करतो; ज्या यज्ञाने तो अजेय होणार असतो. इथेच माहिती मिळाल्यामुळे परिस्थितीत फरक पडतो. तो नेमके काय करत आहे हे त्याचे काका विभीषण ह्यांना समजते आणि त्यानुसार ते श्रीरामाचे समुपदेशन करतात. यज्ञ पूर्ण होऊ नये म्हणून लक्ष्मणाला निकुंभीला येथे पाठवले जाते. तीन दिवस आणि तीन रात्र लढाई केल्यानंतर तो इंद्रास्त्राचा वापर करून इंद्रजीतचा वध करतो.

रावणाचा आणखी एक पुत्र म्हणजे महाकाय अतिकाया याच्याशीही त्याची यापूर्वी एक चकमक झाली आहे, जिथे आतल्या गोटातील माहिती मिळाल्याने परिस्थितीत खूप फरक पडतो. द्वंद्वयुद्धात त्याला संपविण्यासाठी धडपड करत असलेल्या लक्ष्मणाला वायूकडून सल्ला मिळतो की, केवळ ब्रह्मशक्तीच या राक्षसाचा वध करू शकते. जे ती अखेरीस करते आणि त्याला खूप दिलासा मिळतो. किंबहुना युद्धाच्या निर्णायक क्षणी रामाचा सारथी मातेली त्याला रावणाविरुद्ध ब्रह्मास्त्र वापरण्याचा सल्ला देतो आणि स्वतः रामही ह्या सल्ल्याचा लाभार्थी ठरतो. स्पष्टपणे, माहितीने युक्त असलेले युद्ध केवळ धार प्रदान करत नाही तर संपूर्ण गेम-चेंजर ठरू शकते.

रामायणात जर एखादे कमी लेखले गेलेले पात्र असेल तर ते म्हणजे रावणाचा धाकटा भाऊ विभीषण होय. कदाचित त्याच्या सात्त्विक कारणांमुळे का असेना पण तो मूळ घराण्यापासून दूर गेल्याने जनमानसात त्याच्याबद्दल गढूळता निर्माण झाली असावी. पण ही वस्तुस्थिती आहे की, या गाथेच्या निर्णायक वळणावर त्याने मोलाचे योगदान दिले. आपल्या सल्लागारांचे आक्षेप असतानाही विभिषणाला आपल्याबरोबर घेताना श्रीरामाला ही गोष्ट आधीच समजली होती आणि त्याला त्याचा अंदाजही लावता आला होता. रावणाची जागा घेण्याची विभीषणाची महत्त्वाकांक्षा रामाला जाणवली आणि विशेष म्हणजे युद्ध सुरू होण्यापूर्वी त्याने विभिषणाला लंकेचा राजा म्हणून राज्याभिषेकही केला. सत्ताबदलाला मोठा इतिहास आहे, हे उघड आहे!

विभीषणाने आपले सहकारी अनल, संपती, प्रमती आणि पणस यांना घेऊन एक नेटवर्क तयार केले आणि त्या नेटवर्कच्या माध्यमातून अमूल्य माहिती पुरवली. युद्धाच्या काळात डावपेचात्मक गुप्तवार्तांसाठी राम सातत्याने त्याच्यावर अवलंबून राहिला आणि जेव्हा राम आणि लक्ष्मण यांना इंद्रजीतने

नागपाश अस्त्राचा वापर करून शक्तिहीन केले, तेव्हा बिभीषणानेच त्या दोघांनी पुन्हा तंदुरुस्त होईपर्यंत वेळ मिळवला. विरोधकांच्या पंक्तीतून एखाद्याला स्वीकारणे ही नेहमीच अवघड परिस्थिती असते. त्या प्रक्रियेत अंतर्निहित किंतु आणि संशय आहेत. पण प्रभू रामाने जसे सोदाहरण दाखवून दिले, त्याप्रमाणे केवळ सुरुवातीलाच योग्य निर्णय घेऊन भागत नसते, तर कठीण काळात त्या निर्णयावर ठाम राहण्याचेही धाडस दाखवले गेले तर त्याचा खरा फायदा होतो.

ह्यासंबंधित आणखी एक मुद्दा म्हणजे नॅरेटिव्ह निर्माण करण्याची शक्ती. अतिशय प्रयत्नपूर्वक ते तयार केले गेले तर त्याद्वारे वर्चस्व गाजवता येऊ शकते आणि मग प्रतिकार करण्याची इच्छाशक्तीही कमकुवत होऊ शकते. रामाकडून पराभूत होईपर्यंत रावणाला सामान्यत: अजेय मानले जात होते. सत्य मात्र थोडे वेगळे होते आणि एवढी प्रभावी प्रतिमा निर्माण करण्यात तो यशस्वी झाला याचे श्रेय रावणालाच जाते. त्यानंतर त्याने आपल्या जवळजवळ सर्व समकालीनांना पराभूत केले हे या अनुषंगाने महत्त्वाचे होते. त्याचप्रमाणे त्याचा मुलगा मेघनाद देवांच्या राजाला (इंद्राला) पराभूत करू शकला, त्यामुळे त्याला इंद्रजीत ही बिरुदावली मिळाली. पण वस्तुस्थिती अशीही होती की, काही प्रसंगी रावणही युद्धात पराभूत झाला होता आणि त्याला तो निर्णय स्वीकारायला भागही पाडले गेले होते. त्याचा पराभव करणाऱ्यांमध्ये वालीदेखील होता, जेव्हा रावणाने त्याला त्याच्या ध्यानधारणेच्या दरम्यान ताब्यात घ्यायचा प्रयत्न केला. महिष्मतीचा राजा कार्तवीर्य अर्जुनाशीही एक अतिशय वाईटरीत्या चकमक झाली. ते दोघेही एकाच वेळी गंगा नदीत स्नान करत होते आणि अर्जुनाच्या काही कृत्यांमुळे रावणाच्या उपासनेत अडथळा निर्माण झाला. त्यानंतरच्या युद्धात रावणाला पकडून महिष्मतीला कैदी म्हणून नेण्यात आले. अखेर त्याची सुटका करण्यासाठी त्याचे आजोबा म्हणजेच पुलस्त्य ऋषी यांना हस्तक्षेप करावा लागला. या दोन्ही घटनांमध्ये रावणाने डावपेचात्मक माघार तर घेतली होतीच, पण आपल्या विरोधकांशी तडजोडही केली होती.

कधी कधी महासत्तांनाही आपल्या मर्यादांची जाणीव होते आणि ते समायोजन करण्यापर्यंत येतात. 'कायमच्या युद्धांवर' ऊर्जा खर्च करणे किंवा निरर्थक संघर्षात अडकून राहणे शहाणपणाचे किंवा फायद्याचे नाही. हुशारीने

केलेली गणिते आणि वाटचालीतील दुरुस्त्यांमुळे आधीच वृद्धिंगत होत असलेली शक्ती नेहमीच वेग घेते. पण सर्वांत महत्त्वाचे म्हणजे रावणाचा झालेला नावलौकिक नॅरेटिव्हजची शक्ती आणि असे नॅरेटिव्हज स्वतःच एक शक्तिशाली शस्त्र कसे बनू शकतात हे अधोरेखित करते.

सुरक्षेचा कूटप्रश्न समजून घेताना

सुरुवातीला आपण अशा बदलांचा विचार करूया जे नेहमीच तीव्रतेने जाणवत नाहीत आणि नंतर आपली किती आव्हाने खरोखर छुपी आहेत हेसुद्धा समजून घेऊया. एखाद्या घटनेला हानिकारक म्हणण्यासाठी खरोखरच हिंसेची किंवा रक्त सांडण्याची गरज आहे का? आपले असेही अनेक सुरक्षाविषयक धोके आहेत जे पायरीपायरीने निर्माण होत आहेत आणि हळूहळू ऱ्हास करत नेत आहेत. पण म्हणून ते कमी घातक आहेत असे नाही. जर आपल्या देशाची एकता आणि अखंडता कमकुवत केली जात असेल आणि पर्यायी निष्ठा निर्माण केल्या जात असतील तर, आपण त्याबाबत बेपर्वा राहावे का? लोकशाही स्वातंत्र्याच्या नावाखाली फुटीरतावाद्यांना परदेशात सहानुभूती, साहाय्य आणि पाठबळ दिले जात असेल, तर आपण संतुलित भाव दाखवावा का? जेव्हा राष्ट्रीय विकासात, विशेषतः महत्त्वाच्या पायाभूत सुविधांमध्ये अडथळे येतात, तेव्हा आपण उदासीनता दाखवतो का? सामाजिक विचारसरणी बदलून टाकून तिला विशिष्ट आकार देण्यासाठी जेव्हा वैचारिक प्रभाव पाडण्याचे कृतिकार्यक्रम हातात घेतले जातात, तेव्हा खरोखरच आपल्याला आत्ममग्न राहणे परवडणारे असते का? खुल्या अर्थव्यवस्थेसाठी केलेल्या धोरणात्मक निवडी जर निऔद्योगीकरण आणि बाह्य जगावरील अवलंबित्व निर्माण करत असतील, तर

ते आपल्या भवितव्याविषयक काय दर्शवते? धोरणात्मक स्वायत्तता ही केवळ धोरणात्मक सुरक्षेनेच साध्य केली जाऊ शकते.

सुरक्षेची बरीचशी चर्चा आता खुलेपण, शिरकाव आणि असुरक्षिततेभोवती फिरते. हे नवीन जग आहे जिथे सामान्य क्रियाकलापांचे रूपांतर अनिष्ट हेतूमध्ये सहजपणे केले जाऊ शकते. असे मुद्दे उपस्थित करणे म्हणजे नियंत्रणावरची पकड घट्ट करणे, अधिकार अधिक बळकट करणे किंवा जगाकडे पाठ फिरविणेही नव्हे. खरे तर हे सतर्क व्हावे, तयारी करावी, वाढवावी आणि मुख्य म्हणजे आपले संरक्षण क्षीण होऊ देऊ नये, ह्याचे आवाहन आहे.

भारतीय समाजाला सातत्याने सुरक्षिततेच्या आव्हानांचा सामना करावा लागतो, कदाचित त्याच्या अनेक समकालीनांपेक्षा जास्त. उर्वरित जगाप्रमाणे यालाही एका मोठ्या पल्ल्यातील पारंपरिक आणि अपारंपरिक धोक्यांचा सामना करावा लागतो. मोठ्या, बहुलवादी आणि वैविध्यपूर्ण राज्यव्यवस्थेत कायदा आणि सुव्यवस्थेचे आणि अंतर्गत सुरक्षेचे प्रश्न साहजिकच अधिक गुंतागुंतीचे आहेत. भारताने सातत्याने सीमेपलीकडून हिंसाचार अनुभवला असल्याने दहशतवादाच्या चिंता विशेषत्वाने तीव्र आहेत. बाहेरून वादग्रस्त सीमा रेषा सुरक्षित करण्याचे काम नेहमीच कठोररीत्या केले जाते. सध्याच्या पिढ्यांमध्ये कित्येक संघर्षांच्या प्रत्यक्ष आठवणी जागृत आहेत. अशा आठवणी असणे ही गोष्टही आपल्या विचारसरणीला एक आकार देत असते.

या प्रत्येक मुद्द्याला स्वाभाविकपणे अद्ययावत प्रतिसादाची आवश्यकता असते. परंतु आपल्या एकमेकांबरोबर जोडल्या गेलेल्या वाढत्या सहअस्तित्वामध्ये आता गुंफल्या गेलेल्या महत्त्वपूर्ण चिंतादेखील येतात. त्या जगाबरोबर गुंतण्याच्या प्रक्रियेत अंगभूत आहेत, त्यामुळे या समस्यांना टाळणे शक्य नाही. जेव्हा सुरक्षेचा प्रश्न येतो, तेव्हा ती वाढवणे आणि चांगली करणे इतकेच आता पुरेसे नाही. भारताला ती वेगळ्या पद्धतीने करण्याची गरज आहे आणि याचा अर्थ वेगळा विचार करणे होय. आज सुरक्षा वाढवण्यासाठी त्याची नव्याने कल्पना करण्याची गरज आहे.

राष्ट्रीय सुरक्षेशी निगडित राहून आयुष्य व्यतीत करणाऱ्यांना कदाचित त्या शब्दाची आपली खुद्द व्याख्याच किती विकसित झाली आहे हे अधिक

सहजतेने समजते. जागतिकीकरणाचा सर्व समाजांवर होणारा परिणाम, आपल्या दैनंदिन जीवनात तंत्रज्ञानाचा शिरकाव आणि अधिक स्पर्धात्मक जागतिक परिस्थिती, यामुळे हा बदल घडून येतो. धोके काय आहेत, कुठे, केव्हा आणि कसे उद्भवतात याचा अंदाज बांधणे जितके गुंतागुंतीचे आहे तितकेच आपण ज्या पद्धतीने प्रतिसाद देणे, संरक्षण करणे किंवा प्रतिकार करणे आवश्यक आहे, ती पद्धतही तितकीच गुंतागुंतीची आहे. आपल्याला केवळ धोक्याचे मूल्यमापन करणाऱ्या अधिक क्लिष्ट संरचनेचा सामना करायचा आहे असे नाही, तर तो अधिक बदलत्या संकल्पनांसह करावा लागणार आहे. हे सर्व एकत्रितपणे, सामान्य परिस्थिती ही अधिकाधिक अकल्पित झाली आहे हे दाखवून देतात आणि रोजच्या सामान्य घटना हा आता केवळ एक अपवाद राहिला आहे.

आर्थिक परस्परावलंबित्व आणि तंत्रज्ञानात्मक परस्पर–प्रवेश यांच्या मिश्रणामुळे निर्माण झालेला अनिर्बंधपणा हा सुरक्षेच्या कूटप्रश्नाच्या केंद्रस्थानी आहे. ह्या निर्बाधतेने माहिती, कल्पना आणि विचारधारा यांच्या प्रवाहाला पूर्वी अकल्पनीय वाटणाऱ्या पद्धतीने चालना दिली आहे. ह्यामध्ये मानवी पैलूदेखील आहेत जे नियम आणि निकषांचे पालन कोणत्या मर्यादेपर्यंत करता येऊ शकते ह्याच्याशी संबंधित आहेत. आपले अस्तित्व एकीकडे मानवी क्षमतांच्या आधारावर अधिक चालू असते आणि त्याचवेळी आपण अधिक असुरक्षित असतो, या विरोधाभासापासून आपण अनभिज्ञ राहू शकत नाही. विकास आणि समृद्धीची दारे उघडणारे चुकीच्या हातांमधले घटकच चिंतेचे कारण आहेत.

ह्या बाबींचे नीट आकलन झाल्यास, रूढीवादी चौकटीच्या पलीकडे जाऊन सुरक्षेच्या मुद्द्यांचा विचार करण्याची गरज का आहे, हे समजून घेता येते. भारत ही एक अशी राज्यव्यवस्था आहे जी केवळ जगाशी असलेल्या संबंधांना महत्त्व देते असे नाही, तर त्याचा विस्तार करण्यासाठी सक्रियरीत्या प्रयत्नशील आहे. किंबहुना, देशांतर्गत प्रगतीचे जे चालक असतात तेच आपली बाहेरच्या अनेक घटकांशी दररोज नाळ जोडतात. म्हणूनच, जोखीम कमी करताना फायदे वाढवतील असे इष्टतम उपाय शोधणे हे आपल्यासमोरील कार्य आहे. ज्या युगात प्रत्यक्ष नियंत्रणाद्वारे हे केले जाऊ शकत होते ते युग

आता आपण खूप मागे सोडून आलो आहोत. त्याऐवजी देशाला भेडसावणाऱ्या समस्या समजून घेणे, त्यांचा अंदाज बांधणे, तयारी करणे आणि अधिक चातुर्याने विचार करणे ही काळाची गरज आहे. हे परिणामकारकरीत्या करण्यासाठी, जग खरोखर काय आहे याची नेमकी आणि अद्ययावत समज विकसित करणे अत्यंत महत्त्वाचे आहे आणि आज, आपले सध्याचे अस्तित्व आणि त्याची जडणघडण अश्या प्रवृत्ती आणि घडामोडींमुळे होत आहे, ज्या जरी बाहेरील वाटल्या तरी देशांतर्गत आपल्या आयुष्यावर सखोल परिणाम करत आहेत.

कोणतेही वस्तुनिष्ठ जागतिक मूल्यमापन करताना आता राष्ट्रांमध्ये, विशेषत: प्रमुख देशांमध्ये अनिर्बंध स्पर्धेची शक्यता आहे हे मान्य केले गेले पाहिजे. याचा मूळ अर्थ असा आहे की ह्या राष्ट्रांनी केवळ भरपूर क्षमता आणि प्रभाव विकसित केला असे नाही, तर त्यांचा वापर करण्याकडे त्यांचा अधिक कल आहे. सामान्यत: स्वायत्त समजल्या जाणाऱ्या क्षेत्रांना प्रत्यक्ष जोडण्यामधून हे दिसून येते. क्रीडा, पर्यटन किंवा शिक्षण आणि राजकारणाप्रमाणेच व्यवसाय, ऊर्जा आणि वित्त हे धोरणाचे अविभाज्य घटक मानले जातात. त्या प्रक्रियेत निकष आणि निर्बंध तसेच योग्य–अयोग्य किंवा स्वीकारार्ह काय आहे ह्याची जी काही गृहीतके असतात, ती मागे पडली आहेत. यातील काही संरचनात्मक परिवर्तन आहे; परंतु त्याला वर्तणुकीतील बदलांची जोड मिळाली की ते बळकट होते. जर जागतिकीकरण आणि तंत्रज्ञान हे संरचनात्मक परिवर्तनाचे उदाहरण असेल तर राष्ट्रवाद आणि एकपक्षीवाद हे वर्तणुकीचे प्रतिबिंब म्हणता येईल. जगात जोखीम घेण्याच्या प्रवृत्तीत झपाट्याने वाढ झाली आहे. कोणताही देश त्यापासून अलिप्त किंवा अबाधित राहू शकत नाही आणि भारतही त्याला अपवाद नाही. सारांश असा आहे की आपले बाह्य वातावरण आता अधिक धोकादायक झाले आहे.

पण घरची आघाडीही कमी आव्हानात्मक नाही, कारण सीमाहीन राजकारणाच्या कल्पनेने ते स्वास्थ्यही हरवून टाकले आहे. अनेक बाह्य घटकांसारखे घटक देशांतर्गतही कार्यरत असतात, परंतु इथे ते भिन्न प्रकारे एकत्र येऊन वेगळ्या प्रकारे परिणाम करतात. इतर समाजातील घडामोडींवर आपले अधिकृत मत देणे, त्यांच्यावर प्रभाव टाकणे आणि त्यांना दिशा देणे ह्याची क्षमता आणि

कल स्पष्टपणे वाढत चालला आहे. प्रस्थापित जागतिकीकरणाप्रमाणेच सीमाविरहित राजकारणही काही लोकांच्या फायद्यासाठी खेळले जाते. पण त्याप्रमाणेच, असंख्य व्यक्ती किंवा गटांच्या हिताचा म्हणूनही त्याचा जो प्रचार केला जातो, त्याचा त्याला फायदा मिळतो. मते आणि प्रतिमांना आकार देणाऱ्या प्रत्येक माध्यमात त्याची अभिव्यक्ती दिसून येते. नॅरेटिव्हज आणि युक्तिवादाला आकार देऊन, ते कितीतरी गोष्टींना कायदेशीर करणे आणि कित्येकांचे अवैधीकरण करणे अशा दोन्ही प्रक्रियांत गुंतलेले दिसते. ही एक अधिक व्यापक प्रक्रिया असू शकते, परंतु यामुळे त्याचे सुरक्षिततेचे मुद्दे क्षीण होऊन चालणार नाहीत. शेवटी, हे भ्रमनिरास करू शकते किंवा त्रासदायक ठरू शकते किंवा प्रसंगी आव्हानांमध्ये वाढ करू शकते. खरे तर, अशा प्रोत्साहन देणाऱ्या विचारांना अधिक कार्यप्रवण बनवण्यासाठी बऱ्याचदा संसाधनांची जोड दिली जाते. त्यामुळे बाह्य व्यवहारांवर लक्ष न ठेवणारी आणि गरज पडल्यास त्यांचे नियमन न करणारी राज्यव्यवस्था ही अतिशय भोळीभाबडी राज्यव्यवस्था असते.

विशेष म्हणजे या बाबतीत पाश्चिमात्य राष्ट्रेही गैरलोकशाही राष्ट्रांइतकीच कायदे करून, गुप्तचर यंत्रणेद्वारे अथवा प्रशासकीय कारवाईद्वारे सक्रिय असतात. जेव्हा भारताला आपल्या देखरेखीबद्दल लक्ष्य केले जाते, तेव्हा विडंबना अशी आहे की अधिक कठोर देखरेख पद्धती असलेले देशच बऱ्याचदा अशी टीका करतात. इतर अनेक घडामोडींप्रमाणेच सीमाविरहित राजकारणही व्यापक स्वरूपाचे आहे. एका टोकाला, सहप्रवाशांना तसेच समान फायदे आणि हितसंबंध असलेल्यांना मदत करण्याची इच्छा आहे. दुसऱ्या टोकाला कट्टरतावाद, हिंसक अतिरेक किंवा अगदी दहशतवादाला कारणीभूत ठरणारे प्रयत्न आहेत.

त्यानंतर नेहमीच्या सामान्य सुरक्षेबाबत प्रश्न येतो. आपण धोके आणि असुरक्षिततांचा विचार असामान्य परिस्थितीतून उद्भवणाऱ्या म्हणून करतो जसे कलह, संघर्ष, अस्वस्थता किंवा त्यांच्यासाठी तयारी करणे. परंतु आधुनिक जीवनाने आपल्याला तंत्रज्ञान, क्रियाकलाप आणि साधनांच्या अशा जाळ्यात नेले आहे जे वापरकर्त्याशिवाय किंवा ज्याच्याबाबतीत वापरायचे आहे तो अनभिज्ञ असतानाही वापरले जाऊ शकते. दररोज असंख्य मार्गांनी आपल्याला

वेगवेगळ्या प्रकारच्या धोक्यांचा सामना करावा लागतो. सर्वात स्पष्ट उदाहरण म्हणजे डेटा आणि ते तयार करण्यात मदत करणाऱ्या प्रक्रिया. डेटा कसा गोळा केला जातो आणि कृत्रिम बुद्धिमत्ता (AI) कशी विकसित केली जाते हे जागतिक स्पर्धेच्या सर्वांत ज्वलंत विषयांपैकी एक आहे. डिजिटल व्यवहार आणि सायबर जग किंवा समाज अवलंबून असतो अशा महत्त्वाच्या पायाभूत सुविधा, हे सर्व आपल्या दैनंदिन दिनक्रमात अधिक महत्त्वाचे झाले आहे.

खरे तर, कोविडच्या अनुभवाने आम्हाला शिकवले की तंत्रज्ञानाशी न जोडली गेलेली डोमेन्सदेखील आपली असुरक्षितता कशी वाढवू शकतात. पुरवठा साखळीच्या जगात महत्त्वाच्या क्षेत्रांमध्ये संवेदनशील क्षणी टंचाई निर्माण होऊ शकते. हा लॉजिस्टिक अडथळ्याचा परिणाम असू शकतो, परंतु तितकाच नियोजित रणनीतीचाही परिणाम असू शकतो. परिणामी, जागतिक चिंतांनी लवचिक, विश्वासार्ह आणि अतिरिक्त पुरवठा साखळीवर तर डिजिटल जगात, अधिक विश्वास आणि पारदर्शकतेवर अधिक लक्ष केंद्रित केले आहे.

खरी समस्या मात्र प्रत्येक गोष्टींचा शस्त्र म्हणून वापर करणे ही आहे. व्यापार, वित्त, गुंतवणूक किंवा लॉजिस्टिक्ससारख्या क्षेत्रांचा सामरिक हेतूंसाठी कसा उपयोग केला जाऊ शकतो हे अलीकडच्या काही वर्षांत जगाला कळून चुकले आहे. किंबहुना हाच उद्देश डोळ्यासमोर ठेवून बाजारातील शेअर्स आणि सेक्टर्समध्ये वर्चस्व निर्माण केले गेले आहे. काही राष्ट्रांनी संपूर्ण उपक्रम पुढे मांडले आहेत ज्यामधून त्यांची उद्दिष्टे पुढे नेली जातात आणि ती उद्दिष्टे खूप काळापर्यंत छुपीच राहतात. इतर अतिशय गंभीर आणि थेट आहेत, जसे दबावाचे साधन म्हणून निर्बंध वा दंड लागू केला जाणे.

एकदा सगळ्याला शस्त्र म्हणून वापरण्याची मानसिकता रुजली की, जवळपासचे काहीच त्याच्या प्रभावापासून स्वतंत्र राहत नाही. पर्यटकांचा ओघ वळवणे अथवा रोखणे, कच्चा माल आणि वेगवेगळ्या घटकांचा पुरवठा करणे किंवा थांबवणे किंवा महत्त्वाचा विक्रेता किंवा ग्राहक म्हणून ताकद वापरणे अशा गोष्टींमधून शस्त्रीकरण केले जाते. जेव्हा बाजार अर्थव्यवस्था तिच्या स्वतःच्या पारंपरिक उद्देशांऐवजी वरीलप्रमाणे बिगर–बाजार उद्दिष्टांवर चालायला लागते, तेव्हा आपल्याला लक्षात येते की ह्या सामान्य म्हटल्या जाणाऱ्या पद्धतींनी

आता असुरक्षिततेमध्ये भर घातली आहे. खरे तर जग बऱ्याच काळापासून अशा धूसर प्रदेशात राहत आहे जिथे जागतिकीकरणाच्या फायद्यांसाठी नियमांची मोडतोड केली गेली आहे. आता जेव्हा डोक्यावरून पाणी निघून गेले आहे आणि विपरीत परिणाम जाणवायला लागले आहेत तेव्हा आपल्याला उशिरा जाग आली आहे आणि आता ह्या परिणामांच्या चिंता आपण करत आहोत. विशेष म्हणजे फ्री मार्केटच्या तत्त्वांचे पुरस्कर्तेसुद्धा त्याच्या मूळ तत्त्वांकडे धोरणाच्या गरजेनुसार दुर्लक्ष करतात. त्यामुळे सुरक्षेचे मूल्यमापन करताना आता अवलंबित्व कसे निर्माण केले जाते आणि त्याचा वापर कसा केला जातो, हे समजून घेणे आवश्यक आहे. त्यामुळे आज ज्या राज्यव्यवस्थांना सुरक्षिततेविषयक अधिक भान आहे त्यांचा गुंतवणुकीचा ओघ कसा येतो आणि व्यवसाय अधिग्रहणे कशी केली जात आहेत ह्याची तपासणी करण्याकडे अगदीच समजून घेण्याजोगा कल आहे.

या सगळ्याच्या वर आता अशा मोठ्या तंत्रज्ञानाधारित कंपन्यांची अधिकाधिक मान्यता प्राप्त होत असलेली शक्ती आहे, ज्यांचे बाजार भांडवल बऱ्याचदा राष्ट्रांच्या जीडीपीपेक्षा जास्त असते. हे विधान केवळ संबंधित उद्योगांच्या प्रचंड आकाराबद्दल नाही. तसेच त्यांच्या प्रभावाचे राजकारण आणि नीतिमत्ता यांविषयीच्या चर्चेत उतरण्याची गरज नाही. वास्तववादी म्हणून, आपण आपल्या दैनंदिन जीवनातील त्यांच्या औचित्याबद्दल अनभिज्ञ राहू शकत नाही किंवा परिणामांच्या प्रभावापासून आपण आपल्याला संरक्षित अथवा अभेद्य ठेवू शकत नाही. आपल्यावर त्याचे परिणाम होतच राहतात. खाजगीपणा आणि वाणिज्याबद्दलच्या चिंतेने आता बरेच मोठे रूप धारण केले आहे. आम्हाला राज्य आणि राज्येतर घटकांनी कार्यरत राहण्याची सवय आहे. परंतु, स्वतःचे महाप्रचंड हितसंबंध घेऊन उद्योग सुरू करणे हे आधुनिक आंतरराष्ट्रीय संबंधांमध्ये नवा पायंडा पाडत आहेत.

पूर्ण समाजाला भेडसावणारी समस्या ही आहे की, हे उद्योग स्वतःच्या अजेंडा आणि निकषांवर काम करू इच्छितात. शिवाय, बलाढ्य राज्यांनाही अश्या पातळीवर चालणाऱ्या उद्योगांवर नियंत्रण ठेवणे तर सोडाच, त्यांचा पूर्णपणे अंदाज येणेही अवघड असते, हे अलीकडच्या घटनांनी अधोरेखित केले

आहे. अश्या संस्था सामान्यतः अश्या क्षमताही प्रदान करतात ज्या खरेतर सरकारांशी संबंधित असतात किंवा त्या स्वतःचे दावे जपत भू-राजकारणाची स्वतःचीच एक रेष आखतात. सरकारे आणि राष्ट्रांविरुद्ध सट्टा लावणारे व्यवसाय तसे आपल्यासाठी नवीन नाहीत. पण ते ज्या पद्धतीने तसे करतात, ते आपल्या जीवनशैलीमुळे त्यांच्यासाठी सुकर झाले आहे. बदलाच्या या वाऱ्याकडे आपण डोळेझाक करू शकत नाही.

इतर मार्गांनी युद्ध

न्याय्यपणे असा युक्तिवाद केला जाऊ शकतो की प्रत्येक समाजाची सुरक्षेविषयीची समज प्रगल्भ होत जाते, मग ती स्थानीय असो वा अन्य काही. गतिशीलता सुधारत असताना दूरचे धोके आता अधिक प्रत्यक्ष आणि खरे झाले आहेत आणि अगदी उंबऱ्यापर्यंत आले आहेत. ज्या राष्ट्रांनी प्रभावी प्रमाणात ह्या तंत्रात प्रावीण्य मिळवले, ते वर्चस्वी झाले; बाकीचे त्यांचे बळी ठरले.

आपण ह्याला भारतात पानिपत सिंड्रोम आणि त्यानंतर वसाहतवादी अनुभवाचा भाग म्हणून ओळखतो. इतिहासात इतरत्र ह्याची अनेक उदाहरणे आढळतात. आधुनिक युगाने मात्र याला पूर्णपणे वेगळ्या पातळीवर नेले आहे. कारण प्रत्यक्षात जागतिकीकरण आणि तंत्रज्ञानाने देशादेशांमधील अंतरे पुसून टाकली आहेत आणि त्यामुळे अभूतपूर्व आव्हाने निर्माण झाली आहेत.

हवे ते परिणाम साध्य करण्यासाठी तसेच समतोल आणि प्रभाव निर्माण करण्यासाठी महत्त्वाची भूमिका बजावणाऱ्या लष्करी क्षमता किंवा बळजबरीच्या कृत्यांचा विचार करणे हा जुना मार्ग होता. असे असले तरी मानवी नातेसंबंध आणि एकसारखे आणि पुनरावृत्ती होणारे आर्थिक व्यवहार यांमुळे मोठा फरक पडला. या सर्वांची प्रभावी सांगड घालून साम्राज्यवादाने प्रगती केली. पण अर्थकारण आणि साम्राज्यवाद सामान्य कामांच्या माध्यमातून आणि अनेकविध पर्याय निर्माण करत त्यांचा वापर करायचा की नाही हे ठरवणे समाजावर सोपवून समाजांमध्ये शिरकाव करण्यात यशस्वी ठरले.

दैनंदिन जीवनातील प्रश्नांना नेहमी सर्वात कमी लेखले जाते. सुरक्षेच्या दृष्टीकोनातून जागतिकीकरणाचे मूल्यमापन हे त्याचा एक भाग झालेल्या परस्परप्रवेश आणि परस्परावलंबित्व ह्या घटकांना लक्षात घेऊनच केले पाहिजे. यावरून हे अधोरेखित होते की, 'अंतर' हा आता सुरक्षेचा उपाय राहिलेला नाही. शेवटी घराबाहेर न पडताही स्वतःचे कट्टरतेत रूपांतर होऊ शकते, हे आपल्या सगळ्यांनाच कळून चुकले आहे. जागतिकीकरणाने जगाला केवळ आपल्या उंबऱ्यात आणले नाहीय; तर संधी आणि चिंताही त्याने सोबत आणल्या आहेत. आपले आयुष्य जितके तंत्रज्ञानकेंद्री होत जाईल तितकी आव्हानेही गंभीर होतील.

असुरक्षिततेचे हे पटल जसजसे रुंदावत चालले आहे, तसतसे पुरेसे संरक्षण म्हणजे नक्की काय आणि किती, ही आपली अपेक्षाही विस्तारत चालली आहे. राष्ट्रीय सुरक्षेकडे पारंपरिकपणे संकुचित लष्करी, पोलिसिंग आणि कायदेशीर दृष्टीकोनातून पाहिले जात होते. तो दृष्टीकोन असे गृहीतक मांडत होता की, धोके दूर आहेत तसेच ते उत्तमरीत्या परिभाषितदेखील केले आहेत. पण हे दोन्ही आता खरे राहिले नाहीय. शिवाय, तंत्रज्ञान आणि वित्त तसेच अन्न किंवा इंधन यांसारख्या बाबी एकमेकांवर अवलंबून असतात आणि त्यामुळे दबाव निर्माण करतात. ह्या दबावाच्या अनुभवांमुळे पुन्हा एकदा धोरणात्मक स्वायत्ततेच्या गुणवत्तेवर प्रश्न निर्माण करत जागतिक चर्चा पेटली आहे. चीनचा उदय, बदललेली अमेरिकन चर्चा, कोविडचा प्रभाव आणि आता युक्रेन संघर्ष यांमुळे आर्थिक सुरक्षेला राष्ट्रीय सुरक्षेच्या केंद्रस्थानी आणण्यास प्रवृत्त केले आहे. त्याने नफ्याच्या विचारांपेक्षा उपजीविकेच्या प्रश्नांना अधिक महत्त्व दिले आहे.

सामूहिक सोयी–सुविधांच्या आरामदायकतेच्या पातळीवर परिणाम करणाऱ्या गोष्टींच्या सततच्या विस्ताराने प्रत्येक राष्ट्राची सुरक्षाविषयक कल्पना आणि नियोजने अधिक कडक झाली आहेत. किंबहुना, सुरक्षेच्या सतत विकसित होत असलेल्या व्याख्यांच्या शोधासाठी हा अडथळाच एक चालक बनला आहे. परिणामी, त्या संदर्भात आता भागीदारी आणि सहकार्याची व्यवस्था ह्यांमधून मिळणाऱ्या मूल्याचे महत्त्व वाढले आहे.

बदल हे केवळ संरचनात्मक नसतात; ते वागणुकीतलेही असू शकतात. या संदर्भात गेल्या दोन दशकांतील कलाटणी देणारे मुद्दे आपण ओळखले पाहिजेत. यात २००८ चे जागतिक आर्थिक संकट आणि अनेक सत्ताकेंद्रांमधील बदललेल्या नेतृत्वशैलीचा समावेश आहे. कोविड साथ आणि युक्रेन संघर्षापर्यंत हे सुरू असलेले दिसते. एकंदरीतच मोठ्या शक्तींद्वारे चालू असणारी जागतिक राजकारणातील स्पर्धा आता वाढताना दिसत आहे. राष्ट्रे जेव्हा त्यांच्या अखत्यारीतील प्रभावाचे प्रत्येक साधन आपले फायदे साध्य करण्यासाठी वापरतात तेव्हा प्रश्न उपस्थित करणे कमी होते.

पूर्वी अशा साधनांची कल्पना एक पटल म्हणून केली जात असे, ज्यात प्रत्यक्ष ताकदीचा वापर एका टोकाला आणि प्रत्यक्ष उदाहरण प्रस्थापित होण्याची शक्ती दुसऱ्या टोकाला अशी कल्पना केली जात असे. ह्या दोहोंच्या दरम्यान उद्दिष्ट साध्य करण्यासाठी अनेक व्यावहारिक पर्याय निर्माण झाले होते आणि त्यांचा वापर परस्पर हितसंबंधांद्वारे आणि सामायिक नियंत्रणे घालून नियंत्रित किंवा मर्यादित केला जात होता. हे नेहमीच यशस्वी ठरत होते असे अगदीच म्हणता येणार नाही. बळाचा निवडक वापर करणे असो किंवा निर्बंध लागू करणे असो, ज्यांच्या हातात ताकद होती, त्यांनी अनेकदा त्याचा वापर करणे पसंत केले. पण एकंदरीतच जागतिकीकरणावरचा विश्वास हा साहसवादाला परावृत्त करणारा होता. पण जसजसे हितभाग वाढत गेले आणि विरोधाभास तीव्र होत गेले, तसतशी मोठ्या सत्तांनी 'इतर मार्गांनी युद्ध' ही रणनीती दाखवून दिली आहे. प्रभाव आणि क्षमतेचे टूलबॉक्स वापरण्यासाठी अधिकच ताकदवान आणि निर्भीड राहण्याची इच्छा हे आपल्या काळाचे वैशिष्ट्य आहे. त्यात अनेक साधनांचा वापर असणे ह्याने ह्या एकंदर कार्यक्रमाला चालनाच मिळते. किंबहुना, आपल्या जागतिकीकरण झालेल्या जीवनाच्या अनेक पैलूंचा आणि त्याच्या उपक्रमांचा फायदा करून घेण्याच्या टोकापर्यंत हा दृष्टीकोन विकसित होताना आपण पाहत आहोत.

व्यापार हा नेहमीच राजकीय होता, पण आज जरा अधिक जास्त आहे. खरेदीदार असो वा विक्रेता राजकीय विचार पोहोचवण्यासाठी बाजारातील शेअर्सचा खुलेआम वापर केला जात आहे. मक्तेदारीचा, मग ती वस्तूमधील

असो वा तंत्रज्ञानातील; तिचा अधिक निर्दयीपणे वापर केला जात आहे. चलनाची शक्ती असो वा कर्जाची हतबलता, वित्तसाहाय्यही तितकेच सामर्थ्यवान आहे. पारदर्शकता आणि बाजारपेठेतील व्यवहार्यतेच्या अभावामुळे कनेक्टिव्हिटीला जोडणी आणि अवलंबित्वाचा अधिकचा अर्थ प्राप्त झाला आहे. तंत्रज्ञान कनेक्टिव्हिटीला एका नव्या पातळीवर घेऊन जाते, कारण त्याद्वारे तिचा वापर अधिक चपखलपणे करता येतो. डेटाबद्दल बोलायचे झाले तर यातून समाजाच्या मानसिकतेची अनन्यसाधारण माहिती मिळते. पर्यटनाच्या प्रवाहालाही जेव्हा विशिष्ट दिशा दिली जाते, तेव्हा हा डेटा प्रभाव निर्माण करण्याच्या खेळात एक कार्ड बनतो. हे सर्व आहेत 'सर्वसामान्य' परस्परावलंबित्वाचे पैलू, बऱ्याचदा पुरेसा विचार न करता किंवा योग्य काळजी न घेता असे अवलंबित्व असते.

पण स्पर्धात्मक राजकारण म्हणजे केवळ फायदा उठवण्याची किंवा बळजबरी करण्याची प्रक्रिया नाही; तेही प्रलोभनांपैकीच एक आहे. परिणामी, प्रकल्प, क्रियाकलाप किंवा परस्परसंवाद हे सर्व ताकद वाढविण्याच्या आणि वापरण्याच्या मार्गांचे एक माध्यम असतात. शिक्षण आणि व्यवसायापासून ते प्रसारमाध्यमे आणि मनोरंजनापर्यंतच्या व्यापक क्षेत्रात आपण हे पाहतो. परस्परप्रवेश आता इतका नैसर्गिक आणि व्यापक झाला आहे की त्याने संधी अधिक सोप्या केल्या आहेत.

सहमतीसाठी प्रोत्साहन देणे किंवा बदल घडवून आणणे हे राजकारणाइतकेच जुने आहे. आंतरराष्ट्रीय संबंध हे आधुनिक राष्ट्र-राज्यांनी केलेल्या रचनेच्या एका विश्लेषणात्मक चौकटीत घडतात. त्याच्या अत्यंत टोकाच्या स्वरूपात, हे प्रयत्न इतरांना अंकित करून नियंत्रण प्रस्थापित करण्याच्या उद्देशाने असतात. खरेतर राष्ट्रे क्वचितच त्या पातळीपर्यंत पोहोचतात. बऱ्याचदा राष्ट्रे प्रभाव निर्माण करण्याची साधने मिळविणे आणि ती अधिक तीव्र करणे हेच प्रामुख्याने करतात. एकप्रकारे हे काम सातत्याने सुरूच असते. ज्यांना अधिक प्रभावी राष्ट्रे म्हटले जाते ती संघर्ष करण्यात अधिक सक्रिय असतात तर बहुसंख्य प्रामुख्याने संरक्षणावर लक्ष केंद्रित करतात. जागतिक व्यवस्था निर्माण करणे ही या प्रक्रियेची एक निष्पत्ती आहे, कारण जागतिक व्यवस्था राष्ट्रांचे वर्तन नियंत्रित करणारी आणि

त्यांच्या मागण्यांना वैध करणारी यंत्रणा स्थापन करते. डोमेननुसार, अगदी निवडक काहींच्या क्षमतेला अनेकांच्या आकांक्षा बनवण्याच्या कामी मानके अत्यंत उपयुक्त ठरू शकतात.

समाजाच्या उत्क्रांतीत सुरक्षा जगतातील प्रगती आणि दैनंदिन जीवन यांचा नेहमीच संबंध राहिला आहे. एकातील प्रगती नैसर्गिकरीत्या दुसरीकडेही पसरली जाते. सामग्री, दळणवळण, प्लॅटफॉर्म किंवा क्रियाकलाप असो, ह्या सर्वांमधून हे दिसून येते. अनेकदा प्रयोगशाळांमध्ये किंवा व्यवसायात जे सुरू झाले आहे, त्याला अंतिमत: शस्त्रागारामध्ये स्थान मिळाले आहे, हे आपण बघितले आहे. त्याचप्रमाणे, सुरक्षेचे शोध घेणे किंवा शोधांचे व्यावसायिकीकरण करणे युगानुयुगे यशस्वी झाले आहे. मात्र, जसजसे अधिक जागतिकीकरण झाले आहे, तसतसे या दोघांना वेगळे करणाऱ्या रेषा क्षीण होत चालल्या आहेत. अशा पुसल्या गेलेल्या काही रेषा तंत्रज्ञानाचे अधिक एकात्मिक स्वरूप दर्शवतात; तर इतर मुद्दाम ठरवून केलेल्या नागरी-लष्करी मिलाफातून उद्‌भवतात. काही राष्ट्रांमध्ये, जेव्हा काहींना गांभीर्याने घेतले जात नाही, अश्या परिस्थितीत आपण हे लक्षात ठेवले पाहिजे की आर्थिक क्रियाकलाप केवळ सुरक्षेच्या क्षमता वाढवतातच असे नाही, तर त्यांना अशा क्षमतांकडून चालनाही मिळते. व्यवसाय कुठे संपतो आणि सुरक्षितता कुठे सुरू होते हे ओळखणे आता सोपे राहिलेले नाही.

नियम ठरवून आणि शिष्टाचार प्रस्थापित करून वर्तनालाही आकार देता येतो. त्यामुळेच आज नियम बनवणे आणि त्यांचे पालन हे आंतरराष्ट्रीय राजकारणातील चर्चेत केंद्रस्थानी आहे. परंतु, ह्या खेळाचे नियम एकतर हितसंबंध पुढे नेण्यासाठी किंवा प्रभावी बचाव प्रस्थापित करण्यासाठीही अनेकदा अपुरे पडतात. जेव्हा नियम मुळात अस्तित्वातच नसतात वा ते विवादास्पद असतात किंवा केवळ दुर्लक्षित असतात तेव्हा ते अधिक गुंतागुंतीचे होते. त्यामुळे विचारी राज्यव्यवस्था साहजिकच इतरांचे हेतू गृहीत धरण्यापेक्षा क्षमता निर्माण करण्यावर भर देतात. भारतानेही हे स्पष्टपणे ओळखले पाहिजे की, उत्तम क्षमता हेतूंचे संरक्षण करतात. खात्रीशीर सुरक्षिततेचा पाया सखोल सामर्थ्यांमध्ये आहे, ही जाणीव मोठ्या शक्तींना इतरांपेक्षा वेगळे करते.

हे भारतासाठी विशेष समर्पक आहे कारण आपली औद्योगिक आणि उत्पादन क्षमता एकंदर वाढीशी सुसंगत नाही. जरी आपण ह्यामध्ये सुधारणा करण्याचा प्रयत्न करीत असलो तरी नियम आणि रितींचे सर्वसाधारणपणे समर्थन करण्याकडे कल असतो आणि त्यामागील आधार खूप मजबूत असतो. नजीकच्या भविष्यात नियम, करारमदार नसण्याचा फायदा होण्यापेक्षा नुकसान होण्याचीच शक्यता जास्त आहे. ज्या छोट्या राष्ट्रांमध्ये आपल्यासारखी लवचिकता नाही, त्यांना काही सत्ताकेंद्रांपुढे झुकण्याशिवाय पर्याय राहणार नाही तसेच मोठ्या शक्तींमध्येही नियम करून कोणाच्याच फायद्याची नसलेली अस्थिरता टाळता येऊ शकते. त्याचबरोबर डिजिटलसारख्या कार्यक्षेत्रामध्ये प्रस्थापित राष्ट्रांचे फायदे गोठवण्यासाठी नियम बनवण्याचा वापर केला जाऊ शकतो, याचीही जाणीव वाढत आहे. त्यामुळे वाढत्या क्षमतेबरोबरच धाडसी धोरणआखणी आणि नॅरेटिव्हज तयार करण्याची गरज आहे.

इतरांची मते हवी तशी करून घेणे आणि विचारांचा विशिष्ट प्रतिसाद मिळवण्यासाठी योजना करणे हे राजकीय स्पर्धेचे अविभाज्य पैलू आहेत. जर माहिती क्षेत्राला आता उच्च दर्जा मिळाला असेल, तर ती ओळख केवळ त्याच्या महत्त्वपूर्णतेची नाही तर नवीन साधनांच्या उपलब्धतेमुळेदेखील आहे. प्रचाराच्या कालबाह्य पद्धतींनी आता तंत्रज्ञान आणि डेटाच्या आधाराने चालणाऱ्या उद्योगाला स्थान दिले असावे. पण प्रचलित असलेल्या इतर अनेक रितींप्रमाणेच यालाही स्वतःचा इतिहास आहे, हे विसरता कामा नये.

नॅरेटिव्हवर नियंत्रण ठेवणे ही नेहमीच एक लढाई असते आणि तंत्रज्ञानाने हे अधिक गुंतागुंतीचे करून टाकले आहे. कायदा, सुव्यवस्था आणि सुरक्षेची जबाबदारी असणाऱ्यांना दररोज त्याचा सामना करावा लागतो. नॅरेटिव्ह अनेक गोष्टी विकृत करू शकते, प्रेरित करू शकते, धोक्याची घंटा वाजवू शकते, गोंधळ घालू शकते आणि दिशाभूलदेखील करू शकते; कधीकधी सर्वकाही एकाच वेळी करू शकते. पण रोजच्या आयुष्यावरचे त्याचे परिणाम विसरता कामा नये. आपण नेहमी काय वाचतो, पाहतो आणि ऐकतो! अशा रुटीनमधल्या गोष्टीही एकप्रकारे एखाद्या गोष्टीची स्वीकृती करण्याच्या किंवा नाकारण्याच्या प्रक्रिया आहेत; ह्याचा

जरूर विचार करा. त्यांना चालवणाऱ्या शक्ती अनेकदा राष्ट्रराज्ये आणि सत्ता आणि प्रभावाच्या पारंपरिक व्याख्यांच्या पलीकडे पसरलेल्या आहेत. काहीवेळा त्यांनी जैसे थे स्थितीचे जोरदार समर्थन केले आणि त्यापासून फारकत घेणाऱ्या बदलांबद्दल या शक्ती अधिक संवेदनशील आणि सावध होत्या. कलम ३७० संदर्भातील बदलाला काही निवडक घटकांकडून होत असलेला तीव्र विरोध हे त्याचं एक उदाहरण आहे. ते कट्टरतावादाला किंवा कदाचित अतिरेकीपणालाही अधिक स्वीकार्य स्वरूपात मांडू शकतात, त्यांचे समर्थन करू शकतात. उदाहरणार्थ, आपल्या सीमेपलीकडील दहशतवाद हा कधीकधी जणू केवळ फाळणीनंतरच्या मतभेदांचा अधिक तीव्र प्रकार आहे, अशा पद्धतीने चित्रित केला जातो.

किंबहुना राष्ट्रांची प्रतिमाच अनेकदा अजेंडा डोळ्यासमोर ठेवून तयार केली जाते. डेटा संरक्षणवाद हा डिजिटल प्रस्तुतीला क्षुल्लक करण्यासाठी आणि डेटामधून कमाई करण्याचे समर्थन करण्यासाठी वापरला जाणारा युक्तिवाद आहे. त्याच धर्तीवर 'मोठे उत्सर्जक' (big emitters) ही संकल्पना ऐतिहासिक जबाबदारी टाळण्याचा प्रयत्न करते. उदयोन्मुख समाजांना स्वतःचे हितसंबंध परिभाषित करण्याचा आत्मविश्वास देणाऱ्या पुनर्संतुलनावर कुठल्याही प्रकारे प्रस्थापित उच्चभ्रू लक्ष ठेवणार आणि विरोध करणारच!

भौतिक क्षेत्रातील मानकांप्रमाणेच, उदयोन्मुख शक्तींना सामान्यतः आधी विकसित झालेल्या राष्ट्रांच्या प्रस्थापित दृष्टीकोनातून नॅरेटिव्हच्या आव्हानांना सामोरे जावे लागते. वैचारिक जगतात ते राजकीय शुद्धतेची व्याख्या करण्याचा प्रयत्न करतात आणि त्याचे सार्वत्रीकरण करतात. अनेकदा बाह्य हितसंबंध स्थानिक उच्चभ्रू वर्गाशी घट्ट जुळलेले असतात, ज्यांच्यामध्ये परस्पर सामंजस्य असते. अलीकडच्या काही वर्षांतील आपल्या स्वतःच्या अनुभवातून असे दिसून येते की, सुशासनाला कधीकधी राज्याचे अतिरेकी नियंत्रण असे म्हणून कसे विकृत केले जाते किंवा अराजकता आणि विकोपाची परिस्थिती कशी न्याय्य आहे हे सांगताना, ही लोकशाही अधिकारांच्या वापराची प्रक्रिया आहे, असे म्हणून समर्थन केले जाते. अशा रिवाजांपासून अनभिज्ञ राहणारी राज्यव्यवस्था म्हणजे धोक्यात आलेला समाज.

जागतिकीकरण झालेल्या युगाने एकाच एकात्मिक व्यापक सत्याचा प्रचार करण्यासाठी चालना दिली, ज्या सत्याला, अतिशय हुशारीने निर्माण केलेली माध्यमे, परिसंस्था इत्यादी इको चेम्बर्सद्वारे वाढविले गेले. मात्र बहुध्रुवीयतेच्या प्रकटीकरणामुळे आपल्या जगाची नैसर्गिक विविधता परत आली आहे. आगामी स्पर्धेत गैरसमज आणि विपर्यास या दोन्ही गोष्टींची शक्यता नेहमीच असते. सुरक्षेचा एक महत्त्वाचा भाग आपल्या आकलनावर अवलंबून असल्याने, आपण आपली प्रतिमा तयार करणाऱ्या प्रभावापासून मुक्त राहू शकत नाही. सत्तेच्या जागतिक क्रमवारीमध्ये अगदी सहजपणे वाटचाल होईल, अशी अपेक्षा बाळगणे म्हणजे स्वतःचीच फसवणूक केल्यासारखे होईल. निकष कसे ठरवायचे, प्रकाशझोत कुठे टाकायचा, वास्तवाचे कोणते भाग निवडायचे– ह्या सर्व नेहमीच्या झालेल्या गोष्टी आहेत. तसेच वार्तांकनात वापरली जाणारी विशेषणे, तथ्य–पडताळणीतून मुक्त सुटका किंवा न्याय–निर्णयांचा निवडकपणाही त्यामध्ये आहेच. पण पक्षपातीपणा आणि हितसंबंध ह्यांची पूर्णपणे जाणीव असूनही ही एक स्पर्धा आहे ज्यामध्ये आपल्याला उत्साहाने आणि जोमाने उतरावे लागेल. त्यामुळे स्वतःचे नॅरेटिव्ह तयार करणे आणि त्याचा प्रचार करणे अत्यंत महत्त्वाचे आहे. जगातील काही घटकांची आपापली मते आहेत, पण त्या मतांवर आपली मते ठेवण्यास आपण घाबरू नये. प्रवाहाच्या वरच्या दिशेने पोहणे हे सर्व उदयोन्मुख शक्तींचे 'कर्म' आहे.

पुढील वाटचाल

अधिक गुंतागुंतीच्या सुरक्षा मॅट्रिक्सला सामोरे जाण्यासाठी राज्याची पुरेशी क्षमता निर्माण करणे हे मोठ्या राष्ट्रांसाठी एक समान आव्हान आहे. जी साधने आपल्याला अधिक प्रभावी सेवा प्रदान करण्यास मदत करतात तीच साधने आपल्या लोकांना अधिक चांगल्या प्रकारे सुरक्षित करण्यासदेखील मदत करू शकतात. रूढिवादी बाह्य धोके अधिकच वाढत असल्याने, माहितीपूर्ण वातावरणात सुरक्षा धोरण राबवणे हे असे काम आहे ज्यासाठी आपण पूर्णपणे तयारी करणे आवश्यक आहे. त्याला स्वतःची आव्हाने आणि वादविवाद असतील, परंतु आपल्याला कोणत्या दिशेने जाण्याची आवश्यकता आहे ह्याबद्दल वाद नको.

जग अनेक प्रकारे बदलले असेल; पण एक निरंतर आव्हान भारतासमोर आहे ते म्हणजे दहशतवाद. आंतरराष्ट्रीय समुदायाला त्यापासून निर्माण होणारे धोके लक्षात आले आहेत ही समाधानाची बाब आहे. पण राजकीय फायद्यासाठी किंवा प्रादेशिक रणनीतीसाठी ज्या प्रमाणात तडजोडी केल्या जातात, त्या प्रमाणात ती अजून शिल्लक राहिलेले कार्य करण्याच्या आठवणीची घंटा असते. आपण स्वतः दहशतवादाचे प्राथमिक बळी आहोत, त्यामुळे आपण स्वतःच आपल्या उद्देशासाठी लढलो नाही तर इतर आपल्या हितासाठी लढा देतील, अशी अपेक्षा आपण करू शकत नाही. आपण जागतिक जनमत संघटित करण्याबरोबरच स्वतःच्या हितसंबंधांचे भक्कम संरक्षण केले पाहिजे. विचारांच्या क्षेत्रात दहशतवादाला सामान्य करण्याच्या सापळ्याचा जोरदार प्रतिकार होत राहणेही महत्त्वाचे आहे. IT पदवीधरांचा आपापला ब्रँड तयार करणाऱ्या दोन शेजारील राष्ट्रांमधील ब्रँड भेद सुनिश्चित केला पाहिजे: एक Information Technology आणि दुसरा International Terrorism.

सुरक्षेला अनेक आयाम आहेत आणि सामाजिक–आर्थिक विकासाला चालना देण्याचे त्याचे मूल्य अधिकाधिक मान्य केले जात आहे. विकासाचा प्रभाव हा जसजसा खोलवर जाणवत जातो, तसतशी सुरक्षेसमोरील आव्हाने कमी होत जातात. भारताने आता आपले शाश्वत विकास ध्येय (SDG) साध्य करण्यावर गांभीर्याने लक्ष केंद्रित केले आहे. नेमकेपणाने सांगायचे तर त्याचे फायदे इतके स्वयंसिद्ध आहेत की त्यामुळे विकासात अडथळा आणण्याचे आणि प्रगतीला विलंब करण्याचे प्रयत्नही सुरू आहेत. लेफ्ट विंग एक्स्ट्रीमिजम (LWE) ग्रस्त भागात रस्ते बांधणीला होणारा विरोध हे त्याचे स्पष्ट उदाहरण आहे. पण जर राष्ट्रीय प्रगतीच्या संभाव्यतांना कमी महत्त्वाचे लेखले जात असेल किंवा सीमाभागातील पायाभूत सुविधा कोलमडल्या असतील, तर ती आणखी मोठी चिंतेची बाब आहे. मागच्या रेकॉर्डवरून असे दिसून येते की, हे अडथळे अनेक स्वरूपात आणि अवतारात समोर येऊ शकतात, काही उघडपणे नकारात्मक तर काही सार्वजनिक हिताचे आवरण घेतात. या उलाढालींचे आपल्या भविष्यातील मध्यवर्ती स्थान लक्षात घेता, अखंडित प्रगती सुनिश्चित करण्याला आपण योग्य प्राधान्य देणे आवश्यक आहे.

विकासाच्या दृष्टीने, विशेषत: कोविडच्या अनुभवानंतर डिजिटल डोमेनचे महत्त्व अनन्यसाधारण आहे. पासपोर्ट जारी करणे इथपासून बदलाची सुरुवात झाली; पण आता आपण पाहू शकतो की, प्रशासनातच परिवर्तन झाले आहे. प्रचंड मोठी भारतीय डिजिटल बाजारपेठ पाहता त्यातून निर्माण होणारा डेटा गोळा करण्याची स्पर्धा होणे स्वाभाविक आहे. विविध क्षेत्रांतील स्मार्ट नेटवर्क्स आणि सेवा हेदेखील ह्या स्पर्धेचे विषय आहेत. डिजिटल सेवा आणि डेटाच्या संरक्षणाविषयीची भारत संवेदनशील आहेच. इतर अनेकांप्रमाणे आपणही नव्या तंत्रज्ञानामुळे वाढलेल्या असुरक्षिततेला जोखत आहोत. भारताचा प्रयत्न त्याच्या बहुविध चिंतांचे निराकरण करणारे एक इष्टतम लँडिंग ग्राऊंड शोधणे हा आहे. यामध्ये नागरिकांसाठी डेटा संरक्षण, व्यवसाय करणे सोपे करणे, कार्यक्षम प्रशासनाचे सार्वजनिक हित सुनिश्चित करणे आणि राष्ट्रीय सुरक्षेचे रक्षण करणे यांचा समावेश आहे.

दूरसंचारबाबतही अशीच संवेदनशीलता ठेवणे हे एक बहुप्रतीक्षित पाऊल होते. त्याद्वारे आपला सुरक्षा दृष्टीकोन अधिक आधुनिक करण्याच्या व्यापक प्रयत्नांना प्रोत्साहन मिळेल. कोविड-१९ च्या अनुभवातून आरोग्य सुरक्षा हा आणखी एक सुरक्षेचा भाग असल्याचे निदर्शनास आले. आज आपण अनेक उत्पादनांचे निर्यातदार आणि निश्चितच लसींचे प्रमुख उत्पादक असू, परंतु भारतासारख्या मोठ्या समाजाला मूलभूत गरजांसाठी इतरांवर अवलंबून राहण्याचा धोका यांपैकी कोणत्याही गोष्टीने आपण विसरून जाऊ नये. अत्यंत तणावाच्या वेळी काही राज्यांच्या मनोवृत्ती आणि वागणूक आपल्याला असे धडे देते, ज्याकडे आपण आपल्या धोक्याची किंमत मोजून दुर्लक्ष करतो. पण जर आपल्याला त्याचे योग्य आकलन झाले तर त्याने क्षमता बांधणी होऊन तिचे एक सकारात्मक चक्र फिरू लागते.

भारताचे जगाशी असलेले आर्थिक संबंध कसे आहेत, यावर सध्या सक्रिय चर्चा सुरू आहे. जागतिकीकरणाच्या वास्तविकतेवर कोणीही गांभीर्याने शंका घेत नाही किंवा इतर अर्थव्यवस्थांशी संवाद साधण्याच्या गरजेचा प्रश्न उपस्थित करत नाही. कळीचा मुद्दा भारताने वाटाघाटी केलेल्या अटींचा आहे. परकीय व्यापाराचे उदारीकरण आपल्याच बाजारपेठेतील वाजवी स्पर्धेची बाजी

लावून करता कामा नये. दुर्दैवाने, आपण भूतकाळात नेमके हेच झालेले पाहिले आहे. उत्पादनाला अनुदान देणे आणि जगाच्या इतर भागांत बाजारपेठेत प्रवेश नाकारला जाणे ह्यामुळे स्पर्धा करणे कठीण झाले आहे. महत्त्वाचे उत्पादन करणे जर यापुढे शक्य होत नसेल, तर ती आता व्यापारविषयक धोरणाची नसून राष्ट्रीय सुरक्षेची चिंता आहे. आपण आता ह्याबाबत स्पष्ट राहूया: भारतात देशांतर्गत पुरेशी क्षमता असेल तरच भारत परदेशात परिणामकारक ठरू शकतो. केवळ इतरांच्या वस्तूंसाठी बाजारपेठ किंवा इतरांसाठी डेटा जनरेटर बनणे हे आपले प्रारब्ध नाही. उदयोन्मुख भारत तेव्हाच खऱ्या अर्थाने प्रगती करेल जेव्हा तो असेल एक आत्मनिर्भर भारत.

जागतिक पटलावर भारताचा उदय हा एक विलक्षण घटनात्मक प्रवास आहे आणि बाह्य आव्हाने ही अंतर्गत दृढीकरण प्रक्रियेइतकीच भीषण आहेत. क्लेशकारक फाळणीने जे परिणाम केले, त्यातील काही प्रश्नांचे इतक्यातच निराकरण केले जात आहे. या सगळ्यातून भारताच्या उदयाला विरोध करणाऱ्यांनी अशा प्रक्रियेत बाधा आणण्याचे सर्वतोपरी प्रयत्न केले आहेत. दहशतवाद, कट्टरतावाद आणि फुटीरतावादाचा वापर अनेकवेळा करण्यात आला आहे. आपण कठीण काळातून गेलो आहोत, परंतु आपल्या लोकांच्या त्यागामुळे आणि बलिदानामुळे आपण कणखर झालो आहोत. आपल्याला ह्यातून घेण्याची गोष्ट अशी आहे की, आपल्या विविधतेला दोषरेषा म्हणून मांडले जाण्यापासून आपण रोखायला हवे. केवळ राष्ट्रीय भावना बळकट केल्याने अशा सततच्या प्रयत्नांना परावृत्त करता येणार नाही. आपण मुक्त समाज आहोत याचा अर्थ असाही होतो की, आपल्याला उपद्रव देण्याच्या संधी अधिक आहेत. अखंड दक्षतेची किंमत मोजून केवळ स्वातंत्र्य मिळते असे नाही तर राष्ट्रीय ऐक्यही साध्य होते.

भारताचा जागतिक व्यवस्थेतील उदय ही केवळ सत्तेच्या पायरीवरील चढाई नाही. हे एकाच वेळी सभ्यतावादी समाजाचे आधुनिक राष्ट्रराज्यात रूपांतर आहे. सीमा सुरक्षित करणे आणि प्रशासन सुधारणे इतकेच आता पुरेसे राहिलेले नाही; तो केवळ पाया आहे ज्यावर इतर अनेक क्षमता विकसित करण्याची गरज आहे. भारताची परंपरा बघता त्याप्रमाणेच सुरक्षेच्या क्षेत्रातही

वेगवेगळ्या भूमिका, विचारधारा सह-अस्तित्वाने राहतील. येत्या काळात साहजिकच आपली चिंता अधिक वैश्विक असेल. पण तेथेही काही उपाय शोधण्याची धडाडी न बाळगण्याची आगळीक आपण करू नये. ज्याप्रमाणे आपण देशांतर्गत आपत्कालीन परिस्थितीला सामोरे जाण्याची तयारी करतो, त्याचप्रमाणे आपण परदेशातही सहकार्याच्या सवयी विकसित करायला हव्यात.

कोविड साथीचा फटका बसण्यापूर्वी जग आधीपासूनच प्रलंबित असणाऱ्या काही प्रश्नांचे ओझे वागवत होते आणि भारतही त्याला अपवाद नव्हता. त्या संदर्भातील पारंपरिक नॅरेटिव्ह वित्तपुरवठा आणि व्यापार या प्रश्नांवर लक्ष केंद्रित करते आणि त्यात काही सामाजिक आणि राजकीय समस्यांची, ते चांगले वजनदार व्हावेत ह्यासाठी भर घातली जाते. पण गेल्या पाव शतकाचे खऱ्या अर्थाने स्व-समीक्षात्मक मूल्यमापन केल्यास सुधारणा आणि जागतिकीकरणाच्या आपल्या आकलनाविषयी सखोल प्रश्न निर्माण होतील. अनेकदा असे म्हटले जाते की, भारतात आपण जे बदल करायला हवेत, त्यापेक्षा जे बदल करणे क्रमप्राप्तच आहेत, तेच करतो. दुसऱ्या शब्दांत सांगायचे तर, आपण त्या क्षणाच्या अणीबाणीवर प्रतिक्रिया देतो आणि एकदा त्याकडे लक्ष दिल्यावर आत्मसंतुष्टतेच्या डिफॉल्ट स्थितीत परत जातो. आणि सत्य हे आहे की १९९० च्या दशकाच्या सुरुवातीपासून आपल्याबाबतीत असेच घडले आहे.

सुधारणेची चर्चा मुख्यत्वे अर्थव्यवस्था, उद्योग आणि वाणिज्याच्या विविध पैलूंभोवती फिरत असते. जर आपल्या हे लक्षात असेल की ह्याला धक्का देणारे संकट हे थकबाकी होते, तर हे स्वाभाविकही आहे. परंतु आर्थिक, सामाजिक आणि मानवी कार्याचा एक मोठा भाग सुधारणांपासून दुर्लक्षित राहिला, हे निर्विवाद वास्तव आहे. शेती असो वा मजुरी, शिक्षण असो वा प्रशासन, स्वार्थाच्या शक्तीने पुढच्या सुधारणांच्या प्रवाहाला चांगलेच दूर ठेवले. त्यामुळे साहजिकच आपल्या मानवी विकास निर्देशांकात म्हणावी तितकी सुधारणा झाली नाही आणि शहरीकरणाच्या गरजा ग्रामीण विकासाच्या आवश्यकतेइतक्याच दुर्लक्षित राहिल्या. एवढेच नव्हे, तर सामाजिक आघाडीवरील प्रगतीचा अभाव आर्थिक आघाडीवरही अधिकाधिक पसरू लागला.

या देशांतर्गत परिस्थितीचे प्रतिबिंब बाह्य रणनीतीतही उमटले ज्यामुळे भारताची स्पर्धात्मकता फारशी वाढली नाही. जागतिकीकरणाच्या पाठपुराव्यात आपण अल्पमुदतीच्या आणि रणनीतीद्वारे मिळालेल्या फायद्याने प्रेरित झालो. भारताने नव्या गोष्टी आत्मसात करणे, नवकल्पना राबविणे आणि उत्पादन करणे ह्यापेक्षा उपभोग, व्यापार आणि नफा मिळवण्यासाठी आयात केली. पूर्व आशियाशी असलेला विरोधाभास ह्याहून अधिक तीव्र असू शकत नव्हता. बाहेरून कमी किमतीच्या आयातीच्या पर्यायांचा अतिवापर केल्याने देशांतर्गत उत्पादनात निश्चितच घट झाली. अगदी नकळतपणे आपल्या स्वतःच्या मर्यादांवरील उपाय इतरांच्या कार्यक्षमतेमध्ये आहेत असे आपण समजू लागलो. आणि त्याबरोबर सुधारणांची मोहीम प्रचलित परिस्थितीसाठी किंवा प्रचलित पद्धतीसाठी सोयीस्कर पातळीवर राहिली. स्व-मूल्यमापन सकारात्मक केले गेले ह्याचे कारण ते प्रतिस्पर्ध्यांच्या तुलनेत केले गेले नाही तर स्वतःच्या भूतकाळाच्या तुलनेत स्वतःलाच प्रमाण मानून केले गेले. या शतकाच्या दुसऱ्या दशकापर्यंत ह्या वास्तवाने आपली पाठ सोडली नाही. धोरणाशिवाय जागतिकीकरण करणे म्हणजे गंतव्य स्थानाशिवाय वाहन चालविण्यासारखे आहे, याची जाणीव यातून होऊ लागली आहे. सुधारणेचा खरा मापदंड म्हणजे सर्वसमावेशक राष्ट्रीय सत्तेवर त्याचा कसा परिणाम झाला आहे हे बघणे हाच आहे.

साथीच्या रोगाच्या परिणामांचा सामना करणारे जगभरातील धोरणकर्ते आता आर्थिक आणि सामाजिक सुस्थिती पुन्हा निर्माण करण्यावर लक्ष केंद्रित करीत आहेत. राष्ट्रांनी आपापल्या विशिष्ट परिस्थितीनुसार निर्णय घेतले आहेत, खरी आव्हाने अजूनही पुढे आहेत, याची जाणीव अनेकांना आहे. जीवन आणि उपजीविका या दोन्हींकडे लक्ष देणे हा सर्वांसाठी चिंतेचा विषय आहे.

अपेक्षेप्रमाणे, सध्या भारताचे हे आधीच हाती घेतलेले प्राथमिक काम आहे. तथापि, सुस्थितीत पुन्हा येण्याच्या मार्गावर कोविड साथीच्या धड्यातून शिकलेल्या लवचिकतेच्या पायऱ्या आहेत. हे आरोग्य आणि फार्मास्युटिकल क्षेत्राप्रमाणेच अधिक थेट चिंतांसंदर्भात लागू असेल किंवा देशांतर्गत उत्पादन, वितरण आणि खप यांचा समावेश करून ते व्यापक असेल. कदाचित आपल्या

लक्षातही येण्याअगोदर साथीच्या प्रतिसादाची पायाभूत सुविधा झपाट्याने निर्माण करणे आणि संकटाच्या काळात मोठ्या सामाजिक–आर्थिक गरजा भागविणे यांमुळे आपल्याबद्दल अपेक्षांची एक नवी पातळी निर्माण झाली आहे. प्रतिकूल परिस्थितीला सामोरे जाताना भारतीय जनतेने प्रशंसनीय धैर्य आणि शिस्त दाखवली असेल, तर त्यामध्ये नेतृत्व आणि प्रेरणेचा भाग काही कमी महत्त्वाचा नव्हता! तथापि, साथीने मागे ठेवलेले दुष्परिणाम दूर होतील अश्या धोरणांचा अजूनही विचार करणे आवश्यक आहे.

एका अर्थाने २०१४ पासून विविध उपक्रमांनी त्याचा पाया घातला आहे. सुधारणेच्या चर्चेतून पारंपरिकपणे वगळण्यात आलेल्या विविध आव्हानांना राष्ट्रीय मोहिमांनी हातात घेतले आहे. त्यामध्ये वित्त पुरवठा व तत्सम बाबीत समावेशकता वाढवण्यापासून ते डिजिटल डिलिव्हरीपर्यंत, दोन्ही ज्या मोठ्या प्रमाणावर आहेत; सर्वांसाठी वीज आणि पाण्यापासून ते परवडणाऱ्या घरांपर्यंत; मुलींसाठी शिक्षण आणि स्वच्छतागृहांपासून ते सॅनिटेशन आणि स्वच्छतेपर्यंत; नागरी नियोजन आणि ग्रामीण उत्पन्न ते पायाभूत सुविधांच्या उभारणीला गती देण्यापर्यंत; डिजिटायझेशन आणि त्याला दिलेल्या औपचारिक स्वरूपापासून ते कौशल्य विकासापर्यंत; तसेच स्टार्टअप, उद्योजकता आणि इनोव्हेशनला प्रोत्साहन देण्यापर्यंत एका व्यापक पातळीवरील मोहिमा आहेत. मानव विकास निर्देशांक सुधारणे, मूलभूत सुविधा उपलब्ध करून देणे, डिजिटल साधनांचा वापर करत मोठी झेप घेणे, महत्त्वाकांक्षी नागरिकांचे सक्षमीकरण करणे आणि कौशल्ये बळकट करताना संधी आणि लाभ वाढविणे ही त्यामागील मध्यवर्ती भूमिका होती. लोकचळवळीच्या विषयात बदल घडवून आणणे हीसुद्धा काही कमी महत्त्वाची गोष्ट नव्हती. ह्या केल्यामुळे नागरिक आणि सरकार या दोन भिन्न संस्था आहेत, ही वसाहतवादी मानसिकता मागे टाकली. सामाजिक परिवर्तनाच्या या बांधिलकीची प्रशंसा नागरिकांनी मोठ्या संख्येने केली, हे २०१९ च्या निवडणूक निकालातून स्पष्ट झाले. आज, या अनुभवांनी दीर्घकाळ प्रतीक्षेत असलेल्या अधिक मोठ्या बदलांची पायाभरणी करण्यास मदत केली आहे.

पुढचा मार्ग लांबलचक आणि खडतर आहे ही वस्तुस्थिती आहे आणि त्याविषयी आपण कोणताही भ्रम मनात बाळगू नये. क्षितिजावर नजर ठेवत

इतरांच्या अनुभवातून मिळणारे धडे भारताने आत्मसात करणे आवश्यक आहे, मग ते मनुष्यबळ, सामाजिक पायाभूत सुविधा असोत किंवा आर्थिक क्षमतेच्या बाबतीत असो. वीज, पाणी, घरे या मुलभूत सोयी–सुविधा यापुढे ऐशोआरामाच्या मानल्या जाणार नाहीत. शिक्षण, आरोग्य, कौशल्य आणि रोजगार हे काहींसाठी केवळ पर्याय राहू शकत नाहीत. विशेषत: तंत्रज्ञान आणि उत्पादनावर अधिक लक्ष केंद्रित करणे हे भारताच्या प्रगतीच्या मध्यवर्ती आहे. मर्यादित संसाधने असलेल्या देशात समाजकल्याणाच्या विश्वासार्ह उदयाची गुरुकिल्ली डिजिटायझेशनकडे असू शकते. ज्या जगात व्यापारयुद्धे आणि तंत्रज्ञानाची लढाई अगदी सामान्यपणे अस्तित्वात असण्याची शक्यता आहे, त्या जगात निरौद्योगिकीकरण हे खरोखर एकतर्फी निःशस्त्रीकरणासारखे आहे, हे विसरता कामा नये. त्यामुळे व्यवसाय करणे सोपे करणे हे केवळ आर्थिक उद्दिष्ट नाही; त्याचे प्रचंड सामाजिक आणि धोरणात्मक परिणाम आहेत.

अखेरीस, भारताची सर्वसमावेशक राष्ट्रीय शक्ती वेगाने बळकट होण्यासाठी हे अत्यंत महत्त्वाचे आहे आणि जिथे सुधारणेचाच संबंध आहे; भारत खऱ्या अर्थाने तेव्हाच ह्यामध्ये लक्षणीय स्थानी पोहोचेल जेव्हा आपण हे लक्षात घेऊ की ही एक अनेक क्षेत्रांत सतत विस्तार पावणारी निरंतर चालणारी प्रक्रिया आहे.

राष्ट्रीय वृद्धी आणि विकासाची आव्हाने केवळ सामाजिक–आर्थिक क्षेत्रापुरती मर्यादित नाहीत. प्रशासनातील तूट आणि अंमलबजावणीतील त्रुटी दूर करणे हा उपाययोजनेचा एक प्रमुख भाग आहे. ही समस्या अर्थातच अनेक आकारांत आणि भिन्न स्वरूपांत अस्तित्वात आहे. त्यात कालबाह्य धोरणे आणि अपुऱ्या संरचनांपासून ते गांभीर्याने न केलेली अंमलबजावणी किंवा अगदी पूर्णतः केलेले दुर्लक्ष हे सर्व अंतर्भूत आहे. शेवटी, आपण जितके क्षमतेबद्दल बोलतो तितकेच ते धोरणे आखण्याबद्दलही खरे आहे. सीमेवरील पायाभूत सुविधांच्या मर्यादांबद्दल आपण दु:ख व्यक्त करत असू, तर त्याच्या सद्यस्थितीची कारणे आपण स्वत:लाच विचारली पाहिजेत. जाणूनबुजून केलेले दुर्लक्ष वगळता, गाभ्याच्या प्रदेशांमधील क्षमता किंबहुना त्यांची कमतरता हीच परीघावर प्रतिबिंबित झालेली दिसेल. देशाचा काही भाग अविकसित किंवा प्रशासनविरहित सोडण्यात

स्पष्ट धोके आहेत, विशेषत: सीमेवर तर ते अधिकच आहेत. दैनंदिन जीवनातील नित्य गोष्टींकडे दुर्लक्ष करून आपण विशिष्ट आव्हानांनाच सामोरे गेलो, असेही होऊ शकत नाही. शेवटी सीमेचे रक्षण करणे ही बारा महिने चोवीस तास चालणारी प्रक्रिया आहे, तो केवळ संकटात दिलेला प्रतिसाद नाही.

राष्ट्रीय सुरक्षेच्या संदर्भात आपल्या स्वतःच्या चर्चांनी आवश्यक संरचना आणि व्यवस्था नेटक्या करण्याचे मोल ओळखणे आवश्यक आहे. पायाभरणी न करताच प्रचंड उपाय करत बसणे हे नाटकी राजकारण असू शकते; हे गंभीर धोरण नाही. याउलट 'गती शक्ती' उपक्रमाचा गेल्या काही वर्षांतील आमचा अनुभव हे दाखवून देतो की प्रखर लक्ष केंद्रित केल्यास आणि स्वत्वभावाने काम केल्यास पायाभूत सुविधा केवढ्या मोठ्या प्रमाणात केल्या जाऊ शकतात. सिलोस तोडणे आणि अधिक एकात्मिक प्रशासन प्रक्रिया सुनिश्चित करणे हे अंमलबजावणीसाठी तितकेच महत्त्वाचे आहे. गेल्या नऊ वर्षांत ह्याला विशेषत्वाने राष्ट्रीय सुरक्षेमध्ये विशेष प्राधान्य देण्यात आले आहे. अर्थात त्यामागे देशासमोरील आव्हाने पूर्णपणे मान्य करण्याची मूलभूत तयारी आहे. आजपर्यंत सीमेपलीकडील दहशतवाद किंवा स्पर्धात्मक भू-राजकारण यांसारख्या मुद्द्यांकडे दुर्लक्ष करून कठीण पर्यायांच्या निवडी करण्यापासून अलिप्त राहण्याचा कल राहिला आहे. अधिक कठीण जगात, ह्याची शक्यता कमी असणार आहे.

नव्या भारताची निर्मिती म्हणजे केवळ आपल्या भूतकाळाला कवटाळून बसणे असे नाही; तर भारत निर्माण म्हणजे प्रामुख्याने आपल्या भवितव्याची नव्याने कल्पना करणे होय.

■ ■ ■

१०.

न पत्करलेले मार्ग

गतनेतृत्व आणि इतिहासाचे स्मरण

आपल्याला काय वारसा लाभला आहे याचा विचार आपण अनेकदा करत नाही. पण विचार केला तरीही केलेल्या निवडींबाबत त्या वेळेला तेवढेच शक्य होते म्हणून विचार करण्याकडे आपला कल असतो. पण नेहमीच असे नसते. त्यामुळे भूतकाळाचा फेरविचार करणे उपयुक्त ठरते. भारतीय परराष्ट्र धोरणात बऱ्याच काळापासून रूढीवादी समजल्या जाणाऱ्या बहुतेक गोष्टी म्हणजे प्रत्यक्षात पहिले पंतप्रधान जवाहरलाल नेहरू यांची विचारसरणी आहे. कारण परराष्ट्र धोरणाच्या पटलावर त्यांनी दोन दशके सर्वंकषपणे वर्चस्व गाजवले. पण वास्तविकतः या क्षेत्रातही विशेषतः स्वातंत्र्यानंतरच्या सुरुवातीच्या काळात जोरदार वादविवाद झाले. त्यांच्या सहकाऱ्यांनी, विशेषतः नेहरूंच्या वैचारिक दृष्टीकोनाशी सहमत नसलेल्यांनी यातील बऱ्याच चर्चांना चालना दिली.

या वादात प्रामुख्याने पाकिस्तान, चीन आणि अमेरिका या तीन देशांबरोबरचे संबंध दिसून येतात. एकंदरीतच नेहरू राष्ट्रीय हिताच्या किमतीवर खोट्या आंतरराष्ट्रीयवादाची भावना दीर्घकाळ मनात बाळगून होते, असे त्यांच्या टीकाकारांना वाटत होते. पाकिस्तान आणि इस्रायलबाबत या टीकाकारांचा असा विश्वास होता की, नेहरू तुष्टीकरणाने प्रेरित होते जो देशांतर्गत राजकीय रणनीतीचा एक महत्त्वाचा आधार होता. चीनबाबत त्यांना,

अस्थानी आणि अव्यवहार्य आदर्शवाद दाखवत आंतरराज्य मुत्सद्देगिरीच्या प्राथमिक तत्त्वाकडे दुर्लक्ष करणारे असे मानले जात होते. जिथे अमेरिकेचा प्रश्न होता, तिथे त्यांची मते युकेच्या वर्तुळात काही लोकप्रिय असलेल्या डाव्या द्वेषाचे प्रतिबिंब दिसत होती. ही तिन्ही नाती आजच्या परिवर्तनाचा केंद्रबिंदू असल्याने जनतेला तेव्हाच्या या टीकात्मक दृष्टीकोनांची अधिक ओळख होणे गरजेचे आहे. अखेर त्यावेळी न पत्करलेले काही मार्ग आज पार केले जात आहेत.

मागे वळून पाहिले तर हेही लक्षात येते की, नेहरूंहून भिन्न असणारे दृष्टीकोन केवळ एका संकुचित गटापुरते मर्यादित नव्हते. याउलट त्यांच्यामध्ये स्वातंत्र्यानंतर लगेचच निधन पावलेले त्यांचे स्वतःचे उपमुख्यमंत्री सरदार पटेल यांच्यापासून ते डॉ. श्यामाप्रसाद मुखर्जी आणि डॉ. बी. आर. आंबेडकर यांच्यासारख्या मंत्रिमंडळातील इतर सहकाऱ्यांपर्यंत, ज्यांनी मंत्रिपदावर पाणी सोडून स्वतःचे राजकीय पक्ष स्थापन केले असे सर्व होते. संसदेत जे. बी. कृपलानी, राममनोहर लोहिया, दीनदयाळ उपाध्याय किंवा मिनू मसानी यांसारख्या विरोधी पक्षनेत्यांकडून परराष्ट्र धोरणावर अनेकदा टीका केली जातच असे. पण नेहरूंच्या स्वतःच्या सरकारमध्येही मतभेद होते, विशेषतः चीनबाबत, कारण त्या देशाशी संबंध चांगलेच बिघडले होते. सत्ताधारी काँग्रेस पक्षात आणि इतर पर्यायी स्थापन झालेल्या पक्षांमध्येही देशांतर्गत राजकारण चालवण्यामधील परराष्ट्र धोरणाचे महत्त्व पाहून आजच्या पिढ्यांना आश्चर्य वाटेल.

इतिहासात मागे जाण्याचे एक कारण म्हणजे तेव्हा वेगवेगळ्या राजकीय दृष्टीकोनांनी अखेरीस त्यांच्यापैकी एक (भाजप) सत्तेवर येईपर्यंत जोर धरला होता. दुसरे म्हणजे आजची आव्हाने आणि संधींच्या केंद्रस्थानी आजही तेव्हाच्या चर्चेचे मुद्दे उपस्थित आहेत. त्यामुळे आपण काही वेगळे साध्य करू शकलो असतो का, हा केवळ बौद्धिक चर्चेचा मुद्दा नाही. पण, नेहरूवादी समजुतींना आदर्श किंवा नियम मानत इतरांचे विचार म्हणजे त्यापासून घेतलेली फारकत असे मांडले जात असल्याने हे वाद नक्कीच दखलपात्र आहेत.

नवीन उदयोन्मुख सरकारांमधील कोणताही संघर्ष सोडविण्यामध्ये तिसऱ्या जगाभोवती केंद्रित असलेले ऐक्य हीच एक शक्ती पुरेशी असेल, ही धारणा विशेषतः सर्व उत्तम चाललेले असताना आदर्शवादी आणि अव्यवहार्य मानली जाते. पण जेव्हा एका कार्यरत पंतप्रधानाने जवळच्या शेजाऱ्यासंदर्भात प्रत्यक्षात तिचा वापर केला, तेव्हा ती अधिकच धोकादायक ठरली. यामुळे १९५० च्या दशकात आपल्या सुरक्षितता आणि कल्याणाबाबत पूर्वसूचना देत असलेल्या संकेतांना आणि कृतींना कमी लेखले गेले. आम्ही एका शेजाऱ्याच्या हितासाठी राजकीय भांडवल खर्च केले, जे शेवटी आमच्यावरच उलटले. कधी कधी तर त्यांच्या विचारसरणीला आम्ही प्रभावित केले आहे, अशी स्वतःची फसवणूकही केली!

पण या धोरणांचे मूल्यांकन करायचे झाल्यास या तथाकथित ऐक्याच्या आधारावर चिंतन करणे योग्य ठरते. राष्ट्रवादापेक्षा ह्या भावना आणि शक्ती प्रबळ आहेत आणि सांस्कृतिक अस्मितेवर मात करण्यासाठी पुरेश्या सामर्थ्यवान आहेत, हा विश्वास त्याच्या केंद्रस्थानी होता. जी राष्ट्रे हे विचार आचरणात आणतात विशेषकरून जर ते समान विचारसरणीचे असतील तर, इतरदेखील त्यांचे पालन करतील असा विश्वास ठेवण्याकडे त्यांचा कल असतो. अशा खोट्या आंतरराष्ट्रीयवादाची ही जाणीवच नेहरूंच्या सहकारी गटाच्या चिंता वाढवणारी होती आणि त्यांना आपली चिंता व्यक्त करण्यास याच जाणिवेने प्रवृत्त केले होते. टीकेची तीव्रता, युक्तिवाद आणि अगदी मुद्द्यांमध्येही बरीच तफावत होती. ह्या चर्चा त्या वेळी समाजजीवन फार व्यापू शकल्या नाहीत ह्या कारणाने त्या अप्रासंगिक ठरत नाहीत. विशेषतः पुढच्या घटनांनी त्यांची वैधता दाखवून दिली असेल तर नक्कीच नाहीत!

असा स्पर्धात्मक दृष्टीकोन मांडणाऱ्यांची भूमिकाही महत्त्वाची आहे. त्यातील अनेक खऱ्या अर्थाने स्वातंत्र्यलढ्यातील दिग्गज होते आणि काहींनी संविधान निर्मिती प्रक्रियेतही स्वतःची वेगळी ओळख निर्माण केली होती. पटेल आणि मुखर्जी यांनी थेट भारताच्या आज आपण बघत असलेल्या नकाशालाच आकार दिला, हेही लक्षात घेण्यासारखे आहे. साहजिकच निर्णय घेण्यास चालना देणारे घटक समजून घेण्यासाठी त्या काळातील अनिवार्यताही

नक्कीच जाणून घ्याव्या लागतील. पण त्या सगळ्यात कुठेतरी जुन्या समस्यांवर नवे उपाय शोधण्याचा प्रयत्न करताना विरोधी आवाजातून काही धडे मिळतात. अशा असहमत असलेल्या नेत्यांची भूमिका असो, त्यांच्यातील मतभेदांची तीव्रता असो किंवा समस्यांचे महत्त्व असो, अशा विरोधी विचारांच्या आग्रहाकडे नव्या दृष्टीने पाहण्यासाठी त्यांच्या विचारांतून आपल्याला पुरेसा आधार मिळतो.

भारताच्या लोककथेत निष्ठा आणि त्यागाचे कोणते प्रतीक असेल तर ते म्हणजे वृद्ध गरुड-राजा जटायू आहे. रावणाने केलेल्या सीताहरणाच्या वेळेस तो खूप म्हातारा आणि जवळपास आंधळा होता. तरीही रावणाने आपला मार्ग ओलांडताच जटायूने अघटीत घडू नये म्हणून आपले सर्वस्व पणाला लावले. त्याने स्वतः रावणावर आपल्या पंजांनी हल्ला केला, चोचीने धनुष्य तोडले आणि त्याचा रथ खाली आणला. पण या लढाईत रावणाने अखेर त्याचा पराभव केला, त्याचे पंख कापले आणि शेवटी त्याला रक्तबंबाळ करून मृत्युपंथी सोडले. पण तत्पूर्वी राम आणि लक्ष्मण यांनी त्याला शोधून काढले आणि सीतेच्या अपहरणाला जबाबदार कोण हे त्यांना समजले. जटायूंच्या बलिदानाने खऱ्या अर्थाने भारावून गेलेल्या रामाने त्याच्या निधनानंतर त्याच्यावर अंत्यसंस्कार केले.

त्यानंतर त्याचा मोठा भाऊ संपती याने परिस्थितीत बदल घडवून आणला. राजकुमार अंगदाच्या नेतृत्वाखालील वानर-तुकडी सीतेला शोधून काढण्याबाबत निराश होऊ लागली होती. जटायूच्या दुर्दैवी घटनेबाबाबत बोलताना, संपतीने त्यांचे बोलणे ऐकले आणि तो त्यांच्या मदतीला आला. सीता जरी खूप दूर लंकेमधील एका उद्यानात रावणाच्या कैदेत असली तरी

तिला शोधण्यासाठी त्याने आपल्या विलक्षण दृष्टीचा वापर केला. या क्षितिजापलीकडील दूरदृष्टीमुळेच प्रभू राम आणि वानरांना नंतर आपली योजना आखण्याची संधी मिळाली.

भारताच्या बाबतीतही, ज्यांच्याकडे अनुभव आणि शहाणपण होते त्यांच्याकडे अंतर्दृष्टी होती. त्या काळातील आपल्या काही नेत्यांनी प्रसंगी वैयक्तिक मोठी किंमत मोजूनही रूढिवादी विचारांना आव्हान देत राष्ट्रीय सुरक्षेला हातभार लावला. त्यांची निष्ठा जटायूपेक्षा नक्कीच कमी नव्हती आणि त्यांच्या ज्या अंतर्दृष्टीची आपण आज वाखाणणी करतो, ती संपतीइतकीच मौल्यवान आहे. त्यांच्या सल्ल्याचा फेरविचार करण्याची आपली त्यांच्याप्रति आणि आपल्या स्वतःप्रतिही जबाबदारी आहे.

पटेल आणि नव भारत

अलीकडच्या काळात आपल्या राष्ट्रीय वादविवादात आणि सुरक्षेवरील चर्चेत पटेल यांचा अधिक ठळकपणे समावेश झाला आहे. याचे एक कारण म्हणजे आपल्या राजकीय परिस्थितीत झालेल्या बदलामुळे त्यांना प्रकाशात आणणे सोपे झाले. पण त्यासोबतच ज्या कठीण आव्हानांनी आणि विविध अनिश्चिततांनी नेतृत्वगुणाचे महत्त्व अधोरेखित केले आहे अशा आपल्या काळाचे हे प्रतिबिंब आहे. समकालीन भारतातील इतर कोणत्याही व्यक्तिमत्त्वापेक्षा पटेल धोरणात्मक स्पष्टतेचे आणि अडचणींच्या काळातील निर्णायक कृतीचे उचित प्रतीक आहेत. एवढेच नव्हे, तर राष्ट्रउभारणी आणि व्यवस्थासुधारणेशीही त्यांचा जवळचा संबंध आहे. या सर्व कारणांमुळे ते नव भारताचे स्वाभाविक प्रेरणास्थान म्हणून उदयास येतात.

पंचाहत्तर वर्षांपूर्वी जग आणि भारत या दोहोंमध्ये एका वेगळ्या प्रकारची खळबळ होत होती आणि त्यापैकी कोणाचेही गांभीर्य कमी नव्हते. दुसरे महायुद्ध नुकतेच संपुष्टात आले होते, त्यामुळे जागतिक व्यवस्थेची सर्व दृष्ट्या उलथापालथ झाली होती. त्यातच अतिशय भिन्न हितसंबंध आणि दृष्टीकोन असलेली वर्चस्वाची नवी केंद्रे उदयास आली. प्रत्यक्ष संघर्षापूर्वीच कार्यरत केलेल्या शक्तींनी अखेरीस जगाच्या अनेक भागांतील वसाहतवादी राजवट संपुष्टात आणली. देशांतर्गत अर्थातच अखेर आपल्या स्वातंत्र्यलढ्याच्या चिवटपणाची आणि निर्धाराची जीत झाली, पण ती आपल्या देशाच्या फाळणीची तसेच त्याच्याबरोबर येणाऱ्या अनेक दुष्परिणामांची किंमत मोजून!

याच पार्श्वभूमीवर पटेल यांनी नेतृत्वाची धुरा हाती घेऊन राष्ट्रउभारणीची तात्कालिक आव्हाने स्वीकारली. ते आधीपासूनच आपल्या अग्रगण्य नेत्यांमधील एक म्हणून ओळखले जात होते आणि त्यांच्या राजकीय दूरदृष्टीसाठी आणि त्यांच्या संघटनात्मक कौशल्यासाठी ते सर्वत्र कौतुकास पात्र होत होते. सत्तासूत्रे हाती घेतल्यावर त्यांनी आपले वैयक्तिक हितसंबंध बाजूला सारत प्रशासनातील अत्यंत अवघड जबाबदाऱ्या स्वीकारल्या. त्यांच्या संघटनेत ते सर्वमान्य असे पसंतीचे नेते होते हे आपल्याला मान्य आहे. पण शेवटी त्या बाबतीत त्यांनी महात्मा गांधींच्या निवडीला शरणागती पत्करली. त्यांच्या राष्ट्रीय नेतृत्वाचा हाच कालखंड आज आपल्यासाठी सर्वात समयोचित धडे देणारा आहे.

सर्वसामान्य लोक आज जम्मू–काश्मीर, हैदराबाद आणि जुनागढ यांच्या विलीनीकरणासाठी पटेलांना श्रेय देतात. प्रत्यक्षात त्यांचे योगदान त्याहूनही मोठे होते. किंबहुना, पटेलांनी ह्याआधीच इतर अनेक संस्थानांशी उच्चस्तरीय आणि अतिशय वेगवान पद्धतीने अनेक वाटाघाटी केल्या होत्या. अश्या वाटाघाटींच्या उभारलेल्या भक्कम पायावर ही अत्यंत आव्हानात्मक उदाहरणे घडली आहेत. समकालीन पिढ्यांसाठी हे ठळकपणे मांडणे आवश्यक आहे की दक्षिणेकडील काही संस्थानेही सुरुवातीला सामीलनाम्यावर स्वाक्षरी करण्यास टाळाटाळ करत होती. त्यांच्या एकत्रीकरणातून निर्माण झालेली 'तिसरी शक्ती' व्यवहार्य ठरू शकते, असे राजकीय खात्यातील काही ब्रिटीश अधिकारी त्यांना सुचवत होते. अश्या जाणीवपूर्वक प्रयत्नांमुळे अनेक राज्यकर्त्यांना त्यांनी भारतात

सामील होण्यापासून थोपवून धरले होते. परिणामी, प्रत्येक राज्याबरोबर वैयक्तिकरीत्या आणि अतिशय कष्टाने वाटाघाटी कराव्या लागत होत्या आणि त्या प्रक्रियेत काही अगदी टोकाला गेले होते. भौगोलिकदृष्ट्या पश्चिम पाकिस्तानशी अधिक जवळीक असणाऱ्यांना जिनांच्या वरपांगी उदार प्रस्तावांचा मोह झाला. अखेर पटेलांनी त्यांच्या विलीनीकरणासाठी प्रचंड दबाव आणला. इतरही काही छोटी राज्ये सामील करून घेण्यासाठी कष्टप्रद ठरली कारण बऱ्याच राज्यांना मोठ्या राज्यांकडून चिथावणी दिली जात होती. ऑगस्ट १९४७ च्या सुरुवातीला ही लाट निर्णायक वळणावर आली.

स्वातंत्र्यानंतर थेट पटेलांच्या देखरेखीखाली सुरू असलेल्या दोन वाटाघाटी म्हणजे जुनागड आणि हैदराबाद. विशेष म्हणजे या दोघांनीही संयुक्त राष्ट्रांत जाण्याची शक्यता व्यक्त केली. पण पटेलांनी प्रत्येकाला निर्णायकपणे रोखले. या घटना भारतांतर्गत घडल्याने आपण त्यांना मुत्सद्देगिरीपेक्षा राजकीय अधिक समजतो. पण व्ही.पी. मेनन यांनी समर्थपणे लिहिल्याप्रमाणे, या उपक्रमात आपल्या कल्पनेतील सर्वात कठीण वाटाघाटींचा समावेश होता. त्या वाटाघाटींमधील उद्दिष्टे, धोरणे वा डावपेच ह्यांपैकी काहीही महत्त्वाचे असो, आजही त्या सखोल अभ्यास करण्यासाठी अत्यंत महत्त्वाच्या आहेत.

जम्मू-काश्मीरवरील आक्रमणाचा मुद्दा संयुक्त राष्ट्रसंघाकडे नेण्यावरून नेहरू आणि पटेल यांच्यात मतभेद होते, हे सर्वश्रुत आहे. किंबहुना, हा विषय हाताळण्यामधल्या एका मोठ्या मतभेदामधील हा केवळ एक पैलू होता. या मतभेदांमुळे नेहरूंनी पटेल यांची जम्मू-काश्मीरच्या मंत्रीमंडळातील जबाबदारी काढून घेतली आणि त्यांच्याऐवजी गोपालस्वामी अय्यंगार यांच्याकडे सोपवली. चीनने भारतासंदर्भात जाहीरपणे घोषित केलेल्या भूमिकेला दोन्ही नेत्यांनी कसा वेगळ्या पद्धतीने प्रतिसाद दिला, ह्याची मी आधीच चिकित्सा केली आहे. पण या सगळ्यासाठी सरकार, संसद आणि राजकारणाने जी शिस्त लावली होती तिने असहमतीचा बराचसा भाग त्यांच्या अंतर्गत पत्रव्यवहारापुरताच मर्यादित राहिल याची खात्री केली. परराष्ट्र धोरणावरील टीकेबाबत नेहरूंच्या हळवेपणामुळे, पटेल यांनी त्यांना आश्वासित केले की, त्यांच्या मतांची अभिव्यक्ती ते कॅबिनेटच्या बैठकांपुरतीच मर्यादित ठेवतील.

आधीच अधोरेखित केलेल्या गोष्टींवर लक्ष केंद्रित करण्याऐवजी, सर्वसामान्यांना कमी ज्ञात असलेल्या इतर काही मतांचा शोध घेणे योग्य ठरेल. एक हे भारतीय परराष्ट्र धोरणाने शीतयुद्धाच्या काळात केलेल्या खडतर मार्गक्रमणाशी संबंधित आहे. विशेष म्हणजे अशा काही विशिष्ट मुद्द्यांवर पटेल हे अनेकदा संयमी आणि सावध व्यक्त व्हायचे. विशेषत: भारताचे थेट हितसंबंध धोक्यात नसताना पाश्चिमात्य शक्तींचा अतिरेकी द्वेष करून फारसे काही साध्य होणार नाही, असे त्यांना वाटायचे. मुद्दा विशिष्ट पसंती दाखवण्याचा किंवा भूमिका घेण्याचा नव्हता तर तो एका मोठ्या दृष्टीकोनाच्या अस्वस्थतेबाबत अधिक होता. सी. राजगोपालाचारी यांनी त्या वेळी घेतलेल्या भूमिकांमध्येही त्याचे पडसाद आढळले. १९५० च्या दशकाच्या अखेरीस भारत-चीन संबंध बिघडत गेल्याने नेहरू मंत्रीमंडळातील विद्यमान सदस्यांनी परराष्ट्र धोरणाची मते अधिक स्वतंत्रपणे मांडली. ह्या सदस्यांची तात्कालिक भूमिका बरोबर होती की चूक हा इथे विचारात घ्यायचा मुद्दा नाहीय. तर इथे हे महत्त्वाचे आहे की, जागतिक ऐक्याच्या अधिक क्षणभंगुर भावनेला प्राधान्य देण्याऐवजी त्यांच्या भूमिका राष्ट्रीय हिताच्या प्रबळ भावनेतून आल्या होत्या.

भारतीय मुत्सद्देगिरीच्या संदर्भात सध्या दोन वास्तविक समस्या आहेत ज्यावर पटेलांनी आपल्या हयातीत आपले विचार मांडले होते. एक अमेरिकेशी संबंधित आहे आणि साहजिकच नेहरूंपेक्षा त्यांचा त्याकडे पाहण्याचा दृष्टीकोन खूपच कमी संशयास्पद होता. १९४८ मध्ये, नेहरूंच्या अमेरिकेच्या पहिल्या भेटीच्या एक वर्ष आधी, पटेल यांनी असे मत व्यक्त केले होते की आंतरराष्ट्रीय परिस्थितीची चावी अमेरिकेकडे आहे. अमेरिकेच्या सहकार्याशिवाय भारताला लक्षणीयरीत्या औद्योगिकीकरण करणे अवघड आहे, असे त्यांना वाटत होते. हे लक्षात घेऊन त्यांनी सहकार्यासाठी नेहरूंपेक्षा अधिक भारतकेन्द्री मत मांडले. नेहरूंचे एकंदर निर्धारण अलिप्त आघाडी तयार करण्याच्या मताने भारीत होते. त्यानंतर दोन वर्षांनी आपल्या शेवटच्या एका जाहीर कार्यक्रमात त्यांनी अशी टिपणी केली होती की, भारताने अमेरिकेची मदत घेऊ नये, असे अनेक लोकांना वाटत होते, कारण आपण प्रतिष्ठा गमावून बसू आणि आपण एका ब्लॉकमध्ये सामील झालो आहोत असे आपल्याविषयी मत बनेल. मात्र पटेल

यांना असे वाटत होते की, भारत आपली भूमिका आणि हित जाणण्यास सक्षम आहे. ह्या अर्थाने 'इंडिया फर्स्ट' दृष्टिकोनाचा उगम अनेक दशकांपूर्वी जातो. अर्थात, तरी तो आत्ता पुनरुज्जीवित करण्यासाठी राष्ट्रवादी विचारसरणी चित्रामध्ये यावी लागली.

दुसरा मुद्दा इस्रायलला मान्यता देण्याबाबत आणि पूर्ण राजनैतिक संबंध प्रस्थापित करण्याबाबत डळमळीत वृत्ती दाखवण्याशी संबंधित आहे. नेहरूंवरील व्होट बँकेच्या दबावाबाबत पटेल स्पष्टपणे अस्वस्थ होते आणि राष्ट्रीय धोरणाच्या आखणीमध्ये ह्या मुद्द्याला निर्णायक स्थान देऊ नये, असे त्यांचे मत होते. परराष्ट्र धोरणाच्या इतर काही मुद्द्यांप्रमाणे त्यांच्या मताला फारसे विचारात घेतले गेले नाही आणि पंतप्रधान मोदींच्या २०१७ च्या इस्रायल दौऱ्यापर्यंत हा मुद्दा अखेर निकालात निघाला नाही.

सर्व प्रकारचे समाज आणि संघराज्यीय राज्यव्यवस्था अधिक परिपूर्ण संघाच्या शोधाचा पाठपुरावा करत असतात. खरे तर पटेलांनी ज्यावर आपला अमिट ठसा उमटवला आहे, अशा एका क्षेत्राबाबत बोलायचे झाले तर ते राष्ट्रीय एकात्मता आहे. विविधतेतील एकतेला महत्त्व देणारी संस्कृती म्हणून आपल्याला एकत्र जोडून ठेवणारे बंध जोपासणे महत्त्वाचे आहे. गेल्या पंचाहत्तर वर्षांतील आपला प्रवास अडथळ्यांशिवाय झालेला नाही. जर आपण ह्या अडथळ्यांवर यशस्वीरीत्या मात केली असेल, तर ती सरदारांच्या वारशातून निर्माण झालेल्या राष्ट्रीय निर्धारामुळे आहे.

परंतु त्यांच्या काळातील असे काही मुद्दे शिल्लक राहिले आहेत ज्याकडे झालेल्या दुर्लक्षाला वर्षानुवर्षे मोठ्या प्रमाणावर तर्कशुद्ध केले गेले आहे. निहित स्वार्थाची पूर्तता करणे किंवा जमिनीवरील वास्तवाकडे दुर्लक्ष करणे आपल्यासाठी योग्य ठरत नाही. जागतिक राजकारण अत्यंत स्पर्धात्मक आहे आणि इतर देश सतत आपल्यामधील कमकुवतपणा शोधत असतात. एवढ्या वैविध्याबरोबर सुसंवाद साधणारा आपल्यामधील सखोल अंतर्निहित बहुलवाद ही आपली सांस्कृतिक ताकद आहे, ती समकालीन निर्मिती नाही. आपण हे सहजप्रवृत्तीने जाणतो; जगाच्या काही भागांना हे समजून घेण्यासाठी संघर्ष करावा लागू शकतो.

आपल्या मुळाशी प्रामाणिक असणारा भारत नेहमीच मजबूत आणि लवचिक राहील. आपली विचारसरणी ही आत्मविश्वास आणि राष्ट्रीय जाणिवेने प्रेरित असते. १९४८ मध्ये सरदार पटेल यांनी आपली भूमिका इतरांच्या हितासाठी आणि न्यायनिवाड्यांसाठी सुपूर्द करू नये, असा इशारा दिला होता. हे तेव्हाइतकेच आजही खरे आहे.

मुखर्जींचा पर्याय

सरदार वल्लभभाई पटेल यांनी सरकारमध्ये कार्यरत राहून विश्वास आणि वचनबद्धतेचा पाठपुरावा केला, मात्र आणखी एक प्रमुख समकालीन नेते डॉ. श्यामा प्रसाद मुखर्जी यांच्या बाबतीत तसे नव्हते. त्यांच्या योगदानाच्या अनेक पैलूंवर चर्चा करता येऊ शकेल. शेवटी, ते एक उल्लेखनीय शिक्षणतज्ज्ञ, प्रभावी राजकीय व्यक्तिमत्त्व, मानवतावादी मदत प्रदान करणारे नेते आणि आपल्या संस्कृती आणि परंपरांचे खंदे समर्थक होते. सर्वांत महत्त्वाचे म्हणजे आपल्या देशाकडे आणि त्याच्या शक्यतांकडे पाहण्याचा राष्ट्रीय दृष्टीकोन असलेले ते एक प्रखर राष्ट्रवादी आणि सर्वार्थाने भारतीय होते.

मात्र, इथल्या आपल्या चर्चेत स्वातंत्र्योत्तर भारताच्या दिशेसाठी महत्त्वाच्या असलेल्या उपक्रमांवर अधिक भर दिला आहे. त्यापैकी अनेक मुद्दे या देशात समग्र आणि पर्यायी विचारसरणीचा आधार बनले. या राष्ट्रवादी अभिव्यक्तींनी आपल्या राजकारणाच्या आणि प्रशासनाच्या स्वरूपाविषयी अनेक दशके चर्चा सुरू ठेवली. स्वतःच्या पायावर कसे उभे रहावे यासह विकास आणि प्रगतीबद्दलच्या आपल्या दृष्टीकोनावरही त्यांचा प्रभाव पडला. आणि अर्थातच, त्यांनी संपूर्ण जगाला तसेच विशेषत्वाने शेजाऱ्याला कसे गुंतवून ठेवावे ह्या आपल्या दृष्टीकोनाला आकार दिला. एका पातळीवरून ह्यातील प्रत्येक गोष्ट एक वेगवेगळे क्षेत्र वाटू शकते. परंतु खरेतर ह्या विचारांनी एका समग्र जागतिक दृष्टीकोनाचे प्रतिनिधित्व केले आणि वास्तविक जीवनात प्रत्येक विचार एकमेकांपासून अविभाज्य होता.

मुखर्जी यांच्याशी सर्वात खोलवर जोडलेला प्रश्न म्हणजे जम्मू-काश्मीरचे विलीनीकरण, तसेच त्याची प्रक्रिया आणि परिणामांबद्दलच्या नंतरच्या चर्चेचा.

त्यांची ही भूमिका अर्थातच त्यांच्या सुप्रसिद्ध घोषवाक्यातून दिसून येते की 'एक देश में दो विधान, दो प्रधान, दो निशान, नहीं चलेंगे (एकाच राष्ट्रात दोन राज्यघटना, दोन पंतप्रधान आणि दोन झेंडे असू शकत नाहीत)' संसदेत आणि संसदेबाहेर मुखर्जी यांनी विखंडीकरण आणि परिणामी भारतीय राज्यव्यवस्था कमकुवत होत असल्याबाबत चिंता व्यक्त केली. सार्वभौमत्वाला आव्हान देणे, स्पर्धात्मक स्थिती असल्याचा दावा करणे आणि राष्ट्रीय चिन्हांच्या प्रदर्शनावर निर्बंध घालण्याचे परिणाम त्यांनी सर्वांसमोर आणले. इतक्या वर्षांनंतर आणि इतक्या अनुभवांनंतर या मुद्द्यांवर आता अधिक स्पष्टीकरणाची गरज राहिलेली नाही. जम्मू-काश्मीरचे राष्ट्रीय मुख्य प्रवाहात पूर्णपणे सामील न होणे हे आर्थिक, विकासात्मक, सामाजिक आणि राष्ट्रीय सुरक्षेच्या दृष्टीने किती हानिकारक ठरले आहे, हे आपल्या सर्वांनाच ठाऊक आहे. ५ ऑगस्ट २०१९ रोजी जेव्हा त्यात निर्णायक सुधारणा करण्यात आली, तेव्हा साहजिकच आपली राष्ट्रीय एकात्मता अधिक मजबूत झाली. पण परराष्ट्र धोरणाच्या दृष्टीकोनातून विचार केला तर या मुद्द्याचा फायदा भारतापेक्षा बाह्य शक्तींनी कसा घेतला, हे तपासण्याजोगे आहे.

असे मूल्यमापन म्हणजे पश्चातबुद्धी नाही, हे आपण लक्षात घेतले पाहिजे. १९५३ मध्येही मुखर्जी यांनी पंतप्रधान नेहरूंना सांगितले होते की, काश्मीर समस्येच्या त्यांच्या हाताळणीने, ना आपली आंतरराष्ट्रीय प्रतिष्ठा वाढली ना आपल्याला व्यापक आंतरराष्ट्रीय पाठिंबा आणि सहानुभूती मिळाली आहे. उलट यामुळे देश-विदेशात 'गुंतागुंत' निर्माण झाली आहे, असे त्यांना वाटले. त्यामुळे खोट्या आंतरराष्ट्रीयवादाने हुरळून जाण्यापेक्षा नेहरूंनी धोरणाचा निःपक्षपाती फेरविचार करावा, असे आवाहन त्यांनी नेहरूंना केले. परदेशातील गुंतागुंतीचा हा संदर्भ लक्षात घ्यायला हवा, कारण त्यानंतरच्या काळात भारतीय मुत्सद्देगिरीला नेमके त्यालाच सामोरे जावे लागले. मुखर्जींना संसदेत हा मुद्दा मांडायचा होता की भारत सुरक्षा परिषदेत विलीनीकरणाचा नव्हे, तर आक्रमणाचा प्रश्न घेऊन गेला होता. ह्या प्रश्नात स्वारस्य असणाऱ्या शक्तींनी याचा नेमका विपर्यास कसा केला हे मुखर्जी जे सांगत होते, ते नेहरूंना पटेलांनी जी सावधगिरीची सूचना दिली होती त्याप्रमाणेच होते.

काळाच्या ओघात जम्मू-काश्मीरबाबतच्या सुरुवातीच्या चुकीच्या निर्णयांचे राजनैतिक परिणाम लोकांच्या स्मृतीतून ओसरले आहेत. या मुद्द्यावर आपल्या देशावर आलेल्या दबावाविषयीही तरुण पिढी अनभिज्ञ असण्याची शक्यता आहे. पण तरीही २०१९ साली कलम ३७० च्या संदर्भात जे काही केले गेले त्याचे महत्त्व पूर्णपणे समजून घेण्यासाठी ह्याचे पुन्हा स्मरण करणे आवश्यक आहे. जग जम्मू-काश्मीरची परिस्थिती कसे हाताळत होते हे थोडे तपशीलवार तपासण्यासारखे आहे. यावरून मुखर्जी जेव्हा गुंतागुंतीबद्दल बोलत होते तेव्हा त्यांना काय अभिप्रेत होते हे स्पष्ट होईल.

डिसेंबर १९४७ मध्ये भारताने संयुक्त राष्ट्रांच्या सनदेच्या कलम ३५ अन्वये, पाकिस्तानने आक्रमकांना दिलेल्या पाठिंब्याने आंतरराष्ट्रीय शांतता आणि सुरक्षेला निर्माण झालेला धोका, म्हणून हे प्रकरण संयुक्त राष्ट्रसंघाकडे पाठवले. त्यावेळी भारताने निवडलेला हा सर्वोत्तम मार्ग होता का, हा चर्चेचा एक स्वतंत्र मुद्दा आहे. पण त्या चर्चेत आत्ता पडण्याची गरज नाही. आपण लक्षात हे घ्यायला हवे की, ब्रिटीशनियुक्त गव्हर्नर जनरलने दोन महिन्यांपूर्वीच संबंधित कायदेशीर तरतुदींनुसार जम्मू-काश्मीरसंदर्भातील विलीनीकरणाचा करार स्वीकारला होता. पण यामुळे मोठ्या जागतिक सत्ता या परिस्थितीचा जो फायदा घेत होत्या, त्यापासून त्यांना रोखता आले नाही.

साहजिकच अलीकडची वसाहतवादी सत्ता म्हणून युके आघाडीवर होता. फाळणीनंतरचा सर्वात प्रबळ अजेंडा असलेली ही सत्ता होती आणि म्हणूनच तो सर्वात खोडसाळ होता. युकेने सुरक्षा परिषदेत ठराव संमत होण्यासाठी आपला प्रभाव वापरला आणि त्या ठरावाने भारत आणि पाकिस्तान या दोन्ही देशांना परिस्थिती चिघळेल अशा कोणत्याही कृत्यांपासून दूर राहण्याचे आवाहन केले. प्रत्यक्षात असे करून आक्रमककर्ते आणि बळी पडलेले या दोहोंना समान पातळीवर ठेवले गेले. राष्ट्रकुल संबंध कार्यालयाची, पाकिस्तानी सैन्याला तैनात करून भारताशी ताकद संतुलित करायची अशी स्पष्ट रणनीती होती, असे काही अवर्गीकृत नोंदींवरून दिसून येते.

पुढची पायरी म्हणजे सुरक्षा परिषदेचा अध्यक्ष या नात्याने बेल्जियमद्वारे तीन देशांचा आयोग स्थापन करण्याची चाल. त्या प्रक्रियेत पाकिस्तानने आक्रमकांना मदत करणे टाळावे, ही भारताची प्रमुख विनंती सोयीस्कररीत्या फेटाळण्यात आली. पुढची हातचलाखी म्हणजे 'जम्मू-काश्मीर प्रश्न' हे ठरावाचे शीर्षकच बदलून 'भारत पाकिस्तान प्रश्न' असे केले गेले. कॅनडाने बेल्जियमचा कार्यभार घेतला आणि आक्रमकांनी माघार घेतल्यास त्यांच्या जागी पाकिस्तानी लष्करी उपस्थितीचा आग्रह धरून पाश्चिमात्य अजेंडा पुढे नेला. प्रकरण अशा टप्प्यावर पोहोचले की भारताने अशा पक्षपातीपणाच्या निषेधार्थ कॉमनवेल्थमधून बाहेर पडण्याची धमकी दिली.

जसजसे हितभाग वाढत गेले, तसतसे अमेरिका आणि इतर पाश्चिमात्य मित्रदेशही या खेळात खोलवर सहभागी झाले. पुढील काही वर्षांत भारताची मदत रोखण्याच्या धमकीसह तीव्र दबाव टाकण्यात आला. अर्थात, १९५७ चा युके-अमेरिका मसुदा ठराव सोव्हिएत युनियनने व्हीटो दिल्यामुळे संपुष्टात आला हा एक कलाटणी देणारा बिंदू ठरला.

भारताच्या चीनबरोबरच्या १९६२ मधल्या संघर्षातील पराभवामुळे पुढील दशकात अशा प्रयत्नांचे पुनरुज्जीवन झाले. जम्मू-काश्मीर प्रश्नावर मध्यस्थी करण्याचा प्रयत्न करणारे १९६३ चे कुख्यात हॅरीमन-सॅन्डीज मिशन हे या प्रयत्नांपैकी सर्वात गंभीर होते. ते अपयशी ठरले असेल तर ते त्याच्या हेतूमुळे कमी आणि जागतिक परिस्थितीमुळे आणि भारताच्या प्रतिकारामुळे जास्त ठरले. शक्सगाम खोऱ्याबाबत चीन-पाकिस्तानच्या १९६३ मध्ये झालेल्या बेकायदेशीर करारामुळे पाश्चिमात्य राष्ट्रांना एका मर्यादेनंतर पाकिस्तानबरोबर समान मुद्दा मांडणे अवघड झाले होते. पण १९६५ पर्यंत पाकिस्तानप्रति असलेल्या पाश्चात्त्य पक्षपातीपणाने संघर्ष सुरू करण्याच्या पाकिस्तानच्या जबाबदारीवर पांघरूण घालून पुन्हा स्वतःच्या अजेंड्यावर शिक्कामोर्तब केले.

१९७२ च्या शिमला करारामुळे हा मुद्दा पूर्णपणे द्विपक्षीय स्वरूपाचा झाला तरी जम्मू-काश्मीरमध्ये हस्तक्षेप करण्याचे प्रयत्न सुरूच होते. क्लिंटन प्रशासनाच्या काळात हे जाहीरपणे घडले. आपल्या १९९८ च्या अणुचाचण्यांवरील

पाश्चिमात्य सत्तांच्या प्रतिक्रियेनेही अणुचाचण्यांचा संबंध या मुद्द्यांशी जोडण्याचा प्रयत्न केला. बुश प्रशासनाने हे काहीसे नियंत्रित केले तरी बंद दाराआड चर्चा सुरूच होती. बराक ओबामा यांनीसुद्धा राष्ट्राध्यक्षपदाच्या प्रचारादरम्यान काश्मीरचा मुद्दा उपस्थित केला आणि अमेरिकेचे राजदूत रिचर्ड हॉलब्रुक यांच्या जबाबदाऱ्यांबाबत वाद झाला, त्याचे स्मरण करण्यासारखे आहे.

पण अशा मुत्सद्दी प्रयत्नांपेक्षाही अधिक दुखावणारी गोष्ट म्हणजे आपल्या सार्वभौमत्वाचे आणि प्रादेशिक अखंडतेचे चीनने केलेले प्रत्यक्ष उल्लंघन. ह्याची सुरुवात १९६३ मध्ये झाली आणि कनेक्टिव्हिटी प्रकल्पांच्या माध्यमातून ते वाढत गेले आणि नंतर तथाकथित सीपीईसीमध्ये त्याचे रूपांतर झाले. या प्रत्येक प्रयत्नाला प्रत्युत्तर देण्यात आले आणि यापुढेही दिले जाईल. पण हे सर्व लक्षात घेऊन जम्मू-काश्मीरला मुख्य प्रवाहात आणण्याच्या कृतीने आपण केवळ राष्ट्रीय अखंडताच मजबूत केली असे नाही, तर राष्ट्रीय सुरक्षाही बळकट केली आहे, याचे कौतुक करायला हवे. हे अत्यंत महत्त्वाचे आहे कारण भारत जागतिक स्तरावर आपली प्रोफाइल उंचावत आहे. अर्थात, आजचे आपले पाश्चिमात्य भागीदार अधिक समजूतदार आहेत. पण खरा बदल जम्मू-काश्मीरच्या बाबतीत घेतलेल्या आपल्याच भूमिकेमध्ये झाला आहे, आणि त्या भूमिकेमागची प्रेरणा डॉ. श्यामा प्रसाद मुखर्जी आहेत हे विसरून चालणार नाही.

* * *

जम्मू-काश्मीर समस्या हाताळण्याशी निगडित एक प्रश्न भारताने पाकिस्तानचा हेतू आणि त्याची धोरणे यांचे चुकीचे आकलन करून घेणे, हा आहे. हादेखील एक दीर्घकालिक मुद्दा आहे ज्याने अनेक दशकांपासून आपले कल्याण आणि सुरक्षितता झाकोळून टाकली आहे. ह्या बाबतीतही २०१४ नंतर भारतीय विचारसरणीत निर्णायक बदल झाला आहे.

मुखर्जींच्या बाबतीत या प्रकरणाला विशेष महत्त्व प्राप्त होते कारण हेच त्यांच्या केंद्रीय मंत्रीमंडळाच्या राजीनाम्याचे कारण आहे. १९ एप्रिल १९५० रोजी त्यांनी संसदेमध्ये पाकिस्तानच्या तत्कालीन प्रवृत्तीबद्दल आपले मूल्यमापन

मोकळेपणाने केले. त्या विचारांची स्पंदने आजही आपल्याला जाणवतात. त्याचे सार असे सांगता येईल की, मुखर्जींना नेहरूंची भूमिका दुबळी, खीळ बसवणारी आणि विसंगत वाटली. पाकिस्तानने भारताच्या निष्क्रियतेचा किंवा चांगुलपणाचा अर्थ दुबळेपणा असा लावला आहे आणि त्यामुळे पाकिस्तान अधिकाधिक हेकेखोर झाला आहे, भारताला तो खूप जास्त उपद्रव देत आहे आणि आपल्याच लोकांच्या मनातून भारताला खाली उतरवले गेले आहे. प्रत्येक महत्त्वाच्या प्रसंगी भारत बचावात्मक भूमिकेत राहिला आहे आणि पाकिस्तानच्या डावपेचांचा पर्दाफाश करण्यात किंवा प्रतिकार करण्यात अपयशी ठरला आहे, असे मुखर्जींचे प्रतिपादन होते. मुंबईवरील २६/११ च्या हल्ल्यानंतर नक्कीच सामान्य भारतीय नागरिकाचे हे स्वाभाविक विचार असू शकतात!

जेव्हा पाकिस्तानबद्दल धोरणात्मक स्पष्टता दाखवण्याची वेळ येते, तेव्हा पटेल आणि मुखर्जी उठून दिसतात यात शंकाच नाही. जम्मू-काश्मीरचे विलीनीकरण आणि अल्पसंख्याकांना मिळणारी वागणूक या व्यतिरिक्त मुखर्जी यांना स्वत:च्या बंगाल प्रांतासंदर्भात चिंता होती. भारताच्या फाळणीची संकल्पना काँग्रेसने स्वीकारल्यानंतर बंगाल, पंजाब आणि आसामच्या भवितव्याचा कळीचा प्रश्न निर्माण झाला. निश्चित बहुमताअभावी संपूर्ण राज्य पाकिस्तानात जाणार नसेल तर प्रत्येकाची स्वतंत्र विभागणी करावी लागणार होती. त्यानंतर मुखर्जींनी आपली शक्ती पणाला लावली आणि कलकत्ता (कोलकाता) महानगर आणि शक्य तितका बंगाल भारतासोबत राहील याची निश्चिती केली. साहजिकच याचा थेट परिणाम आसाम आणि ईशान्येच्या भवितव्यावर झाला. त्यासाठी त्यांनी समाजातील विविध घटकांच्या बैठका बोलावून जनआंदोलनाचे नेतृत्व केले, ज्याचे सकारात्मक परिणाम झाले.

आपले परराष्ट्र धोरण चालविण्यासाठी त्याचा अर्थ काय असू शकतो, हे तर सोडाच, पण आज आपण वेगळ्या निष्पत्तीच्या परिणामांचा विचारही करू शकत नाही. पटेलांनी उत्तर आणि पश्चिमेत जे केले तेच मुखर्जी यांनी पूर्वेत केले. त्या अर्थाने आजचा भारत ही त्यांचीच निर्मिती आहे.

मुखर्जी पाकिस्तानकडे पाहण्याच्या आपल्या दृष्टीकोनाच्या संदर्भात एक मोठा मुद्दा मांडत होते. १९५० च्या नेहरू-लियाकत कराराचे त्यांचे

विशिष्ट विश्लेषण आजही समर्पक आहे. हा करारच त्यांच्या राजीनाम्याचा प्रमुख घटक होता, हे विसरता कामा नये. या करारात असहिष्णू राष्ट्राच्या मूलभूत परिणामांकडे दुर्लक्ष करण्याचा प्रयत्न करण्यात आला आहे, पाकिस्तान सरकारने अल्पसंख्याकांच्या सुरक्षेची भावना क्षीण केली आहे आणि अतिसांप्रदायिक प्रशासन या धोरणांना नवजीवन देत आहे, हे त्यांनी अधोरेखित केले.

अल्पसंख्याकांच्या वागणुकीबद्दल त्यांनी जो काही इशारा दिला होता, तो गेल्या काही दशकांत खरा ठरला. अल्पसंख्याकांचे रक्षण करण्यात भारत आणि पाकिस्तान या दोन्ही देशांना अपयश आले आहे, असा सर्वसाधारण समज तेव्हा निर्माण झाला होता. वस्तुस्थिती मात्र याच्या अगदी उलट आहे. मुखर्जींच्या मते परदेशी प्रसारमाध्यमांच्या काही विभागांमध्ये विरोधी प्रचार मोहीमही राबविण्यात आली होती. त्यांना वाटत होते की, ही भारताची बदनामी आहे आणि ज्याला हे जाणून घ्यायची इच्छा आहे त्या प्रत्येकाला हे सत्य कळले पाहिजे. हे स्पष्टच आहे की, काही ठिकाणी काही गोष्टी अजूनही बदललेल्या नाहीत!

भारत–पाकिस्तान समीकरणावर मुखर्जी यांनी केलेल्या वक्तव्याला दीर्घकालीन महत्त्व आहे. केवळ करारामध्येच नव्हे, तर पाकिस्तानबरोबरच्या व्यापक संबंधांमध्येही नेमके काय चुकले आहे, याचा अंदाज त्यांनी वर्तवला. महत्त्वाच्या वैचारिक उणिवा त्यांनी अगदी स्पष्टपणे ओळखल्या. ह्या प्रक्रियेत त्यांनी म्हटले की खरेतर पाकिस्तान हा आक्रमणकर्ता असतानाही, भारत आणि पाकिस्तानला सारखेच दोषी दाखवले जाते. पाकिस्तानने करारांचे उल्लंघन केले तेव्हा भारतासमोर कोणताही उपाय उपलब्ध नव्हता, याकडेही त्यांनी लक्ष वेधले. त्यांच्या मते प्रत्येक करारामध्ये अटींचे उल्लंघन झाल्यास शासन हा घटक असायला हवा. जर ही पद्धत गांभीर्याने अवलंबली असती तर भारताला त्याचा योग्य उपयोग झाला असता. पाकिस्तानबाबतच्या या दृष्टान्ताच्या सात दशकांनंतर मुखर्जी यांनी आपल्याला दिलेल्या नीर क्षीर विवेकावर विचार करणे आवश्यक आहे.

स्वातंत्र्यानंतरच्या सुरुवातीच्या काळातही भारत आणि पाकिस्तान यांच्यातील समानता इतकी त्रासदायक होती की त्याचे रूपांतर त्यांच्या

कायमच्या जोडणीत झाले. गेली अनेक दशके भारत आणि पाकिस्तान एकाच श्वासात उच्चारले गेले आणि त्यांचे मतभेद फाळणीमधून आलेल्या शिल्लक राहिलेल्या स्वाभाविक अजेंड्यासारखे आहेत असे भासवले गेले. असाही एक कालखंड होता, जेव्हा आपल्या शेजारच्या देशात असलेली लष्करी राजवट हे विकासाचे उदाहरण मानले जायचे! १९७१ च्या निकालाने अर्थातच यातील बरेच काही बदलले, पण तरी भारताला जेवढ्या निर्णायकपणे वाटले होते तितक्या प्रमाणात तसे झाले नाही. पाकिस्तान कृत्रिम समतोल साधण्याचा प्रयत्न करत राहिला आणि त्या प्रयत्नात चीन आणि पाश्चिमात्य देश अशा दोघांनीही त्याला सक्रिय पाठिंबा दिला. हे त्याच्या आण्विक आणि क्षेपणास्त्र कार्यक्रमांना मदत आणि सुविधा देण्याच्या टोकापर्यंत गेले. त्याहूनही वाईट म्हणजे भारताला चर्चेपर्यंत आणण्यासाठी पाकिस्तानने सीमेपलीकडे दहशतवादाचा आधार घेतला.

परंतु, खरे सांगायचे तर या दृष्टीकोनाला ठामपणे परावृत्त करण्यासाठी आपली स्वतःचीच धोरणे पुरेशी भक्कम नव्हती. पाकिस्तानातून निर्माण होणाऱ्या दहशतवादाला प्रत्युत्तर देण्याऐवजी भारत आणि पाकिस्तान हे दोन्ही देश दहशतवादाचे बळी आहेत, अशा हवाना आणि शर्म अल-शेख सारख्या ठिकाणी सूचित होणाऱ्या नॅरेटिव्हसाठी आपण स्वीकारार्ह भूमिकेत असल्याचे दिसून आले. नेमक्या ह्याच खोट्या समानतेबद्दल मुखर्जींनी त्या काळात आपल्याला सावध केले होते.

तर, उत्तर काय आहे? गेल्या दशकभरात आपण हे विविध प्रकारे घडताना पाहिले आहे. सर्वप्रथम, याचा अर्थ सीमेपलीकडील दहशतवादाच्या अस्वीकार्यतेबद्दल आपली स्पष्ट भूमिका असणे, हा आहे. उर्वरित संबंध नेहमीप्रमाणे चालू ठेवून दहशतवादाचे सामान्यीकरण करणे साहजिकच आपल्या राष्ट्रहिताचे नाही. तो संदेश खड्या आवाजात आणि स्पष्टपणे सुनावण्यात आला आहे. जिथे सीमेपलीकडील दहशतवादाच्या कारवायांचा प्रश्न आहे, तिथे उरी आणि बालाकोट येथील कारवाया जितक्या कृतीतील बदल दर्शवतात तितकाच विचारसरणीतील बदलही दाखवून देतात.

आपल्या समर्थनार्थ आपली बाजू मांडत राहणे आणि जनजागृती करणे

ह्या माध्यमातून आंतरराष्ट्रीय समुदायाला संघटित करणेही महत्त्वाचे आहे. तरच दहशतवादाला अवैध ठरवण्यात आपण यशस्वी होऊ शकतो. आपल्या अथक प्रयत्नांचा परिणाम म्हणून हा धोका फक्त एकट्या भारताला नाही, हे आज सर्वत्र समजले आहे. संयुक्त राष्ट्र सुरक्षा परिषदेच्या दहशतवादविरोधी समितीने (सीटीसी) मुंबईत २६/११ च्या घटनास्थळी बैठक घेतली, हे कथन काही कमी महत्त्वाचे नव्हते. अशा धोक्यांवर प्रखरतेने लक्ष ठेवण्यासाठी जागतिक व्यासपीठे आणि परिषदांचा उपयोग करता यावा यासाठी आम्ही प्रयत्नशील आहोत, जसे की जी-२० किंवा 'नो मनी नो टेरर' सारख्या बैठका किंवा द्विपक्षीय आणि बहुपक्षीय यंत्रणा. युएनएससी १२६७ निर्बंध समितीने तयार केलेल्या यादी प्रक्रियेला स्वतःचे महत्त्व आहे. आणि त्यात कोणता देश ठळकपणे दिसतो याचा अंदाज बांधण्यासाठी बक्षिसे नाहीत!

* * *

मुखर्जी यांचे विचार प्रेरणादायी ठरलेले आणखी एक क्षेत्र म्हणजे सांस्कृतिक मुत्सद्देगिरी. महाबोधी सोसायटी ऑफ इंडियाचे अध्यक्ष या नात्याने मुखर्जी बौद्ध राष्ट्रांशी, विशेषतः शेजाऱ्यांशी संबंध प्रस्थापित करण्यामध्ये एक प्रेरक शक्ती होते. युकेमधून पवित्र अवशेष परत आणण्यात आणि म्यानमारसह दक्षिण पूर्व आशियामध्ये त्यांचे प्रदर्शन करण्यात त्यांनी वैयक्तिक भूमिका बजावली. आज धर्म-धम्म परिषदा, म्यानमारमधील बागान येथील आनंद मंदिराचा जीर्णोद्धार किंवा श्रीलंकेतील बौद्ध स्थळांचे सौरीकरण, मंगोलियातील गंडन मठातील हस्तलिखितांचे डिजिटायझेशन अशा उपक्रमांद्वारे हे उपक्रम अधिक विकसित होत आहेत. खरे तर आपण आपल्या बौद्ध वारशाला किती महत्त्व देतो, हे जी-२० च्या विकास मंत्र्यांच्या सारनाथ भेटीतूनच अधोरेखित झाले. साहजिकच मुखर्जींचे सांस्कृतिक स्वारस्य अधिक व्यापक होते आणि वसाहतवादविरोधी लढ्याशी त्याच्या असलेल्या प्रासंगिकतेच्या दृष्टीने त्याचे मूल्यमापन केले पाहिजे. आज सांस्कृतिक पुनर्संतुलन अधिक सखोल करण्याचे आमचे प्रयत्न त्या क्षेत्राच्या महत्त्वाविषयी त्यांच्या असलेल्या मतांशी नक्कीच जुळणारे आहेत.

डॉ. आंबेडकर आणि 'इंडिया फर्स्ट'

आधुनिक भारताच्या संस्थापकांपैकी डॉ. बाबासाहेब आंबेडकर हे भारतीय राज्यघटनेचे शिल्पकार आणि सामाजिक न्यायाचा आणि सर्वसमावेशकतेचा शक्तिशाली आवाज म्हणून ओळखले जातात. आपल्या शिक्षणाद्वारे अमेरिकन समाजाशी परिचित होण्याचा विचार केला तर ते त्यांच्या अनेक समकालीनांपेक्षा वेगळे होते. पहिले कायदा व न्याय मंत्री म्हणून त्यांनी स्वतंत्र भारताच्या मंत्रिमंडळात चार वर्षांहून थोडा अधिक काळ काम केले. सामाजिक सुधारणांशी संबंधित अनेक मुद्द्यांवर त्यांचा असंतोष हे त्यांनी सप्टेंबर १९५१ मध्ये राजीनामा देण्याचे मुख्य कारण होते. पण विशेष म्हणजे आंबेडकरांनी परराष्ट्र धोरणाच्या दिशेबद्दल आपली 'खरी विवंचना आणि चिंता' संसदेमध्ये मांडली. त्यांच्या मते आपण स्वातंत्र्य मिळवल्यानंतर अगदी क्वचितच कोणी देश आपले वाईट चिंतत होता. आज चार वर्षांनतर मात्र जवळपास पूर्ण जगापासून आपण दुरावलो आहोत आणि हे संयुक्त राष्ट्रसंघात भारताला पाठिंबा द्यायला कोणीही राहिले नाहीय, ह्यावरून दिसून येत आहे.

आंबेडकरांनी त्या प्रसंगी दोन वास्तववादी विचारवंतांचा दाखला दिला जो आजही समर्पक आहे. एक म्हणजे बिस्मार्क, जे म्हणतात राजकारण हा आदर्शांना प्रत्यक्षात आणण्याचा खेळ नाही; हा शक्यतेचा खेळ आहे. दुसरे जॉर्ज बर्नार्ड शॉ होते, ज्यांच्या मते चांगले आदर्श चांगले असतात, पण खूप चांगले असणे अनेकदा धोकादायक असते हे विसरता कामा नये! १९५१ सालापर्यंत आपल्या मुत्सद्दी दृष्टीकोनाच्या अव्यवहार्यतेमुळे महत्त्वाच्या भारतीय नेत्यांना धोक्याची जाणीव आधीच झाली होती, असे दिसते.

यासंदर्भात आंबेडकरांच्या विशिष्ट तक्रारींपैकी एक अमेरिकेच्या हाताळणीशी संबंधित होती. ती त्यांनी १९५१ मधील 'अनुसूचित जाती महासंघाच्या निवडणूक जाहीरनाम्यात' मांडली होती, ज्यामध्ये परराष्ट्र धोरणाच्या समस्यांशी संबंधित एक विभाग होता. वर्षभरापूर्वी निधन झालेल्या पटेलांप्रमाणेच आंबेडकरांनाही नेहरूंच्या चीनकडे पाहण्याच्या दृष्टीकोनाची चिंता होती. पण, कदाचित मधल्या काही घडामोडींमुळे ते आता त्याला भारत–अमेरिका संबंधांशी जोडत होते. थोडक्यात, भारत संयुक्त राष्ट्रसंघ सुरक्षा परिषदेच्या स्थायी

सदस्यत्वासाठी चीनची लढाई का लढत आहे, असा सवाल आंबेडकरांनी केला. त्यांच्या मते, भारताच्या या चीनचा कैवार घेण्यामुळे अमेरिकेशी वैर निर्माण झाले होते आणि त्या देशाकडून आर्थिक आणि तांत्रिक संसाधने मिळण्याची शक्यता धोक्यात आली होती.

'इंडिया फर्स्ट'ची घोषणा म्हणून आज आपण ज्याला निर्विवादपणे मान्यता देऊ, तेच डॉ. आंबेडकर जोर देऊन म्हणतात की, भारताचे पहिले कर्तव्य स्वत:प्रति असले पाहिजे. त्यांच्या मते साम्यवादी चीनला सुरक्षा परिषदेचा स्थायी सदस्य बनविण्यासाठी लढण्यापेक्षा भारताने स्वत:ला त्याचा स्थायी सदस्य म्हणून मान्यता मिळावी यासाठी लढा द्यावा. त्यांनी नेहरूंचे धोरण हे अति आदर्शवादी किंवा स्वप्नाळू होते इतकेच नाही तर ते आत्मघातकी होते असे वर्णन केले होते. त्यावर त्यांनी सांगितलेला उपाय म्हणजे भारताने आशियाई देशांच्या हितासाठी लढा देण्याऐवजी स्वत:ची ताकद वाढवण्यावर भर दिला पाहिजे. दुसऱ्या एका प्रसंगी त्यांनी आपल्या परराष्ट्र धोरणाचा मुख्य उद्देश आपल्यापेक्षा इतरांचे प्रश्न सोडविणे हा असल्याचे दिसून येते, अशा भावना व्यक्त केल्या.

त्यांच्या पिढीतील अनेकांप्रमाणेच आंबेडकरांनाही आंतरराष्ट्रीय घडामोडींची सखोल जाण होती आणि त्यातील घडामोडींमध्ये त्यांचा सहभाग दिसून येत होता. भारताने जगाकडे पाठ फिरवावी असे त्यांचे म्हणणे नव्हते, तर प्रामुख्याने आपल्या देशाचा फायदा बघून निर्णय घ्यायला हवेत ही त्यांची कळकळ होती. त्या अर्थाने आपले राष्ट्रहित आणि आंतरराष्ट्रीय भूमिका यांचा समतोल साधण्याचा त्यांचा प्रयत्न होता आणि बऱ्याच समकालीनांप्रमाणेच त्यांचाही असा विश्वास होता की नेहरू राष्ट्रहिताच्या किमतीवर आंतरराष्ट्रीयवादाच्या दिशेने जास्त झुकत आहेत.

पंचशील तत्त्वांचा निर्विवाद स्वीकार करण्यात भारत खूप भोळसरपणा करत आहे, अशी भावनाही आंबेडकरांनी व्यक्त केली होती. राजकारणात त्या तत्त्वांना स्थान नाही, असे त्यांचे मत होते; तसेच चीनने अंतःकरणापासून या विषयावर मतभेद व्यक्त केले आहेत, यावरही त्यांचा विश्वास नव्हता. ऑगस्ट १९५४ मध्ये झालेल्या संसदीय चर्चेत आंबेडकरांनी हितावर आधारित

मुत्सद्देगिरीची जोरदार बाजू मांडली. नेहरूंच्या 'एशिया फॉर एशियाटिक्स'च्या केलेल्या समर्थनावर प्रश्न उपस्थित केला आणि राजकीय मूल्यांना अधिक महत्त्व दिले पाहिजे असे सुचवले. आज सात दशकांनंतर हा वाद अजूनही प्रचलित आहे ह्याचाच अर्थ तो नक्कीच तर्कशून्य नाही.

मसानींचा दृष्टीकोन

ज्याला आपण सध्याचे मुद्दे समजतो, त्यांची खरेतर आपल्या इतिहासात प्रत्यक्षात चर्चा झाल्याची उदाहरणे भरपूर आहेत. जर राजकीय शुद्धता वस्तुनिष्ठ शोधमोहिमेच्या आड येत नसेल, तर आपला भूतकाळ काय आहे, याची थोडीशी झलक मी वर नमूद केली आहे. भारतीय परराष्ट्र धोरणातील कथित तत्त्वांपैकी एक म्हणजे अलिप्ततावाद. याला विशिष्ट जागतिक संदर्भ असला, तरी याला एक कधीच न बदलणारी संकल्पना बनवण्याचा प्रयत्न केला. भारताच्या क्षमता आता त्याला बचावात्मक पर्यायांच्या पुढे जायची संधी देतात, हे अनेकदा धोरणात्मक वादविवादांना धर्मशास्त्र मानणाऱ्यांना मान्य नसते. पण बरोबर तेच वारंवार केले जात असल्याने समीक्षणात्मक दृष्टीकोनाचीही दखल घ्यायला हवी.

अलिप्ततावादाचे अवलंबन केल्यास होऊ शकणाऱ्या दुर्दशांबद्दल १९५९ मध्ये एम. आर. मसानी यांनी जितके स्पष्टपणे प्रश्न उपस्थित केले तितके परिणामकारक पद्धतीने अन्य कोणीही केले नव्हते. चीनकडून धोका वाढला होता त्यामुळे त्यांनी हे स्वाभाविकपणे केले. मसानींनी मुळात विचारले की ह्या भूमिकेने आपण ह्या अशा टोकापर्यंत आलो आहोत का, की त्यामुळे आपण आपल्या भूमीवरील हल्ल्याला प्रत्युत्तर देऊ शकत नाही. त्याच अनुषंगाने ते म्हणतात की, पाश्चिमात्यांपासून अंतर राखल्यामुळे आपण आपल्या सैन्याला पुरेशा प्रमाणात सुसज्ज करू शकत नाही. पण मसानींना वाटत असलेली चिंता अधिकच मूलभूत होती. त्यांच्या मते अलिप्ततावादामुळे अत्यंत धोकादायक शेजाऱ्याला ओळखण्याची भारताची क्षमताच क्षीण झाली आहे. त्याची देशांतर्गत अभिव्यक्ती आपल्याच लोकांना देशभक्ती दर्शविण्यापासून

परावृत्त करत आहे. थोडक्यात मसानी असे सांगू इच्छित होते की अलिप्ततावाद चांगल्या काळात उपयोगी ठरू शकतो पण कठीण काळात कमी परिणामकारक आहे. इतरांपासून अंतर राखणे म्हणजे त्यांनीही ते स्वतःला हवे तेव्हा राखणे. धोकादायक शेजाऱ्याला ओळखण्याच्या क्षमतेशी आणि उपाययोजना करण्याशी अलिप्ततावाद विसंगत नाही असा विश्वास त्यांना वाटत होता. ह्यापैकी बराच भाग, नोव्हेंबर १९६२ मध्ये चीनने भारतामध्ये आगेकूच केल्यावरही नेहरूंनी पाश्चिमात्य शक्तींबरोबर गुंतण्यात जो डळमळीतपणा दाखवला त्याच्याबरोबर मेळ खातो.

इतर उदाहरणांप्रमाणेच हा वादही पुन्हा एकदा भारतावर दबाव आणण्याच्या प्रयत्नांमुळे पुनर्विचार करण्याजोगा आहे. जेव्हा इतर देश आपल्या स्वातंत्र्याची आणि धोरणात्मक स्वायत्ततेची प्रशंसा करतात, तेव्हा ते नेहमीच भारताच्या भल्यासाठी नसते. त्याऐवजी ते आपल्या विचारांना अशा प्रकारे प्रभावित करण्याचा प्रयत्न करतात ज्यामुळे आपले पर्याय मर्यादित होतात. त्या पाठपुराव्यात ते आपल्याच भूतकाळाचा वापर आपल्याविरोधात करतात, हे स्वाभाविक आहे. अगदी अलीकडील काळात २००७ मध्ये क्वाडच्या बाबतीत असे डावपेच यशस्वी झाले असताना आपण त्यांना दोष कसा देऊ शकतो? स्वातंत्र्याची किंवा अगदी स्वायत्ततेची भावना बळकट करणे म्हणजे काही केंद्रबिंदूवर राहणे किंवा बांधिलकी निर्माण न करणे असे नाही. त्यामध्ये एक उपजत लवचीकता आहे आणि धोरण जेव्हा दुराग्रही झाले तेव्हा ही लवचीकता हरवून गेली. आजही व्यवहारकुशल चपळता आणि धोरणात्मक सर्जनशीलता ह्यांचे मूल्य अतिशयोक्तीचे नाही.

शेवटी, धोरणात्मक स्पष्टता म्हणजे आंतरराष्ट्रीय वातावरणाचे योग्य आकलन आणि आपल्या राष्ट्रीय दृष्टीकोनातून त्याकडे पाहण्याचा स्पष्ट दृष्टीकोन. स्वातंत्र्यानंतरच्या सुरुवातीच्या काळात दोन्ही गुणांमध्ये त्रुटी राहिल्या आणि त्यासाठी आपल्याला मोठी किंमत मोजावी लागली.

प्रतिष्ठेच्या अभिलाषेसाठी राष्ट्रीय सुरक्षेला दुय्यम स्थानावर ठेवले जाऊ शकत नाही, हे आपण पत्करलेल्या मार्गापासून शिकायला हवे. अखेरीस, हार्ड पॉवर नेहमीच सॉफ्ट पॉवरपेक्षा वरचढ ठरेल. आदर्शपणे, दोन्ही लॉक-स्टेपमध्ये

असल्या पाहिजेत जेणेकरून क्षमता आणि प्रभाव एकत्रित वाढतील. पण विशेषत: स्पर्धकांकडून आपला स्वीकार व्हावा ही इच्छा मुत्सद्देगिरीचा प्राथमिक उद्देश आणि प्रेरणा कधीच बनू नये. भूतकाळातील अनुभवांतून मिळालेली ही जाणीव आता सर्वसाधारणपणे जागतिक राजकारणाकडे आणि विशेषत: आपल्या प्रादेशिक चिंतांकडे पाहण्याचा भारताचा दृष्टीकोन ठरवते. नेहमीप्रमाणेच आपल्या या बुलंद नेत्यांची सुजाणता आणि दूरदृष्टी भारत निर्माणासाठी एक प्रेरणा म्हणून काम करते.

■ ■ ■

११.

भारत का महत्त्वाचा

स्वमूल्यांकन आणि आत्मविश्वास जागरण

दक्षिण आफ्रिकेतील ब्रिक्स शिखर परिषदेच्याच दरम्यान चांद्रयान-३ चे चंद्रावर यशस्वी लँडिंग झाले. अपेक्षेप्रमाणे त्या कामगिरीने परिषदेच्या कामकाजावर वर्चस्व गाजवले. आपल्यापैकी एक जण अशी कामगिरी करण्यासाठी सक्षम असल्याचा अभिमान दक्षिण जगताच्या नेत्यांनी व्यक्त केला. भारताचा आज जगावर किती प्रभाव निर्माण होत आहे, याचे हे एक उदाहरण आहे.

काही आठवड्यांनंतर नवी दिल्लीत झालेल्या जी-२० परिषदेत एकमताने एक ठोस निष्कर्ष निघाला. ही राजनैतिक कामगिरीइतकीच अजून एक महत्त्वाची घटना घडली. भारताच्या पुढाकाराने आफ्रिकन युनियनला स्थायी सदस्य म्हणून मान्यता मिळाली. इथेही या घडामोडींचे मोठे पडसाद उमटले. याआधीच्या काही वर्षांत भारताच्या 'व्हॅक्सिन मैत्री' या प्रयत्नाने जे देश एरवी कोविड साथीमध्ये विसरले गेले असते अशा अनेक छोट्या देशांना आरोग्य सेवा पुरवल्या. वेगवेगळ्या डोमेन्समधील ही तीन अगदी भिन्न उदाहरणे, सर्व एकाच संदेशासह - भारत जगासाठी अधिकाधिक महत्त्वाचा आहे.

जागतिक दृष्टीने जागरूक झालेली भारतीयांची नवी पिढी साहजिकच जागतिक घडामोडींमध्ये भारताच्या प्रभावावर चर्चा करते. या मुद्द्याला हाताळण्याची एक पद्धत म्हणजे भारत इतरांसाठी का आणि कसा महत्त्वाचा आहे याचा विचार करणे. याची उत्तरे जरी 'भारत नेहमीच कोणत्या ना

कोणत्या प्रकारे महत्त्वाचा राहिला आहे', अशी सामान्य व्यवहार ज्ञानाच्या विधानापासून सुरुवात होणारी असली, तरी नेहमीच तितकी सोपी नसतात. शेवटी एवढी लोकसंख्या असलेला एवढा मोठा भूप्रदेश आणि समृद्ध इतिहास आणि संस्कृती ह्यांनी साहजिकच आपला ठसा उमटवला आहे. आपल्या फक्त अस्तित्वामुळेच भारताने जागतिक मन व्यापून टाकले आहे आणि त्याच्या वाढत जाणाऱ्या चैतन्याने जगाची त्याच्याप्रती गुणग्राहकता अधिकच वाढेल. भारताचे पुनरुज्जीवन जागतिक व्यवस्थेला कितपत आकार देत आहे आणि त्याचा भविष्यासाठी काय उपयोग होईल, असे प्रश्न आता उपस्थित होत आहेत. याचा अर्थ म्हणजे निवडी, धोरणे, नेतृत्व, प्रत्यक्ष कार्यवाही आणि निदान आपण कोण आहोत आणि आपण आपले सामूहिक व्यक्तित्व कसे सिद्ध करतो याची जाणीव असणे. प्रचलित भाषेत हनुमान हा भक्ती, चिकाटी आणि सामर्थ्याचा प्रतिशब्द आहे. आश्चर्य म्हणजे खुद्द हनुमानाला स्वतःच्या शक्तींची पूर्ण व्याप्ती माहीत नव्हती. अगस्त्य ऋषी रामाला सांगतात की, बालपणी अनेक ऋषीमुनींना ध्यानधारणेदरम्यान त्रास देणाऱ्या त्याच्या चित्र-विचित्र चाळ्यांचा हा परिणाम होता. त्यामुळे जोपर्यंत दैवी कर्तव्यांची गरज भासत नाही तोपर्यंत आपल्या शक्ती विसरण्याचा शाप हनुमानाला देण्यात आला. त्यामुळे महाकाव्य जसजसे पुढे सरकत जाते आणि हनुमान वाढत्या जबाबदाऱ्या स्वीकारत जातो, तसतसे त्याचे स्वतःचे आत्मभान त्या प्रमाणात वाढत जाते. अतिशय महत्त्वाच्या क्षणी तो खरोखरच परिस्थितीचा तारणहार असतो. सीताहरण झाल्यावर जेव्हा शोधमोहीम हाती घेतली गेली, तेव्हा वानरराज सुग्रीवाने आपल्या सैन्याची विभागणी करून त्यांना अनुभवी नेत्यांच्या नेतृत्वाखाली चारही दिशांना पाठवले. विनत, सुषेण आणि शतबली यांच्याकडे अनुक्रमे पूर्व, पश्चिम आणि उत्तरेकडील सैन्याचे नेतृत्व करण्याची जबाबदारी होती, पण हनुमानाला मात्र अंगदाबरोबर दक्षिणेकडे जाण्याची जबाबदारी देण्यात आली कारण तीच सर्वात आशादायक शक्यता मानली गेली होती. जेव्हा अंगद हे कार्य सोडून द्यायचा विचार करत होता, तेव्हा हनुमानानेच त्याला श्रद्धा आणि चिकाटी ठेवण्याचा सल्ला दिला.

महाकाव्याच्या विविध टप्प्यांत तो जसजसा पुढे जातो, तसतशी त्याची खरी क्षमता जगाला पाहायला मिळते. जेव्हा लक्ष्मण युद्धात बेशुद्ध पडतो आणि केवळ विशल्यकरणी ह्या संजीवनी औषधी वनस्पतीद्वारेच उपचार करून त्याला बरे केले जाऊ शकत असते तेव्हा ती गोळा करून आणण्यासाठी, हनुमानाला द्रोणागिरी पर्वतावर पाठवले जाते. वनस्पती विशेषतः दिवसा ओळखता न आल्याने तो संपूर्ण डोंगर उचलतो आणि ह्याबाबतीत माहिती असलेल्या वानर-सरदार सुषेणाला योग्य औषधी वनस्पती निवडण्यासाठी आणून देतो. इतर अनेक प्रसंगांतून सिद्ध होते त्याप्रमाणे हनुमान दृढनिश्चयी, नवप्रवर्तक, परिणामाभिमुख आणि आत्मविश्वासी आहे.

हनुमानाची आख्यायिका ही गेल्या दशकातील भारताची कथा असू शकते. आपण जितके जास्त करतो तितके आपण करू शकतो यावर आपला विश्वास बसतो. या आत्मभानामुळेच अलीकडच्या काळात भारताची जडणघडण अगदी वेगळ्या पद्धतीने होत आहे आणि भारत जागतिक व्यवस्थेवर प्रभाव टाकण्यासाठी सज्ज झाला आहे.

प्रत्यक्षात उतरणारी लोकशाही

केवळ अस्तित्वात राहूनही भारत महत्त्वाचा ठरू शकतो; बाजारपेठ म्हणून, स्पर्धात्मक मैदान, एक संसाधन किंवा एक व्यासपीठ म्हणून. किंबहुना, जसा वसाहतवादाच्या काळात होता, तसा! यामुळे केवळ तग धरून अस्तित्वात राहण्याची मानसिकता निर्माण होते जिची जास्तीत जास्त, व्यवहारवादापर्यंत प्रगती होऊ शकते. पण जागतिक अर्थव्यवस्थेचे इंजिन, नवनिर्मितीचे केंद्र किंवा प्रत्यक्ष व्यवहारात प्रस्तुती देणारी लोकशाही म्हणून भारत आपल्या विचारांच्या आणि कामांच्या सामर्थ्यातूनही महत्त्वाचा ठरू शकतो. हा नियतीने ठरवलेला मार्ग आहे, आणि ह्या महत्त्वाकांक्षी मार्गासाठी दृढ निर्धार आणि चिकाटीची आवश्यकता असते. शेवटी कोणता रस्ता आपण निवडावा हे आपल्या समाजातील चर्चा प्रवाह ठरवतील. एक राष्ट्र म्हणून निवडी दिवसेंदिवस कठोर होत चालल्या आहेत. गेल्या दशकातील आपली प्रगती, उमेद आणि आशावादाकडे

निर्देश करते, तर जुनी व्यवस्था आपली असुरक्षितता ठळक करते आणि फूट अधोरेखित करते.

आपल्या निर्णयांवर जगाचं बरंच काही अवलंबून आहे, याची जाणीव अर्थातच भारतीयांना असायला हवी. जे आपले हित चिंततात ते सहकार्य करण्याचा प्रयत्न करतील. ज्यांना आपला उदय कमी अनुकूल वाटतो ते अगदी विघातक काही केले नाही तरी अडथळे आणतीलच. जे आपल्या विमर्शामध्ये सहभागी होतील, अगदी त्यांच्या हितसंबंधांच्या पाठपुराव्यासाठी हस्तक्षेप करतील त्यांच्यासाठी कुठल्याही प्रकारे आपण तयार राहायला हवे. आधी म्हटल्याप्रमाणे, आपल्या शक्यतांना बाहेरच्यांनी आकार देण्याच्या प्रयत्नांसाठी आपण स्वतःला खुले ठेवू नये हे महत्त्वाचे आहे. आपल्या लोकांसाठी भारत नक्कीच महत्त्वाचा आहे; आणि याच कारणास्तव, आपले भवितव्य बाहेरच्या लोकांनी का ठरवू नये हे आपण इतिहासातून समजून घेतले पाहिजे.

जागतिक विचारसरणीत भारताने दीर्घकाळ जे स्थान व्यापले आहे, ते आपल्याकडे व्यापारी मार्गांच्या शोधासाठी घेतलेल्या ध्यासातून दिसून येते. ह्याच ध्यासाने सुरुवातीला युरोपियन शोधक प्रवाशांना अमेरिकन खंडात नेले असावे. पण शेवटी जेव्हा ते प्रवासी समुद्रामार्गे भारतात पोहोचले, तेव्हा त्याहूनही महत्त्वाचे परिणाम झाले. भारताचा प्रभावी तळ म्हणून वापर करून, युरोप पुढे उर्वरित आशियावर वर्चस्व गाजवू शकला. किंबहुना १९व्या शतकात चीनचे नशीबही भारतातील परिणामांनी खूप आकाराला आले.

भारताच्या ह्या मध्यवर्ती स्थानाने दुसऱ्या मार्गानेही अनेक गोष्टी साध्य केल्या. त्याच्या स्वातंत्र्याने आज समकालीन जागतिक व्यवस्थेचा पाया बनलेल्या एका मोठ्या निर्वसाहतीकरणाच्या प्रक्रियेला गती दिली. काही दशकांनंतर, भारताच्या आर्थिक प्रगतीने पुनर्संतुलन आणि बहुध्रुवीयता निर्माण करण्यात महत्त्वाचे योगदान दिले आहे, जे घडण्याची क्रिया अजूनही चालूच आहे. भारत का महत्त्वाचा आहे याबद्दलच्या युक्तिवादाची ही काही उदाहरणे आहेत. आणि त्याचे भूतकाळातील महत्त्व त्याची भविष्यातील प्रासंगिकता समजून घेण्यास नक्कीच उपयोगी ठरते.

भारताला जमेत का धरले जाते याचा एक भाग स्पष्ट आहे. एक म्हणजे, तो मानवजातीच्या सहाव्या भागाचे प्रतिनिधित्व करतो. त्यामुळे, त्याच्या यश–अपयशाचे स्पष्ट जागतिक अर्थ आहेत. पण फाळणी झाली नसती, तर भारत हा सर्वांत मोठा समाज ठरला असता. मात्र, भारताचा अध्याय केवळ लोकसंख्या ह्या घटकापेक्षा अधिक आहे. कारण इतिहासाच्या विनाशातून वाचलेल्या मोजक्या सभ्यतावादी राज्यांपैकी भारत एक आहे. अशा राज्यव्यवस्था त्यांना लाभलेल्या संस्कृती आणि वारशामुळे विशेष वेगळ्या ठरतात. त्यासोबत त्यांचा स्वतःचा असा दृष्टीकोन आणि मानसिकताही असते. विशेषतः जागतिक प्रश्नांच्या संदर्भात अशा राज्यव्यवस्था दीर्घकालिक दृष्टीकोन ठेवतात. त्यांची अनेक ध्येये आणि उद्दिष्टेदेखील त्यांच्या समकालीन सहराज्यांहून निराळ्या परंपरांवर आधारित असतात. सोप्या भाषेत सांगायचे झाले तर भारताला महत्त्व प्राप्त होते ते त्याला केवळ एक लोकसंख्येसारखे मोठे प्रमाण आहे आणि इतिहास आहे म्हणून नाही, तर भारताची एक खास अशी वैशिष्ट्यपूर्णता आहे, त्यामुळे होते.

समाज इतरांसाठी खेळाचे मैदान म्हणून प्रासंगिक ठरू शकतात किंवा ते स्वतःच खेळाडू होऊ शकतात. अत्यंत निर्दयी अशा शोषक संस्कृती असलेल्या वसाहतवादी युगाने गेल्या काही शतकांमध्ये अशी एक टोकदार निवड जगासमोर ठेवली. तुम्ही एकतर पीडित आहात किंवा हल्लेखोर आहात; कुठलाही मधला मार्ग नव्हता. मात्र, समकालीन काळाच्या प्रगतीने त्या द्वी–पर्यायापलीकडे बदलासाठी आधार उपलब्ध करून दिला आहे. हे आता अधिकाधिक सहकार्याचे युग आहे, असे म्हणणे काही घासून गुळगुळीत झालेले वाक्य नाही. राष्ट्रांच्या स्वातंत्र्यातून तुलनात्मक फायद्याद्वारे पुढे नेण्यासाठी नवनवीन उपक्रम आणि ऊर्जा उदयास आल्या. कालांतराने जागतिक घडामोडींमध्ये त्यांचे राजकीय महत्त्व वाढत गेले. असे करताना देशांनी आपल्या पूर्वीच्या अडचणींवर मात केली आणि ते प्रभावाचे घटक बनले. विशेषतः मोठ्या देशांनी इतरांच्या नजरेत आपला नैसर्गिक प्रभाव व महत्त्व परत मिळवले. त्यांच्या निवडी आणि कृती केवळ स्वतःच्याच नव्हे, तर इतरांच्याही शक्यता ठरवू लागल्या. हे ठरवण्यामध्ये क्षमता, संसाधनांचा साठा, प्रतिभेची

गुणवत्ता, स्थानाचे महत्त्व किंवा अगदी राष्ट्रीय इच्छाशक्ती आणि नेतृत्व अशा बाबी कारणीभूत आहेत.

या मॅट्रिक्सचे साकल्यच भारताच्या उदयाला आकार देत आहे. आपल्या देशाला स्वातंत्र्य मिळून ७५ वर्षे पूर्ण होत असताना, भारतीयांनी तितक्याच परिवर्तनशील असलेल्या जागतिक संदर्भात आपल्या शक्यता तपासल्या पाहिजेत. जगात नक्कीच अधिक संधी उपलब्ध आहेत, परंतु त्यात नवीन जबाबदाऱ्यादेखील अंतर्भूत आहेत. भारत महत्त्वाचा आहे कारण ह्या दोन्ही गोष्टी वेगळ्या करता येत नाहीत. भारत संधींचा जसा उपयोग करून घेतो तसाच जबाबदाऱ्याही स्वीकारतो.

आकार आणि लोकसंख्या हे राष्ट्राच्या क्षमतेचे स्पष्ट निर्देशांक असले तरी स्वतःच स्वयंपूर्ण निकष नसतात. आपलाच भूतकाळ हा त्या दाव्याचा पुरावा आहे. असे इतरही देश आहेत ज्यांच्याकडे अशी वैशिष्ट्ये असूनही त्यांचे राजकीय स्थान मात्र निम्न स्तरावर राहिले आहे. आणि याउलट, बरेच लहान देश आहेत ज्यांनी त्यांच्या क्षमतेपेक्षा खूप मोठे प्रयत्न केले आहेत. चीन, भारत आणि ग्लोबल साउथमधील इतर काही राष्ट्रांचे पुनरुज्जीवन हा जागतिक पुनर्संतुलनाचा गाभा आहे. या राष्ट्रांनी राष्ट्रीय पुनरुत्थानाच्या माध्यमातून आपली दीर्घकालीन वैशिष्ट्ये जमेस धरण्यास जगाला प्रवृत्त केले आहे. मनुष्यबळाची गुणवत्ता वाढविण्यासह विकासाचा वेग आणि त्याचे स्वरूप हा त्यातील महत्त्वाचा घटक आहे.

या दृष्टीने अलीकडच्या घडामोडी भारतासाठी आशेचा किरण आहेत. २०१४ नंतर आपण सर्व क्षेत्रांना समाविष्ट करून घेत समाजासाठी वाहून घेतलेल्या मोहिमा आखल्या आहेत. आणि ह्या मोहिमांच्या माध्यमातून सामाजिक विकासाची उद्दिष्टे साध्य करण्यासाठी सर्वंकष बांधिलकी राखली आहे. त्यामध्ये उत्तम आरोग्य आणि लसीकरण, लिंगभेद कमी करणे, शैक्षणिक संधी आणि त्याची व्याप्ती वाढविणे आणि प्रतिभा आणि नावीन्य सशक्त करण्यासाठी कौशल्यांना प्रोत्साहन देणे, व्यवसाय करणे सोपे करणे आणि रोजगाराच्या अधिक संधी निर्माण करणे यांचा समावेश आहे. ह्यामुळे झालेला सर्वसमावेशक विकास साहजिकच क्षमता बळकट करण्यास आणि बाजारपेठेचा विस्तार करण्यास हातभार लावेल. पण जागतिक कामाच्या ठिकाणी त्याचा

होणारा परिणामही तितकाच लक्षणीय असेल, आणि वस्तुतः हे जगासाठी महत्त्वाचे आहे.

मनुष्यबळावर एवढा भर देणाऱ्या भारतासारख्या नॉलेज इकॉनॉमीने स्वतःसाठी तसेच जगासाठी २०३० पर्यंत शाश्वत विकास उद्दिष्टे (SDG- Sustainable Development Goals) साध्य करण्यावर भर देणे आवश्यक ठरते. २०१४ नंतर सुरू झालेल्या राष्ट्रीय मोहिमांमधून हे स्पष्ट होते की संयुक्त राष्ट्राने परिभाषित केलेली ही १७ उद्दिष्टे खरोखरच सरकारच्या प्रमुख उद्दिष्टांमध्ये आहेत. कोविड आव्हाने असूनही ह्या मोहिमा चालू राहिल्या आहेत. जनधन– आधार–मोबाइल (JAM) त्रिसूत्रीचे उदाहरण घ्या, ज्याने बँकिंग आणि डिजिटल सेवा पुरवून लाखो असुरक्षितांना सक्षम केले आहे. त्याच पद्धतीने, विस्तारित हेल्थ कव्हरेज दाखवून देते की आरोग्य हे केवळ विकसितांचा विशेषाधिकार नाही. 'बेटी बचाओ बेटी पढाओ' ही मुलींच्या शिक्षणाची योजनाही समाजावर व्यापक परिणाम करत आहे. आणि अर्थातच, नळाचे पाणी घरोघरी पोहोचवण्याचे मिशन जल जीवन, जनतेला ऑनलाइन घेऊन येणारे डिजिटल इंडिया नेटवर्क आणि जळाऊ लाकडाच्या जागी स्वयंपाकाचा गॅस वापरण्याचा उज्ज्वला कार्यक्रम ह्यांचाही अतिशय सकारात्मक परिणाम होत आहे. दीर्घकालीन आव्हानांना शाश्वतस्वरूपी सामोरे जाण्याच्या क्षमतेची ही उदाहरणे आहेत. या मोहिमांच्या एकंदर परिणामाने मानवजातीच्या लक्षणीय भागाचे सामाजिक– आर्थिक कल्याण वाढीस लागले आहे. भारत का महत्त्वाचा आहे तर त्याचे प्रगतीचे रेकॉर्ड एसडीजी अजेंडा २०३० पूर्ण करण्याचे जागतिक यश ठरवणार आहे.

भारताच्या राजकीय निवडीमुळेच लोकशाही मूल्यांना जवळजवळ सार्वत्रिक दर्जा प्राप्त होऊ शकला आहे, हे आपल्या सर्वांनाच सहजासहजी मान्य होत नाही. आपण हा निर्णय घेईपर्यंत या प्रथा केवळ विकसित देशांचा विशेषाधिकार मानल्या जात होत्या. अर्थात, आपल्याला ही निवड करता आली कारण लोकशाही परंपरा भारतीय इतिहासात आणि संस्कृतीत खोलवर रुजलेल्या आहेत. परंतु हा मुद्दा भारतानेही मागील वर्षांत ठामपणे मांडला नव्हता आणि त्याच्या आधुनिक अवताराला वैचित्र्य म्हणून वर्षानुवर्षे चित्रित केले जात होते. इतके की पाश्चिमात्य देश 'कमी लायक' असणाऱ्यांसाठी लष्करी राजवट हा एक

चांगला प्रशासकीय उपाय आहे असे मानण्यात धन्यता मानत होते. अर्थात ह्या अनुषंगाने, आपल्या भागातूनच सर्वात ठळक उदाहरणे प्रस्तुत केली गेली, जिथे पाकिस्तानला वर्षानुवर्षे पसंतीचा भागीदार म्हणून मानले गेले. खरं तर, भारताने केवळ आव्हानात्मक आर्थिक परिस्थितीत आधुनिक लोकशाही राज्यव्यवस्था उभी केली असे नव्हे, तर त्यासाठी स्वतःच्या बहुलवादाच्या वारशाच्या आधारावर सकारात्मक बदल घडवून आणला. इतर समाजांप्रमाणे भारताने एकरूपतेवर कधीही अति भर दिला नाही. उलट विविधतेतून व्यक्त होणारी त्याची जन्मजात एकता हाच त्याच्या चर्चात्मक संस्कृतीचा खरा आधार आहे.

शिवाय, अलीकडच्या काळात इतर ज्या आव्हानांना सामोरे जात आहेत त्या तुलनेत भारताची लोकशाही ओळख काळानुरूप अधिक मजबूत झाली आहे. निवडणुकीतील सहभागाच्या विचाराने असो किंवा राजकीय प्रतिनिधित्व वाढविण्याच्या दृष्टीने असो, लोकशाही प्रक्रियेची परिणामकारकता अधिकाधिक दिसून येत आहे. जागतिकीकरणामुळे निर्माण झालेले अलिप्तपण आणि चुकीच्या माहितीमुळे चिथावणी दिले गेलेले वैमनस्य पाहता ही काही साधी उपलब्धी नाही. आपल्या बाबतीत, आपण लोकशाही क्रियाकलाप आणि वादविवादांचे वाढते चैतन्य पाहत आहोत, ज्याला सत्ता हस्तांतरणाच्या प्रमाणीकरणाचे पाठबळ आहे आणि आपण खात्रीने हे सांगू शकतो की इतरत्र असते त्याप्रमाणे निदान आपल्या निवडणूक निकालावर तरी कोणती शंका घेतली जात नाही! खरे तर लोकशाही केवळ चांगली कार्यरत आहे इतकेच नाही तर पूर्वी कधीही होती त्यापेक्षा उत्तम काम करत आहे.

भारतासारख्या विवादखोर समाजात राजकीय चर्चा अनेकदा वादाचे रूप धारण करतात. जागतिकीकरण झालेल्या अस्तित्वात ते आपल्या सीमेपलीकडेही पसरू शकतात. पण जे लोक, आपण आपले स्वातंत्र्य विस्तृत करत आहोत हे प्रत्यक्ष बघतात त्यांच्यासाठी जगाच्या दृष्टीने भारताची पत वाढली आहे हे स्पष्ट आहे. कारण हा केवळ देशांतर्गत राजकीय कार्यक्रम नाही तर पुनरुत्थान झालेल्या समाजाने केलेला लोकशाहीचा दावा आहे.

जेव्हा जगात खुल्या समाजाचे गुण पुन्हा शोधले जात आहेत, तेव्हा जगात आपण केवळ लोकशाही असणे पुरेसे नाही. आपण संकुचित अर्थाने ७५

वर्षे आणि वास्तविकतः सामाजिकदृष्ट्या खूप जास्त काळ लोकशाही राष्ट्र राहिलो आहोत. प्रत्यक्ष व्यवहारात उतरणारी अर्थात प्रस्तुती देणारी लोकशाही असणं हे अधिक महत्त्वाचं आहे. याच मुद्द्यावर गेली नऊ वर्षे इतकी महत्त्वपूर्ण ठरली आहेत. तंत्रज्ञानाच्या साधनांच्या प्रभावी वापरासह सुशासनाची खरी तळमळ सामाजिक-आर्थिक परिदृश्य बदलू लागली आहे. आणि जग त्याच्या प्रमाणावर आणि तीव्रतेवर फक्त अचंबितच होऊ शकते.

कोविड साथीच्या काळात देशभरात डिजिटल कणा भक्कमपणे प्रस्थापित करून, ८० कोटींहून अधिक भारतीयांना अन्नधान्य मदत मिळाली आणि त्यामधील अर्ध्यांच्या बँक खात्यात पैसेदेखील जमा झाले. या उपक्रमाच्या प्रमाणाचा आणि व्यापकतेचा विचार करा; हे एकाच वेळी संपूर्ण युरोपियन आणि अमेरिकन लोकसंख्येला मदत करण्यासारखे आहे. खरे तर प्रत्येक मोठे कार्यक्रम आणि योजना एखाद्या मोठ्या राष्ट्राच्या लोकसंख्येइतक्या मोठ्या प्रमाणावर राबविल्या गेल्या आहेत. जनधन उपक्रम म्हणजे अमेरिका आणि मेक्सिकोचे एकाच वेळी बँकिंग करण्यासारखे आहे; सौभाग्य योजना म्हणजे संपूर्ण रशियाचे विद्युतीकरण करण्यासारखे आहे; उज्ज्वला हे संपूर्ण जर्मनीचे स्वयंपाकाचे इंधन बदलण्यासारखे आहे; आणि आवास योजना म्हणजे संपूर्ण जपानसाठी गृहनिर्माण करण्यासारखे आहे. स्वच्छ पाणी, हेल्थ कव्हरेज आणि शेतीला पाठबळ हीसुद्धा काही उदाहरणे सांगता येतील. भारताच्या डिजिटायझेशनमधून होणाऱ्या डायरेक्ट बेनिफिट ट्रान्स्फरमुळे (डीबीटी) गळतीची प्रदीर्घ परंपराही संपुष्टात आली आहे. दोन अब्जांहून अधिक लसीकरण हा देखील स्वतःच एक पराक्रम आहे. ह्यामधून कदाचित सर्वात जास्त शिकण्यासारखे आहे ते म्हणजे या उपक्रमांनी तंत्रज्ञानाचे लोकशाहीकरण करण्यास आणि जनतेला सक्षम करण्यास मदत केली आहे. भारत महत्त्वाचा आहे कारण तो केवळ सुशासनाचे प्रतीक नाही; त्याच्या डिजिटल सार्वजनिक पायाभूत सुविधेचे जगाशी व्यापक औचित्य आहे.

प्रगत राष्ट्रे ज्याच्याकडे कमी क्षमतेने कामगिरी करणारा म्हणून बघत होती, ती ह्या प्रगतीचे मूल्य अगदी आनंदाने ओळखतील. त्यातून सहकार्याचे

नवे मार्ग तर नक्कीच खुले होतात. पण त्यात भर म्हणजे इतक्या मोठ्या कॅनव्हासवर साकारले गेले असल्यामुळे विकसनशील देशही याकडे थेट त्यांना अनुकरण करता येणारे अनुभव म्हणून पाहतात.

भारत आता प्रयोगशाळा, प्रशिक्षणस्थळ, नवकल्पना आणि नवशोधाचा प्रेरक ठरत आहे. त्याचबरोबर ह्या सर्वांना तो प्रत्यक्ष व्यवहारात आणत असल्याने त्या प्रात्यक्षिकाचे क्षेत्र त्याचे औचित्य वाढवत आहे. कोविड साथीने जगाची फार्मसी या नात्याने आपले योगदान समोर आणले. भारताचे डिजिटल कौशल्य आणि स्टार्टअप्स, तंत्रज्ञान आणि सेवांचा एक सातत्यपूर्ण प्रवाह तयार करीत आहेत. त्यांचा व्यवसायांच्या यशावर सार्वजनिक वितरणाइतकाच चांगला परिणाम होत आहे. किंबहुना भारत एक आदर्श उदाहरण म्हणून उदयास आल्यास हवामान विषयक कृतीसारखी महत्त्वाची जागतिक आव्हाने अधिक प्रभावीपणे हाताळता येण्याची शक्यता आहे. त्याची झेप घेण्याची क्षमता लक्षात आल्यास खऱ्या अर्थाने साकारात्मक बदल घडून येतील. त्याचप्रमाणे 'मेक इन इंडिया'ची अनेक वेगवेगळ्या क्षेत्रांत झपाट्याने होणारी प्रगती जगाबरोबर आणि जगासाठी अजून किती पुढे जाता येईल ह्याची पुष्टी करेल. आपले प्रमाण, व्याप्ती आणि स्पर्धात्मकता ह्यांचा परिणामकारक वापर म्हणजे विकासाला दिलेली अतिरिक्त चालना आहे. विकेंद्रित जागतिकीकरणात एक प्रेरणा म्हणून आणि एक महत्त्वाचा घटक म्हणूनही भारत महत्त्वाचा आहे.

भारताच्या प्रतिभेचे महत्त्व

गेल्या काही वर्षांत भारताचा आत्मविश्वास वाढला आहे. स्वतःबद्दल ज्या पिढीला खात्री असते तिच्या आकांक्षा साहजिकच उत्तुंग असतात. प्रतिभेचे क्षमतेत रूपांतर होण्यासाठी यंत्रणा, संस्था आणि कार्यपद्धती निर्माण करणे आवश्यक आहे. विशेषतः मोठ्या राष्ट्रांना सखोल सामर्थ्याची गरज असते. १९९१ नंतरच्या भारताच्या कामगिरीत कुठली मोठी उणीव असेल तर ती क्षमतेची तितकी पातळी अजून गाठली गेली नाही, ह्यामध्ये आहे. कॉर्पोरेट नफ्यात समाधान मानले गेल्यामुळे देशांतर्गत लवचीक पुरवठा साखळी तयार करण्याची कोणतीही वचनबद्धता पाळली गेली नाही. रोजगाराची अपुरी विस्तारवाढ

बघितली तर त्यातूनच खरी परिस्थिती समजते. मर्यादित घटकांना लाभ देणाऱ्या संकुचित सुधारणेची संकल्पना मांडण्यात आली.

मानव संसाधन साखळी अद्ययावत करण्यासाठी तसेच उत्पादन आणि नवकल्पना प्रस्थापित करण्यासाठी देश आता कंबर कसत आहे. त्यामुळे रसायने आणि वस्त्रोद्योग यासारख्या प्रस्थापित डोमेनपासून ते इलेक्ट्रॉनिक हार्डवेअर, सेमी कंडक्टर्स आणि फार्मास्युटिकल्ससारख्या समकालीन डोमेनपर्यंत संधींची नवी दालने उघडली गेली आहेत. त्याच्या क्षमता अधिक चांगल्या प्रकारे प्रत्यक्षात साकार होण्यासाठी निर्धारपूर्वक प्रयत्न चालू आहेत आणि त्याद्वारे चांगला बदल घडून येऊ शकतो. भारतात ॲपलच्या उत्पादनांची निर्मिती हे केवळ एक उदाहरण असू शकते, परंतु हे एक शक्तिशाली कथन नक्कीच आहे. भारताने जागतिक उत्पादन आणि विश्वासार्ह पुरवठा साखळीमध्ये मोठी भर घातली तरच भारत महत्त्वाचा ठरेल.

भारताच्या मानवी क्षमतांची व्यापकता फार पूर्वीपासून कमी मानली जात आहे. अगदी देशांतर्गतसुद्धा हीच परिस्थिती आहे. आपण वास्तव काय आहे ते पाहू या. सध्या ३ कोटी २० लाख भारतीय नागरिक आणि भारतीय वंशाच्या व्यक्ती (Persons of Indian Origin - PIOs) परदेशात राहतात आणि काम करतात. अमेरिकेत सुमारे ४५ लाख लोक राहतात, त्यापैकी बरेच तंत्रज्ञान आणि नवकल्पनेसाठी महत्वाचे आहेत. त्यापेक्षा दुप्पट म्हणजे सुमारे ९० लाख लोक आखाती देशांत राहतात आणि त्यांची अर्थव्यवस्था चालू ठेवतात. ह्याव्यतिरिक्त यूके, कॅनडा, दक्षिण आफ्रिका आणि ऑस्ट्रेलियासारख्या कॉमनवेल्थ समाजांमध्ये ५० लाखांहून अधिक लोक आहेत. ह्या सर्वांमध्ये राष्ट्रे मोठी किंवा लहान असतील, जवळची किंवा दूरची असतील, स्थलांतर ऐतिहासिक किंवा अलीकडील असेल. भारत महत्त्वाचा आहे कारण तो खरोखर जागतिक आहे.

भारतीय समुदायाचा व्यापक प्रसार ही जागतिकीकरणाला एक स्वाभाविक जोड मिळाली आहे. ह्या समुदायाला विविध भूभागांतील कौशल्ये आणि प्रतिभेशी जोडणे साहजिकच आहे. परदेशात शिक्षण घेणाऱ्या दहा लाख भारतीय विद्यार्थ्यांच्या संख्येतही वाढ होणार आहे. विकसित अर्थव्यवस्थांनी देऊ

केलेल्या मोबिलिटी पार्टनरशिपच्या माध्यमातून त्यांना आणि त्यांच्या देशांतर्गत समकक्षांना आकर्षित केले जात आहे. म्हणूनच, जग उच्च कौशल्य आणि उच्च लोकसंख्येच्या दिशेने वाटचाल करत असताना, भारत स्वत: आपल्या मनुष्यबळाची गुणवत्ता सुधारत असताना, मागणी–पुरवठ्याच्या संतुलनाला अधिकाधिक मजबूत आधार निर्माण झाला आहे. पोर्तुगाल, ऑस्ट्रेलिया, ऑस्ट्रिया, जर्मनी, जपान, यूके, इटली आणि फ्रान्स यांच्याबरोबर नुकतेच झालेले करार या बदलाची पूर्वसूचनाच देत आहेत. भारत महत्त्वाचा आहे कारण तो प्रत्येक वर्षागणिक जागतिक कामाच्या ठिकाणी एक मोठा घटक बनत आहे.

अशा परिस्थितीत स्वत:ची काळजी घेण्याची भारतावरील जबाबदारी सातत्याने वाढत चालली आहे. परदेशात भारतीयांची उपस्थिती खूप जास्त आहे असे नाही, तर तेथील लोकांच्या अपेक्षा खूप आहेत. आपण बऱ्याचदा त्याकडे मजबूत राष्ट्रीय क्षमतेचे प्रतिबिंब म्हणून पाहतो आणि ते चुकीचे नाही. पण त्याचबरोबर, विशेषत: उच्च जोखमीच्या परिस्थितीत संसाधने पुरवण्याची राजकीय इच्छाशक्ती असणेही आवश्यक आहे. आपल्या नागरिकांच्या कल्याणासाठी परदेशात आवश्यक त्या कारवाया हाती घेण्याकडे असलेला कल हा भारताच्या मुत्सद्दी भूमिकेतील महत्त्वपूर्ण बदलांपैकी एक बदल आहे. त्यासाठी बऱ्याचदा लष्करी संसाधनांचा वापर केला जातो. ऑपरेशन कावेरी आणि गंगा ज्यामुळे अनुक्रमे सुदानमधील आपले नागरिक आणि युक्रेनमधील विद्यार्थी परत आले हे सर्वात अलीकडचे उपक्रम होते. वंदे भारत मिशन ह्याचे प्रमाण अर्थातच त्याहून अधिक होते – कदाचित इतिहासातील सर्वात मोठे – ज्याद्वारे परदेशातील नागरिक कोविड दरम्यान मायदेशी परतले. येमेन संघर्ष आणि नेपाळ भूकंपापासून ते दक्षिण सुदान हिंसाचार आणि काबूलच्या ताब्यापर्यंत घडलेल्या घटनांमध्ये इतर अनेक कारवाया झाल्या.

एकंदर, ह्या कारवाया केवळ भारताच्या स्वतःच्या भूतकाळाच्या तुलनेत त्यांची अधिक वारंवारता दर्शवित नाहीत तर इतर राज्यांच्या प्रवृत्तीबरोबरदेखील त्यांचे मूल्य जोखतात. संकटाची परिस्थिती सौम्य करण्यासाठी परदेशात आपल्या निधीचा उदारपणे केलेला वापरही याच मानसिकतेचे द्योतक आहे. भारत महत्त्वाचा आहे कारण तो परदेशात केवळ स्वत:चे वजन वाढवत जात नाही तर ते करताना इतरांनाही मदतीचा हात पुढे करत आहे.

धोरणात्मक क्षितिजांचा विस्तार

आंतरराष्ट्रीय संबंध साहजिकच भूगोलाला फार महत्त्व देतात. भारतीय द्वीपकल्पाला ज्या समुद्राचे नाव दिले गेले आहे त्या समुद्रामध्ये त्याचे स्थान मध्यवर्ती आहे. हे समुद्री अवकाश सागरी प्रक्षेपणाचे विशेष सक्रिय क्षेत्र आहे ह्यामुळे भारत अधिकच महत्त्वाचा ठरतो. भारताच्या उपस्थितीलाही एक खंडीय आयाम आहे. त्याच्या सक्रिय सहभागाशिवाय कोणताही ट्रान्स-एशिया कनेक्टिव्हिटी उपक्रम खऱ्या अर्थाने यशस्वी होऊ शकत नाही. कारण शेवटी, भारत दक्षिण-पूर्व आशिया आणि आखाती देश यांच्यामध्ये जवळचा दुवा प्रदान करतो. एक संभाव्य जागतिक शक्ती जिचा उदय भारतापेक्षा नुकताच आधी झाला आहे त्याहून अगदी भिन्न बाब म्हणजे भारताचे भौगोलिक स्थान त्याला मध्यवर्तीपण बहाल करते. त्यांच्या परस्पर व्यापलेल्या परिघांचे व्यवस्थापन ही एक मोठी जबाबदारी बनते. भारताचे इतर अनेक शेजारी देशही व्यक्ती व्यक्तींचे किंवा सांस्कृतिक बंध जोपासतात. त्यामुळे गुंगागुंत वाढते आणि धोरणाला ती शाश्वतरूपाने सोडवावी लागते. भारत स्वतःच्या भौगोलिकतेचा किती चांगला फायदा घेतो, हा जगासाठी त्याच्या औचित्याचा एक महत्त्वाचा भाग आहे. त्याची हिंदी महासागरावर प्रभाव टाकण्याची आणि इंडो-पॅसिफिकमध्ये भाग घेण्याची जेवढी क्षमता आहे, त्या प्रमाणात त्याची जागतिक प्रतिष्ठा वाढेल. आणि जर त्याची समृद्धी आणि प्रगती पूर्ण उपखंडाच्याच उन्नतीसाठी उपयोगी ठरत असेल, तर ते अधिकच परिणामकारक ठरेल.

इतिहास हा बहुतेक राज्यांसाठी संमिश्र वरदान ठरू शकतो. पण तरीही त्याचा सर्वोत्तम उपयोग करून घेणे ही धोरणात्मक अनिवार्यता आहे. भारताच्या बाबतीत, फाळणीने केवळ त्याची प्रतिष्ठाच कमी केली असे नाही तर दीर्घकाळापासून त्याला जिथे आदर लाभत होता आणि त्याचा ज्यावर प्रभाव होता अशा जवळच्या प्रदेशांपासून त्याला तोडलं. अलीकडच्या काही वर्षांत आपला धोरणात्मक वारसा परत मिळवणे हा एक मोठा प्रयत्न राहिला आहे. 'लुक इस्ट'मधून 'ॲक्ट ईस्ट' मध्ये झालेल्या धोरणाच्या विकसनाने दक्षिण-पूर्व आशियातील कनेक्टिव्हिटी आणि सुरक्षा हितसंबंधांचे गांभीर्य अधोरेखित केले. विस्तारित शेजारची व्याख्या करण्याच्या दिशेने टाकलेले हे पहिले पाऊल होते.

आखाती देशांमध्ये विस्कळीत झालेल्या इतर दीर्घकालिक संघटनांच्या पुनर्बांधणीसाठी गेल्या आठ वर्षांत समांतर प्रयत्न करण्यात आले. अनेक दशके केवळ ऊर्जा आणि स्थलांतरापुरते हे संबंध मर्यादित राहिल्यानंतर भारत आता पूर्ण स्पेक्ट्रम संबंध निर्माण करण्याचे काम करत आहे. मजबूत आर्थिक संबंध जवळच्या सुरक्षा समन्वयाने बळकट केले जात आहेत. IMEC नव्या युगाची नांदी ठरू शकतो.

मध्य आशियाला लक्ष्य केलेला तिसरा उपक्रम सध्या सुरू आहे, ज्याला स्वतःचा एक आधार आहे. स्पष्ट सांस्कृतिक आत्मीयता असलेल्या प्रदेशाबरोबर व्यवहार करण्यासाठी कनेक्टिव्हिटीच्या अडथळ्यावर मात करणं इथे महत्त्वाचं आहे. अर्थात, दक्षिणेकडील सागरी अवकाशाच्या संदर्भात विचार केल्यास, २०१५ च्या सागर सिद्धान्तामुळे ज्या बेटांचे भवितव्य भारताशी इतके जवळून जोडलेले आहे, अशा बेटांपर्यंत पोहोचण्यास सुरुवात झाली. इतिहासाकडे परत जाणे आणि आपल्या विस्तारित शेजाऱ्यांना ओळखणे हे भारत महत्त्वाचे असण्याचे आणखी एक कारण आहे.

राजकीय अडथळे केवळ राष्ट्रहिताच्या पाठपुराव्यावर मर्यादा आणतात असे नाही तर धोरणात्मक क्षितिजही संकुचित करू शकतात. बऱ्याच अंशी भारताच्या बाबतीत तसे घडले होते. आपण ह्याआधीच्या चौकटीच्या पलीकडे जाण्याचा प्रयत्न करत असताना सांस्कृतिक वारशाला पुन्हा महत्त्वाचे स्थान मिळणे स्वाभाविक आहे. यापैकी सर्वात स्पष्ट दक्षिण–पूर्व आशियाच्या संदर्भात आहे, जिथे शतकानुशतकांच्या देवाणघेवाणीने समृद्ध सामायिक वारसा तयार केला. तो आजही अनेक महत्त्वाच्या वास्तूंमध्ये आणि प्रचलित असलेल्या कलेमधून दिसतो. परिणामी, मायसनमधील एक नवीन पुरातत्त्वीय शोध किंवा अंकोरवाट, ता प्रोहम आणि बागानमधील संवर्धन प्रकल्प हे भूतकाळातील वारशाची जोपासना करून त्यात भर घालायच्या स्वाभाविक इच्छेवर जोर देतात. पूर्वेकडे भारतीय सांस्कृतिक पोहोच पार कोरियापर्यंत जाते. अयोध्येच्या सांस्कृतिक पुनरुज्जीवनाने त्या समाजात भावनिक तार छेडली गेली असणे स्वाभाविक आहे.

पाश्चिमात्य देशांकडे पाहिलं तर आपल्या सामायिक इतिहासाची अभिव्यक्ती थोडी वेगळी असू शकते, पण सामाजिक मूल्यांचा भाग मात्र कुठेही वेगळा नाही. नवी उत्साही व्यापार संस्कृती नवीन दुवे तयार करण्यासाठी जुन्या सोयीसुविधांचा खूप लवकर फायदा घेते आणि त्याच्या भागीदारांच्या सांस्कृतिक प्रथांची तितकीच मनापासून कदर करते. अबुधाबीमध्ये मंदिर बांधणे हे भारतीय समाजाशी असलेल्या काळाने सन्मानपात्र केलेल्या नात्याचे प्रतीक आहे.

उत्तरेकडील युरेशियन भूप्रदेशाशी असलेला संबंधही तितकाच महत्त्वाचा आहे. या खंडात बौद्ध धर्माच्या प्रसाराने स्वतःचे बौद्धिक, आध्यात्मिक आणि सौंदर्यविषयक संदेश दिले. हा वारसा टिकून आहे आणि प्रयत्न तो पुन्हा बहरावा यासाठी आहेत. त्याची गरज ओळखून भारतीय धोरणाचा विकास झाल्यानंतर गेल्या काही वर्षांत त्या दिशेने समर्पित प्रयत्न करण्यात आले आहेत.

वारसा संवर्धनातील सहकार्याला चालना देण्याचे जे प्रयत्न चालू आहेत त्यातून वर्षानुवर्षे भारताच्या सांस्कृतिक पाऊलखुणा जोपासण्याची संवेदनशीलता दिसून येते. केवळ सत्तेचे वाढते मापदंड महत्त्वाचे नसतात; जागतिक पुनर्संतुलनाची गुरूकिल्ली असलेल्या सांस्कृतिक आणि बौद्धिक पुनरुत्थानाचीही त्याला जोड असावी लागते. त्यासाठीच्या अनन्य योगदानामुळे भारत महत्त्वाचा ठरतो.

जग एक कुटुंब

इतिहासाच्या कोपऱ्यातून जर भारताचे औचित्य वाढवणारे घटक समोर येतात, तर हे अधिक समकालीन कालखंडातही घडू शकते. इथेही त्यावेळच्या राजकारणामुळे अंगवळणी पडलेले प्रश्न फक्त आपल्याच मनात होते. गेल्या शतकातील घडामोडी घ्या! दोन्ही महायुद्धांमध्ये भारताचे योगदान महत्त्वाचे होते; युद्धक्षेत्रांमधून त्याचे निकाल मिळेपर्यंत. युरोप, भूमध्यसागर, पश्चिम आशिया आणि आफ्रिका या देशांमध्ये सेवा बजावत दहा लाखांहून अधिक भारतीयांनी पहिल्या महायुद्धात भाग घेतला. फ्रान्समधील सोमे येथील सायकल सैनिक किंवा जेरुसलेममधील जाफा गेटमधून प्रवेश करणारे पगडीधारी सैनिक

ही त्या काळातील प्रतिकात्मक चित्रे आहेत. पण अलीकडच्या काही वर्षांतच या सैनिकांचे शौर्य आणि बलिदानाविषयी लोकजागृती होऊन ह्या घटना लोकांच्या जाणीवकक्षेत आल्या आहेत. अजेंड्याचे ओझे उतरवून पंतप्रधान मोदींनी ह्या नोंदी प्रस्थापित केल्या आणि न्यूव्ह चॅपल आणि हायफासारख्या स्मारकांमध्ये त्यांचा सन्मान केला. त्यानंतर साहजिकच आपल्या जनतेने त्याची दखल घेणे सुरू केले. परदेशातील आपल्या सैनिकांच्या मोहिमांचा ऐतहासिक माग घेण्याचे प्रयत्न आता सुरू आहेत.

हे दुसऱ्या महायुद्धाच्या बाबतीतही बरोबरीने लागू होते जेव्हा तब्बल पंचवीस लाख भारतीयांनी शस्त्रे उचलली होती. हे योगदान दोन्ही बाजूंनी उल्लेखनीय होते; या बाबतीत नेताजींच्या नेतृत्वाखालील इंडियन नॅशनल आर्मीनेही स्वातंत्र्याचा मुद्दा उचलून धरला. मोठ्या लॉजिस्टिक प्रयत्नांपर्यंत त्याचा विस्तार झाला. चीन आणि रशियासारख्या देशांना अनुक्रमे हिमालयन हम्प आणि पर्शियन कॉरिडॉरद्वारे पुरवठा केला जात असे. जून २०२० मध्ये जेव्हा भारतीय लष्करी तुकडीने मॉस्कोच्या रेड स्क्वेअरमधून मार्च केला, ही अंतिम विजयातील भारताच्या योगदानाची आठवण होती. युद्धानंतर पूर्व आणि आग्नेय आशियापासून पश्चिम आशिया आणि युरोपपर्यंत भारतीय सैन्याने बजावलेली स्थिरीकरणाची भूमिका ही काही कमी उल्लेखनीय नाही.

जागतिक सेवेची ही परंपराच संयुक्त राष्ट्रांच्या शांतता अभियानात देश एक नेतृत्व म्हणून उदयास येण्यासाठी पाया बनली. त्यातूनच भारत आता प्रादेशिक संकटांमध्ये प्रभावी फर्स्ट रिस्पॉन्डर म्हणून विकसित झाला आहे. भारत महत्त्वाचा आहे कारण तो जागतिक गरजांसाठी खऱ्या अर्थाने बदल घडवून आणू शकतो.

अलीकडच्या काळात भारताने आपले आंतरराष्ट्रीय प्रोफाइल वाढवले आहे आणि जास्त राजनैतिक ऊर्जा दर्शविली आहे. नेतृत्वाच्या पातळीवर दीर्घकाळ उपेक्षित राहिलेले प्रदेश आणि राष्ट्रे यांच्याबरोबर तो व्यस्त झाला आहे. संयुक्त अरब अमिरातीसारख्या आखाती देशांना तीन दशकांनंतर आणि बहारीनला २०१९ मध्ये प्रथमच पंतप्रधानपदाची भेट लाभली. त्याचप्रमाणे तुर्कमेनिस्तान आणि किर्गिस्तानसारख्या मध्य आशियाई देशांनीही ह्यासाठी

दोन दशके वाट पाहिली. आणि ऑस्ट्रेलियासारख्या महत्त्वाच्या भागीदाराने तर अधिकच– २८ वर्षे! शेजारील श्रीलंका आणि नेपाळनेही प्रदीर्घ विश्रांतीनंतर द्विपक्षीय पातळीवर भारतीय पंतप्रधानांचे स्वागत केले. विविध डोमेनमध्ये अधिक सुसूत्र जोडणीने या प्रयत्नांना पाठबळ दिले आहे. जागतिक संमेलनांमध्ये महत्त्वाच्या मुद्द्यांवर भारताचा आवाज अधिक मजबूत आणि प्रभावी राहिला आहे.

पण शेवटी आपण घेतलेल्या एकंदर पवित्र्यावर बरेच काही अवलंबून असते. जेव्हा आपली राष्ट्रीय सुरक्षा धोक्यात येते, तेव्हा भूमिका मांडणे आणि त्यांची पाठराखण करणे आवश्यक आहे. दहशतवादासाठी आता सहिष्णू राहणे शक्य नाही अशी जर गंभीर भूमिका घेतली तर उरी किंवा बालाकोट घडणारच होते. आपल्या उत्तरेकडील सीमेला चीनकडून धोका असेल, तर कोविड असो वा नसो, भारतीय सैन्य प्रती-तैनात केलेच जाईल. ह्याव्यतिरिक्तसुद्धा उदयोन्मुख भारताने आपली जागा विस्तारण्यासाठी मर्यादा ओलांडायला पाहिजेत. राष्ट्रहिताच्या पाठपुराव्याचा जगभर आदर केला जातो, अगदी स्पर्धकांकडूनही. मूळ गाभ्यातील हितसंबंधांच्या बाबतीत जे करणे हवे असते ते करणे अधिक महत्त्वाचे आहे. प्रादेशिक अखंडता आणि सार्वभौमत्वाचे रक्षण करणे, दहशतवादाशी लढणे, आर्थिक हितसंबंधांचा पाठपुरावा करणे किंवा खरोखरच जागतिक आव्हानांना प्रतिसाद देण्याबाबत हे लागू होऊ शकते.

क्वाडमधील सहभाग हे एक ताजे उदाहरण आहे ज्यामुळे जगात भारताचे स्थान निश्चितच वाढले आहे. त्याचप्रमाणे युक्रेनच्या संघर्षाबाबतची भारताची भूमिका बहुतांश ग्लोबल साऊथशी जुळते. ऊर्जा सुरक्षा, अन्नधान्य महागाई आणि व्यापारातील अडथळे यावर आम्ही त्यांच्यासाठी आवाज होतो. भारत महत्त्वाचा असतो जेव्हा तो आत्मविश्वास, स्वातंत्र्य आणि निर्धार दाखवतो.

आपल्या वेगळेपणामुळे भारत हे सहजासहजी अनुकरण करण्याजोगे मॉडेल बनू शकत नाही. परंतु अशा समान आव्हानांना सामोरे जात असलेल्या इतरांसाठी तो उत्तम उदाहरण ठरतो आणि त्यांच्यासाठी अनुभव प्रदान करतो. किंबहुना तो जितका उंचीवर जाईल तितकी त्याच्या कर्तृत्वाची किंमत वाढेल.

भारताच्या प्रगतीची एकमेवता आणि औचित्य या दोन्ही गोष्टी जगाने मान्य केल्या आहेत. राजकीय पूर्वग्रह बाळगणाऱ्यांना विसरून जा; इतरांना हे नक्कीच समजते की, पुन्हा उदयाला येणारे हे सभ्यतावादी राज्य स्वत:चे व्यक्तिमत्त्व जगासमोर ठेवेल. ते स्वत:च स्वतःचा आवज होईल आणि विचार करेल, स्वतःच्या संस्कृतीत ते कसे रुजलेले आहे हे जगासमोर मांडेल. भारत जेवढा आश्वस्त असेल तेवढाच तो अधिक अभिव्यक्त होईल. तरच वसाहतवादी इतिहासात अडकलेला गरीब सजातीय या प्रतिमेवर तो मात करेल.

या प्रयत्नात आधुनिकता आणि परंपरा यांना जोडण्याची भारताला एक अनन्यसाधारण भूमिका लाभली आहे. आपला वारसा दुर्लक्षित वा कमी करून नव्हे तर तो आपल्या आयुष्यात अंतर्भूत करून अधिक परिणामकारक ठरेल. सांस्कृतिक श्रद्धा आणि अजेंड्याचे आधुनिकीकरण यांचे संयोजन सध्याच्या अनेक दुविधांचे निराकरण करण्यास मदत करते. भारताची ऐतिहासक गुणवैशिष्ट्ये आत्मविश्वासाने हाताळली की ती सामर्थ्याचा स्रोत ठरतात. उदाहरणार्थ, आपल्याकडील बहुलवादाचा आदर हे मूल्य घटनात्मक जनादेशाइतकेच दीर्घकाळ चालत आलेल्या सामाजिक प्रथांतून उत्पन्न झाले आहे. त्याचप्रमाणे देशांतर्गत प्रबळ राष्ट्रवाद हा परंपरेने परदेशात उत्साही आंतरराष्ट्रीयवादाबरोबर एकत्र नांदतो. रायझिंग इंडियाला जगाला कमी नव्हे तर अधिक गुंतवून ठेवायचे आहे. जेव्हा भारत अधिक अस्सलपणे 'भारत' असतो तेव्हा भारत महत्त्वाचा असतो.

भारताची वाढती राजकीय उंची आणि आर्थिक क्षमता लक्षात घेता जगाला त्याच्याकडून असलेल्या अपेक्षांची विश्वासाने पूर्तता करावी लागेल आणि याची सुरुवात अगदी लगतच्या शेजारपासून होते. जे प्रत्यक्ष भौगोलिकदृष्ट्या आणि ऐतिहासिकदृष्ट्या भारताला नजीक आहेत ते विशेषतः अडचणीच्या वेळी तर साहजिकच भारताकडे वळतील. अशा अडचणी नैसर्गिक आपत्ती किंवा मानवनिर्मित परिस्थिती, राजकीय आणि आर्थिक ह्यापैकी कोणतीही असू शकते. मात्र, जेव्हा भारताच्या अपेक्षा निवडकपणे मांडल्या जातात, तेव्हा आव्हाने उभी राहतात. शेजाऱ्यांना साहजिकच आपल्या सोयीनुसार त्यांच्या स्वतःच्या उपस्थितीत बदल करावासा वाटतो.

भारतीय दृष्टीकोनातून समतोल साधणे नेहमीच सोपे नसते. जास्त करणे हे हस्तक्षेप करणारे वाटते; संयम दाखवणे हे दुर्बलता जरी नाही तरी उदासीनता म्हणून घेतले जाऊ शकते. किंवा स्पर्धात्मक शक्तीकडून पराभूत झाल्यासारखा त्याचा अर्थ घेतला जाऊ शकतो. प्रत्येक भागीदाराचे राजकारण हे एक महत्त्वपूर्ण व्हेरीएबल असते आणि मोजदादी संदर्भ लक्षात घेऊन केल्या जातात.

त्यामुळे दैनंदिन घडामोडींच्या पलीकडे जाऊन संरचनात्मक संबंध निर्माण करणे, हेच उत्तम भारतीय धोरण आहे. त्यासाठी अपारस्परिक, उदार आणि संयमी धोरणांची सांगड घालावी लागेल. पायाभूत सुविधांचा विकास, सामाजिक–आर्थिक उपक्रम आणि राजकीय सोयीसुविधा उपलब्ध करून देत धोरणांनी समाजाला मूलभूत पातळीवर जोडले पाहिजे. कनेक्टिव्हिटी, वाणिज्य आणि संपर्क हे घटक भारताच्या 'नेबरहुड फर्स्ट' भूमिकेच्या केंद्रस्थानी आहेत. श्रीलंकेच्या आर्थिक संकटाच्या काळात भारत ज्या प्रकारे मदतीसाठी पुढे सरसावला, त्यावरूनही ते स्पष्ट होते. अखेरीस, प्रादेशिकता तेव्हाच तयार केली जाऊ शकते जेव्हा प्रमुख मोहरे अतिरिक्त अंतर काटण्यास तयार असतील. आणि भारत महत्त्वाचा आहे कारण उपखंडात ती क्षमता फक्त त्याच्याकडेच आहे.

जसजसे त्याचे प्रोफाइल वाढत आहे, तसतसे भारतीय धोरणकर्त्यांनाही हे लक्षात येत आहे की भारताकडून असलेल्या अपेक्षा त्याच्या जवळच्या शेजारपुरत्या मर्यादित नाहीत. त्याच्या स्वातंत्र्याने जागतिक निर्वसाहतीकरणाला चालना मिळाल्यापासून भारताने मोठ्या मतदारसंघाचे प्रतिनिधित्व करण्याची आणि त्यांचा आवाज होण्याची जबाबदारी पार पाडली आहे. ग्लोबल साऊथ भारताची भूमिका आणि त्याची कामगिरी यांचे काळजीपूर्वक निरीक्षण करत असते आणि दोन्हीवरून निष्कर्ष काढते. सुरुवातीच्या काळात ही भूमिका स्वातंत्र्य बळकट करणे आणि अर्थव्यवस्थेची पुनर्बांधणी करण्यावर केंद्रित होती. काळाच्या ओघात अधिक गुंतागुंतीचे मुद्दे अजेंड्यावर येऊ लागले आहेत.

कोविड महामारी यापैकी सर्वात अलीकडील होती, ज्यात लसींची उपलब्धता आणि ती परवडण्याविषयीची आव्हाने ठळकपणे समोर आली.

हवामान विषयक कारवाई हा अधिक दीर्घकालीन चिंतेचा विषय आहे. ह्या विषयासंदर्भात विकसित देश दिलेल्या आर्थिक वचनांबाबत टोलवाटोलव करत असतात. व्यापारातील नॉन-टेरिफ अडथळे आणि व्यापारेतर विचारांचा वापर करून संरक्षणवादाचे विविध प्रकार हा त्याहूनही मोठा संघर्ष आहे. साहजिकच यातील अनेक मुद्द्यांवर भारताचे स्वतःचे हितसंबंध आहेत. पण लस मैत्री पुढाकारात दिसून आले त्याप्रमाणे भारत स्वतःच्या आव्हानांमध्येही इतरांना मदत करण्यास तयार होता. हीच वेळ होती जेव्हा बहुतांश जगाने ह्याकडे एकतेचा संकेत अशा अर्थाने बघितले. दोन शतकांच्या वसाहतवादानंतर जागतिक व्यवस्थेची पुनर्बांधणी करणे सोपे नाही. पण भारत महत्त्वाचा आहे कारण ग्लोबल साऊथचा एक मोठा भाग मानतो की भारत त्यांच्यासाठी आहे.

गेल्या दशकभरात दक्षिण-दक्षिण सहकार्याची प्रदीर्घ परंपरा अधिक खोलवर विकसित झाली आहे. आफ्रिका, लॅटिन अमेरिका किंवा आशियाच्या आकांक्षांसाठी भारतीय क्षमता उपयोगी पडतील असा थेट संबंध असलेल्या क्षेत्रांचा यात समावेश आहे. त्यातील काहींनी आता ऊर्जा, डिजिटल, उत्पादन, शिक्षण किंवा कनेक्टिव्हिटी या क्षेत्रांतील विकास प्रकल्पांचे रूप घेतले आहे. त्याला अनुभवांची देवाणघेवाण आणि प्रशिक्षणासह सर्वोत्तम कार्यपद्धतींनी पाठबळ दिले आहे. अशा उपक्रमांचे केवळ तात्कालिक फायदे महत्त्वाचे नसतात. ते दक्षिण जगताला उर्वरित जगाशी मजबूत अटींवर व्यवहार करण्याची संधी देतील असे अधिकाधिक पर्याय निर्माण करण्यात मदत करतात.

जी-२० चे अध्यक्षपद स्वीकारल्यानंतर व्हॉइस ऑफ द ग्लोबल साऊथ समिटच्या माध्यमातून १२५ हून अधिक राष्ट्रांची मते जाणून घेण्याचा प्रयत्न हाही आपल्या मानसिकतेचे दर्शन घडविणारा उपक्रम होता. अर्थात, या देशांशी भारताचे भावनिक नाते आहे. आफ्रिकेचा उदय असो किंवा अल्पविकसित देशांचा (LDCs) शाश्वत विकास असो, परिणामी होणारे पुनर्संतुलन भारताच्या धोरणात्मक फायद्याचे आहे.

त्या संदर्भात, विशेषत: २०१४ पासून भारताने दक्षिण जगताला सक्षम करण्यासाठी सक्रिय पावले उचलली आहेत. विविध स्तरांवरील सामाजिक-

आर्थिक प्रकल्प राबविण्यासाठी कर्ज पुरवठा आणि अनुदान साहाय्य ही साधने उपयोगात आणली जात आहेत. प्रकल्पांमध्ये वीज प्रकल्प, धरणे आणि पारेषण वाहिन्यांपासून ते सार्वजनिक इमारती, गृहनिर्माण प्रकल्प, रेल्वे आणि रस्ते जोडणी, कृषी प्रक्रिया आणि आयटी केंद्रांचा समावेश आहे. अनेक कामे राष्ट्रीय स्तरावर झाली असली, तरी सामुदायिक पातळीवरील शेकडो छोटे उपक्रम तितकेच प्रभावी ठरले आहेत. मालमत्ता आणि सोयीसुविधांच्या निर्मितीस व्यापक प्रशिक्षण आणि सर्वोत्तम पद्धतींचे कौशल्य विकसन करूनदेखील पाठबळ दिले गेले आहे.

आपल्या भागीदार देशाच्या प्राधान्यक्रमांना आणि गरजांना प्रतिसाद देण्याची जाणीवपूर्वक नीती भारताला आणि त्याच्या प्रयत्नांना वेगळे करते. पंतप्रधान नरेंद्र मोदी यांनी २०१८ मध्ये विकास भागीदारीच्या 'कंपाला तत्त्वांचे' प्रतिपादन केल्याने खरोखरच आपला देश वेगळा ठरला. अशा प्रकारचे उपक्रम स्वतःचे फायदे लाटण्याच्या उद्दिष्टांनी चालविले जातात, त्याउलट भारताचे प्रयत्न आत्मनिर्भरता सुनिश्चित करण्यासाठी अधिक आहेत आणि भारताचे सहयोगी भागीदार त्याची कदर करतात. दक्षिण जगतासाठी भारत महत्त्वाचा आहे कारण असा दृष्टीकोन घेणारे इतर अगदी क्वचितच कोणी आहेत.

भारतही स्वतःचे वैशिष्ट्यपूर्ण गुणविशेष दाखवून महत्त्वाचा ठरतो. जसजशी त्याची क्षमता आणि प्रभाव वाढत जात आहे, तसतसे त्याच्या प्रतिनिधींना जगाच्या इतर भागांमध्ये अनेकदा विचारले जाते की, भारत त्याच्या आधी उदय झालेल्या सत्तांच्या वर्तणुकीचे अनुकरण का करत नाही. साहजिकच भारताचा डीएनए न ओळखणारेच असे प्रश्न विचारतात.

त्यामुळे भारताने स्वतःचे राष्ट्रीय गुण, श्रद्धा आणि परंपरा अधोरेखित करून स्वतःचे वेगळेपण जपणे आवश्यक आहे. त्यातील सर्वात मूलभूत म्हणजे त्याचा उपजत बहुलवाद, जो विविधतेद्वारे आपली एकता व्यक्त करण्यास अनुमती देतो. त्यातून जी प्रवाहित होतात ती त्याची लोकशाही मूल्ये आहेत. हा केवळ देशात आचरणात आणला जाणारा लोकस्वभाव नाही, तर परदेशातील सल्लामसलतीतही ही मूल्ये तितकीच दिसून येतात. कायदे आणि नियमांचे पालन करणे हा आंतरराष्ट्रीय प्रेक्षकांबरोबर विशेष भर द्यायचा आणखी एक

महत्त्वाचा मुद्दा आहे. परिणामी, आपली राज्यव्यवस्था बळजबरीचा मार्ग अवलंबण्याच्या किंवा एकतर्फी फायद्याच्या उद्देशाला वाहिलेली नाही. अनेक दशकांपासून भारताने जागतिक समुदायाबरोबर ज्या पद्धतीने संबंध राखले आहेत त्याचे सार म्हणजे जगाला एक कुटुंब म्हणून वागवणे. आणि अलीकडच्या वर्षांतील आपत्तींसारख्या तणावाच्या काळात हे दिसले त्याहून अधिक कुठेही दिसत नाही.

न्यू इंडिया आणि जागतिक अजेंडा

मग भारत जागतिक पटलावर कशी कामगिरी करत आहे? आज जग जसे आहे तसे काही वर्षांपूर्वी नव्हते. जरी पुनर्संतुलनाचा वेग आणि गुणवत्ता राजकीय निवडींनी ठरत होती, तरी ती प्रक्रिया कदाचित अटळ होती. या पुनर्संतुलनात भारताने दिलेले योगदान कमी नाही. प्रतीकात्मक दृष्टीने जगातील एक प्रमुख गट म्हणून जी–२० च्या स्थापनेने त्याला मान्यता मिळाली आहे. यामुळे २००८ च्या जागतिक आर्थिक संकटानंतर वर्चस्व गमावलेल्या जी–७ च्या पूर्णपणे पाश्चिमात्य समूहाची त्याने जागा घेतली. पण सत्ताविभागणीतील बदलाचे अनेक पैलू असतात आणि त्याची भिन्न अभिव्यक्तीही असते. ती आर्थिक क्रियाकलाप, व्यापार आणि गुंतवणुकीची आकडेवारी, तांत्रिक क्षमता किंवा बाजारातील शेअर्स ह्यासारख्या गोष्टींमधून दिसून येते. हवामान बदल, दहशतवाद, काळा पैसा आणि करआकारणी किंवा साथीच्या रोगांसारख्या आजच्या चर्चांमधूनही हे स्पष्ट दिसते.

युक्रेन संघर्षाच्या परिणामांबाबत भारताने जसा प्रयत्न केला आहे, तसाच या चर्चांमध्येही भारत एक अधिक प्रभावी आवाज म्हणून पुढे आला आहे. आणि मग प्रभावापलीकडे जाऊन जबाबदाऱ्या पार पाडण्याचा प्रश्न येतो. २०१४ पासून मानवतावादी आणि आपत्तीजन्य परिस्थितीचा सामना करण्याच्या भारताच्या विक्रमाने हिंदी महासागर आणि त्याच्या किनारपट्टीवर आणि तुर्कियेबरोबर किंबहुना त्याहीपलीकडे प्रथम प्रतिसादकर्ता म्हणून त्याची प्रतिष्ठा निर्माण केली आहे. पूर्वेला इंडो-पॅसिफिक आणि पश्चिमेला आखाती प्रदेश आणि आफ्रिकेकडे भारताच्या हालचालींचा परीघही वाढला आहे. भारत

काय म्हणतोय, काय करतोय आणि कशाला आकार देत आहे, ह्यासाठी तो महत्त्वाचा आहे.

भारताने आपल्या उदयाच्या वाटचालीदरम्यान दाखवलेल्या विचारांच्या आणि कृतीच्या स्वातंत्र्यामुळे ही प्रतिमा अधिक धारदार झाली आहे. निवडीचे स्वातंत्र्य जास्तीत जास्त ठेवणे हा ऐतिहासकदृष्ट्या भारतीय दृष्टीकोन आहे. काही वेळा अंतर राखून हे काम केले जाते; कधीकधी, कदाचित मते व्यक्त करून ते अधिक चांगल्या प्रकारे होते. पण प्रसंगी विशिष्ट विषयांवर तसेच निर्दिष्ट प्रदेशांत इतरांबरोबर काम करून हे साध्य केले जाते. शेवटी, आपली उद्दिष्टे साध्य करण्यासाठी आपण इतर शक्तींबरोबरच्या एकत्रीकरणाचा लाभ का करून घेऊ नये?

भारताच्या हितसंबंधांची श्रेणी इतकी विस्तृत आहे की, बहु–संलग्नतेच्या दृष्टीकोनातूनच विसंगती दूर करता येतील. दुसऱ्या शब्दांत, जशी समस्या असेल तसाच भागीदार असेल. इतर लोक त्या स्वातंत्र्यावर बंधने घालण्याचा प्रयत्न करतील, आमच्या निवडीवर वेटो लादण्याचा प्रयत्न करतील. क्वाडच्या संदर्भात आपण ते पाहिले आहे. भारताने हेजिंगसाठी अशा दबावाला किंवा हेजिंगला कधीही बळी पडू नये. वैचारिक संकुचितपणा किंवा छुप्या अजेंड्यांमुळे विचलित न झाल्यास राष्ट्रहिताचा कंपास आपल्याला बिनचूक मार्गदर्शन करेल. असा लवचीकपणा अंगी बाणवून त्याची जोपासना करणे अधिक महत्त्वाचे आहे कारण येत्या दशकांमध्ये भारत स्वत: अधिक अग्रगण्य स्थान प्राप्त करेल. आणि हे तुटक राहून एकटेपणाने घडत नाही हे लक्षात ठेवा. इतर शक्तींच्या, विशेषत: मध्यम आणि त्यावरील क्षमतेच्या आणि प्रादेशिक वर्चस्व असणाऱ्या शक्तींच्याही अशाच महत्त्वाकांक्षा आहेत. सत्ताकेंद्रांची बहुविधता हे आपल्या काळात वाढत्या प्रमाणात दिसून येणारे वैशिष्ट्य आहे. भारत महत्त्वाचा आहे कारण आशियात असो वा जगात, बहुध्रुवीयतेच्या उदयामध्ये तो मध्यवर्ती आहे.

आपण पुन्हा एकदा अशा काळात आहोत जेव्हा नियम आणि वर्तनाचे महत्त्व अधिक वाढले आहे. अशीही काही राष्ट्रे आहेत जी आंतरराष्ट्रीय कायद्याप्रति आपली बांधिलकी मानत नाहीत आणि ते ज्या करारांमध्ये एक

पक्ष आहेत अशा त्यांनीच केलेल्या करारांचा आणि व्यवस्थांचा आदर करत नाहीत. पण प्रत्यक्ष हे करार पाळणे ही एक वेगळीच बाब असू शकते. अलीकडच्या काळात लक्ष वेधून घेणारे उदाहरण UNCLOS १९८२ आणि दक्षिण चीन समुद्रात त्याची अंमलबजावणी करण्याशी संबंधित आहे. भारताने या प्रकरणात UNCLOS मधील आंतरराष्ट्रीय कायद्याच्या तत्त्वांवर आधारित नेव्हिगेशन आणि ओव्हरफ्लाईटला तसेच विनाअडथळा व्यापार स्वातंत्र्याला आपण पाठिंबा देत असल्याचे अधोरेखित केले आणि या बाबतीत तत्त्वनिष्ठ दृष्टीकोन स्वीकारला. भारताने समुद्र आणि महासागरांची आंतरराष्ट्रीय कायदेशीर व्यवस्था प्रस्थापित करणाऱ्या UNCLOS बद्दल सर्व पक्षांनी आदर बाळगावा, असे आवाहनही केले. त्याहीपेक्षा महत्त्वाचे म्हणजे बांगलादेशबरोबरच्या सागरी सीमावादावर दिलेला लवादाचा निर्णय स्वीकारून त्याने इतरांसाठी एक उदाहरण घालून दिले.

समकालीन जाणिवेत जागतिक राजकारणाशी कनेक्टिव्हिटीच्या औचित्याशी संबंधित असा आणखी एक वाद निर्माण झाला आहे. येथेही वस्तुनिष्ठ आणि न्याय्य भूमिका सर्वात आधी मांडणाऱ्यांपैकी भारत एक राहिला आहे. थोडक्यात, कनेक्टिव्हिटी उपक्रम मान्यताप्राप्त आंतरराष्ट्रीय मानदंड, सुशासन, कायद्याचे राज्य, खुलेपणा, पारदर्शकता आणि समानतेवर आधारित असणे आवश्यक आहेत, असे त्याने जाहीर केले आहे. ते आर्थिकदृष्ट्या जबाबदार असले पाहिजेत, त्यांनी अस्थिर कर्जाचा बोजा निर्माण करणे टाळले पाहिजे, पर्यावरणीय आणि पर्यावरण संरक्षणाचा समतोल राखला पाहिजे, खर्चाचे पारदर्शकपणे मूल्यांकन केले पाहिजे आणि त्यांच्याकडे स्थानिक मालकी असणे आवश्यक आहे. सार्वभौमत्व आणि प्रादेशिक अखंडतेचा आदर राहील अशा पद्धतीने कनेक्टिव्हिटी प्रकल्पांचा पाठपुरावा केला पाहिजे.

कोणत्याही जागतिक व्यवस्थेसाठी आंतरराष्ट्रीय कायद्याचा आदर करणे आवश्यक असले, तरी त्याचा केवळ तांत्रिक वापर करून मथितार्थाने पालन न केल्याचे घातक परिणाम झाले आहेत, हेही स्पष्ट आहे. जेव्हा व्यवस्थांचे डावपेच खेळले जातात आणि मूलभूत तत्त्वे शब्दच्छल करून टाळली जातात, तेव्हा जगाला त्याचे अतिशय घातक परिणाम भोगावे लागतात. नियमाधारित

व्यवस्थेबाबत अलीकडच्या काही अनुभवांमुळे जागतिक स्तरावर स्वारस्य निर्माण झाले आहे, हा काही योगायोग नाही. हे कायद्याचे उल्लंघन म्हणून नव्हे, तर त्यापलीकडे जाऊन नियमांना प्रोत्साहन देणे म्हणून मानले पाहिजे. नियमाधारित व्यवस्थेचा पुरस्कर्ता ह्या नात्याने भारत महत्त्वाचा आहे.

एकदा आपण हे मान्य केले की, भारत महत्त्वाचा आहे, साहजिकच पुढचा मुद्दा येतो की, तो अधिक महत्त्वाचा होण्याची निश्चिती कशाप्रकारे होईल. साहजिकच हाच आपल्या राष्ट्रीय सुरक्षा धोरण आणि परराष्ट्र धोरणाचा केंद्रबिंदू आहे. अशा प्रकरणांमध्ये उत्तर अनेकदा देशापासून सुरू होते. जे राष्ट्र आपली अंतर्गत व्यवस्था नीट ठेवते, ते जागतिक चर्चेत स्पष्टपणे अधिक महत्त्वाचे ठरते. त्यातील काही प्रशासनाच्या गुणवत्तेशी संबंधित मुद्दे आहेत, तर काही क्षमतांच्या विकासाशी संबंधित आहेत. जम्मू-काश्मीरसारख्या दीर्घकालीन समस्या सोडवण्यासारख्या कोणत्याही प्रगतीचे स्वाभाविकपणे स्वागत असते.

जिथे त्याच्या कार्यवर्तुळाचा संबंध येतो, तिथे मजबूत संरचनात्मक संबंध भारताच्या उपक्रमांसाठी क्षेत्रांचा विस्तार करतात. अधिक एकात्मिक क्षेत्र सर्वांना फायदा देते, सर्वात मोठ्या राष्ट्राला तर अधिकच. सहकाराप्रती ओढा निर्माण करून किंवा अलिप्ततेची किंमत दाखवून देऊन हे उत्तमप्रकारे साकार होऊ शकते. पुढील वर्तुळाचे प्रतिनिधित्व करणाऱ्या विस्तारित शेजारांकडेही सातत्याने लक्ष देण्याची गरज आहे. त्यांना जवळचे शेजारी म्हणून प्राधान्याने वागवले तरच भारत आपली व्याप्ती वाढवू शकतो. त्यांच्याशी अति जवळीकतेचे संबंध नसल्यामुळे त्यांच्याबद्दलची धोरणेही टेलरमेड आखावी लागतात. उर्वरित जगाबरोबर सर्व महासत्तांसोबत कार्यरत राहिल्यास भारताला सर्वाधिक फायदा होतो.

पण जगाकडून भारताच्या सहभागाची मागणी आहे आणि त्यामुळेही भारताच्या स्वत:च्या जागतिक पाऊलखुणा वाढत आहेत. त्याच्या संस्थात्मक मर्यादा लक्षात घेता, जगाबरोबर गुंतण्याची एक कार्यक्षम पद्धत म्हणजे अधिक समूह संघटनांचे इंटरफेस विकसित करणे. आसियान, युरोपियन युनियन, युरेशिया, आफ्रिका, आखात, पॅसिफिक बेटे, कॅरिबियन आणि नॉर्डिक

देशांशी भारत सामुहिकतेने संवाद साधत असताना हे घडत असल्याचे आपण पाहतो. क्वाड, I2U2 किंवा ब्रिक्स सारख्या बहुपक्षीय गटांकडून त्यांना अधिकाधिक पूरक केले जात आहे. मूळ मुद्दा असा आहे की आपल्या स्पर्धकांनी तयार केलेल्या चौकटीतून भारत अखेर बाहेर पडला आहे. त्याची ३६० अंशातील व्यस्तता हे भारत महत्त्वाचे असल्याचे आणखी एक कारण आहे.

भारताचा इतिहास, परिमाण आणि महत्त्वाकांक्षा लक्षात घेता राष्ट्रांची धोरणे, परस्परसंबंध, कार्यक्रम ह्या सर्वांचा उच्च स्तरावर विकास व्हायला हवा. जागतिक गतिशीलता समजून घेणे आणि त्याचा पूर्ण उपयोग करून घेणे हा त्या उपक्रमाचा एक महत्त्वाचा पैलू आहे. आज जग एका मूलभूत संक्रमणाच्या मध्यावर आहे आणि त्यामुळे हे अत्यंत आव्हानात्मक आहे. आकारास येत असलेले बहुध्रुवीयतेचे वास्तव द्विध्रुवीय आवरणाच्या विसंवादामुळे क्षीण होते. बऱ्याच प्रश्नांवर, वेगवेगळ्या आकारांच्या राष्ट्रांच्या मोठ्या समूहाद्वारेदेखील नॅरेटिव्हला आकार देता येऊ शकतो. परिणामी, भारताला एकाच वेळी अनेक भूमिकांचा पाठपुरावा करावा लागेल, त्यापैकी काही वरकरणी परस्परविरोधी दिसू शकतात.

एक मूलभूत ध्येय म्हणून, भारताने अधिकाधिक बहुध्रुवीयता आणि मजबूत पुनर्संतुलनास प्रोत्साहन देण्याचा प्रयत्न केला पाहिजे. भारताचा उदय आपल्या धोरणात्मक हिताचा आहे असे मानणारे अनेक हितचिंतक असतील तर ते वेगाने होईल. विवेक आणि आत्मविश्वासाने आचरणात आणली तर इतरांची गणिते उपयोगात आणणे ही एक उपयुक्त युक्ती आहे. एखाद्या गोष्टीची दुसरी बाजू ही काही कमी महत्त्वाची गोष्ट नाही आणि धाकदपटशा आणि दबावांसमोर उभे राहणे हा आपल्या परिपक्व होत जाण्याचा भाग आहे. कमीत कमी वाढत्या शक्तीला पारखलं जाईल, अशी रास्त अपेक्षा बाळगायला लागेल. नेतृत्वाची गुणवत्ता आणि प्रत्यक्ष चांगली कामगिरी करण्याची क्षमता भारताला इतरांहून वेगळे ठरवण्यास निश्चितच मदत करत आहे.

काळाच्या ओघात भारत महत्त्वाचा आहे आणि अधिक महत्त्वाचा ठरेल, हे पटवून देऊन ठामपणे सांगता येईल. राजकारणातील आणि इतिहासातील

इतर अनेक घडामोडींप्रमाणे हेसुद्धा पूर्वनियोजित म्हणून कधीच घेतले जाऊ नये. आपला देश मोठा विचार करण्याचं धाडसही करू शकतो यावर विश्वास न ठेवणारे शंकेखोर आपल्यात नेहमीच असतील. राजकीय शुद्धता आणि जागतिक सहमतीचा आव आणणारे काही स्वार्थी हितसंबंधही आहेत. आपला इतिहास, परंपरा, संस्कृती यापासून आपल्याला दूर ठेवण्याचे प्रयत्न आपण बराच काळ पाहत आलेलो आहोत. शेवटी, आपल्या राष्ट्रीय एकता आणि सामूहिक हेतूवर बरेच काही अवलंबून असेल. एक गंभीर जागतिक खेळाडू होण्यासाठी महत्त्वाकांक्षा आणि रणनीतीला पुढाकार घेणे, चिकाटी आणि चैतन्याचा आधार असणे आवश्यक आहे. आपल्याच लोकांनी आणि नेतृत्वाने आपल्या आकांक्षा पूर्ण करण्यासाठी आपले भवितव्य आपलेसे केले पाहिजे. विश्वास ठेवणे आणि प्रत्यक्ष काम करायला लागणे हे ते दर्शविण्याचे चांगले मार्ग आहेत.

भारत का महत्त्वाचा आहे, ह्याचा विचार करताना तो कोणासाठी महत्त्वाचा आहे, या दृष्टीकोनातूनही पाहिले पाहिजे. आंतरराष्ट्रीय घडामोडींमधील एक मोठा घटक म्हणून उर्वरित जगाच्या गणतीमध्ये तो विशेषतेने दिसून येतो. जागतिक संक्रमणाच्या काळात, जे ह्या संक्रमणाला आकार देऊ इच्छितात अशा मोठ्या राज्यांसाठी हे विशेषतेने औचित्याचे आहे. साहजिकच उदयोन्मुख भारत आपल्या स्पर्धकांसाठीही अधिक महत्त्वाचा ठरेल. ज्यांनी भारताच्या मर्यादा आणि उणिवा गृहीत धरल्या, ते आता निश्चितच भारताच्या प्रगतीचे आणि शक्यतांचे पुनर्मूल्यांकन करतील. भारताच्या शेजाऱ्यांना उदार आणि अपरस्परिक राज्यव्यवस्थेच्या सान्निध्यात राहण्याचे फायदे आणि आरामदायीपण दिवसेंदिवस स्पष्ट होत चाललं आहे. उर्वरित दक्षिण जगतासाठी, अधिक सामर्थ्यवान भारत हा अधिकच चांगला आहे.

एकंदरीत, आंतरराष्ट्रीय समुदाय आज भारताला अधिक उत्साहाने आणि अधिक अपेक्षा ठेवून गुंतवून ठेवत आहे. याचे मूल्यमापन भारतीयांनी स्वत: केले पाहिजे आणि त्यातून त्यांनी निष्कर्ष काढले पाहिजेत. विवाद आणि टीकाकार नेहमीच असतील, पण त्यांच्यासाठीही वैचारिक दादागिरीपुढे झुकणार नाही आणि आपल्या मार्गापासून विचलित होणार नाही, असा भारत त्यांना अधिक गांभीर्याने घ्यावा लागेल.

भारत आज जगाला कसा दिसतो? मजबूत रिकव्हरी सुरू असलेल्या मोजक्या मोठ्या अर्थव्यवस्थांपैकी भारत एक आहे. आपण जगात पाचव्या क्रमांकावर आहोत, दशकाच्या अखेरीस तिसऱ्या क्रमांकावर येण्याची शक्यता आहे. मागच्या दशकभरात कठोर निर्णय घेण्याची आणि गंभीर सुधारणा करण्याची इच्छाशक्ती दाखविणारी ही राज्यव्यवस्था आहे. मानवकेंद्री विकास, डिजिटल सार्वजनिक वस्तू आणि हरित विकास यावर आपण मोठी पावले टाकत आहोत. कोविड वादळाच्या काळात भारत कणखर राहिला आणि इतरांच्या मदतीसाठीही पुढे सरसावला. त्याच्या राष्ट्रीय सुरक्षेला आव्हान देण्यात आले असतानाही तो आपल्या भूमिकेवर ठामपणे उभा राहिला. भूतकाळापासून फारकत घेऊन तो दहशतवादाला शून्य सहिष्णुता दाखवत आहे. परदेशातही आपल्या लोकांची काळजी कशी घ्यायची हे जाणणारा हा भारत आहे. हा नवा भारत जागतिक अजेंडा तयार करतो आणि त्याच्या परिणामांवर प्रभाव टाकतो. आता ध्रुवीकृत जगात सहमतीसाठी सर्वांना तयार करणारा आणि विवेकाचा आवाज म्हणून त्याच्याकडे पाहिले जाते. त्याचवेळी व्हॉईस ऑफ ग्लोबल साऊथ समिटने दाखवून दिल्याप्रमाणे, इतरांनी त्यांची बाजू मांडण्यासाठी आमच्यावर विश्वास ठेवला आहे. आपल्या तरुणांची सर्जनशीलता आणि नवकल्पना मांडणारा हा कल्पनांचा आणि उपक्रमांचा भारत आहे.

एक सभ्यतावादी राज्य पुन्हा एकदा राष्ट्रांच्या समूहात आपले स्थान परत मिळवत आहे. आपल्या जबाबदाऱ्या, योगदान आणि कर्तृत्वाच्या माध्यमातून भागीदारीला प्रोत्साहन देत अनोख्या पद्धतीने तो हे करत आहे. हा उदय आपल्या परंपरा आणि मूल्यांच्या अनुषंगाने होणार आहे, हे जगाला माहीत आहे. साहजिकच त्याची लोकशाही मूल्ये, बहुलतावादी समाज आणि आर्थिक दृष्टीकोन अधिक प्रकर्षाने प्रतिध्वनित होत राहील, पण त्यांना खोलवर रुजलेल्या श्रद्धा तसेच गुंतागुंतीच्या भूतकाळातील आणि वर्तमानकाळातील अमाप अनुभवाचा आधार असेल. हा योगायोग नाही की, वास्तवाशी निगडित असणारे धोरणनिर्मिती करत असल्यामुळे दीर्घकालीन आव्हाने प्रभावीपणे हाताळली जात आहेत. ती कोणालाही मागे न राहू देण्यापासून ते तंत्रज्ञानाचे लोकशाहीकरण आणि शाश्वततेला प्रोत्साहन देण्यापर्यंत आहेत. अंतराळ, आरोग्य, स्टार्ट-अप किंवा क्रीडा क्षेत्रातील

कामगिरीमुळे विशेषत: तरुण पिढीमध्ये अभिमानाची नवी भावना निर्माण झाली आहे आणि त्याला वारसा आणि जागतिक प्रगतीत आपण जोडलेले मूल्य यांचे पाठबळ लाभत आहे.

ह्या समाजाची वाटचाल चालू आहे, असे असू शकते, पण तो निश्चितच स्वत:च्या आणि जगाच्या भवितव्याकडे दीर्घकालीन दृष्टीकोनाने पाहत असणारा समाज आहे. आणि इतरांशी संबंध ठेवण्याच्या आधुनिक अटी निश्चित करण्याची त्याची तयारी झाली आहे. त्याचा दृष्टीकोन मुळातून आंतरराष्ट्रीय आहे आणि वसुधैव कुटुंबकम् ह्या जुन्या विश्वासाभोवती बांधलेला आहे. दिवसेंदिवस हे अधिकाधिक स्पष्ट होत आहे की, भारत महत्त्वाचा आहे कारण तो 'भारत' आहे.

■ ■ ■

ऋणनिर्देश

ह्या लेखनात अनेकांचे योगदान लाभले आहे, मग त्या व्यक्ती असोत, संस्था असोत किंवा व्यासपीठे. अनेक गुंतागुंतीच्या मुद्द्यांवर ज्यांनी माझे विचार रचनाबद्ध करण्यास आणि नंतर ते शब्दांत मांडण्यास मदत केली त्या सर्व सहकाऱ्यांचे आणि मित्रांचे मी विशेष आभार मानतो. त्या संदर्भात मला विशेषत्वाने रमेश, राजेश, रघू आणि शिल्पकचा उल्लेख करायचा आहे. माझ्या कुटुंबाचे, विशेषतः माझी पत्नी क्योको हिचे पुस्तक लिहिण्याच्या प्रक्रियेत येणाऱ्या सर्व गोष्टी सहन केल्याबद्दल कौतुक केले पाहिजे. माझ्या ह्या लेखन प्रयत्नाची वाट बघणारे पुस्तक प्रकाशक, रूपा पब्लिकेशन्स, हे अनन्य संयमाने वागले आहेत, त्यांचाही उल्लेख येथे महत्त्वाचा आहे.

सूची

■ ■ ■